ഒരു സാധാരണ ബ്രാഹ്മണ കുടുംബത്തിൽ ജനിച്ച ലക്ഷ്മീഭായി മഹാറാണിയായത് അവളുടെ ഭാഗ്യം എന്ന് വിളിക്കപ്പെടും. എന്നാൽ ഇന്ത്യയുടെ ആദ്യ സ്വാതന്ത്ര്യസമരത്തിൽ ശത്രുസൈന്യത്തോട് പോരാടുമ്പോൾ അവൾ പ്രകടിപ്പിച്ച അപൂർവമായ ധൈര്യവും ധൈര്യവും ധീരതയും അവളുടെ വ്യക്തിഗത ധാരണയും ഒരു യോദ്ധാവെന്ന നിലയിൽ അവളുടെ പ്രതിഭയും ആയിരുന്നു.

നമ്മുടെ സ്വന്തം സഹോദരങ്ങളിൽ ചിലർ ഇന്ത്യയുടെ സ്വാതന്ത്ര്യ സമരത്തിൽ രാജ്യദ്രോഹികളായി കളിച്ചു; അല്ലെങ്കിൽ മഹാറാണിയുടെ ധീരതയ്ക്കും വീര്യത്തിനും മുന്നിൽ ഇംഗ്ലീഷുകാർ ആ സമയത്തുതന്നെ ഇന്ത്യ വിട്ടുപോകുമായിരുന്നു. ഈ സംഭവങ്ങളുടെ തീയതി തിരിച്ചുള്ള വിവരണം ഈ പുസ്തകം അവതരിപ്പിക്കുന്നു.

ജാൻസിയുടെ റാണി

ഡോ.ഭവാൻ സിങ് റാണ

ഡൈമൻഡ് പബ്ലിക്കേഷൻ

പ്രസാധകർ	**: ഡയമണ്ട് പോക്കറ്റ് ബുക്സ് (പി) ലിമിറ്റഡ്.**
	X-30, ഓഖ്ല ഇൻഡസ്ട്രിയൽ ഏരിയ, ഘട്ടം-II
	ന്യൂഡൽഹി-110020
ഫോൺ	: 011-40712200
ഇ-മെയിൽ	: sales@dpb.in
വെബ്സൈറ്റ്	: www.dpb.in
അച്ചടിച്ചത്	: Repro (India)

ജാൻസിയുടെ റാണി

By - ഡോ. ഭവൻ സിംഗ് റാണ

ആമുഖം

ധീരയായ സ്ത്രീ, മഹാറാണി ലക്ഷ്മിഭായി, ഇന്ത്യൻ ചരിത്രത്തിലെ ഒരു മഹത്തായ വ്യക്തിത്വവും പ്രചോദനാത്മകവുമായ അധ്യായമാണ്. ഇന്നും അവളുടെ പേര് അനീതിക്കും ക്രൂരതകൾക്കുമെതിരെ പോരാടുന്ന എല്ലാവരുടെയും ഹൃദയങ്ങളിൽ ഒരു പുതിയ തീക്ഷ്ണത ഉണർത്തുന്നു. അവളുടെ ജീവിതം ഉയർച്ചയുടെയും താഴ്ചയുടെയും വിചിത്രമായ സംയോജനമായിരുന്നു. ഏഴ് വയസ്സുള്ള നിഷ്കളങ്കയായ മഡോണ, വളരെ സാധാരണക്കാരനായ മൊറോപന്ത് താംബെയുടെ മകൾ, സാഹചര്യങ്ങളുടെ വിചിത്രതയാൽ, ഏതാണ്ട് മധ്യവയസ്കനായ രാജാ ഗംഗാധരന്റെ രാജ്ഞിയായി റാവു-മഹാറാണി ലക്ഷ്മിഭായി. പത്തൊൻപതാം വയസ്സിൽ അവൾ വിധവയായി. ഇവിടെ നിന്ന് അവളുടെ പോരാട്ട ജീവിതം ആരംഭിച്ചു. ബ്രിട്ടീഷ് സാമ്രാജ്യത്തിൽ അവളുടെ സംസ്ഥാനം ലയിക്കുന്ന സമയത്ത്, അവൾ ഇടിമുഴക്കത്തോടെ പറഞ്ഞ , "ഞാൻ എന്റെ ഝാൻസിയെ തരില്ല."

അവളുടെ വാക്കുകൾ സാഹചര്യങ്ങളിലുള്ള കോപത്തിന്റെ പൊട്ടിത്തെറിയാണോ അതോ കൃത്യമായ ദൃഢനിശ്ചയത്തിന്റെ സൂചകമാണോ എന്ന് കൃത്യമായി പറയാനാവില്ല, എന്നാൽ ഈ പറഞ്ഞതിന് നാല് വർഷത്തിനുള്ളിൽ ഝാൻസിക്ക് വേണ്ടി തന്റെ വാൾ പുറത്തെടുക്കാൻ അവൾ നിർബന്ധിതയായി. ഇവിടെ നിന്ന് അവൾ ഒരു ധീരവനിതയായി നമ്മുടെ മുന്നിൽ പ്രത്യക്ഷപ്പെടുന്നു. അവളുടെ ജീവിതത്തിന്റെ ഇതിഹാസത്തിലെ മൂന്ന് കാണ്ഡങ്ങൾ ഇവയാണ്: ബ്രിട്ടീഷുകാർക്കെതിരായ പോരാട്ടങ്ങൾ, ആദ്യം ഝാൻസിയിലും പിന്നീട് കൽപിയിലും ഒടുവിൽ ഗ്വാളിയോറിലും.

ഏകദേശം നൂറ്റി ഇരുപത്തിയഞ്ച് വർഷം മുമ്പ്, ഏകദേശം 23 വയസ്സുള്ളപ്പോൾ, സങ്കൽപ്പിക്കാവുന്ന എല്ലാ യുദ്ധോപകരണങ്ങളും സജ്ജീകരിച്ച്, സർവ്വശക്തരായ ബ്രിട്ടീഷുകാർക്കെതിരായ അവളുടെ പോരാട്ടം, ഇന്ത്യൻ പുരുഷ മേധാവിത്വ സമൂഹത്തിലെ വിപ്ലവകരമായ ചുവടുവയ്പ്പായിരുന്നു. ഏറ്റവും ധീരയായ സ്ത്രീയുടെയും കഴിവുള്ള ഒരു കമാൻഡറുടെയും എല്ലാ സ്വഭാവങ്ങളും അവൾക്കുണ്ടായിരുന്നു. അവളുടെ ശത്രുക്കളായ ഇംഗ്ലീഷുകാരും ഇത് സമ്മതിച്ചു. പക്ഷേ, സമരരംഗത്തുണ്ടായിരുന്ന സഹപ്രവർത്തകർ അവൾക്ക് അർഹതപ്പെട്ട ആദരവ് നൽകിയില്ല എന്നത് വിരോധാഭാസമാണ്. ഝാൻസിയിലെ പരാജയത്തിന്

ശേഷം അവൾ കൽപിയിലെത്തി, അവിടെ നിന്ന് പേഷ്വാ റാവു സാഹിബും ധീരനായ താത്യാ തോപ്പും ബന്ദയിലെ നവാബും അവളുടെ സമരത്തിൽ സഹകാരികളായി. മഹാറാണി ലക്ഷ്മീഭായി തന്റെ സഹപ്രവർത്തകരേക്കാൾ മികച്ചതും കഴിവുള്ളതുമായ ഒരു കമാൻഡറായിരുന്നു. അവളുടെ കൂട്ടുകാർക്ക് ഇത് അറിയാമായിരുന്നു, എന്നിട്ടും പേഷ്വാ റാവു സാഹിബിന് പുരുഷ മേധാവിത്വത്തിന്റെ മാനസികാവസ്ഥയിൽ നിന്ന് കരകയറാൻ കഴിഞ്ഞില്ല. മഹാറാണി ഒരു സ്ത്രീയായതിനാലും ദുർബലയായതിനാലും യുദ്ധം നയിക്കാനുള്ള ചുമതലയല്ല. എന്നാൽ സ്ത്രീ ദുർബലയല്ല, പുരുഷ മേധാവിത്വ സമൂഹം മാത്രമാണ് അവളെ ദുർബലയാകാൻ പ്രേരിപ്പിക്കുന്നതെന്ന് മഹാറാണി തന്റെ പ്രശംസനീയമായ പ്രവൃത്തികളിലൂടെ തെളിയിച്ചു. അതേ ദുർബലയായ സ്ത്രീ, സമയം ആവശ്യപ്പെടുമ്പോൾ, ധീരയായ മഹാറാണി ലക്ഷ്മിഭായിയും ആയി മാറുന്നു. ഈ ശ്രദ്ധേയമായ ഗുണങ്ങൾ കാരണം ചില എഴുത്തുകാർ അവളെ ഫ്രാൻസിലെ മഹത്തായ ദേശസ്നേഹിയായ 'ജോൺ ഓഫ് ആർക്കിനോട്' താരതമ്യം ചെയ്തിട്ടുണ്ട്.

മഹാറാണി ലക്ഷ്മീഭായിയുടെ ജീവിതകഥയുടെ പരമാവധി ചുരുക്കമായി ഈ പുസ്തകത്തിൽ അവതരിപ്പിക്കാൻ ഞാൻ ശ്രമിച്ചിട്ടുണ്ട്. വായനക്കാർക്ക് ഇത് പ്രയോജനപ്പെടുമെന്ന് ഞാൻ പ്രതീക്ഷിക്കുന്നു. ഇതാണ് ഈ പുസ്തകത്തിന്റെ ഉദ്ദേശ്യം.

മഹാറാണിയുടെ ജീവിതത്തെക്കുറിച്ചുള്ള ഈ പുസ്തകം എഴുതുന്നതിന്, ശ്രീ ദത്താത്രേയ ബൽവന്ത് പരസ്നീസ്, ശ്രീ കൃഷ്ണ രമാകാന്ത് ഗോഖലെ, ശ്രീ ശാന്തി നാരായണൻ, ശ്രീ വിനായക് ദാമോദർ സവർക്കറുടെ 1857 ലെ സ്വാതന്ത്ര്യ പോരാട്ടം, മഹാരാഷ്ട്രയിൽ നിന്നുള്ള മറ്റ് ചരിത്ര പുസ്തകങ്ങൾ എന്നിവയിൽ നിന്ന് ഞാൻ സഹായം തേടിയിട്ടുണ്ട്. ബുന്ദേൽഖണ്ഡും ബന്ദയും. ഈ പുസ്തകങ്ങളുടെ എല്ലാ രചയിതാക്കൾക്കും എന്റെ എളിയ നന്ദി അറിയിക്കുന്നു.

ഡോ. ഭവൻ സിംഗ് റാണ

ഉള്ളടക്കം

1

ആദ്യകാല ജീവിതം

നൂറ്റാണ്ടുകളുടെ അടിമത്തത്തിന്റെ അനന്തരഫലമായി, ഇന്ത്യൻ സമൂഹത്തിൽ സ്ത്രീയെ അബല (ദുർബലർ) എന്ന് വിളിക്കാൻ തുടങ്ങി. അവളുടെ റോൾ ഹറമിലോ വീടിന്റെ നാല് ചുവരുകളിലോ ഒതുങ്ങി. ഈ നിരോധനം കൂടുതൽ ശക്തമായപ്പോൾ, കുടുംബത്തിൽ ഒരു പെൺകുട്ടിയുടെ ജനനം തന്നെ ഒരു മോശം ശകുനമായി കണക്കാക്കപ്പെട്ടു; നിഷ്ഠയില്ലാത്ത ആളുകൾ ജനിച്ചയുടനെ അവളെ കൊലപ്പെടുത്തി; ലൗകികതയെ പൂർണ്ണമായി വിസ്മരിക്കുന്ന പെൺകുട്ടികൾ വിവാഹത്തിലൂടെ കടന്നുപോയി. നിരപരാധികളായ ഈ പെൺകുട്ടികൾക്ക് അവരുടെ ഭർത്താക്കന്മാരെ നഷ്ടപ്പെട്ടാൽ, അവർ ഒന്നുകിൽ സതി (ഭർത്താവിനോടൊപ്പം ചിതയിൽ കത്തിക്കുക) അല്ലെങ്കിൽ ഒരു വിധവയുടെ ശപിക്കപ്പെട്ട ജീവിതം നയിക്കാൻ നിർബന്ധിതരായി. മധ്യകാലഘട്ടത്തിന്റെ ചരിത്രം ധീരരായ പുരുഷന്മാരുടെ ധീരമായ പ്രവർത്തനങ്ങളാൽ നിറഞ്ഞതാണെങ്കിലും, അത് സ്ത്രീകളുടെ ധീരമായ പ്രവർത്തനങ്ങളെ പൊതുവെ അവഗണിച്ചു. സ്ത്രീയെ മാനസികമായി അടിമയാക്കാനുള്ള പ്രവണത ചുറ്റും നിരീക്ഷിക്കുന്നു. അവളുടെ ഭർത്താവിന്റെ അസ്തിത്വം അവളുടെ അസ്തിത്വമായി കണക്കാക്കപ്പെട്ടു. ജൻഹർ വ്രതങ്ങൾ (സ്ത്രീകൾ സ്വയം ദഹിപ്പിക്കുന്നതിനായി അഗ്നിപർവതത്തിലേക്ക് നടക്കുന്നു) മേവാറിന്റെയോ മറ്റ് രജപുത്താനയുടെയോ ചരിത്രത്തിൽ ഉദാരമായി പ്രശംസിക്കപ്പെടുന്നു. ശത്രുവിനെതിരെ ആയുധമെടുക്കുന്നതിനെക്കുറിച്ച് ചിന്തിക്കാൻ പോലും കഴിയാത്തവിധം ആ കാലഘട്ടത്തിലെ സ്ത്രീ ദുർബലയായി വളർന്നുവെന്ന് തോന്നുന്നു. ശത്രുവിനെ അഭിമുഖീകരിക്കുന്നതിനേക്കാൾ സ്വയം തീയിൽ എരിയുന്നത് കൂടുതൽ സുന്ദരമായി അവൾ കരുതി.

ഇന്ത്യൻ സ്ത്രീകളുടെ ഈ അടിമ മനോഭാവം മഹാറാണി ലക്ഷ്മിഭായി പ്രകടമായി പൊട്ടിത്തെറിച്ചത് സന്തോഷകരമായ ആശ്ചര്യം എന്ന് വിളിക്കപ്പെടുമെന്ന് ഞാൻ കരുതുന്നു. ഒട്ടുമിക്ക ഇന്ത്യൻ രാജാക്കന്മാരുടെയും പ്രഭ നഷ്ടപ്പെട്ട സമയത്താണ് അവൾ ഈ അത്ഭുതകരമായ നേട്ടം നടത്തിയത്. അല്ലെങ്കിൽ ബ്രിട്ടീഷ് സാമ്രാജ്യത്തിന്റെ തിളക്കമുള്ള സൂര്യനു മുൻപിൽ അവർ തിളക്കമില്ലാതെ വളർന്നു എന്ന് ഇങ്ങനെ പറയാം. നൂറ്റാണ്ടുകളായി ഇന്ത്യൻ മനസ്സിൽ ആഴ്ന്നിറങ്ങിയ സ്ത്രീയുടെ ബലഹീനതയുടെ മിഥ്യയാണ് മഹാറാണി ലക്ഷ്മിഭായി തുറന്നുകാട്ടിയത്. ഇന്ത്യൻ സ്ത്രീ ദുർബ്ബലയല്ലെന്നും മാനസികമായി തളർന്നവളാണെന്നും അവൾ തെളിയിച്ചു. സന്ദർഭം ആവശ്യപ്പെടുകയാണെങ്കിൽ,

അവൾക്ക് ശക്തനാകാൻ മാത്രമല്ല, വളരെ ധൈര്യശാലിയായ സ്ത്രീയായി പ്രവർത്തിക്കാനും കഴിയും. നീണ്ട അടിമത്തത്തിന്റെ മയക്കത്തിൽ നിന്ന് ഉറങ്ങിക്കിടന്ന ഇന്ത്യൻ സ്ത്രീയെ ഉണർത്തുകയും ചരിത്രത്തിൽ തികച്ചും പുതിയതും മനോഹരവുമായ ഒരു അധ്യായം രചിക്കുകയും ചെയ്തു. നിസ്സംശയമായും, മഹാറാണി ലക്ഷ്മീഭായി സ്ത്രീകളുടെ അഭിമാനം മാത്രമല്ല, എല്ലാ ദിവസവും രാവിലെ സ്മരിക്കപ്പെടുകയും ആരാധിക്കപ്പെടുകയും ചെയ്യേണ്ട ഒരു ചരിത്ര വ്യക്തിത്വമാണ്.

വംശപരമ്പര

കൃഷ്ണ നദി ഒഴുകുന്നത് സതാര (മഹാരാഷ്ട്ര) വഴിയാണ്. കൃഷ്ണ നദിയുടെ തീരത്ത് വായ് എന്നറിയപ്പെടുന്ന ഒരു ഗ്രാമമുണ്ട്. മറാഠാ സാമ്രാജ്യത്തിന്റെ സ്ഥാപകനായ ഛത്രപതി ശിവജിയുടെ അനന്തരാവകാശികൾ കഴിവില്ലാത്തവരായിത്തീർന്നു, സാമ്രാജ്യം പേഷ്വാകൾ കൈക്കലാക്കി. പേഷ്വാ ഭരണകാലത്ത്, വായ് ഗ്രാമത്തിലെ കൃഷ്ണ റാവു താംബെ എന്ന ബ്രാഹ്മണൻ ഏതോ ഉന്നത സർക്കാർ തസ്തികയിൽ ജോലി ചെയ്തിരുന്നു. അദ്ദേഹത്തിന് വളരെ ധീരനും ധീരനുമായ ബൽവന്ത് എന്നൊരു മകനുണ്ടായിരുന്നു. അദ്ദേഹത്തിന്റെ ധീരതയെ അഭിനന്ദിച്ച് പേഷ്വകൾ അദ്ദേഹത്തെ സൈന്യത്തിലെ ഉന്നതവും മാന്യവുമായ ഒരു പദവിയിൽ നിയമിച്ചു. അങ്ങനെ, അച്ഛനും മകനും ഉയർന്ന പദവികൾ നേടി, പേഷ്വാകൾ ദയയോടെ നോക്കി. വ്യക്തമായും ഇരുവരും തങ്ങളുടെ കർത്തവ്യങ്ങൾ സമർത്ഥമായി നിർവഹിച്ചു, അല്ലാത്തപക്ഷം ഈ പരമ്പരാഗത പ്രീതി തുടർന്നും ആസ്വദിക്കാൻ അവർക്ക് കഴിയുമായിരുന്നില്ല. ബൽവന്തിന് മോറോപന്ത്, സദാശിവ എന്നിങ്ങനെ രണ്ട് ആൺമക്കൾ ഉണ്ടായിരുന്നു. ഇതിനകം പറഞ്ഞതുപോലെ, ഈ കുടുംബം രണ്ട് തലമുറകളായി പേഷ്വാമാരുടെ പ്രീതി ആസ്വദിക്കുകയായിരുന്നു. ഈ പാരമ്പര്യം മൂന്നാം തലമുറയിലും തുടർന്നു. പേഷ്വാ ബാജി റാവു രണ്ടാമന്റെ സഹോദരൻ ചിമാജി അപാ സാഹെബും മൊറോപന്തും വളരെ അടുത്ത സുഹൃത്തുക്കളായിരുന്നു. 1818-ൽ പേഷ്വാ ബാജി റാവു ബ്രിട്ടീഷുകാരിൽ നിന്ന് എട്ട് ലക്ഷം രൂപ വാർഷിക പെൻഷൻ സ്വീകരിച്ച് തന്റെ സ്ഥാനം രാജിവച്ചപ്പോൾ, ചിമാജി അപാ സാഹബിന് പേഷ്വാ സ്ഥാനം വാഗ്ദാനം ചെയ്യപ്പെട്ടു, പക്ഷേ അദ്ദേഹം നിരസിച്ചു, കാരണം യാതൊരു അവകാശവുമില്ലാത്ത പേഷ്വാ പദവി അർത്ഥശൂന്യമാണെന്ന് അദ്ദേഹം കരുതി. ബ്രിട്ടീഷ് സർക്കാർ. അതിനുശേഷം അദ്ദേഹം ബനാറസിലേക്ക് പോയി അവിടെ താമസിച്ചു. മോറോപന്ത് താംബെയും അദ്ദേഹത്തെ പിന്തുടർന്ന് ബനാറസിലേക്ക് പോയി. ചിമാജി അപാ സാഹെബിന്റെ സെക്രട്ടറിയായി അദ്ദേഹം പ്രവർത്തിച്ചു, ഇതിന് പ്രതിമാസം അമ്പത് രൂപ ശമ്പളമായി ലഭിച്ചു.

മഹാറാണി ലക്ഷ്മിഭായിയുടെ മാതാപിതാക്കൾ

ധീരയായ മഹാറാണി ലക്ഷ്മിഭായിയുടെ പിതാവാകാനുള്ള ഭാഗ്യം ലഭിച്ച വ്യക്തിയാണ് മോറോപന്ത് താംബെ. അദ്ദേഹത്തിന്റെ ഭാര്യയുടെ പേര് ഭാഗീരഥിഭായി എന്നായിരുന്നു, അവൾ വളരെ സുന്ദരിയും നല്ല സ്വഭാവവും പ്രായോഗികവുമായ ഒരു സ്ത്രീയായിരുന്നു. ഭാര്യാഭർത്താക്കന്മാർ പരസ്പരം സ്നേഹിച്ചു. ശ്രീ ദത്താത്രേയ ബൽവന്ത് തന്റെ ഝാൻസി കി റാണി ലക്ഷ്മിഭായി എന്ന പുസ്തകത്തിൽ അവരുടെ പ്രണയത്തെക്കുറിച്ച് എഴുതുന്നു:

"ഭാര്യയും ഭർത്താവും തമ്മിൽ എപ്പോഴും ആഴമേറിയതും നിലനിൽക്കുന്നതുമായ സ്നേഹം ഉണ്ടായിരുന്നു. സത്യസന്ധവും ആത്മാർത്ഥവുമായ ഹൃദയത്തിൽ നിന്നാണ് സ്നേഹം ഉരുത്തിരിഞ്ഞതെങ്കിൽ, സ്നേഹത്തേക്കാൾ പവിത്രമായ മറ്റൊന്നുമില്ല. പരസ്പര സ്നേഹത്തിൽ പ്രതിബദ്ധതയുള്ള രണ്ടു വ്യക്തികൾ വളരെ ബുദ്ധിമുട്ടുള്ള ജോലി പോലും വളരെ സൗകര്യപ്രദമായി നിർവഹിക്കുന്നു. രണ്ട് ഹൃദയങ്ങൾ ചേർന്നാൽ മലകളെ തകർക്കാൻ കഴിയുമെന്ന് ചില കവികൾ പറഞ്ഞത് ശരിയാണ്. ഭാര്യാഭർത്താക്കന്മാർക്ക് പരസ്പരം ആത്മാർത്ഥമായ സ്നേഹമുണ്ടെങ്കിൽ, ജീവിതയാത്രയെ എങ്ങനെ മികച്ച രീതിയിൽ കടത്തിവിടാമെന്ന് പറയേണ്ടതില്ലല്ലോ. മൊറോപന്റിന്റെയും ഭാര്യയുടെയും ആത്മാർത്ഥമായ സ്നേഹം അങ്ങനെയായിരുന്നു.

ജനനവും കുട്ടിക്കാലവും

1835 നവംബർ 16-ന് മോറോപന്തിന്റെ ഭാര്യ ഭാഗീരഥിഭായി ഒരു പെൺകുഞ്ഞിന് ജന്മം നൽകി. ഈ പെൺകുട്ടി പിന്നീട് മഹാറാണി ലക്ഷ്മിഭായി എന്ന പേരിൽ ചരിത്രത്തിൽ പ്രശസ്തയായി. ഈ പെൺകുട്ടിയുടെ ജനനത്തിൽ മൊറോപന്തും ഭാര്യ ഭാഗീരഥിഭായിയും വളരെ സന്തോഷിച്ചു. അവരുടെ ബന്ധുക്കളും പരിചയക്കാരും അവർക്ക് ഒരു പെൺകുട്ടിയുടെ രത്നം ലഭിച്ചതിൽ അഭിനന്ദിച്ചു. അവർ പെൺകുഞ്ഞിന് ദീർഘായുസ്സ് നൽകി, പെൺകുട്ടി വളരെ ധീരയും അറിയപ്പെടുന്നവളുമായി മാറണമെന്ന് അവർ ആഗ്രഹിച്ചു. സ്വാഭാവികമായി ലഭിച്ച ഈ അനുഗ്രഹം ഒരു കാലഘട്ടത്തിൽ സത്യമായി മാറി. പെൺകുട്ടി ഗംഭീരമായ പ്രതാപവും സമാനതകളില്ലാത്ത വീര്യവും ഉള്ളവളായിരിക്കുമെന്ന് അവളുടെ ജനനത്തെക്കുറിച്ച് ജ്യോതിഷികൾ പ്രവചിച്ചതായി പറയപ്പെടുന്നു. ആ സമയത്ത്, നിഷ്കളങ്കയായ പെൺകുട്ടിയുടെ ശാന്തവും സൗമ്യവും നിഷ്കളങ്കവുമായ മുഖം കണ്ട ആർക്കും പറയാൻ കഴിഞ്ഞില്ല, ആ പെൺകുട്ടി തന്റെ സ്വാതന്ത്ര്യ സ്നേഹത്തിലൂടെയും രാഷ്ട്ര പ്രതിരോധത്തിലൂടെയും ചരിത്രത്തിൽ ഒരു സുവർണ അദ്ധ്യായം എഴുതുമെന്ന്. മാതാപിതാക്കൾ പെൺകുട്ടിക്ക് മനുഭായി എന്ന് പേരിട്ട് സ്നേഹത്തോടെ വളർത്താൻ തുടങ്ങി.

മോറോപന്ത് അഭയം തേടി ബാജി റാവുവിന്റെ അടുത്തേക്ക് പോകുന്നു

കുഞ്ഞ് മനുബായ് ചന്ദ്രന്റെ ചക്രങ്ങൾ പോലെ പതുക്കെ വളർന്നു. ഇതിനിടെ മൊറോപന്റിന് കനത്ത തിരിച്ചടി നേരിട്ടു. അദ്ദേഹത്തിന്റെ പരമകാരുണികനായ ചിമാജി അപാ സാഹെബ് അന്തരിച്ചു. ആത്മാർത്ഥവും സൗഹാർദ്ദപരവുമായ ഒരു മുതിർന്ന വ്യക്തിയുടെ മരണത്തിൽ മൊറോപന്ത് അഭയം നഷ്ടപ്പെട്ടു. ഒരു ഉപജീവനമാർഗവും അവന്റെ പക്കൽ അവശേഷിച്ചില്ല. ഗുരുതരമായ ഒരു പ്രശ്നം അവന്റെ മുമ്പിൽ ഉയർന്നു. എന്ത് ചെയ്യണമെന്നറിയാതെ അയാൾ കുഴങ്ങി. ഈ പ്രതിസന്ധി ഘട്ടത്തിൽ അദ്ദേഹത്തിന് അഭയം നൽകിക്കൊണ്ട് മുൻ പേഷ്വാ ബാജി റാവു, മഹാരാഷ്ട്ര വിട്ടശേഷം ഉത്തരേന്ത്യയിലെ പ്രവാസ ജീവിതം നയിച്ചിരുന്നെങ്കിലും, തന്റെ കുടുംബ പാരമ്പര്യം വീണ്ടും പ്രകടമാക്കി. ബാജി റാവുവിന്റെ ഈ ഭംഗിയുള്ള ആംഗ്യത്തിൽ മൊറോപന്ത് മതിമറന്ന് അവന്റെ അഭയകേന്ദ്രത്തിൽ താമസിക്കാൻ തുടങ്ങി. ഇത് കുടുംബ ഉത്തരവാദിത്തങ്ങളിൽ നിന്ന് അവനെ സഹായിച്ചു.

അമ്മയുടെ നഷ്ടം

മനുഭായ് എന്ന പെൺകുട്ടി മാതാപിതാക്കളോടൊപ്പം ബനാറസ് വിട്ട് ബാജി റാവുവിന്റെ അഭയകേന്ദ്രത്തിൽ എത്തി. കുട്ടിക്കാലം ഇവിടെയാണ് അവൾ കടന്നുപോയത്, പക്ഷേ അവൾക്ക് വെറും നാല് വയസ്സുള്ളപ്പോൾ മാരകമായ ഒരു ദുരന്തത്തെ അഭിമുഖീകരിക്കേണ്ടി വന്നു. അമ്മ ഭാഗീരഥിഭായി അന്തരിച്ചു. ഇത് അച്ഛനും മകൾക്കും വലിയ തിരിച്ചടിയായി. മനുഭായിക്ക് മരണത്തിന്റെ അർത്ഥം മനസ്സിലായില്ലെങ്കിലും, അമ്മയുടെ അഭാവം അവളുടെ ശിശു ഹൃദയത്തെ വല്ലാതെ സ്പർശിച്ചിരിക്കണം. മൊറോപന്തിനും ജീവിതപങ്കാളിയിൽ നിന്നുള്ള വേർപാട് വല്ലാത്തൊരു ദൗർഭാഗ്യകരമായിരുന്നുവെങ്കിലും മനസ്സിന്റെ സമനില തെറ്റിയില്ല. അവൻ വികാരങ്ങളെ നിയന്ത്രിച്ചു, പൂർണ്ണ നിശ്ചയദാർഢ്യത്തോടെ തന്റെ കർത്തവ്യങ്ങൾ നിർവഹിക്കുന്നതിൽ വ്യാപൃതനായി. അമ്മയില്ലാത്തത് കൊണ്ട് മകൾ കഷ്ടപ്പെടാതിരിക്കാൻ അവൻ നോക്കി, അവൻ തന്നെ അവളെ നോക്കാൻ തുടങ്ങി. ഇപ്പോൾ അവൻ അവളുടെ അമ്മയ്ക്കും അച്ഛനും ആയിരുന്നു. അങ്ങനെ മനുഭായി എന്ന കൊച്ചുപെൺകുട്ടി അവളുടെ പിതാവിന്റെ സംരക്ഷണയിൽ വളരാൻ തുടങ്ങി. താൻ പോകുന്നിടത്തെല്ലാം മോറോപന്ത് അവളെയും കൂട്ടിക്കൊണ്ടുപോയി. മിക്കവാറും അവൻ പുരുഷന്മാരുടെ കൂട്ടത്തിൽ ഇരുന്നു. ഒപ്പം മനുഭായിയും ഉണ്ടായിരുന്നു. കുട്ടി മനുഭായി കുട്ടിക്കാലം മുതൽ തന്നെ വളരെ സുന്ദരിയും വികൃതിയും ആയിരുന്നു. അവൾ സാധാരണയായി

അവളുടെ പിതാവിനൊപ്പം ബാജി റാവുവിന്റെ അടുത്തേക്ക് പോകാറുണ്ട്. പേഷ്വാ ബാജി റാവുവും അവളെ അഗാധമായി സ്നേഹിച്ചു. അദ്ദേഹം മനുഭായിയെ ഛബിലി എന്ന് വിളിച്ചു.

നാനാ സാഹിബിനൊപ്പം

പേഷ്വാ ബാജി റാവു രണ്ടാമന് പുത്രനുണ്ടായിരുന്നില്ല. അങ്ങനെ 1827 ജൂൺ 7-ന് അദ്ദേഹം രണ്ടര വയസ്സുള്ള ഒരു കുട്ടിയെ ദത്തെടുത്തു. ഈ കുട്ടി പിന്നീട് നാനാ സാഹെബ പേഷ്വ ആയി അംഗീകരിക്കപ്പെട്ടു, ഇന്ത്യയുടെ ആദ്യത്തെ സ്വാതന്ത്ര്യ സമരത്തിന്റെ സമാനതകളില്ലാത്ത കമാൻഡർ. മഹാരാഷ്ട്രയിലെ മാതേരൻ പർവതനിരകളുടെ താഴ്വരയിലുള്ള ഒരു ഗ്രാമമാണ് വേണുഗ്രാം. മാധവ് റാവു നാരായൺ ഭട്ട് എന്ന ഉയർന്ന കുടുംബത്തിലെ ഒരു ബ്രാഹ്മണൻ ഈ ഗ്രാമത്തിൽ താമസിച്ചിരുന്നു. 1824-ന്റെ അവസാനത്തിൽ ഭാര്യ ഗംഗാഭായിക്ക് നാനാ സാഹിബ് ജനിച്ചു.

നാനാ സാഹിബിലും റാവു സാഹിബിലും കുട്ടി മനുഭായിക്ക് നല്ല സുഹൃത്തുക്കളെ കിട്ടി. മൂന്ന് കുട്ടികളും വ്യത്യസ്തമായ കളികൾ കളിച്ചു. അന്നത്തെ സമ്പ്രദായമനുസരിച്ച് മനുഭായിക്ക് നല്ല അധ്യാപന ക്രമീകരണം വീട്ടിലുണ്ടാക്കി. കുട്ടി മനുഭായി ഒരു ചൈതന്യമുള്ള കുട്ടിയായിരുന്നു; അവൾ അവളുടെ മാതാപിതാക്കളുടെ ഏക മകളായിരുന്നു, ഇപ്പോൾ അമ്മയും ഇല്ല. അതുകൊണ്ട് നാനാ സാഹിബ് എന്ത് ചെയ്യുന്നത് കണ്ടാലും അവൾ അച്ഛനോട് അത് തന്നെ ആവശ്യപ്പെട്ടു. അവളുടെ ആഗ്രഹങ്ങൾ തകർക്കാൻ പിതാവ് മൊറോപന്തിന് ആഗ്രഹിച്ചില്ല. നാനാ സാഹേബ് കുതിരസവാരി നടത്തിയെങ്കിൽ മനുബായിയും അദ്ദേഹത്തോടൊപ്പം കുതിരസവാരി നടത്തി. എല്ലാത്തിനുമുപരി, നാനാ സാഹിബ് ഒരു മുൻ പേഷ്വയുടെ മകനായിരുന്നു, അതേസമയം മനുബായി പേഷ്വയിൽ നിന്ന് അഭയം തേടിയ ഒരാളുടെ മകളായിരുന്നു. മനുഭായ് ഈ കാര്യങ്ങൾ തിരിച്ചറിഞ്ഞില്ല. അവൾക്കറിയാവുന്നത് അവൾ ആഗ്രഹിക്കുന്നത് നിർബന്ധിക്കുക എന്നതാണ്. ഒരിക്കൽ നാനാ സാഹിബ് ആനസവാരി ആസ്വദിക്കുകയായിരുന്നുവെന്ന് പറയപ്പെടുന്നു. അയാൾ ആനപ്പുറത്തിരിക്കുന്നതു കണ്ട മനുബായിയും ആനപ്പുറത്തിരിക്കാൻ നിർബന്ധിച്ചു. അവളുടെ നിർബന്ധം കണ്ട പേഷ്വാ ബാജി റാവു നാനാ സാഹിബിനോട് മനുബായിയെ ആനപ്പുറത്ത് കയറ്റാൻ നിർദ്ദേശിച്ചു. എന്നാൽ നാനാ സാഹിബും ഒരു കുട്ടിയായിരുന്നു, മനുബായിയുടെ കാര്യത്തിൽ തന്റെ ഉന്നതമായ സ്ഥാനം ഉറപ്പിക്കാൻ ആഗ്രഹിച്ചു. അതിനാൽ പിതാവിന്റെ സൂചന അവഗണിച്ച് അയാൾ പോയി. ഈ വശത്ത്, മനുബായി അവളുടെ നിർബന്ധം നിങ്ങൾ എന്തിനാണ് അനാവശ്യമായി നിർബന്ധിക്കുന്നത്? നിങ്ങളുടെ വിധി കാണുക. ആന സവാരി നിങ്ങളുടെ വിധിയിൽ എഴുതിയിട്ടുണ്ടോ?

ഉപേക്ഷിക്കാൻ തയ്യാറായില്ല. ആന സവാരിക്കായി അവൾ പിതാവിനെ നിരന്തരം ശല്യപ്പെടുത്തുകയായിരുന്നു. വെറുപ്പോടെ, മൊറോപന്ത് തിരിച്ചു പറഞ്ഞു, "ഓ, അച്ഛന്റെ വാക്കുകൾ കേട്ട മനുഭായി ഉടനെ മറുപടി പറഞ്ഞു, "അതെ, അതെ. അത് ഇവിടെ എഴുതിയിരിക്കുന്നു. ഞാൻ ഒന്നല്ല, പത്ത് ആനകളെ സവാരി ചെയ്യുമെന്നാണ് എന്റെ വിധി പറയുന്നത്. വിഷയം മുഴുവൻ മറന്നു, പക്ഷേ ആ വാക്കുകളിൽ എത്രമാത്രം സത്യമുണ്ടെന്ന് അന്ന് ആർക്കറിയാം.

മനുബായിയുടെ ശാരീരിക വിദ്യാഭ്യാസവും യുദ്ധത്തിനുള്ള നിർദ്ദേശങ്ങളും നാനാ സാഹെബിനൊപ്പം തുടർന്നു. ഒരു ബ്രാഹ്മണന്റെ മകളായിരുന്നെങ്കിലും യുദ്ധകലയിൽ അവൾ പ്രത്യേക താൽപര്യം കാണിച്ചു. ദൗട്ടി വിനായക് ദാമോദർ സവർക്കർ തന്റെ 1857 കാ സ്വാതന്ത്ര്യ സമർ എന്ന പുസ്തകത്തിൽ ഈ സന്ദർഭത്തിൽ എഴുതുന്നു:

"നാനാ സാഹെബും ഛബിലിയും ആയുധപ്പുരയിൽ അസിൽതയുടെ (ആയുധം) ചലനം പരിശീലിക്കുന്നത് കണ്ടപ്പോൾ കണ്ണ് തിളങ്ങാത്തതും ആനന്ദം നനയാത്തതുമായ ഏതെങ്കിലും ഭാഗ്യശാലി ഉണ്ടായിരുന്നോ? ചിലപ്പോൾ കുതിരപ്പുറത്ത് നാന ലക്ഷ്മിയെ കാത്തിരുന്നു, ചിലപ്പോൾ ലക്ഷ്മി കുതിരപ്പുറത്ത് കയറി, പുറകിൽ വാൾ കെട്ടി, കാറ്റിൽ ഇളകിയ മുടി ഒരുക്കി. നാനാ സാഹിബ് തന്റെ വേഗമേറിയ കുതിരയെ നിയന്ത്രിക്കാൻ ശ്രമിക്കുമ്പോൾ അദ്ദേഹത്തിന് പതിനെട്ട് വയസ്സ് മാത്രമേ ഉണ്ടായിരുന്നുള്ളൂ, ലക്ഷ്മി കാട്ടു കുതിരയെ നിയന്ത്രിക്കുമ്പോൾ അവൾക്ക് ഏഴ് വയസ്സായിരുന്നു.

ഞാൻ പറയാൻ ഉദ്ദേശിക്കുന്നത്, മനുഭായിക്ക് തന്റെ കുട്ടിക്കാലത്ത് പുരുഷന്മാരുടെ കമ്പനിയിൽ ഇരിക്കാൻ കൂടുതൽ അവസരങ്ങൾ ലഭിച്ചു എന്നാണ്. അവളുടെ വിദ്യാഭ്യാസവും പുരുഷന്മാരുടേത് പോലെയായിരുന്നു. തൽഫലമായി, അവൾ പുരുഷന്മാരുടെ കൂടുതൽ ഗുണങ്ങൾ വികസിപ്പിച്ചെടുത്തു. ഇംഗ്ലീഷുകാരെ വെല്ലുവിളിക്കാനും നേരിടാനും ധീരയായ മഹാറാണി ലക്ഷ്മിഭായിയെ കെട്ടിച്ചമച്ച ഘടകങ്ങൾ ഇവയാകാം.

വിവാഹം

ഇന്ന് അത് പരിഹാസ്യമായി തോന്നാം, പക്ഷേ മനുഭായി വിവാഹം കഴിച്ചത് ഏഴ് വയസ്സുള്ളപ്പോഴാണ് എന്നതാണ്. ഈ വിവാഹത്തിലേക്ക് നയിക്കുന്ന സംഭവങ്ങളുടെ ചക്രം അത് തന്നെ രസകരം ആണ് . ഇക്കാലത്ത് നഗരങ്ങളിൽ പെൺകുട്ടികൾ പതിനെട്ട് വയസ്സിന് ശേഷം വിവാഹിതർ ആകുന്നു ഭരണഘടനാപരമായി അത് ആവശ്യമാണെങ്കിലും, ശൈശവ വിവാഹ

വാർത്തകളും നാം പലപ്പോഴും കേൾക്കുകയും വായിക്കുകയും ചെയ്യുന്നു. അക്കാലത്ത് ശൈശവ വിവാഹം വളരെ സാധാരണമായിരുന്നു. അന്നത്തെ സാമൂഹിക ആചാരമനുസരിച്ച് അവളുടെ പിതാവ് അവളുടെ വിവാഹത്തെക്കുറിച്ച് ആകുലപ്പെടാൻ തുടങ്ങിയപ്പോഴും മനുബായി ഒരു നിഷ്കളങ്കയായ പെൺകുട്ടിയായിരുന്നു. പലതും ഒത്തുചേരുന്ന പാരമ്പര്യം നിറഞ്ഞ ഒരു സമൂഹമായിരുന്നു അത്. പത്തൊൻപതാം നൂറ്റാണ്ടിന്റെ ആദ്യ പകുതിയായിരുന്നു

അത്, മൊറോപന്ത് ഒരു മറാഠ ബ്രാഹ്മണനായിരുന്നു. സംഭവങ്ങളുടെ വഴിത്തിരിവ് അദ്ദേഹത്തെ ബ്രഹ്മവർത്തയിലെ മുൻ പേഷ്വാ ബാജി റാവുവിന്റെ അഭയകേന്ദ്രത്തിൽ ജീവിക്കാൻ നിർബന്ധിതനാക്കി. കുടുംബത്തിന് അനുയോജ്യമായ ഒരു വരനെയും അവിടെ കാണാനില്ലായിരുന്നു. അതിനാൽ, അവൻ വിഷമിച്ചത് സ്വാഭാവികമാണ്.

ഈ സമയത്താണ് ഝാൻസി സംസ്ഥാനത്തിലെ രാജ്പുരോഹിത് (മുഖ്യപുരോഹിതൻ) പണ്ഡിറ്റ് താത്യ ദീക്ഷിത് പേഷ്വാ ബാജി റാവുവിനെ കാണാൻ വന്നത്. പണ്ഡിറ്റ് താത്യ ദീക്ഷിത് വളരെ പരിചയസമ്പന്നനായ ഒരു ജ്യോതിഷിയായിരുന്നു.

അവനെ കണ്ടപ്പോൾ മൊറോപന്തിന് അത്യധികം സന്തോഷമായി. അദ്ദേഹം പണ്ഡിറ്റ് ദീക്ഷിതിനെ കണ്ടു, തന്റെ പ്രശ്നം അദ്ദേഹത്തോട് പറഞ്ഞു, "മഹാരാജ്! അവൾ എന്റെ ഏക മകളാണ്. അവളുടെ അമ്മ മരിച്ചു. ഇപ്പോൾ ഞാൻ അവളുടെ അച്ഛനും അമ്മയുമാണ്. അവൾക്ക് അനുയോജ്യമായ ഒരു വരനെ നിങ്ങൾ കണ്ടുമുട്ടിയാൽ ദയവായി ഓർക്കുക. അവളെ വിവാഹം കഴിക്കുന്നതിനെക്കുറിച്ചുള്ള ആകുലതകളിൽ നിന്ന് എന്നെത്തന്നെ മോചിപ്പിക്കാൻ ഞാൻ ആഗ്രഹിക്കുന്നു.

പണ്ഡിറ്റ് താത്യ ദീക്ഷിത് അവളുടെ ജാതകം കണ്ടു. ഗ്രഹങ്ങളുടെ സ്ഥാനം ഗൗരവമായി പരിഗണിച്ച ശേഷം പറഞ്ഞു, "ഭയ്യാ, ഈ പെൺകുട്ടിയുടെ ജാതകത്തിന് രാജയോഗമുണ്ട് (ഭരണ സാധ്യത, ഭരണം). അവൾ ഒരു സാധാരണ കുടുംബത്തിൽ വിവാഹം കഴിക്കില്ല. നിങ്ങൾ വിഷമിക്കേണ്ട, ഒട്ടും. സമയത്തിന്റെ കളി കാണൂ. ഒരു ദിവസം ഒരു രാജാവ് തന്നെ നിങ്ങളുടെ അടുക്കൽ വരും. നിനക്കോ എനിക്കോ അവൾക്കുവേണ്ടി ഒന്നും ചെയ്യാൻ കഴിയില്ല. ശരി, അതെ, നിങ്ങൾ അവളുടെ പിതാവാണ്. ശ്രമിക്കേണ്ടത് നിങ്ങളുടെ കടമയാണ്. ഞാനും ശ്രമിക്കാം. നമ്മുടെ പ്രയത്നം ചെയ്യാൻ വേണ്ടി മാത്രമായിരിക്കും. ദൈവഹിതം ആരും അറിയുന്നില്ല."

ജ്യോത്സ്യന്റെ പ്രവചനം കേട്ട് മൊറോപന്തിന് അത്യധികം സന്തോഷമായി. ഇതേത്തുടർന്ന് ജ്യോത്സ്യൻ തിരികെ പോയി. ഝാൻസിയിലെ രാജാവായ ഗംഗാധർ

റാവു മധ്യവയസ്സിലേക്ക് മുന്നേറുകയായിരുന്നു, പക്ഷേ അദ്ദേഹത്തിന് പുത്രനുണ്ടായില്ല. ഒരു മകനെ ലഭിക്കാൻ അവൻ വീണ്ടും വിവാഹം കഴിക്കാൻ ആഗ്രഹിച്ചു. തന്റെ കൗൺസിലർമാരുടെ മുമ്പാകെ അദ്ദേഹം ഈ ആഗ്രഹം പ്രകടിപ്പിച്ചു. പണ്ഡിറ്റ് താത്യ ദീക്ഷിത് മനുബായിയെക്കുറിച്ച് വിശദമായി അറിയിച്ചപ്പോൾ, ഗംഗാധര റാവു അവളെ വിവാഹം കഴിക്കുന്നതിൽ അക്ഷമനായി. രാജകീയ ജ്യോത്സ്യൻ സൌന്ദര്യത്തെക്കുറിച്ചും ജാതകത്തെക്കുറിച്ചും മനുഭായിയെക്കുറിച്ചുള്ള മറ്റു കാര്യങ്ങളെക്കുറിച്ചും

പറഞ്ഞപ്പോൾ രാജാവ് തന്റെ പ്രായത്തെ മറന്നു. ഒരു സ്ത്രീയുടെ ഈ രത്നത്തിലൂടെ തന്റെ കുടുംബം കൂടുതൽ വളരുമെന്ന് അദ്ദേഹം കരുതി. അങ്ങനെ മനുബായിയുടെയും ഗംഗാധർ റാവുവിന്റെയും വിവാഹം നിശ്ചയിച്ചു.

വിവാഹം നിശ്ചയിച്ച് കുറച്ച് ദിവസങ്ങൾക്ക് ശേഷം, ഏഴ് വയസ്സുള്ള മനുബായി 1842-ൽ മധ്യവയസ്കനായ ഗംഗാധർ റാവുവിനെ വിവാഹം കഴിച്ചു. ഏഴ് വയസ്സുള്ള നിരുപദ്രവകാരിയായ മഡോണയ്ക്ക് വിവാഹത്തിന് എന്ത് അർത്ഥമാണ് നൽകാൻ കഴിയുക? ആഡംബരത്തോടെയും ആർഭാടത്തോടെയുമാണ് വിവാഹ ചടങ്ങുകൾ നടന്നതെങ്കിലും മനുഭായിക്ക് അതൊരു പാവകളി മാത്രമായിരുന്നില്ല. മണവാട്ടിയെപ്പോലെ അണിഞ്ഞൊരുങ്ങിയ കുട്ടി മനുബായിയുടെ മാനസികാവസ്ഥ ഇനിപ്പറയുന്ന സംഭവത്തിൽ നിന്ന് മനസ്സിലാക്കാം: വിവാഹ ചടങ്ങുകൾ പുരോഗമിക്കുമ്പോൾ വധൂവരന്മാർക്ക് അഗ്നി പ്രദക്ഷിണം ചെയ്യേണ്ടി വന്നപ്പോൾ പുരോഹിതൻ കെട്ടഴിച്ചുവെന്ന് പറയപ്പെടുന്നു. വധുവിന്റെയും വരന്റെയും ദുപ്പട്ട. ഇതേക്കുറിച്ച് മനുബായ് പുരോഹിതനോട് പറഞ്ഞു. "പുരോഹിത്ജി മഹാരാജ്". ദയവുചെയ്ത് കെട്ടഴിച്ച് കെട്ടുക.

ഈ വാചകം കേട്ട് അവിടെയുണ്ടായിരുന്നവരെല്ലാം പൊട്ടിച്ചിരിച്ചു. വളരെ ആത്മാർത്ഥമായും അനായാസമായും പറഞ്ഞ വാക്കുകൾ ചിരിക്കാനുള്ളതായിരുന്നു. എന്നാൽ ഭാവിയിൽ അവ എങ്ങനെയായിരിക്കുമെന്ന് ആർക്കും അറിയില്ലായിരുന്നു. ഓ! ഈ വാക്കുകളുടെ അർത്ഥം ആർക്കെങ്കിലും അറിയാമെങ്കിൽ! ഒന്ന് അറിഞ്ഞാലും ഒന്നും ചെയ്യാൻ പറ്റില്ല. വാക്കുകളിൽ അന്തർലീനമായ അർത്ഥം അതിന്റെ ഏറ്റവും ഭീകരമായ രൂപത്തിൽ വെറും പതിനൊന്ന് വർഷങ്ങൾക്ക് ശേഷം പുറത്തുവന്നു. മനുബായി (ഇപ്പോൾ ലക്ഷ്മീഭായി ആയിരുന്നു) അവളുടെ യൗവനത്തിലേക്ക് ചുവടുവെച്ചപ്പോൾ തന്നെ ഗംഗാധർ റാവു തന്റെ സ്വർഗ്ഗീയ വാസസ്ഥലത്തേക്ക് പോയി. ഇത്തരത്തിലുള്ള പൊരുത്തക്കേടുകളുടെ വളരെ സാധാരണമായ ക്രൂരമായ ഫലമായിരുന്നു ഇത്. ഇത് വളരെ സാധാരണമായിരുന്നു, കാരണം അത്തരം പൊരുത്തമില്ലാത്ത വിവാഹങ്ങൾ ഇത്തരത്തിലുള്ള എന്തെങ്കിലും ഫലമുണ്ടാക്കും, നിർഭാഗ്യരായ പല പെൺകുട്ടികൾക്കും അവരുടെ രക്ഷിതാക്കളുടെ വിഡ്ഢിത്തം കാരണം ജീവിതകാലം മുഴുവൻ ക്രൂരമായ വിധവത്വം വഹിക്കേണ്ടിവരും.

മനുഭായിയിൽ നിന്ന് ലക്ഷ്മിഭായിയിലേക്കുള്ള പരിവർത്തനം

മനുഭായി വിവാഹിതയായിരുന്നു. ഗംഗാധർ റാവുവിന്റെ മഹാറാണി ലക്ഷ്മിഭായി എന്ന മനുബായിയിൽ നിന്ന് ഇപ്പോൾ അവൾ ഝാൻസിയുടെ റാണി ലക്ഷ്മിഭായി ആയിത്തീർന്നു. തന്റെ കർത്തവ്യം തൃപ്തികരമായി നിർവഹിച്ചതിൽ പിതാവ് മൊറോപന്ത് അതീവ സന്തുഷ്ടനായിരുന്നു. ബാജി റാവുവിന്റെ സാധാരണ, ശമ്പളക്കാരനായ സേവകനിൽ നിന്ന് ഝാൻസിയുടെ രാജകുടുംബവുമായുള്ള ബന്ധത്തിലേക്ക് എന്തൊരു മാറ്റം! സ്വപ്നത്തിൽ പോലും ഈ ബന്ധത്തെക്കുറിച്ച്

അവൻ സ്വപ്നം കണ്ടിട്ടുണ്ടാകില്ല. ഈ ബന്ധത്തിൽ നിന്ന് ലക്ഷ്മിഭായിക്ക് എന്തെങ്കിലും പ്രയോജനം ഉണ്ടായിട്ടുണ്ടോ എന്നത് തർക്കവിഷയമായേക്കാം, എന്നാൽ അവളുടെ പിതാവിന് അവൾ തീർച്ചയായും ലക്ഷ്മി (സമ്പത്തിന്റെ ദേവത) ആണെന്ന് തെളിയിച്ചു. ഈ വിവാഹത്തിന് ശേഷം മൊറോപന്തിനും ബന്ധുക്കൾക്കും നിരവധി സമ്മാനങ്ങൾ ലഭിച്ചു. ഝാൻസിയിലെ രാജകൊട്ടാരത്തിൽ മുന്നൂറ് രൂപ മാസശമ്പളത്തിൽ മോറോപന്തിന് ഉയർന്ന പദവി ലഭിച്ചു. നൂറ്റമ്പത് വർഷങ്ങൾക്ക് മുമ്പ് മുന്നൂറ് രൂപ വലിയ തുകയാണ്. ഝാൻസിയിലെ രാജകീയ കൗൺസിലിലെ ഏറ്റവും ഉയർന്ന കൗൺസിലറായിരുന്നു അദ്ദേഹം. ഝാൻസി സംസ്ഥാനത്തിലെ ഉന്നതവും പ്രധാനപ്പെട്ടതുമായ സ്ഥാനങ്ങളിൽ അദ്ദേഹത്തിന്റെ ബന്ധുക്കളെയും നിയമിച്ചു.

മനുബായിയുടെ അമ്മ വിവാഹത്തിന് മൂന്ന് നാല് വർഷം മുമ്പ് മരിച്ചു. രണ്ടാനമ്മയുടെ മോശം പെരുമാറ്റത്തിൽ നിന്ന് മകളെ രക്ഷിക്കാൻ മോറോപന്ത് രണ്ടാം വിവാഹം കഴിച്ചില്ല. മകൾ ലക്ഷ്മീഭായി ആയപ്പോൾ അവൻ തീർത്തും ഒറ്റപ്പെട്ടു. അവൻ ഇപ്പോൾ ദരിദ്രനായിരുന്നു. അവൻ ഇപ്പോൾ കല്യാണം കഴിക്കാൻ ആലോചിച്ചു. താമസിയാതെ അദ്ദേഹം ചിമൻബായിയുമായി രണ്ടാം വിവാഹം കഴിച്ചു. തീർച്ചയായും, തന്റെ രണ്ടാമത്തെ ഭാര്യ വളർന്നുവന്ന ഒരു വേലക്കാരിയാണെന്നും മനുബായിയെപ്പോലെ ഒരു കുട്ടിയായിരിക്കരുതെന്നും അദ്ദേഹം ശ്രദ്ധിച്ചു. അദ്ദേഹത്തിന്റെ ഇപ്പോഴത്തെ ഭാര്യ ഗുൽസരായിലെ കുലീനനായ ബ്രാഹ്മണനായ വാസുദേവ് ശിവരാജ് ഖാൻവിൽക്കറുടെ മകളായിരുന്നു.

മകളുടെ വിവാഹത്തിന് ശേഷം മൊറോപന്ത് തന്റെ പുതിയ തസ്തികയും പുതിയ കുടുംബവും ആസ്വദിക്കാൻ തുടങ്ങി.

2

ജാൻസിയും രാജ ഗംഗാധര റാവുവും

മധ്യ ഇന്ത്യയിൽ ബുന്ദേൽഖണ്ഡിന്റെ ചരിത്രം വളരെ പ്രധാനമാണ്. ബ്രിട്ടീഷ് ഭരണകാലത്ത് ബുന്ദേൽഖണ്ഡിൽ ഝാൻസി ഉൾപ്പെടെ നിരവധി സംസ്ഥാനങ്ങൾ ഉണ്ടായിരുന്നു. എന്തുകൊണ്ടാണ് ഈ പ്രദേശം ബുന്ദേൽഖണ്ഡ് എന്ന് അറിയപ്പെടുന്നതെന്ന് തർക്കരഹിതമായി ഒന്നും പറയാനാവില്ല, എന്നാൽ അറിയപ്പെടുന്ന ഒരു കഥ ഇപ്രകാരമാണ്: പുരാതന കാലത്ത് കാശി ക്ഷത്രിയരുടെ സംസ്ഥാനമായിരുന്നു. പണ്ട് ഇവിടെ പഞ്ചം എന്ന ക്ഷത്രിയ രാജാവുണ്ടായിരുന്നു. അവന്റെ സഹോദരന്മാർ അവനെതിരെ ഗൂഢാലോചന നടത്തി, അവനെ രാജ്യരഹിതനാക്കി. ദുഃഖിതയായ പഞ്ചം വിന്ധ്യാചലിലേക്ക് മാറി. അവന്റെ വിഷമിച്ച ഹൃദയം ഇവിടെ അഭൂതപൂർവമായ സമാധാനം അനുഭവിച്ചു. നഷ്ടപ്പെട്ട അവസ്ഥ തിരിച്ചുകിട്ടുന്നതിനായി അദ്ദേഹം വിന്ധ്യാചൽ-വാസിനി മാ ദുർഗയുടെ ക്ഷേത്രത്തിൽ ഭക്തിപൂർവ്വം പ്രാർത്ഥിക്കാൻ തുടങ്ങി. നീണ്ട ഭക്തി കഴിഞ്ഞിട്ടും മാ ദുർഗ്ഗയുടെ ദർശനം (കാഴ്ച) ലഭിക്കാതെ വന്നപ്പോൾ അയാൾക്ക് അസ്വസ്ഥത തോന്നി. അതിനാൽ, സ്വയം ത്യാഗത്തിലൂടെ മാ ദുർഗ്ഗയുടെ പ്രതിമയ്ക്ക് മുന്നിൽ അദ്ദേഹം സ്വന്തം തല വെട്ടി. ഈ യാഗത്തിൽ മാ ദുർഗ്ഗ സന്തോഷിച്ചു. അവൾ അവനെ വീണ്ടും ജീവിപ്പിക്കുകയും അനുഗ്രഹം ചോദിക്കുകയും ചെയ്തു. പഞ്ചം അതിനായി കാത്തിരിക്കുകയായിരുന്നു. അവൻ ചോദിച്ചു, "അമ്മേ, എനിക്ക് നഷ്ടപ്പെട്ട എന്റെ അവസ്ഥ തിരികെ ലഭിക്കണം."

ആമേൻ എന്ന് പറഞ്ഞ് ഭഗവതി അപ്രത്യക്ഷയായി. കുറച്ച് ദിവസങ്ങൾക്ക് ശേഷം പഞ്ചമിന് നഷ്ടപ്പെട്ട അവസ്ഥ തിരികെ ലഭിച്ചു. തല വെട്ടിയപ്പോൾ ഏതാനും രക്തത്തുള്ളികൾ ഭഗവതിയുടെ പ്രതിമയിൽ പതിച്ചതായി പറയപ്പെടുന്നു. അതിനാൽ, ഭഗവതി അദ്ദേഹത്തെ "ബിന്ദുൽ" എന്ന് അഭിസംബോധന ചെയ്തു. പഞ്ചമിന്റെ പിൻഗാമികൾ, കാലക്രമേണ, "ബിന്ദുൽ" എന്ന വാക്കിന് ശേഷം ബുന്ദേലകൾ എന്നറിയപ്പെട്ടു, ഈ പ്രദേശം ബുന്ദേൽഖണ്ഡ് എന്നറിയപ്പെട്ടു.

ഝാൻസി സംസ്ഥാനത്തിന്റെ ഒരു സംക്ഷിപ്ത ചരിത്രം

ഝാൻസിയിലെ രാജാവായിരുന്നു രാജാ ഗംഗാധര റാവു. തലസ്ഥാനമായ ഝാൻസിയുടെ പേരിലാണ് അദ്ദേഹത്തിന്റെ സംസ്ഥാനം ഝാൻസി എന്നറിയപ്പെട്ടത്. ഗംഗാധര റാവു സ്വയം ഒരു ബ്രാഹ്മണനായിരുന്നു. എങ്ങനെയാണ് അദ്ദേഹം മധ്യ ഇന്ത്യയിൽ എത്തിയത്? അയാൾക്കെങ്ങനെ ഈ

അവസ്ഥ കിട്ടി? ഈ ചോദ്യങ്ങൾക്ക് ഉത്തരം നൽകാൻ ഝാൻസി സംസ്ഥാനത്തിന്റെ ചരിത്രത്തിലേക്ക് ഒരു ഹ്രസ്വ വീക്ഷണം നടത്തുന്നത് ഉചിതമായിരിക്കും. ഈ ആമുഖം പിന്നീട് ഈ പുസ്തകത്തിലെ നായിക ബ്രിട്ടീഷുകാർക്കെതിരായ പോരാട്ടത്തെ ന്യായീകരിക്കും.

ഝാൻസിയുടെ പുരാതന ചരിത്രത്തെക്കുറിച്ച് പണ്ഡിതന്മാർക്ക് ഒന്നും അറിയില്ല. ചില വിവരണങ്ങൾ 1500 എ.ഡി.യിൽ ആദ്യമായി ആരംഭിച്ചു. ഈ പ്രദേശം ഓർച്ചയിലെ (നരേഷ്) രാജാവായ വീർ സിംഗ് ദേവിന്റെ കീഴിലായിരുന്നു. അദ്ദേഹത്തിന്റെ ഭരണകാലത്ത് ഝാൻസി ഒരു ഗ്രാമം മാത്രമായിരുന്നു. അദ്ദേഹത്തിന ഇവിടെ ഒരു കോട്ട സ്ഥാപിച്ചു, അത് ഇന്നത്തെ ജീർണിച്ച രൂപത്തിൽ അതിന്റെ പുരാതന മഹത്വത്തിന്റെ ഐതിഹ്യങ്ങൾക്ക് സാക്ഷ്യം വഹിക്കുന്നു. 1602-ൽ, അക്ബറിന്റെ മകൻ സലിം രാജകുമാരന്റെ സൂചന പ്രകാരം രാജ വീർ സിംഗ് (പിന്നീട് ജഹാംഗീർ ചക്രവർത്തി എന്ന പേരിൽ പ്രശസ്തനായി) അക്ബറിന്റെ പ്രശസ്ത കൗൺസിലർ അബുൽ ഫസലിനെ ഒരു യുദ്ധത്തിൽ വധിച്ചു. നയതന്ത്രജ്ഞനായിരുന്ന അക്ബർ ബുന്ദേൽഖണ്ഡ് ആക്രമിക്കുകയും സലിം രാജകുമാരനെ യുദ്ധത്തിന്റെ കമാൻഡറായി അയയ്ക്കുകയും ചെയ്തു. ഭീമാകാരമായ മുഗൾ സൈന്യത്തെ നേരിടാൻ തനിക്ക് കഴിയില്ലെന്ന് കണ്ട വീർ സിംഗ് ദേവ്, ശത്രുവിനെ നേരിട്ട് നേരിടാതിരിക്കുന്നതാണ് സ്വാർത്ഥതാൽപര്യമെന്ന് കരുതി. അവൻ മലകളിൽ അഭയം പ്രാപിച്ചു. തൽഫലമായി, മുഗളന്മാർ ബുന്ദേൽഖണ്ഡ് കീഴടക്കി. കാലം മാറി. അക്ബറിന്റെ മരണശേഷം, സലിം ചക്രവർത്തിയായി, ജഹാംഗീർ എന്ന് പേരിട്ടു. വീർ സിംഗ് ദേവിന് മാപ്പ് നൽകുക മാത്രമല്ല, 1605-ൽ അദ്ദേഹം തന്റെ സംസ്ഥാനം അദ്ദേഹത്തിന് തിരികെ നൽകുകയും ചെയ്തു.

1627-ൽ ഷാജഹാൻ ഇന്ത്യയുടെ ചക്രവർത്തിയായി. വീർ സിംഗ് ദേവിന് അദ്ദേഹവുമായി സൗഹൃദബന്ധം നിലനിർത്താൻ കഴിഞ്ഞില്ല, അതിനാൽ 1642-ൽ അദ്ദേഹം വീർസിംഗിന്റെ സംസ്ഥാനം തട്ടിയെടുക്കുകയും മുഗൾ സാമ്രാജ്യത്തോട് കൂട്ടിച്ചേർക്കുകയും ചെയ്തു. അടുത്ത 65 വർഷക്കാലം മുഗളന്മാർ ഇത് ഭരിച്ചു. 1707-ൽ അന്നത്തെ മുഗൾ ചക്രവർത്തി ഝാൻസിയെ ഒരു ജാഗീർ (സമ്പത്ത്) ആയി ഛത്രസാലിലേക്ക് കൈമാറി. താൻ ഒരു നല്ല ഭരണാധികാരിയാണെന്ന് അദ്ദേഹം തെളിയിച്ചു. അവന്റെ പ്രജകൾ അവന്റെ നല്ല പ്രവർത്തികൾ കൊണ്ട് അവനെ അഭിനന്ദിക്കാൻ തുടങ്ങി. ചുരുങ്ങിയ സമയത്തിനുള്ളിൽ അദ്ദേഹം ബുന്ദേൽഖണ്ഡ് മുഴുവൻ തന്റെ ഭരണത്തിൻ കീഴിലാക്കി. അലഹബാദിലെ നവാബ് മുഹമ്മദ് ഖാൻ ബംഗസിനും മാൾവയിലെ സുബേദാർക്കും അദ്ദേഹത്തിന്റെ ജനപ്രീതി ഉൾക്കൊള്ളാൻ കഴിഞ്ഞില്ല. അവർ ഇടയ്ക്കിടെ ഛത്രസലുമായി യുദ്ധത്തിൽ ഏർപ്പെട്ടിരുന്നു, പക്ഷേ അവർക്ക് ഖേദകരമായ ഒരു രൂപം മുറിക്കേണ്ടി വന്നു.

മാർത്തസ് ഛത്രസാലിനെ യുദ്ധത്തിൽ സഹായിക്കുന്നു

മേൽപ്പറഞ്ഞ രണ്ട് ശത്രുക്കളും ഛത്രസാലിനെ എല്ലാ വിധത്തിലും കീഴ്പ്പെടുത്താൻ ആഗ്രഹിച്ചു. അതിനാൽ മാൾവയിലെ സുബേദാർ അദ്ദേഹത്തിന് (ഛത്രസൽ) നികുതി അടയ്ക്കാൻ സമ്മതിക്കണമെന്നും അല്ലെങ്കിൽ ഗുരുതരമായ പ്രത്യാഘാതങ്ങൾ നേരിടേണ്ടിവരുമെന്നും സന്ദേശം അയച്ചു. വ്യക്തമായും അതൊരു സന്ദേശമായിരുന്നില്ല, തുറന്ന ഭീഷണിയായിരുന്നു. അത്യധികം ആത്മാഭിമാനവും ധീരനുമായ ഛത്രസാൽ എങ്ങനെ അംഗീകരിക്കും? ഈ സന്ദേശത്തിന് മറുപടിയായി അദ്ദേഹം മാൾവയിലെ സുബേദാർക്ക് എഴുതി:

"എന്റെ ഈ രാജ്യം ദേവഗഢോ ദക്ഷിണേന്ത്യയിലെ രാജാക്കന്മാരുടെ സംസ്ഥാനമോ അല്ല, അതിനാൽ നിങ്ങൾക്ക് എന്നെ പരാജയപ്പെടുത്തി എന്റെ സമ്പത്ത് കൊള്ളയടിക്കാം. വലിയ കൊട്ടാരങ്ങൾ നിങ്ങൾ കൈവശപ്പെടുത്തിയിരുന്ന ചന്ദബാദ് നഗരവും എന്റെ സംസ്ഥാനവുമല്ല. നിങ്ങളുടെ ഭീഷണികളെ ഭയക്കുന്ന ഒരു വ്യാപാരിയുമല്ല ഞാൻ. നിങ്ങൾ ചെരുപ്പും ധരിച്ചു നടക്കുന്ന എന്റെ രാജ്യം ദൈവാലയവുമല്ല, അവിടെയുള്ള പുരോഹിതന്മാർ നിശ്ശബ്ദമായി അപമാനം സഹിക്കുന്നു. ഞാൻ മഹാരാജ ചമ്പത് റായിയുടെ മകനാണ്. നിങ്ങൾ തിരഞ്ഞെടുക്കുന്ന സമയത്ത് നിങ്ങളോട് യുദ്ധം ചെയ്യാൻ ഞാൻ തയ്യാറാണ്. എന്നോട് യുദ്ധം ചെയ്യാൻ തീരുമാനിച്ചാൽ നികുതി പിരിക്കാൻ മറക്കും. നേരെമറിച്ച്, നിങ്ങൾ എനിക്ക് ചാന്ത് (ഒരുതരം നികുതി) നൽകേണ്ടിവരും.

മഹാകവി ഭൂഷൺ തന്റെ ധീരത നിറഞ്ഞ കവിതയിൽ ഈ കത്ത് ഇപ്രകാരം വിവരിച്ചിട്ടുണ്ട്:

"ദേവ്ഗർ ദേശ് നഹിൻ ദക്ഷിണ നരേഷ് നഹിൻ,

ചന്ദബാദ് നഹിൻ ജഹാൻ ഘനേ മഹൽ പൈഹോൻ.

വ്യാപാരി അവിടെയില്ല, ദേവനില്ല,

ജഹാൻ ടേൺ പഹുൻ ലാജ ബഹു ഉത് ധൈഹോൻ.

മേം തോ സുത് ചമ്പത് കോ യുദ്ധ് ബീച്ച് ലൈൻഹോൻ ഹാത്ത്,

യഹി ജിയ ജാനി ഉൾടി ചന്ദ് ദേ പഥൈഹോൻ.

മഹാരാജ് ഛത്രസാൽ ജ്യൂ മേ,

ഔറാണ് കി ദോഖേ യഹൻ കബഹൂൻ നാ ആയ്ഹോണ്.

(മേൽപ്പറഞ്ഞ കവിതയുടെ ഉള്ളടക്കം അക്ഷരാർത്ഥത്തിൽ കത്തിൽ എഴുതിയിരിക്കുന്നതാണ്. എന്നാൽ അതിന് റേസിയും താളാത്മകവും കാവ്യാത്മകവും ധീരമായ സ്വരവും ടെനോറും ഉണ്ട്.)

ഈ മറുപടി ലഭിച്ചപ്പോൾ മാൾവയിലെ സുബേദാർ കോപം കൊണ്ട് വിറച്ചു. തന്റെ തുറന്ന അപമാനമായി അദ്ദേഹം അതിനെ കണക്കാക്കി. ഛത്രസലിനെ ഒരു പാഠം പഠിപ്പിക്കാൻ തീരുമാനിച്ചു. ഒറ്റയ്ക്ക് അവനെ ഉപദ്രവിക്കാൻ കഴിഞ്ഞില്ല. അതിനാൽ അദ്ദേഹം അലഹബാദ് നവാബിന്റെ സഹായം തേടുകയും മുഗൾ ചക്രവർത്തിയെ സഹായിക്കാൻ പ്രേരിപ്പിക്കുകയും ചെയ്തു. സ്വന്തം സൈന്യവും ഇരുവരുടെയും വലിയ സൈന്യങ്ങളുമായി ഛത്രസലിനെ ആക്രമിക്കാൻ അദ്ദേഹം മുന്നോട്ട് നീങ്ങി.

ശത്രുക്കളുടെ പടുകൂറ്റൻ സൈന്യത്തെ നേരിടുക എന്നത് ദുഷ്കരമായ കാര്യമാണെന്ന് ഛത്രസാൽ തിരിച്ചറിഞ്ഞു. അതിനാൽ അദ്ദേഹം മഹാരാഷ്ട്രയിലെ രാജാവായ ഛത്രപതി സാഹുവിന്റെ പേഷ്വാ ബാജി റാവു ഒന്നാമൻ മുഖേന ഒരു കത്തിൽ സഹായം അഭ്യർത്ഥിച്ചു. ഈ കത്തിൽ അദ്ദേഹം എഴുതി, "സനാതന ധർമ്മം (ശാശ്വതമതം), പശുക്കൾ, എന്നിവ സംരക്ഷിക്കാൻ ഞാൻ ഈ യുദ്ധം സ്വീകരിച്ചു. ബ്രാഹ്മണർ. ഒരു വശത്ത് ചക്രവർത്തിയുടെ മുഴുവൻ ശക്തിയും, മറുവശത്ത് ഞാൻ ഏകനാണ്. മതത്തിന്റെ പിന്തുണയോടെയാണ് ഞാൻ നിൽക്കുന്നത്. ഈ സമയത്ത് നിങ്ങൾ എന്നെ പ്രതിരോധിച്ചില്ലെങ്കിൽ, സനാതന ധർമ്മം സംരക്ഷിക്കാൻ നിങ്ങൾക്കും ബുദ്ധിമുട്ടായിരിക്കും.

നൂറ് ഈരടികളുടെ രൂപത്തിലാണ് ഛത്രസാൽ ഈ കത്ത് എഴുതിയതെന്ന് പറയപ്പെടുന്നു. ഇനിപ്പറയുന്ന ഈരടി പ്രത്യേകം ശ്രദ്ധേയമാണ്:

"ജോ കട്ടി ഗ്രഹ ഗജേന്ദ്ര കി സൊ കട്ടി ഭായ് ഹായ് ആജ്

ബാജി ജാഥ ബുണ്ടേൽ കി റാഖോ ബാജി ലജ്."

(അഗാധജലത്തിൽ മുതല വലിച്ചിഴച്ച ആനയുടെ തുമ്പിക്കൈയെപ്പോലെയാണ് ഇന്നത്തെ എന്റെ അവസ്ഥ. ബുന്ദേൽഖണ്ഡ് തോറ്റുകൊണ്ടിരിക്കുന്നു, മരിക്കുന്നു. അതിനെ രക്ഷിക്കൂ, അതിന്റെ മാനം സംരക്ഷിക്കൂ. 'ബാജി' എന്ന വാക്കിന്മേൽ ആ പദപ്രയോഗം. ഇത് ചെസ്സ് ബോർഡിലെ ഒരു യുദ്ധ പണയമാണ്, വെല്ലുവിളി പേഷ്വയുടെ പേരായ 'ബാജി' റാവുവിനെ അഭിസംബോധന ചെയ്യുന്നു).

ഇന്ന് ബുണ്ടേല ഛത്രസാൽ തന്റെ ജീവിതത്തിലെ ഏറ്റവും വലിയ യുദ്ധത്തിൽ പരാജയപ്പെടാൻ പോകുന്നു. അതിനാൽ, ഓ ബാജി റാവു! അപമാനത്തിൽ നിന്ന് എന്നെ രക്ഷിക്കേണമേ.

ഈ പ്രതിസന്ധി ഘട്ടത്തിൽ ഛത്രസാലിനെ സഹായിക്കുകയെന്നത് പേഷ്വ ബാജി റാവു തന്റെ പവിത്രമായ കടമയായി കണക്കാക്കി. അദ്ദേഹം മറുപടി എഴുതി,

"മതത്തെ സംരക്ഷിക്കാൻ ഞങ്ങൾ നിങ്ങളെ സഹായിക്കും. താങ്കൾ തന്നെ ധീരനായ ഒരു വ്യക്തിയാണ്, ഡൽഹി സാമ്രാജ്യത്തെ നശിപ്പിക്കാൻ കഴിവുള്ള ആളാണ്. ബാജി റാവു തന്റെ മറുപടിയിൽ ഇനിപ്പറയുന്ന ഈരടികൾ എഴുതിയതായി പറയപ്പെടുന്നു:

"വേയ് ഹൊങ്ങേയ് ച്ചട്ടപാടേ ടും ഹൊഗെയ് ച്ഛത്രസൽ

വെയ് ദില്ലി കി താൾ ടു, ടും ദില്ലി ദഹന വാള്".

നിങ്ങളുടെ ശത്രുക്കൾ ഛത്തപട (മേൽക്കൂര നൽകുന്നവർ) ആണെങ്കിൽ നിങ്ങൾ ഛത്രസാൽ (മേൽക്കൂര നശിപ്പിക്കുന്നവൻ) ആണെന്ന് അതിൽ പറയുന്നു. അവർ ഡില്ലി കി ദാൽ (കവചം, ഡൽഹിയുടെ രക്ഷകർ) ആണെങ്കിൽ, നിങ്ങൾ ഡൽഹിയെ നശിപ്പിക്കുന്നവരാണ്.

ഛത്രപതി സാഹുവിന്റെ അനുമതിയോടെ, പേഷ്വാ ബാജി റാവു തന്റെ കനത്ത സൈന്യവുമായി ബുന്ദേൽഖണ്ഡിലേക്കുള്ള യാത്ര ആരംഭിച്ചു, ഏകദേശം 20-21 ദിവസത്തിനുള്ളിൽ ബുന്ദേൽഖണ്ഡിലെത്തി. ഛത്രസാലും മറാഠാ സൈന്യവും മുഗളന്മാരുടെ അറുപതിനായിരം ശക്തമായ സൈന്യവുമായി യുദ്ധം ചെയ്തു, ശത്രുവിന് അവന്റെ വഴി കണ്ടെത്താൻ കഴിഞ്ഞില്ല. ഛത്രസലുമായി ഇനിയുള്ള യുദ്ധം പൂർണമായ സ്വയം നാശമാണ് അർത്ഥമാക്കുന്നതെന്ന് ശത്രു മനസ്സിലാക്കി. അതിനാൽ അത് സന്ധിയെ മികച്ച ഓപ്ഷനായി കണക്കാക്കി. അങ്ങനെ ഛത്രസാൽ ശത്രുവിനെ പൊടി കടിക്കാൻ നിർബന്ധിച്ചു. ശത്രുക്കൾ അവനുമായി ഒരു ഉടമ്പടി ഒപ്പുവച്ചു.

ഈ ഉടമ്പടിക്ക് ശേഷം ഛത്രസാൽ പന്നയിൽ വെച്ച് പേഷ്വാ ബാജി റാവുവിനെ കണ്ടു. അക്കാലത്ത് ബുന്ദേൽഖണ്ഡിന്റെ തലസ്ഥാനമായിരുന്നു പന്ന. ഛത്രസാൽ പേഷ്വ ബാജി റാവുവിനെ എല്ലാ മഹത്തായ കൃപകളോടും കൂടി ആദരിക്കുകയും, അദ്ദേഹത്തിന്റെ സമയോചിതമായ സഹായത്തിന് നന്ദി അറിയിക്കുകയും ചെയ്തു. ഇതിനുശേഷം പേഷ്വ മഹാരാഷ്ട്രയിലേക്ക് മടങ്ങി. ഇവിടെ നിന്നാണ് ബുന്ദേൽഖണ്ഡുമായുള്ള മറാത്തകളുടെ പുതിയ ബന്ധം ആരംഭിക്കുന്നത്. ഒട്ടും പ്രതീക്ഷിക്കാതെ പേഷ്വാ ബാജി റാവു ഛത്രസാലിനെ സഹായിച്ചിട്ടുണ്ടെങ്കിലും, ഈ കൃപയാൽ ഛത്രസാൽ ശരിക്കും വികാരാധീനനായി.

പേഷ്വാ ബാജി റാവുവിന് ബുന്ദേൽഖണ്ഡിൽ ഒരു സംസ്ഥാനം ലഭിക്കുന്നു

ഈ യുദ്ധസമയത്ത് ഛത്രസാൽ വാർദ്ധക്യത്തിലേക്ക് നീങ്ങുകയായിരുന്നു.ബാജി റാവു ഞാൻ കാണിച്ച കൃപയുടെ പേരിൽ അവൻ തന്റെ മകനെപ്പോലെ പെരുമാറാൻ തുടങ്ങിയിരുന്നു. അങ്ങനെ അദ്ദേഹം മരണസമയത്ത് തന്റെ സംസ്ഥാനം മൂന്നായി വിഭജിച്ചു. അദ്ദേഹം തന്റെ മക്കൾക്ക് രണ്ട് ഭാഗങ്ങൾ നൽകി, മൂന്നാമത്തേത് ബാജി റാവു ഒന്നാമന്. ഇത് മധ്യേന്ത്യയിലെ മറാത്ത ബ്രാഹ്മണരുടെ

രാജവംശത്തിന് അടിത്തറ പാകി. പേഷ്വാ ബാജി റാവുവിന് ലഭിച്ച സംസ്ഥാനത്തിന്റെ ഈ വിഹിതത്തിന്റെ അന്നത്തെ വാർഷിക വരുമാനം ഒരു കോടി രൂപയായിരുന്നു. മറാത്ത ശക്തിയുടെ കേന്ദ്രം മഹാരാഷ്ട്രയാണെന്ന കാരണത്താൽ ബാജി റാവു ഈ ബുന്ദേൽഖണ്ഡ് സംസ്ഥാനം നേരിട്ട് തന്റെ നിയന്ത്രണത്തിലാക്കിയില്ല. അവൻ അതിനെ മൂന്ന് ഭാഗങ്ങളായി വിഭജിച്ചു.

സാഗർ, ഗുൽസാരായി, ജലൗൺ എന്നിവിടങ്ങളിലെ ജാഗിറുകൾ

സാഗർ, ഗുൽസരായ്, ജലൗൺ പ്രദേശങ്ങൾ, അക്കാലത്ത് നാൽപ്പത് ലക്ഷം രൂപയായിരുന്നു വാർഷിക വരുമാനം, ഗോവിന്ദ് പന്ത് ബുണ്ടേലിന് നൽകി, അദ്ദേഹം ഒരു മറാത്ത ബ്രാഹ്മണനാണെങ്കിലും, അദ്ദേഹത്തെ സുബേദാറായി (ഗവർണർ) നിയമിച്ചതിനാൽ ബുണ്ടേൽ എന്ന് വിളിക്കപ്പെട്ടു. ബുന്ദേൽഖണ്ഡിന്റെ. മൂന്നാം പാനിപ്പത്ത് യുദ്ധത്തിൽ നജീബ് ഖാൻ റൂഹെലിയോട് പോരാടി ഗോവിന്ദ് പന്ത് ബുണ്ടേൽ മരിച്ചു. പിന്നീട് അദ്ദേഹത്തിന്റെ പുത്രന്മാർ കൽപിയിൽ ഒരു സംസ്ഥാനം സ്ഥാപിക്കുകയും അവരുടെ പിൻഗാമികൾ ദീർഘകാലം അത് ഭരിക്കുകയും ചെയ്തു. പിന്നീട് ഈ സംസ്ഥാനം ബ്രിട്ടീഷ് സർക്കാരുമായി ലയിക്കുകയും ഗോവിന്ദ് പന്ത് ബുണ്ടേലിന്റെ പിൻഗാമികൾക്ക് മൂന്ന് ലക്ഷം രൂപ ജാഗീറിൽ നിന്നും ലഭിക്കുകയും ചെയ്തു. അദ്ദേഹത്തിന്റെ പിൻഗാമികൾ ഇന്നും ഗുൽസാരായിയിൽ (ഝാൻസി) താമസിക്കുന്നു.

കൽപിയുടെയും ബന്ദയുടെയും ജാഗിറുകൾ

പേഷ്വാ ബാജി റാവുവിന് ഒരു മുസ്ലീം നർത്തകി ഉണ്ടായിരുന്നു, അദ്ദേഹത്തിന്റെ പേര് മസ്താനി എന്നാണ്. മസ്താനിയുമായുള്ള പ്രണയത്തിന്റെ പേരിൽ ഇയാൾ തർക്കവിഷയമായി. ബാജി റാവു അവളെ തന്റെ റാണി (രാജ്ഞി) ആയി കണക്കാക്കി. മറാഠാ പ്രഭുക്കന്മാർ അവൾക്ക് അർഹമായ പരിഗണന നൽകിയെങ്കിലും അവരുടെ ദൃഷ്ടിയിൽ അവൾ കേവലം ഒരു സൂക്ഷിപ്പുകാരി

മാത്രമായിരുന്നു. ഈ പ്രണയകഥ മറാത്ത ചരിത്രത്തിലെ ഒരു വേറിട്ട അധ്യായമാണ്. പേഷ്വാ ബാജി റാവുവിൽ നിന്ന് മസ്താനിക്ക് ഒരു മകൻ ജനിച്ചു,

അദ്ദേഹത്തിന്റെ പേര് ഷംഷേർ ബഹാദൂർ എന്നാണ്. അദ്ദേഹത്തിന്റെ വിദ്യാഭ്യാസവും പേഷ്വായുടെ മറ്റ് പുത്രന്മാരുടെ അതേ പാതയിലാണ് നടന്നത്. തന്റെ കോടതി യോഗങ്ങളിൽ പേഷ്വായുടെ മറ്റ് പുത്രന്മാർക്ക് സമാനമായ പദവിയും ബഹുമാനവും അദ്ദേഹം അനുഭവിച്ചു.

കൽപിയും ബന്ദയും അടങ്ങുന്ന ഛത്രസാലിൽ നിന്ന് തനിക്ക് ലഭിച്ച ഈ സംസ്ഥാനത്തിന്റെ ഒരു ഭാഗം ഷംഷേർ ബഹാദൂറിന് പേഷ്വ നൽകി. നാൽപ്പത് ലക്ഷം രൂപയായിരുന്നു അക്കാലത്ത് ഈ പ്രദേശത്ത് നിന്നുള്ള വാർഷിക വരുമാനം. 1816 വരെ ഈ പ്രദേശം ഷംഷീർ ബഹാദൂറിന്റെ പിൻഗാമികളുടെ നിയന്ത്രണത്തിലായിരുന്നു. പിന്നീട് 1817-ൽ ബ്രിട്ടീഷുകാർ ഈ പ്രദേശം തങ്ങളുടെ ഭരണത്തോട് കൂട്ടിച്ചേർക്കുകയും സംസ്ഥാനത്തിന്റെ ഉടമസ്ഥന് നാല് ലക്ഷം രൂപ വാർഷിക പെൻഷൻ നൽകുകയും ചെയ്തു. ഷംഷീർ ബഹാദൂറിന്റെ പിൻഗാമികൾ ഇന്നും മധ്യപ്രദേശിലെ ഇൻഡോറിലും മറ്റും താമസിക്കുന്നുണ്ട്.

ഝാൻസിയിലെ ജാഗിർ

മുകളിൽ പറഞ്ഞ പ്രദേശങ്ങൾ എൺപത് ലക്ഷം രൂപ വരുമാനം നേടിയ ശേഷം, ശേഷിക്കുന്ന പ്രദേശം ഇരുപത് ലക്ഷം രൂപ വാർഷിക വരുമാനം ലഭിച്ച ഝാൻസി ആയിരുന്നു. ഝാൻസിയുടെ ആദ്യ ഗവർണറായി നിയമിക്കപ്പെട്ട പേഷ്വാമാരുടെ രേഖകളിൽ നിന്ന് വ്യക്തമല്ല. ഒരുപക്ഷേ, ഗംഗാധര പന്ത് ആയിരുന്നു ആദ്യത്തെ ഗവർണർ. ഒരിക്കൽ അദ്ദേഹത്തിന്റെ പ്രതിനിധിയായ മൽഹാർ കൃഷ്ണ സംസ്ഥാനത്ത് നികുതി പിരിക്കാൻ പോയപ്പോൾ, ഓർക്കായിലെ ബുണ്ടേലകൾ അദ്ദേഹത്തെ കബളിപ്പിച്ച് രണ്ട് ആൺമക്കളോടൊപ്പം കൊന്നു. ഇതിൽ രോഷാകുലനായ പേഷ്വ ഓർച്ചയെ മാർച്ച് ചെയ്യുകയും ആക്രമിക്കുകയും ചെയ്തു. ഭരണാധികാരിയെ തടവിലാക്കി, രാജകൊട്ടാരങ്ങൾ നിലംപരിശാക്കി, കഴുതകളുടെ സഹായത്തോടെ തലസ്ഥാനം ഉഴുതുമറിച്ചു.

ഇതേ തുടർന്നാണ് ഗോവിന്ദ് റാവു പന്തിനെ ഝാൻസിയുടെ സുബേദാറാക്കിയത്. 1742-ൽ നരോ ശങ്കർ മോട്ടിവാലെ ഈ സ്ഥാനത്തേക്ക് നിയമിതനായി. പതിനാല് വർഷത്തോളം അദ്ദേഹം ഈ പദവിയിൽ സേവനമനുഷ്ഠിച്ചു. പിന്നീട്, വരുമാനത്തിന്റെ ഒരു നിശ്ചിത ഭാഗം പേഷ്വകൾക്ക് കൈമാറുന്നത് അദ്ദേഹം നിർത്തി, അതിനാൽ 1757-ൽ അദ്ദേഹത്തെ തിരിച്ചുവിളിച്ചു. എങ്ങനെയോ പേഷ്വാകളിൽ മതിപ്പുളവാക്കുകയും ഉയർന്ന പദവി നൽകുകയും ചെയ്തു. അവൻ എപ്പോഴും വിലകൂടിയ മുത്തുകളുടെ മാല ധരിച്ചിരുന്നു, അതിനാൽ

അദ്ദേഹത്തിന് മോട്ടിവാലെ എന്ന പദവി ലഭിച്ചു. അദ്ദേഹത്തിന്റെ കാലഘട്ടത്തിൽ ഗോസൈനുകൾ 1756-ൽ ഝാൻസിയിൽ കലാപം നടത്തി അത് പിടിച്ചെടുത്തു. ഗോസായികൾ നേരത്തെ ഝാൻസിയുടെ യജമാനന്മാരായിരുന്നു എന്നത്

ശ്രദ്ധിക്കേണ്ടതാണ്. ഒരുപക്ഷേ, നരോ ശങ്കർ മോട്ടിവാലെയെ ഇക്കാരണത്താൽ തിരിച്ചുവിളിച്ചു.

ഗോസായികളുടെ കലാപം അടിച്ചമർത്താൻ പേഷ്വ ധീരനായ രഘുനാഥ് ഹരി നെവൽക്കറെ ഝാൻസിയിലെ സുബേദാറായി അയച്ചു. ഈ കലാപത്തെ ന്യൂവൽക്കർ തകർത്തു. ഈ വിജയത്തിൽ സന്തുഷ്ടനായ പേഷ്വ, തന്റെ പൂർവ്വിക പാരമ്പര്യത്തിന് അനുസൃതമായി, ഝാൻസിയിലെ സുബേദാരി (ഗവർണർ പദവി) കൂടാതെ, പ്രതിവർഷം പതിനായിരം രൂപ വിലയുള്ള ഒരു ജാഗീർ അദ്ദേഹത്തിന് നൽകി. ഈ ഗോസൈനുകൾക്ക് ബുന്ദേൽഖണ്ഡിലെ അനന്ത്, അമത്, അഖ്വാത്, നാഗ എന്നീ നാല് ഗണിതങ്ങൾ (മതപരമായ സീറ്റുകൾ) ഉണ്ടായിരുന്നു. ഈ ഗണിതങ്ങൾ യുദ്ധങ്ങളിൽ അവരെ സഹായിച്ചു. രഘുനാഥ് ഹരി ഈ ക്രമീകരണം അവസാനിപ്പിക്കുകയും ഈ ഗണിതങ്ങളെ ഝാൻസി സംസ്ഥാനത്ത് ലയിപ്പിക്കുകയും ചെയ്തു.

ഗംഗാധര റാവുവിന്റെ സഹോദരിമാർ

ഝാൻസിയുടെ ആദ്യ ഗവർണറായിരുന്ന ഗംഗാധർ റാവുവിന്റെ പൂർവ്വികനായിരുന്നു ഈ രഘുനാഥ് ഹരി നെവാൾക്കർ. മഹാരാഷ്ട്രയിലെ രത്നഗിരി ജില്ലയിലെ പവാസ് ഗ്രാമത്തിലാണ് ഇവരുടെ പൂർവികർ ആദ്യം താമസിച്ചിരുന്നത്. പേഷ്വാ ഭരണം ആരംഭിച്ചപ്പോൾ അവരിൽ ചിലർ ഖണ്ഡേഷിലേക്ക് താമസം മാറുകയും പേഷ്വാ, ഹോൾക്കർ സൈന്യങ്ങളിലെ പ്രധാന തസ്തികകളിൽ സേവനമനുഷ്ഠിക്കുകയും ചെയ്തു.

രഘുനാഥ് ഹരി നെവാൾക്കറുടെ രണ്ട് ഇളയ സഹോദരൻമാരായ ലക്ഷമൺ റാവു, ശിവ റാവു ഭാവു എന്നിവരും ബുന്ദേൽഖണ്ഡിലെ മറാഠികളുടെ സ്ഥാനം ശക്തിപ്പെടുത്തുന്നതിൽ അദ്ദേഹത്തെ സഹായിച്ചു. രഘുനാഥ് ഹരി നെവാൾക്കർ പ്രായപൂർത്തിയായപ്പോൾ, അദ്ദേഹം സുബേദാരി ശിവ റാവു ഭാവുവിനെ ഏൽപ്പിച്ച് വാരണാസിയിലേക്ക് മാറി. 1796-ൽ അദ്ദേഹം അവിടെ വച്ച് മരിച്ചു.

ശിവ റാവു ഭൗവും ബ്രിട്ടീഷുകാരുമായുള്ള ഉടമ്പടിയും

ശിവ റാവു ഭാവു ഝാൻസിയുടെ ഗവർണർ സ്ഥാനം ഏറ്റെടുത്തപ്പോൾ, ബാജി റാവു രണ്ടാമൻ പേഷ്വ ആയിരുന്നു, അദ്ദേഹം കഴിവുകെട്ട ഭരണാധികാരിയായി മാറി. അദ്ദേഹത്തിന്റെ ഭരണകാലത്ത് സംസ്ഥാനങ്ങളിൽ ക്രമക്കേട് പടർന്നു. മറാഠാ മേധാവികൾ സ്വതന്ത്രരാകാൻ കലാപം നടത്തി. അതിനുള്ള അവസരം

കണ്ട് ബ്രിട്ടീഷുകാർ ഇടപെട്ടു, അതിന്റെ അനന്തരഫലമായി പേഷ്വയ്ക്ക് തന്റെ സ്ഥാനം ഉപേക്ഷിക്കേണ്ടിവന്നു. ഇക്കാര്യം നേരത്തെ പറഞ്ഞതാണ്. ഇത് കണ്ടപ്പോൾ ശിവ റാവു ഭാവുവിന് സ്വാഭാവികമായും സംശയം തോന്നിത്തുടങ്ങി. അതിനാൽ അദ്ദേഹം പേഷ്വാകളുമായുള്ള ബന്ധം വിച്ഛേദിക്കുകയും മറ്റെല്ലാ

ഭരണാധികാരികളെയും തനിക്ക് അനുകൂലമാക്കുകയും ചെയ്തു, ഇത് അദ്ദേഹത്തിന്റെ ശക്തി വർദ്ധിപ്പിച്ചു. കൂടാതെ, ഒരു സമർത്ഥനായ നയതന്ത്രജ്ഞനെന്ന നിലയിൽ കാലഘട്ടത്തിന്റെ മാനസികാവസ്ഥ മനസ്സിലാക്കിയ അദ്ദേഹം 1804 ഫെബ്രുവരി 6-ന് ബ്രിട്ടീഷുകാരുമായി ഒരു ഉടമ്പടിയിൽ ഒപ്പുവച്ചു. ഉടമ്പടി വ്യക്തമായി പറയുന്നു, "ശിവ റാവു ഭൗവും ബ്രിട്ടീഷ് സർക്കാരും പരസ്പര സുഹൃത്തുക്കളാണ്. ഏത് തരത്തിലുള്ള ബുദ്ധിമുട്ടുകൾക്കിടയിലും അവർ പരസ്പരം സഹായിക്കണം.

ഈ ഉടമ്പടിക്ക് ശേഷം, ബുന്ദേൽഖണ്ഡിലെ മറ്റ് ഭരണാധികാരികളും ബ്രിട്ടീഷുകാരുമായി സൗഹൃദ ഉടമ്പടികളിൽ ഒപ്പുവച്ചു, ഇത് ബ്രിട്ടീഷ് ഭരണത്തെ ഈ പ്രദേശത്ത് ശക്തിപ്പെടുത്താൻ വളരെയധികം സഹായിച്ചു.

അമ്മയും മകനും തമ്മിലുള്ള ശത്രുത

ശിവ റാവു ഭൗവിന് കൃഷ്ണ റാവു, രഘുനാഥ് റാവു, ഗംഗാധർ റാവു എന്നിങ്ങനെ മൂന്ന് ആൺമക്കളുണ്ടായിരുന്നു. മൂത്തമകൻ കൃഷ്ണ റാവു ശിവ റാവു ഭാവുവിന്റെ ജീവിതകാലത്ത് മരിച്ചു, അത് അദ്ദേഹത്തെ അളവറ്റ വേദനയുണ്ടാക്കി, അദ്ദേഹത്തിന് സംസ്ഥാനത്തോടുള്ള താൽപര്യം നഷ്ടപ്പെട്ടു. അങ്ങനെ അവൻ എല്ലാം ഉപേക്ഷിച്ച് ബ്രഹ്മാവർത്തത്തിലേക്ക് നീങ്ങി. തുടർന്ന് കൃഷ്ണ റാവുവിന്റെ പ്രായപൂർത്തിയാകാത്ത മകൻ രാം ചന്ദ്രയെ ഝാൻസിയുടെ ഭരണാധികാരിയാക്കുകയും അമ്മ സുഖുഭായി അദ്ദേഹത്തിന് വേണ്ടി ഭരണനിർവഹണം നടത്തുകയും ചെയ്തു. ഝാൻസിയുടെ മുൻ മന്ത്രി ഗോപാൽ റാവു ഈ ജോലിയിൽ അവളെ സഹായിച്ചു.

പതുക്കെ പതുക്കെ രാംചന്ദ്ര റാവു വളർന്നു, സ്വന്തം കൈകളിൽ ഭരണം ഏറ്റെടുക്കാൻ ശ്രമിച്ചു. ഇക്കാലമത്രയും സുഖുഭായി ഭരണത്തിന്റെ കൊള്ള ആസ്വദിച്ചിരുന്നു, അതിനാൽ അവൾ തന്റെ മകന്റെ ഈ വേഷം ഇഷ്ടപ്പെട്ടില്ല. "ഒരു മകൻ ഒരു മോശം മകനാകാം, പക്ഷേ അമ്മ ഒരിക്കലും ചീത്ത അമ്മയാകില്ല" എന്നതാണ് പഴഞ്ചൊല്ല്. എന്നാൽ സുഖുഭായിയുമായി ബന്ധപ്പെട്ട് ഈ പഴഞ്ചൊല്ല് തീർത്തും അസത്യമാണെന്ന് തെളിഞ്ഞു. മകന്റെ എല്ലാ പ്രവർത്തനങ്ങളിലും അവൾ തടസ്സങ്ങൾ സൃഷ്ടിക്കാൻ തുടങ്ങി. ഇതിനെ രാമചന്ദ്ര റാവു എതിർത്തു. താമസിയാതെ അല്ലെങ്കിൽ പിന്നീട് ഭരണാധികാരം മകനെ ഏൽപ്പിക്കേണ്ടിവരുമെന്ന് സുഖുഭായി മനസ്സിലാക്കി. അതിനാൽ രാമചന്ദ്ര

റാവുവിനെ എന്നെന്നേക്കുമായി തന്റെ വഴിയിൽ നിന്ന് ഒഴിവാക്കാനുള്ള വളരെ ക്രൂരമായ തീരുമാനമെടുത്തു. മകനെ കൊലപ്പെടുത്താനുള്ള ശ്രമങ്ങൾ തുടങ്ങി. രാംചന്ദ്ര റാവുവിന് ടാങ്കിൽ നീന്തുന്നത് വളരെ ഇഷ്ടമായിരുന്നു. ഝാൻസിയിലെ ലക്ഷ്മീഭായി ടാങ്കിൽ മണിക്കൂറുകളോളം നീന്തുമായിരുന്നു. രാത്രിയിൽ സുഖുഭായ്

ടാങ്കിൽ റിവേഴ്സ് പൊസിഷനിൽ കുന്തങ്ങൾ പിടിപ്പിച്ചു, അതിനാൽ അതിൽ ചാടിയാൽ നിമിഷം രാമചന്ദ്ര റാവു മരിക്കും.

രാംചന്ദ്ര റാവുവിന്റെ വളരെ അടുത്ത വിശ്വസ്ത സേവകനായ ലാലു കൊഡാൽക്കർ സുഖുഭായിയുടെ ഈ ക്രൂരമായ പദ്ധതിയെക്കുറിച്ച് അറിഞ്ഞു. അവൻ എല്ലാ കാര്യങ്ങളും യജമാനനോട് പറഞ്ഞു. തൽഫലമായി, രാമചന്ദ്ര റാവു രക്ഷപ്പെട്ടു, എന്നാൽ സുഖുഭായിയുടെ പ്രതികാരത്തിന് ലാലു കൊഡാൽക്കറിന് ജീവൻ നഷ്ടപ്പെടേണ്ടി വന്നു. എല്ലാ കാര്യങ്ങളും അറിയാമായിരുന്നിട്ടും അമ്മയെ ഭയന്ന് രാമചന്ദ്ര റാവുവിന് മൗനം പാലിക്കേണ്ടി വന്നു, എന്നാൽ സുഖുഭായിയുടെ ഈ ദുഷ്പ്രവൃത്തി അധികനാൾ മറച്ചു വെക്കാനായില്ല. ഏതാനും ദിവസങ്ങൾക്കുള്ളിൽ എല്ലാ മന്ത്രിമാരും പ്രജകളും അത് അറിഞ്ഞു, സുഖുഭായിക്കെതിരെ കടുത്ത രോഷം സംസ്ഥാനത്തുടനീളം പടർന്നു. പ്രജകളുടെ ആസന്നമായ കലാപത്തിന്റെ അനന്തരഫലമായി അവൾ തടവിലാക്കപ്പെട്ടു. പിന്നീട് അവൾ ജയിലിൽ മരിച്ചു.

ഏതാണ്ട് ഈ സമയത്താണ് ബ്രിട്ടീഷുകാർ പേഷ്വാ ബാജി റാവു രണ്ടാമനെ

അദ്ദേഹത്തിന്റെ സ്ഥാനത്തുനിന്നും നീക്കിയത്, 1817 ജൂൺ 13-ന് ബുന്ദേൽഖണ്ഡിലെ പേഷ്വയുടെ എല്ലാ അവകാശങ്ങളും ബ്രിട്ടീഷുകാർ തങ്ങളുടെ കൈകളിലേക്ക് എടുത്തു.

രാമചന്ദ്ര റാവുവുമായി ബ്രിട്ടീഷുകാരുടെ പുതിയ ഉടമ്പടി

ഇപ്പോൾ ബ്രിട്ടീഷുകാർ ബുന്ദേൽഖണ്ഡിന്റെ പുതിയ അവകാശങ്ങൾ നേടിയെടുത്തു. രാമചന്ദ്ര റാവു ഈ സമയത്ത് ഝാൻസി ഭരിച്ചു, അദ്ദേഹത്തിന്റെ മന്ത്രി ഗോപാൽ റാവുവിന്റെ സഹായത്തോടെ സംസ്ഥാന ഭരണത്തിന്റെ പ്രവർത്തനങ്ങൾ നടത്തി. ബ്രിട്ടീഷുകാർ തങ്ങളുടെ അവകാശങ്ങൾ സ്ഥാപിക്കുന്നതിനായി രാമചന്ദ്ര റാവുവുമായി ഒരു പുതിയ ഉടമ്പടി ഒപ്പുവച്ചു. ഈ ഉടമ്പടി പ്രകാരം, ബ്രിട്ടീഷുകാർ, ശിവ റാവു ഭാവുവിന്റെ സേവനങ്ങളെ മാനിച്ച്, അദ്ദേഹത്തിന്റെ പൈതൃകവും വംശപരമ്പരയും മുന്നോട്ട് കൊണ്ടുപോകാൻ അദ്ദേഹത്തിന്റെ ചെറുമകനായ രാമചന്ദ്ര റാവുവിനെ ഝാൻസി സംസ്ഥാനം നൽകി. ഈ സുപ്രധാന ചരിത്ര ഉടമ്പടി 1817 നവംബർ 17 ന് സിപ്രിയിൽ വെച്ച്

നടത്തപ്പെട്ടു, അതിൽ രാമചന്ദ്ര റാവുവിന് വേണ്ടി മന്ത്രി ഗോപാൽ റാവുവും ബ്രിട്ടീഷുകാർക്ക് വേണ്ടി ജോൺ ബീൻ ചാപ്പും ഒപ്പുവച്ചു. അതിനുശേഷം ബ്രിട്ടീഷുകാരുമായി രാംചന്ദ്ര റാവു സൗഹൃദബന്ധം പുലർത്തിയിരുന്നു. 1825-ൽ നാനാ പന്ത് എന്ന മറാത്താ ധീരൻ ബ്രിട്ടീഷുകാർക്കെതിരെ കലാപം നടത്തുകയും

അവരുടെ പല പ്രദേശങ്ങളും തന്റെ നിയന്ത്രണത്തിലാക്കുകയും ചെയ്തു. രാമചന്ദ്ര റാവുവിന്റെ സഹായത്തോടെ ബ്രിട്ടീഷുകാർ നാനാ പന്തിനെ പരാജയപ്പെടുത്തി. ഈ സഹായത്തിന് രാമചന്ദ്ര റാവുവിനോട് നന്ദി പ്രകടിപ്പിച്ചുകൊണ്ട് അന്നത്തെ ഗവർണർ ജനറൽ ലോർഡ് വില്യം ബെന്റിങ്ക് എഴുതി: "ഞങ്ങളുടെ സഹായത്തിനായി ഝാൻസിയുടെ സൈന്യം കൃത്യസമയത്ത് എത്തിയില്ലെങ്കിൽ, കൽപിയിലെ ഞങ്ങളുടെ വിജയം അസാധ്യമായിരുന്നു."

1832-ൽ വില്യം ബെന്റിങ്ക് രാംചന്ദ്ര റാവുവിന്റെ ബഹുമാനാർത്ഥം ഝാൻസിയിൽ ഒരു കോടതി ചടങ്ങ് സംഘടിപ്പിച്ചു, അതിൽ അദ്ദേഹം അദ്ദേഹത്തിന് "മഹാരാജാധിരാജ്", "തിദ്വി ബാദ്ഷാ ജാൻ-ജാനി ഇംഗ്ലീഷ്ട്ടൻ" എന്നീ ആദരണീയ പദവികൾ നൽകി. ദൗർഭാഗ്യവശാൽ, രാംചന്ദ്ര റാവുവിനു വളരെക്കാലം ഗംഭീരമായ സന്തോഷം ആസ്വദിക്കാനായില്ല. 1835-ൽ അദ്ദേഹം മരിച്ചു.

ഗംഗാധര റാവുവിന് സംസ്ഥാനം ലഭിച്ചു

രാംചന്ദ്ര റാവുവിന് സ്വന്തമായി ഒരു കുട്ടിയും ഉണ്ടായിരുന്നില്ല. കൃഷ്ണ റാവു എന്ന യുവാവിനെ ദത്തെടുത്തു. കൃഷ്ണ റാവുവിന്റെ ദത്തെടുക്കൽ ശാസ്ത്രങ്ങൾ (ക്ലാസിക്കൽ ജ്ഞാനം) അനുസരിച്ച് പരിഗണിക്കപ്പെട്ടിട്ടില്ല. അതിനാൽ, രാം ചന്ദ്ര

റാവുവിന്റെ മൂത്ത അമ്മാവനായ രഘുനാഥ് റാവു, അന്നത്തെ രാഷ്ട്രീയ ഏജന്റ് ബാഗ്‌വി സിംഹാസനസ്ഥനാക്കിയ രാജ്യത്തിന്റെ അവകാശിയായി അംഗീകരിക്കപ്പെട്ടു. രഘുനാഥ് റാവു കഴിവുകെട്ടവനും സ്വേച്ഛാധിപതിയും സ്വയം സംതൃപ്തനുമായ രാജാവായി മാറി. അദ്ദേഹത്തിന്റെ ഭരണത്തിൻ കീഴിൽ അദ്ദേഹത്തിന്റെ പ്രജകൾ വളരെയധികം കഷ്ടപ്പെട്ടു, സംസ്ഥാനങ്ങളുടെ വരുമാനവും കുറഞ്ഞു. തൽഫലമായി, 1837-ൽ ബ്രിട്ടീഷുകാർ അദ്ദേഹത്തെ നീക്കം ചെയ്യുകയും ഝാൻസിയുടെ ഭരണം താൽക്കാലികമായി അവരുടെ കൈകളിൽ ഏൽപ്പിക്കുകയും ചെയ്തു. ഇതിന് തൊട്ടുപിന്നാലെ രണ്ടാം വർഷത്തിൽ രഘുനാഥ് റാവു മരിച്ചു.

രഘുനാഥ് റാവുവിന്റെ മരണത്തിൽ ഝാൻസിയിൽ ആരെ സിംഹാസനസ്ഥനാക്കണമെന്ന വീണ്ടും ചോദ്യം ഉയർന്നു, കാരണം രഘുനാഥ റാവുവിന് നിയമപരമായ പുത്രനില്ല. നാല് പേരുകളാണ് പിൻഗാമിയുടെ പരിഗണനയ്ക്ക് വന്നത്. രഘുനാഥ് റാവുവിന്റെ ഇളയ സഹോദരൻ ഗംഗാധർ

റാവു, രാമചന്ദ്ര റാവുവിന്റെ ദത്തുപുത്രൻ കൃഷ്ണ റാവു, വേലക്കാരി ഗജ്ജയുടെ (രഘുനാഥ റാവുവിന്റെ വെപ്പാട്ടി) മകൻ അലി ബഹാദൂർ, രഘുനാഥ് റാവുവിന്റെ മഹാറാണി. ഈ പേരുകളെല്ലാം പരിഗണിക്കാൻ ഒരു കമ്മീഷൻ രൂപീകരിച്ചു. ഗ്വാളിയോറിലെ താമസക്കാരിയായ സ്പിയേഴ്സാണ് കമ്മീഷനെ നയിച്ചത്. എല്ലാ പേരുകളും അവരുടെ അവകാശവാദങ്ങളും പരിഗണിച്ച ശേഷം, കമ്മീഷൻ എല്ലാ

കോണുകളിൽ നിന്നും ഈ സ്ഥാനത്തിന് ഏറ്റവും അനുയോജ്യൻ ഗംഗാധർ റാവുവിനെ കണ്ടെത്തി. അതിനാൽ അദ്ദേഹത്തിന്റെ പേരിന്റെ ശുപാർശ ബ്രിട്ടീഷ് സർക്കാർ അംഗീകരിച്ചു. അങ്ങനെ ഗംഗാധര റാവു ഝാൻസിയുടെ ഭരണാധികാരിയായി, പക്ഷേ അദ്ദേഹത്തിന് പൂർണ അവകാശങ്ങൾ ലഭിച്ചില്ല. രഘുനാഥ് റാവുവിന്റെ ദുർഭരണകാലത്ത് ഝാൻസിക്ക് ലക്ഷക്കണക്കിന് രൂപയുടെ കടബാധ്യത ഉണ്ടായിരുന്നു. അതിനാൽ, ലോൺ പൂർണമായും ലിക്വിഡേറ്റ് ആകുന്നതുവരെ ബ്രിട്ടീഷ് സർക്കാർ അവകാശങ്ങളിൽ നിയന്ത്രണങ്ങൾ ഏർപ്പെടുത്തിയിരുന്നു.

സംസ്ഥാനത്തിന്റെ മുഴുവൻ അവകാശങ്ങളും നേടുക

രാജാ ഗംഗാധര റാവു സമർത്ഥനായ ഭരണാധികാരിയായിരുന്നു. ജാൻസിയുടെ സാമ്പത്തിക സ്ഥിതി മെല്ലെ മെച്ചപ്പെടാൻ തുടങ്ങി. ലക്ഷ്മിഭായിയുമായുള്ള വിവാഹം കഴിഞ്ഞ് ഏതാനും വർഷങ്ങൾക്ക് ശേഷം പട്ടത്തിന്റെ മുഴുവൻ കടവും തിരിച്ചുകിട്ടി. അങ്ങനെ ലക്ഷ്മീഭായി തന്റെ ഭർത്താവിന് സമ്പത്തിന്റെ ദേവതയാണെന്ന് തെളിയിച്ചു. എല്ലാ കടങ്ങളും അടയ്ക്കുമ്പോൾ, സംസ്ഥാനത്തിന്റെ മുഴുവൻ അവകാശങ്ങളും തിരികെ നൽകാനുള്ള സമയമാണിത്. ബുന്ദേൽഖണ്ഡിലെ പൊളിറ്റിക്കൽ ഏജന്റായ കേണൽ സ്ലീമാൻ

ബ്രിട്ടീഷ് സർക്കാരിന് ഇത് സംബന്ധിച്ച വിവരങ്ങൾ അയച്ചു. ഝാൻസി ഭരണകൂടം ചില ബ്രിട്ടീഷ് സൈനികരെ ബ്രിട്ടീഷ് താൽപ്പര്യങ്ങൾക്കനുസരിച്ച് ചെലവഴിക്കുകയും പരിപാലിക്കുകയും ചെയ്യണമെന്ന വ്യവസ്ഥയിൽ സംസ്ഥാനത്തിന് പൂർണ്ണമായ അവകാശങ്ങൾ പുനഃസ്ഥാപിക്കാൻ സർക്കാർ സമ്മതിച്ചു. ഈ വ്യവസ്ഥ അംഗീകരിക്കാൻ ഗംഗാധർ റാവു നിർബന്ധിതനായി. ഇതിനായി 2,27,458 രൂപ നീക്കിവെച്ച് രണ്ട് പ്ലാറ്റൂണുകളും രണ്ട് പീരങ്കി യൂണിറ്റുകളും അദ്ദേഹം തന്റെ നിയന്ത്രണത്തിൽ സൂക്ഷിച്ചു.

ഈ പ്രശ്നങ്ങളെല്ലാം അംഗീകരിച്ച് ഗംഗാധർ റാവു മുഴുവൻ സംസ്ഥാന അവകാശങ്ങൾ നേടിയത് ആഘോഷിച്ചു. ഈ അവസരത്തിൽ രാഷ്ട്രീയ ഏജന്റ് ഝാൻസി ട്രഷറിയിൽ മിച്ചമുള്ള മുപ്പത് ലക്ഷം രൂപ അദ്ദേഹത്തിന് നൽകുകയും വിലപ്പെട്ട നിരവധി സമ്മാനങ്ങൾ നൽകുകയും ചെയ്തു. ബഹുമാന്യരായ

പൗരന്മാർ, കൊട്ടാരം ഉദ്യോഗസ്ഥർ, ജാഗിർദാർമാർ തുടങ്ങിയവർ മഹാരാജ് ഗംഗാധര റാവുവിന് വിലകൂടിയ സമ്മാനങ്ങളും നൽകി.

രാജാ ഗംഗാധര റാവുവിന്റെ സംസ്ഥാന ഭരണം

ഝാൻസിയിൽ നല്ല ക്രമം സ്ഥാപിക്കാൻ ഗംഗാധർ റാവു നിരവധി കാര്യങ്ങൾ ചെയ്തു. ഒന്നാമതായി, സംസ്ഥാന ഭരണത്തിന് അദ്ദേഹത്തെ ഉപദേശിക്കാൻ

കഴിവുള്ളവരും പരിചയസമ്പന്നരുമായ ചില മന്ത്രിമാരെ അദ്ദേഹം നിയമിച്ചു. രാഘവ് റാം ചന്ദ്ര സന്തിനെ അദ്ദേഹം തന്റെ പ്രധാനമന്ത്രിയാക്കി. അദ്ദേഹത്തിന്റെ ഉപദേശപ്രകാരം നരസിംഹ റാവുവിനെ കോടതിയിൽ നിയമോപദേശകനായി നിയമിച്ചു. നാനാ മൊപട്കറെ ചീഫ് ജസ്റ്റിസായി നിയമിച്ചു.

രഘുനാഥ് റാവുവിന്റെ ഭരണകാലത്ത് സംസ്ഥാനത്തിന് കനത്ത നഷ്ടം നേരിടേണ്ടി വന്നു. അതുകൊണ്ട് ഗംഗാധർ റാവു പല തിരുത്തൽ നടപടികളും സ്വീകരിച്ചു. ബുണ്ടേലകൾ ഭീകരത പടർത്തുന്ന പ്രദേശങ്ങളിൽ സൈനിക പോസ്റ്റുകൾ സ്ഥാപിച്ചു. വളരെ ചുരുങ്ങിയ സമയത്തിനുള്ളിൽ ഝാൻസി വളരാനും വികസിക്കാനും തുടങ്ങി. ആനകളോടും കുതിരകളോടും മഹാരാജാവ് ഗംഗാധർ റാവുവിന് വളരെ ഇഷ്ടമായിരുന്നു. അദ്ദേഹത്തിന് ധാരാളം കുതിരകളും ആനകളും ഉണ്ടായിരുന്നു, അവയിൽ സിദ്ധവാകസ് എന്ന ആനയും ഉണ്ടായിരുന്നു, അത് അദ്ദേഹത്തിന് ഏറ്റവും പ്രിയപ്പെട്ടതായിരുന്നു. അവൻ അത് തന്റെ സ്വകാര്യ യാത്രയ്ക്കായി ഉപയോഗിച്ചു. അതിന്റെ ആഭരണങ്ങളും കൈപ്പത്തിയും അമ്പാരിയും എല്ലാം സ്വർണ്ണം കൊണ്ടുണ്ടാക്കിയതായിരുന്നു.

ഝാൻസി സംസ്ഥാനത്തിന്റെയും അതിനു കീഴിലുള്ള ജാഗിർദാർമാരുടെയും സൈന്യം അയ്യായിരം പേരായിരുന്നു. മഹാരാജ് ഗംഗാധർ റാവുവിന്റെ സ്വഭാവം വളരെ മധുരവും മര്യാദയുള്ളതുമായിരുന്നു, പക്ഷേ അദ്ദേഹം ഭരണത്തിൽ വളരെ കണിശക്കാരനായിരുന്നു. ഒരു വ്യക്തി അവനെ ഏൽപ്പിച്ച ജോലി തീർച്ചയായും

പൂർത്തിയാക്കുമെന്നത് അദ്ദേഹത്തിന്റെ നിയമത്തിന്റെ പൊതുവായ ഒരു നിയന്ത്രണമായിരുന്നു. കാലതാമസം ഉണ്ടായാൽ, ബന്ധപ്പെട്ട വ്യക്തി മഹാരാജാവിന്റെ മുമ്പാകെ ഹാജരാകണം. ഈ മഹത്തായ ഗുണങ്ങളിൽ അന്നത്തെ ബ്രിട്ടീഷ് ഉദ്യോഗസ്ഥർ അദ്ദേഹത്തിൽ മതിപ്പുളവാക്കുകയും അദ്ദേഹത്തെ ബഹുമാനിക്കുകയും ചെയ്തു.

ഒരു ആഗ്രഹത്തിന്റെ പൂർത്തീകരണം

സാഹചര്യങ്ങൾ ഒരു സാധാരണ ബ്രാഹ്മണന്റെ മകളെ ഝാൻസിയിലെ

മഹാറാണി ലക്ഷ്മിഭായിയാക്കി. ഈ റാണി ലക്ഷ്മിഭായി വിവാഹത്തിന് മുമ്പ് മനുബായി ആയിരുന്നു, കുട്ടിക്കാലത്ത് നാനാ സാഹിബ് ആനപ്പുറത്ത് കയറാത്തപ്പോൾ ആനപ്പുറത്തിരിക്കാൻ നിർബന്ധിക്കുകയായിരുന്നു. അക്കാലത്ത് അവളുടെ അച്ഛൻ അവളുടെ ദൗർഭാഗ്യത്തെ കുറ്റപ്പെടുത്തിയപ്പോൾ അവൾ പറഞ്ഞു: "അതെ, അതെ. ഇത് ഇവിടെ എഴുതിയിരിക്കുന്നു, എന്റെ വിധിയിൽ. ഒന്നല്ല, പുലർച്ചെ 1 മണിക്ക് പത്ത് ആനകളെ കയറ്റാൻ

വിധിക്കപ്പെട്ടതാണ്. ഇന്ന് അതേ മനുഭായി തന്റെ ഭർത്താവ് രാജാ ഗംഗാധര റാവുവിനൊപ്പം 22 ആനകളുടെ ഉടമയായിരുന്നു എന്നത് ഭാഗ്യത്തിന്റെ വിചിത്രമായ യാദൃശ്ചികതയായി വിശേഷിപ്പിക്കപ്പെടും. മഹാറാണി ലക്ഷ്മിഭായി തന്റെ സ്വകാര്യ സവാരിക്കായി ഒരു മനോഹരമായ ആനയെ തിരഞ്ഞെടുത്തു. അവളുടെ എല്ലാ ആഗ്രഹങ്ങളും നിറവേറ്റാൻ ഗംഗാധര റാവു എപ്പോഴും തയ്യാറായിരുന്നു. ഈ ആനയ്ക്കായി വെള്ളിയും സ്വർണ്ണവും കൊണ്ട് നിർമ്മിച്ച ഊഞ്ഞാൽ അദ്ദേഹത്തിന് ലഭിച്ചു. അതിന്റെ കൊമ്പുകൾ സ്വർണ്ണം കൊണ്ട് പൊതിഞ്ഞിരുന്നു, ധാരാളം സ്വർണ്ണവും വെള്ളിയും ആഭരണങ്ങൾ കൊണ്ട് അലങ്കരിച്ചിരുന്നു. മഹാറാണി ലക്ഷ്മിഭായി ആ ആനപ്പുറത്തിരുന്ന ചുറ്റിനടന്നു. അവളുടെ പ്രജകൾ ആകാംക്ഷയോടെ അവളെ കാണുകയും അവളുടെ കാഴ്ച ആസ്വദിക്കുകയും ചെയ്തു.

മഹാറാണി ലക്ഷ്മിഭായിക്ക് കുതിരസവാരിയും ഇഷ്ടമായിരുന്നു. അവളുടെ ഈ ആഗ്രഹം അവളുടെ ഭർത്താവിന്റെ വീട്ടിലും പൂർത്തീകരിച്ചു. ഗംഗാധര മഹാരാജാവ് അവളുടെ സവാരിക്കായി ധാരാളം കുതിരകളെ വാങ്ങി. ഇതുമാത്രമല്ല, വിലകൂടിയ വലിയൊരു പല്ലക്കും അവൾക്കായി ഉണ്ടാക്കി. ഒരു ഡസൻ കഹാറുകൾ (സേവകർ) ഇത് വഹിച്ചു. ഈ കഹാറുകൾക്കായി മനോഹരവും പ്രത്യേകവുമായ വസ്ത്രങ്ങൾ തയ്യാറാക്കി.

ലക്ഷ്മിഭായിയുടെയും ഗംഗാധർ റാവുവിന്റെയും തീർത്ഥാടനം

സംസ്ഥാന ഭരണം ശരിയായി ക്രമീകരിച്ചപ്പോൾ, മഹാരാജ ഗംഗാധര റാവു തീർത്ഥാടനത്തിന് പോകണമെന്ന് ചിന്തിച്ചു. ഇക്കാര്യം അദ്ദേഹം ഗവർണർ ജനറലിനെ അറിയിച്ചു. ബ്രിട്ടീഷ് സർക്കാർ അദ്ദേഹത്തിന്റെ യാത്രയ്ക്ക് മതിയായ ക്രമീകരണങ്ങൾ ചെയ്തു. 1907-ലെ സംവത്തായ മാഘ ശുക്ല സപ്തമി ദിനത്തിൽ അദ്ദേഹം തന്റെ ഭാര്യയോടൊപ്പം ഈ തീർത്ഥാടനം ആരംഭിച്ചു. ഈ മതപരമായ യാത്രയിൽ അദ്ദേഹം ഒടുവിൽ ഗയ, പ്രയാഗ് വഴി വാരണാസിയിലെത്തി. ഈ നഗരം (വാരണാസി) ആയിരുന്നു ലക്ഷ്മിഭായിയുടെ ജന്മസ്ഥലം. ഇവിടെ എത്തിയപ്പോൾ അവൾക്ക് വല്ലാത്ത സന്തോഷം തോന്നി. എല്ലാ ആരാധനാലയങ്ങളിലും രാജയും റാണിയും പ്രാർത്ഥനകൾ അർപ്പിക്കുകയും

ദാനധർമ്മങ്ങൾ നൽകുകയും മറ്റ് മതപരമായ ചടങ്ങുകൾ നടത്തുകയും ചെയ്തു. പിന്നെ അവർ ജാൻസിയിലേക്ക് മടങ്ങി. ഝാൻസിയിൽ തീർത്ഥാടനം കഴിഞ്ഞ് മടങ്ങിയെത്തിയപ്പോൾ ആഹ്ലാദത്തിന്റെ ഒരു ചടങ്ങ് സംഘടിപ്പിച്ചു.

ഈ തീർത്ഥാടനത്തിനിടയിലെ ചില സംഭവങ്ങൾ മഹാരാജ ഗംഗാധർ റാവുവിന്റെ ആത്മാഭിമാനമുള്ള വ്യക്തിത്വത്തെക്കുറിച്ച് സംസാരിക്കുന്നു. ഈ യാത്രയ്ക്ക് വഴിയിലുള്ള എല്ലാ സ്ഥലങ്ങളിലും മതിയായ ക്രമീകരണങ്ങൾ ബ്രിട്ടീഷ് ഗവൺമെന്റ് ഒരുക്കി, അതിലെ എല്ലാ ഉദ്യോഗസ്ഥരെയും യഥാവിധി

നിഷ്ക്രിയരാക്കി. മഹാരാജ ഗംഗാധര റാവു വാരണാസിയിൽ എത്തിയപ്പോൾ, ഒരു ഉദ്യോഗസ്ഥൻ അദ്ദേഹത്തെ തിരിച്ചറിഞ്ഞില്ല, അതിനാൽ, ആദരവ് പ്രകടിപ്പിക്കാൻ അദ്ദേഹം പ്രത്യേകം ശ്രദ്ധിച്ചില്ല. ഇതിൽ മഹാരാജ് ദേഷ്യപ്പെട്ടു. ബന്ധപ്പെട്ട ഉദ്യോഗസ്ഥൻ തന്റെ തെറ്റ് മനസ്സിലാക്കിയപ്പോൾ, മഹാരാജാവിനോട് ക്ഷമിക്കണമെന്ന് അപേക്ഷിച്ചു. മഹാരാജാവ് ക്ഷമിച്ചു. അതുപോലെ മറ്റൊരിടത്ത് ബംഗാളി മാന്യനായ രാജേന്ദ്രബാബുവും മഹാരാജാവിന് മുന്നിൽ വണങ്ങിയില്ല. ഇതിൽ രാജാ ഗംഗാധര റാവു അവനോട് വളരെ ദേഷ്യപ്പെടുകയും കഠിനമായ ശിക്ഷ വിധിക്കുകയും ചെയ്തു. ഉന്നത ബന്ധമുള്ള ആളായിരുന്നു രാജേന്ദ്രബാബു. ഗംഗാധർ റാവുവിന്റെ ഈ നടപടിക്കെതിരെ അദ്ദേഹം ബ്രിട്ടീഷ് ഉന്നത ഉദ്യോഗസ്ഥർക്ക് പരാതി നൽകിയെങ്കിലും ഫലമുണ്ടായില്ല. അദ്ദേഹത്തോട് പറഞ്ഞു, "ഗംഗാധര റാവു വലിയ രാജാവാണ്. അദ്ദേഹത്തെ ശരിയായി ബഹുമാനിക്കുക എന്നത് എല്ലാവരുടെയും കടമയാണ്. നിങ്ങൾ അവനെ ശരിയായി ബഹുമാനിക്കാൻ ആഗ്രഹിക്കുന്നില്ലെങ്കിൽ, നിങ്ങൾ വീട്ടിൽ ഇരിക്കുന്നതാണ് നല്ലത്. അദ്ദേഹത്തിന്റെ ആത്മാഭിമാനമുള്ള വ്യക്തിത്വവുമായി ബന്ധപ്പെട്ട മറ്റൊരു സംഭവം എടുത്തു പറയേണ്ടതാണ്. ഝാൻസിയിൽ ബ്രിട്ടീഷ് സൈന്യത്തെ നിലനിർത്താൻ അദ്ദേഹം സമ്മതിച്ചപ്പോൾ, എല്ലാ വർഷവും ദസറ ദിനത്തിൽ ബ്രിട്ടീഷ് സൈന്യം തന്നെ സല്യൂട്ട് ചെയ്യുമെന്ന തന്റെ ഒരു വ്യവസ്ഥ അംഗീകരിക്കാൻ അദ്ദേഹം ബ്രിട്ടീഷുകാരെ നിർബന്ധിച്ചുവെന്ന് പറയപ്പെടുന്നു. ഒരിക്കൽ ദസറ ഞായറാഴ്ചയായിരുന്നു. അതിനാൽ ഞായറാഴ്ച അവധിയായതിനാൽ ബ്രിട്ടീഷ് സൈന്യം സല്യൂട്ട് ചെയ്യില്ലെന്ന് ബ്രിട്ടീഷ് സൈന്യത്തിലെ ഒരു ഉദ്യോഗസ്ഥൻ അദ്ദേഹത്തിന് സന്ദേശം അയച്ചു. ഈ വിവരം ലഭിച്ചപ്പോൾ മഹാരാജ ഗംഗാധര റാവു അങ്ങേയറ്റം രോഷാകുലനായി. അദ്ദേഹം

ഉടൻ തന്നെ തന്റെ സായുധ സേനയോടൊപ്പം ബ്രിട്ടീഷ് ആർമി കന്റോൺമെന്റിലെത്തി, ഈ മോശം പെരുമാറ്റത്തിന് ബ്രിട്ടീഷ് ഉദ്യോഗസ്ഥനോട് വിശദീകരണം ചോദിച്ചു. നിർബന്ധിതനായ അദ്ദേഹം മഹാരാജാവിനോട് ക്ഷമ ചോദിക്കുകയും സല്യൂട്ട് പരേഡിൽ പങ്കെടുക്കുകയും ചെയ്തു.

ഹ്രസ്വമായ മാതൃത്വം

മഹാറാണി ലക്ഷ്മീഭായി 1908 സംവത് (എ.ഡി. 1851) ആഗഹൻ ശുക്ല ഏകാദശിയിൽ ഒരു മകനെ പ്രസവിച്ചു. മഹാരാജാവും മഹാറാണിയും ഒരു പുത്ര രത്നത്തെ പ്രസവിച്ചതിൽ അതിരുകളില്ലാത്ത സന്തോഷം ഉണ്ടായി. സംസ്ഥാനം മുഴുവൻ പരിപാടി ആഘോഷിച്ചു. ഝാൻസി മുഴുവൻ സന്തോഷത്തിന്റെ ഉദയസാഗരമായി രൂപാന്തരപ്പെട്ടു. ദരിദ്രർ, നിരാലംബർ, യാചകർ, ബ്രാഹ്മണർ

തുടങ്ങിയവർക്കായി മഹാരാജാവ് തന്റെ ഭണ്ഡാരത്തിന്റെ വാതിലുകൾ തുറന്നു. മഹാരാജാവ് തന്റെ ജീവിതം മൂല്യവത്തായി കണ്ടെത്തി. ഒരു പുത്രനെ പ്രസവിച്ച മഹാറാണിയുടെ സന്തോഷത്തിന് അവളുടെ സ്ത്രീത്വത്തിന്റെ സമ്പൂർണ്ണതയുടെ സാക്ഷാത്കാരത്തിന് അതിരുകളില്ലായിരുന്നു. പക്ഷേ വിധി മറിച്ചായിരുന്നു. സന്തോഷത്തിന് ആയുസ്സ് കുറഞ്ഞു. വെറും മൂന്ന് മാസത്തിനുള്ളിൽ മകൻ ഇഹലോകവാസം വെടിഞ്ഞു.

ഗംഗാധര റാവുവിന്റെ അസുഖം

മകന്റെ വിയോഗം രാജാ ഗംഗാധര റാവുവിന് കനത്ത തിരിച്ചടിയായി. തൽഫലമായി, അദ്ദേഹത്തിന് ആരോഗ്യം നഷ്ടപ്പെടാൻ തുടങ്ങി, അവസാനം അദ്ദേഹം ഗുരുതരമായ രോഗബാധിതനായി. പലതരത്തിലുള്ള ചികിത്സകൾ നടത്തിയിട്ടും അദ്ദേഹത്തിന്റെ അവസ്ഥ ദൃശ്യമായ രൂപത്തിൽ മെച്ചപ്പെട്ടില്ല. 1853 ഒക്ടോബറിൽ നവരാത്ര ദിവസങ്ങളിൽ അദ്ദേഹം തന്റെ കുൽദേവിയെ (കുടുംബദൈവം) ആരാധിച്ചു. അതിൽ അദ്ദേഹത്തിന്റെ ഭാഗത്തുനിന്ന് കുറച്ച് അധ്വാനമുണ്ടായിരുന്നു. ഇത് അദ്ദേഹത്തിന്റെ ആരോഗ്യനില കൂടുതൽ വഷളാക്കി. വിജയ ദശമി ദിനത്തിൽ (ദസറ) അദ്ദേഹത്തിന് അതിസാരം പിടിപെട്ടു. ഝാൻസിയുടെ എല്ലാ അറിയപ്പെടുന്ന ഡോക്ടർമാരും അദ്ദേഹത്തെ ചികിത്സിച്ചു, പക്ഷേ ഫലം ഇല്ല. ഝാൻസിയിലെ ഡെപ്യൂട്ടി പൊളിറ്റിക്കൽ റസിഡന്റും അദ്ദേഹത്തിന്റെ ചികിത്സയ്ക്കായി ചില ക്രമീകരണങ്ങൾ ചെയ്തു, അദ്ദേഹത്തിന്റെ ആരോഗ്യത്തെക്കുറിച്ച് ബ്രിട്ടീഷ് സർക്കാരിനെ അറിയിച്ചു.

നേരിട്ടോ അപൂർവമോ ആയ മനുഷ്യശ്രമങ്ങൾ പരാജയപ്പെടുമ്പോൾ, മനുഷ്യൻ അദൃശ്യനായ ദൈവത്തിൽ നിന്ന് അഭയം തേടുന്നു. അതിനാൽ മഹാരാജ് ഗംഗാധർ റാവുവിന്റെ ആരോഗ്യവും നല്ല ആരോഗ്യവും ആശംസിച്ചുകൊണ്ട് ആരാധനകളും യജ്ഞങ്ങളും പാരായണങ്ങളും ജപങ്ങളും മറ്റ് മതപരമായ

പ്രകടനങ്ങളും നടത്തി. നവംബർ മൂന്നാം വാരത്തിൽ അദ്ദേഹത്തിന്റെ അവസ്ഥ വളരെ ദയനീയമായിത്തീർന്നു, അദ്ദേഹത്തിന്റെ ജീവിതത്തിലെ എല്ലാ പ്രതീക്ഷകളും നഷ്ടപ്പെട്ടു.

ഒരു മകനെ ദത്തെടുക്കുന്നു

അവസാനം, പ്രധാനമന്ത്രി നരസിംഹ റാവുവും മോറോപന്തും സംസ്ഥാനത്തെ സംബന്ധിച്ച അദ്ദേഹത്തിന്റെ കാഴ്ചപ്പാടുകൾ അറിയാൻ ആഗ്രഹിച്ചപ്പോൾ, അദ്ദേഹം (ഗംഗാധര റാവു) പറഞ്ഞു, 'ഞാൻ രക്ഷിക്കപ്പെടുമെന്ന് ഞാൻ ഇപ്പോഴും പ്രതീക്ഷിക്കുന്നുവെങ്കിലും, എന്റെ കടമയും ധർമ്മവും അനുസരിച്ച് എനിക്ക് ഒരു മകനെ ദത്തെടുക്കാൻ ആഗ്രഹമുണ്ട്. . ഞങ്ങളുടെ കുടുംബത്തിൽ വാസുദേവ്

നെവൽക്കറിന് ആനന്ദ് റാവു എന്ന് പേരുള്ള ഒരു മകനുണ്ട്. എനിക്ക് അവനെ ദത്തെടുക്കണം."

ആനന്ദ് റാവു അന്ന് അഞ്ച് വയസ്സുള്ള കുട്ടിയായിരുന്നു. റാണി ലക്ഷ്മിഭായിയും ഇതിന് സമ്മതിച്ചു. അങ്ങനെ ദത്തെടുക്കാൻ ഒരു ദിവസം നിശ്ചയിച്ചു, അന്നേ ദിവസം പണ്ഡിറ്റ് വിനായക് റാവു രാജകൊട്ടാരത്തിൽ പൂർണ്ണ മതപരമായ ആചാരങ്ങളോടെ ദത്തെടുക്കലിന്റെ ഔപചാരികതകൾ നേടി. ഇതിനുശേഷം ദത്തുപുത്രന്റെ പേര് ആനന്ദ് റാവുവിൽ നിന്ന് ദാമോദർ ഗംഗാധർ റാവു എന്നാക്കി. രാജകുടുംബത്തിന്റെ പാരമ്പര്യമനുസരിച്ച് മഹാരാജ് തന്നെ അദ്ദേഹത്തെ സ്വീകരിച്ചു. ദത്തെടുക്കൽ ആചാര/ഔപചാരിക ചടങ്ങുകളുടെ ആഘോഷ വേളയിൽ എല്ലാ മന്ത്രിമാരും കൗൺസിലർമാരും സംസ്ഥാനത്തെ നിരവധി ബഹുമാന്യരായ വ്യക്തികളും ബുന്ദേൽഖണ്ഡിലെ ഡെപ്യൂട്ടി പൊളിറ്റിക്കൽ റസിഡന്റ് മേജർ എല്ലിസും പ്രാദേശിക ബ്രിട്ടീഷ് പട്ടാളത്തിലെ ഉദ്യോഗസ്ഥൻ ക്യാപ്റ്റൻ മാർട്ടിനും സന്നിഹിതരായിരുന്നു.

ദത്തുപുത്രനെക്കുറിച്ചുള്ള അറിയിപ്പ് സർക്കാരിന്

മേൽപ്പറഞ്ഞ മകനെ മഹാരാജ് ദത്തെടുത്തപ്പോൾ, അദ്ദേഹം തന്നെ ബ്രിട്ടീഷ് സർക്കാരിന് ഒരു അറിയിപ്പ് കത്ത് നൽകി. ഈ ദിക്റേഷൻ സമയത്ത് മുകളിൽ പറഞ്ഞ എല്ലാ ആളുകളും അവിടെ ഉണ്ടായിരുന്നു. കത്തിൽ ഇങ്ങനെ എഴുതിയിരുന്നു:

"ബുന്ദേൽഖണ്ഡിൽ ബ്രിട്ടീഷ് ഭരണം സ്ഥാപിക്കുന്നതിന് മുമ്പ് എന്റെ പൂർവ്വികർ ബ്രിട്ടീഷ് സർക്കാരിന് നൽകിയ സേവനങ്ങൾ യൂറോപ്പ് മുഴുവൻ അറിയാം. സർക്കാരിന്റെ എല്ലാ ഉത്തരവുകളും എന്റെ ശക്തിയുടെ പരമാവധി ഞാൻ എങ്ങനെ അനുസരിക്കുന്നു എന്ന് എല്ലാ രാഷ്ട്രീയ താമസക്കാർക്കും അറിയാം. ഇപ്പോൾ ഞാൻ ഭയപ്പെടുന്നു, ഒന്നിനും ഭേദമാക്കാനാവാത്ത രോഗം ബാധിച്ചതിനാൽ, എന്റെ വംശം നശിപ്പിക്കപ്പെടാൻ സാധ്യതയുള്ള സമയം

വന്നിരിക്കുന്നു. ഞാൻ എന്നും ബ്രിട്ടീഷ് ഗവൺമെന്റിന്റെ ആത്മാർത്ഥ സേവകനാണ്, സർക്കാരും എന്നെ പ്രീതിയോടെയാണ് കണ്ടത്. അതിനാൽ, എന്റെ

പൂർവികരുമായി ഒപ്പുവച്ച ഉടമ്പടി സർക്കാരിന്റെ ശ്രദ്ധയിൽപ്പെടുത്താൻ ഞാൻ ആഗ്രഹിക്കുന്നു. ഈ ഉടമ്പടി പ്രകാരം ഞാൻ ഒരു അഞ്ച് വയസ്സുള്ള കുട്ടിയെ ദത്തെടുത്തു, വളരെ ദയനീയമായി വളർന്നു, അവന്റെ ജീവിതത്തിലെ എല്ലാ പ്രതീക്ഷകളും നഷ്ടപ്പെട്ടു.

ആനന്ദ് റാവു അദ്ദേഹത്തിന് ദാമോദർ ഗംഗാധര റാവു എന്ന് പേരിട്ടു. ഈ കുട്ടി ഞങ്ങളുടെ കുടുംബത്തിൽ പെട്ടതാണ്, ബന്ധത്തിൽ അവൻ എന്റെ

ചെറുമകനാണ്. ദൈവാനുഗ്രഹത്താലും സർക്കാരിന്റെ പരിഗണനയാലും ഞാൻ ഉടൻ സുഖം പ്രാപിക്കുമെന്ന് ഞാൻ പ്രതീക്ഷിക്കുന്നു. എന്റെ പ്രായത്തിന്റെ കാഴ്ചപ്പാടിൽ, ഭാവിയിൽ എനിക്ക് സ്വന്തമായി ഒരു കുട്ടി ഉണ്ടാകാനും സാധ്യതയുണ്ട്. അങ്ങനെ സംഭവിച്ചാൽ മുഴുവൻ കാര്യവും ആ സമയത്ത് പരിഗണിക്കാം. എന്നാൽ ഈ രോഗത്തിൽ നിന്ന് ഞാൻ രക്ഷപ്പെട്ടില്ലെങ്കിൽ, ഗവൺമെന്റുമായി ഞാൻ പുലർത്തുന്ന മികച്ച ബന്ധം കണക്കിലെടുത്ത് സർക്കാർ എന്നെ നോക്കുന്ന അതേ പരിഗണനയോടെ ഈ കൊച്ചുകുട്ടിയെയും കാണുമെന്ന് ഞാൻ പ്രതീക്ഷിക്കുന്നു. എന്റെ ഭാര്യ ജീവിച്ചിരിക്കുന്നിടത്തോളം കാലം അവളെ ഈ സംസ്ഥാനത്തിന്റെ ഉടമയായും ഈ കുട്ടിയുടെ അമ്മയായും കണക്കാക്കണം. ഞാൻ പോയതിന് ശേഷം അവൾ ഒരു തരത്തിലും കഷ്ടപ്പെടാതിരിക്കാൻ, മുഴുവൻ സംസ്ഥാനത്തിന്റെയും ഭരണം അവളിൽ നിക്ഷിപ്തമാകണം.

ഉത്തരവിന് ശേഷം, മഹാരാജാവ് ഈ കത്ത് മേജർ എല്ലിസിന് കൈമാറി, വീണ്ടും വീണ്ടും നിർബന്ധിച്ചുകൊണ്ട് അദ്ദേഹം ഉടമ്പടിയുടെ രണ്ടാമത്തെ ക്ലോസ് ഓർമ്മിപ്പിച്ചു, ഝാൻസി സംസ്ഥാനം അതിന്റെ വംശപരമ്പരയും അതിന്റെ പാരമ്പര്യവും അനുസരിച്ച് ഭരിക്കുന്നത് തുടരുമെന്ന് വ്യക്തമായി പരാമർശിച്ചു. കത്ത് കൊടുക്കുമ്പോൾ മഹാരാജാവിന്റെ ശബ്ദം വികാരത്താൽ ഞെരുങ്ങി. അതിന് മേജർ വളരെ വിനയത്തോടെ മറുപടി പറഞ്ഞു, "മഹാരാജാ, സർക്കാരിന് നിങ്ങളുടെ അറിയിപ്പ് അയച്ചതിന് ശേഷം, ഞാൻ തീർച്ചയായും എന്റെ പരമാവധി ചെയ്യാൻ ശ്രമിക്കും."

രാജാ ഗംഗാധര റാവുവിന്റെ മരണം

മഹാരാജ ഗംഗാധർ റാവു മേജർ എല്ലിസിന് ദത്തെടുക്കൽ അറിയിപ്പ് കത്ത് നൽകിയപ്പോൾ, സംസാര ക്ഷീണം കാരണം അദ്ദേഹം അബോധാവസ്ഥയിലായി. മേജർ എല്ലിസും ക്യാപ്റ്റൻ മാർട്ടിനും അദ്ദേഹത്തിന് മരുന്ന് നൽകി, തുടർന്ന് അവരുടെ വസതികളിലേക്ക് മടങ്ങി. മഹാറാണി ലക്ഷ്മിഭായി തന്റെ കട്ടിലിന് സമീപം, തിരശ്ശീലയ്ക്ക് പിന്നിൽ ഇരുന്നു. ബ്രിട്ടീഷ് ഉദ്യോഗസ്ഥർ പോയതിന് ശേഷമാണ് അവൾ ഭർത്താവിന്റെ അടുത്തേക്ക് വന്നത്. ആ സമയത്തെ അവളുടെ മാനസികാവസ്ഥ എന്തായിരിക്കുമെന്ന് ഊഹിക്കാവുന്നതേയുള്ളൂ. രാജാ ഗംഗാധർ റാവുവിനെക്കുറിച്ചുള്ള എല്ലാ വിശദാംശങ്ങളും മേജർ എല്ലിസ് ബുന്ദേൽഖണ്ഡിലെ രാഷ്ട്രീയ താമസക്കാരന് അയച്ചുകൊടുത്തു.

മഹാരാജാവിന് മരുന്ന് നൽകി, അത് അദ്ദേഹത്തിന് പെട്ടെന്ന് ആശ്വാസം നൽകി. അവൻ കുറച്ചു നേരം ഉറങ്ങാൻ പോയി. ഏകദേശം 4.00 പി.എം. അവൻ

കണ്ണുതുറന്നു, രാജകൊട്ടാരത്തിനു മുന്നിൽ ഒരു വലിയ ജനക്കൂട്ടം തടിച്ചുകൂടി. 1853 നവംബർ 20-നാണ് ഇത് സംഭവിച്ചത്. എല്ലാവർക്കും അദ്ദേഹത്തിന്റെ ആരോഗ്യത്തെക്കുറിച്ച് അറിയാൻ ആഗ്രഹമുണ്ടായിരുന്നു. മേജർ എല്ലിസും മഹാരാജാവിനെ രക്ഷിക്കാൻ ഒരുപാട് ഓടുകയും ഒരു ഇംഗ്ലീഷ് ഡോക്ടറായ അലനെ കൊണ്ടുവരുകയും ചെയ്തു. എന്നാൽ അലോപ്പതി മരുന്ന് കഴിക്കാൻ മഹാരാജാവ് വിസമ്മതിച്ചു. ഉയർന്ന കുടുംബങ്ങളിലെ ഹിന്ദുക്കൾ അന്ന് അലോപ്പതി മരുന്നുകൾ കഴിച്ചിരുന്നില്ല.

1853 നവംബർ 21-ന് മഹാരാജാസിന്റെ നാഡിമിടിപ്പ് വളരെ മന്ദഗതിയിലായി. അവന്റെ ശരീരം തണുത്തു, ഒടുവിൽ അവൻ മരിച്ചു. ഇത് സംസ്ഥാനത്തെയാകെ ദുഃഖത്തിൽ മുക്കി. രാജകീയമായ രീതിയിലാണ് മഹാരാജാവിനെ സംസ്കരിച്ചത്. മേജർ എല്ലിസും ക്യാപ്റ്റൻ മാർട്ടിനും മറ്റ് ബ്രിട്ടീഷ് ഓഫീസർമാരും വിലാപ വസ്ത്രങ്ങൾ ധരിച്ച് ശവസംസ്കാര ഘോഷയാത്രയിൽ പങ്കുചേർന്നു, ശവസംസ്കാരം കഴിഞ്ഞ് മടങ്ങിയെത്തിയ എല്ലിസും മറ്റ് ബ്രിട്ടീഷ് ഓഫീസർമാരും ലക്ഷ്മിഭായിയുടെ അടുക്കൽ വന്ന് അവളെ ആശ്വസിപ്പിച്ചു.

മഹാരാജ ഗംഗാധര റാവു തന്റെ സ്വർഗ്ഗീയ വാസസ്ഥലത്തേക്ക് പുറപ്പെട്ടു. സമൂഹത്തിൽ നിന്നുള്ളവർ ലക്ഷ്മിഭായിയെ ആശ്വസിപ്പിച്ച് അവരുടെ ഔപചാരികത പൂർത്തിയാക്കി, എന്നാൽ പതിനെട്ട് വയസ്സ് തികയുമ്പോൾ വിധവയായ ഒരു സ്ത്രീയുടെ ഹൃദയത്തിന്റെ ആഴമായ വേദന ആർക്കറിയാം. പത്തൊൻപതാം വയസ്സിലേക്ക് കടക്കുമ്പോൾ തന്നെ അവൾ വിധവയായിരുന്നു. അവൾ പൊതു നിലവാരമുള്ള ഒരു ബ്രാഹ്മണന്റെ മകളായിരുന്നു. ആകസ്മികമായോ ആണുങ്ങളുടെ കുത്തക മൂലമോ അവൾ കുട്ടിക്കാലത്ത് ഒരു മധ്യവയസ്കനായ രാജാവിന്റെ രാജ്ഞിയായി. റാണിയായിട്ടും ഒരു സ്ത്രീ എന്ന നിലയിൽ അവൾക്ക് എന്താണ് ലഭിച്ചത്? ഒരു വിധവ, അവളുടെ വിവാഹം കഴിഞ്ഞ് പതിനൊന്ന് വർഷം!

3
ഝാൻസിക്ക് മുകളിൽ നിർഭാഗ്യത്തിന്റെ ഇരുണ്ട മേഘങ്ങൾ

ആദ്യത്തെ അടി

രാജാ ഗംഗാധർ റാവു മരിച്ചപ്പോൾ ഝാൻസിയെ ദൗർഭാഗ്യത്തിന്റെ കാർമേഘങ്ങൾ മൂടി. ഒരു വിധവയുടെ ശപിക്കപ്പെട്ട ജീവിതത്തിന്റെ തുടക്കത്തോടെ മഹാറാണി ലക്ഷ്മീഭായിയുടെ ജീവിതത്തിൽ എല്ലാവിധ സന്തോഷവും സമാധാനവും അസ്തമിച്ചു. മഹാരാജിന്റെ ശവസംസ്കാരത്തിനുശേഷം, എല്ലിസും മാർട്ടിനും അവളെ ആശ്വസിപ്പിക്കാൻ വന്നിരുന്നുവെങ്കിലും, താമസിയാതെ അവൾ ബ്രിട്ടീഷുകാരെ ഒരു പുതിയ നിറത്തിൽ കാണാൻ തുടങ്ങി അവളെ ഉപേക്ഷിച്ച്, എല്ലിസ് ആദ്യം കോട്ടയിൽ എത്തി. അദ്ദേഹം ട്രഷറി പരിശോധിച്ചു, ബ്രിട്ടീഷ് സൈന്യത്തിന് വേണ്ടി മാറ്റിവെച്ച 2,45,768 രൂപ സുരക്ഷിതമായിരുന്നു. അതിനാൽ, സംസ്ഥാന ട്രഷറർ പണ്ഡിറ്റ് ജ്വാലനാഥിന്റെ സാന്നിധ്യത്തിൽ അദ്ദേഹം പൂട്ടി സീൽ ചെയ്തു. അയാൾ മറ്റ് മുറികളിലേക്ക് പോയി, വസ്ത്രങ്ങളുടെയും ആഭരണങ്ങളുടെയും ഒരു ലിസ്റ്റ് ഉണ്ടാക്കി സീൽ ചെയ്തു, ഗ്വാളിയോർ സ്റ്റേറ്റിലെ കണ്ടിജന്റ് ആർമിയുടെ ഒമ്പതാം ബറ്റാലിയന്റെ കാവൽക്കാരനായി അവിടെ നിയമിച്ചു. ബ്രിട്ടീഷുകാരുടെ ഈ അലംഭാവത്തെ ആളുകൾ അവർ ചെയ്യുന്നതുപോലെ വ്യാഖ്യാനിച്ചു വിയോഗം മൂലമുള്ള റാണിയുടെ അവസ്ഥ കണക്കിലെടുത്ത് സുരക്ഷിതത്വത്തിന് വേണ്ടിയാണിത്.

രാഷ്ട്രീയ ഏജന്റിന്റെ നയതന്ത്രം

നവംബർ 21-ന് ഗംഗാധർ റാവുവിന്റെ മരണത്തെക്കുറിച്ചുള്ള അറിയിപ്പ് ഡെപ്യൂട്ടി പൊളിറ്റിക്കൽ ഏജന്റായ എല്ലിസ് പൊളിറ്റിക്കൽ ഏജന്റായ മേജർ മാൽകോമിന് അയച്ചിരുന്നു. ഈ അറിയിപ്പ് ലഭിച്ചതിനെത്തുടർന്ന്, മാൽകോം നവംബർ 25 ന് ഇന്ത്യാ ഗവൺമെന്റിന്റെ വിദേശകാര്യ സെക്രട്ടറിക്ക് ഒരു കത്തെഴുതി. അതിന്റെ സംക്ഷിപ്ത ഉദ്ധരണി ഇപ്രകാരമാണ്:

"സാർ,

1. ഝാൻസിയിലെ രാജാവ് ഗംഗാധര റാവുവിന്റെ കാലാവധി നവംബർ 21-ന് അന്തരിച്ചതായി ഗവർണർ ജനറലിനെ അറിയിക്കുന്നതിൽ ഞാൻ ഖേദിക്കുന്നു.
2. മരിക്കുന്നതിന് ഒരു ദിവസം മുമ്പ് അദ്ദേഹം ഒരു മകനെ ദത്തെടുത്തു, അദ്ദേഹത്തിന്റെ അഭിപ്രായത്തിൽ, തന്റെ ചെറുമകനാണ്, എന്നാൽ വാസ്തവത്തിൽ അദ്ദേഹം രഘുനാഥ് റാവുവിന്റെ അഞ്ചാം തലമുറയിൽ നിന്നുള്ളയാളാണ്, അതിനാൽ അദ്ദേഹം അദ്ദേഹത്തിന്റെ അനന്തരവനാണ്.
3. മഹാരാജാവുമായുള്ള കൂടിക്കാഴ്ചകളെ കുറിച്ച് മേജർ എല്ലിസ് എഴുതിയ മൂന്ന് കത്തുകളും മഹാരാജാവ് ഒരു മകനെ ദത്തെടുക്കുന്നതിനെ അറിയിച്ചുകൊണ്ടുള്ള കത്തും നിങ്ങളുടെ പരിശോധനയ്ക്കായി ഞാൻ സമർപ്പിക്കുന്നു.
4. റാണി ജീവിച്ചിരിക്കുന്നിടത്തോളം കാലം അവളുടെ അവകാശങ്ങൾക്കായി ഒരു അഭ്യർത്ഥന നടത്തുമെന്ന് ഝാൻസിയിലെ ജനങ്ങൾ കരുതി, പക്ഷേ മഹാരാജാവ്, അടുത്ത ബന്ധമൊന്നും കാണാതെ, മരിക്കുന്നതിന് ഒരു ദിവസം മുമ്പ് ഒരു മകനെ ദത്തെടുത്തു. ഇത് ഝാൻസിയിലെ ജനങ്ങളെ അത്ഭുതപ്പെടുത്തിയേക്കാം.
5. ഝാൻസിയുടെ രാജകുടുംബത്തിന്റെ വംശപരമ്പരയുടെ പുതുക്കിയ രേഖ ഇന്ത്യാ ഗവൺമെന്റിന് അയയ്ക്കുന്നു. മഹാരാജിന്റെ ദത്തുപുത്രൻ അദ്ദേഹത്തിന്റെ പൂർവ്വികനായ രഘുനാഥ് റാവുവിന്റെ വംശപരമ്പരയിൽ പെട്ടയാളാണെന്ന് ഇത് വ്യക്തമാക്കും.
6. ഞാൻ 2-ന് എല്ലിസിന് ഒരു നോട്ടീസ് അയച്ചു, അതിന്റെ വിവരങ്ങൾ സർക്കാരിന് നൽകിയിട്ടുണ്ട്. അതിന് അനുസൃതമായാണ് എല്ലിസ് പ്രവർത്തിക്കുന്നത്. സർക്കാരിന്റെ അന്തിമ തീരുമാനം അറിയാത്തിടത്തോളം കാലം, അന്തരിച്ച മഹാരാജാവിന്റെ ദത്തെടുക്കൽ രീതിക്ക് ശ്രദ്ധ നൽകില്ല.
7. ഝാൻസിയും ബ്രിട്ടീഷ് ഭരണകൂടവും തമ്മിലുള്ള പരസ്പര ബന്ധത്തെക്കുറിച്ച് അറിയാൻ ചില തെളിവുകൾ ചുവടെ നൽകിയിരിക്കുന്നു, അത് അന്തരിച്ച മഹാരാജാവിന് ഒരു മകനെ ദത്തെടുക്കാൻ അവകാശമുണ്ടോ ഇല്ലയോ എന്ന് വ്യക്തമാക്കും.

8. 1806-ൽ പേഷ്വാകളുടെ സുബേദാർ എന്ന നിലയിൽ ബുന്ദേൽഖണ്ഡിന്റെ അവകാശങ്ങൾ നേടിയെടുക്കുന്നതിനിടയിൽ ഞങ്ങൾ ശിവ് റാവു ഭുവുമായി ഒരു ഉടമ്പടിയിൽ ഏർപ്പെട്ടു. 1819-ൽ പേഷ്വ ഞങ്ങൾക്ക് ബുന്ദേൽഖണ്ഡിന്റെ അധികാരം നൽകി. പിന്നെ ഞങ്ങൾ ഝാൻസി സംസ്ഥാനം പരമ്പരാഗത രീതിയിൽ രാമചന്ദ്ര റാവുവിന് നൽകി. 1832-ൽ സുബേദാർ സ്ഥാനത്തുനിന്നും രാജപദവിയിലേക്ക് ഉയർത്തപ്പെട്ടു.
9. 1835-ൽ രാമചന്ദ്ര റാവുവിന്റെ മരണശേഷം, എന്റെ അറിവിൽ, രഘുനാഥ് റാവുവും ഗംഗാധർ റാവുവും, ഭൗവിന്റെ രണ്ട് മക്കളും ജീവിച്ചിരുന്നു. അതിനാൽ, ആ ക്രമത്തിൽ അവർക്ക് സംസ്ഥാനം നൽകി. ഗംഗാധർ റാവുവിന്റെ മരണത്തോടെ ഈ പരമ്പര അവസാനിച്ചു.
10. 1835-ൽ രാമചന്ദ്ര റാവുവിന്റെയും റാണിയുടെയും ദത്തുപുത്രന്മാരെ സംസ്ഥാനത്തിന്റെ പിൻഗാമികളായി അംഗീകരിച്ചില്ല. ഒരു മകനെ ദത്തെടുക്കുന്നതിന് മുമ്പ് രാജാവോ റാണിയോ സർക്കാരിന്റെ അനുമതി വാങ്ങേണ്ടതായിരുന്നുവെന്ന് ഇതിൽ നിന്ന് വ്യക്തമാണ്.
11. കഴിവുറ്റ സ്ത്രീയായ ഭാര്യയെ ഭരണം ഏൽപ്പിക്കാനുള്ള ആഗ്രഹം ഗംഗാധർ റാവു പ്രകടിപ്പിച്ചു. എന്നിട്ടും ഝാൻസിയെ സർക്കാർ നിയന്ത്രണത്തിലാക്കാൻ കാലതാമസം വരുത്തരുത്. അന്തരിച്ച രാജയുടെ സ്വകാര്യ സ്വത്തുക്കളും മാസ പെൻഷനും എടുക്കാൻ റാണി സന്തോഷിക്കുമെന്ന് ഞാൻ വിശ്വസിക്കുന്നു.
12. റാണിക്ക് എത്ര പെൻഷൻ നൽകണം? ഇതിനെക്കുറിച്ച് എനിക്ക് ഒന്നും പറയാൻ കഴിയില്ല. ബുന്ദേൽഖണ്ഡിലെ മറാത്തകളുടെ ഏക രാജകുടുംബം ഇതാണ്. ഇപ്പോൾ പുറത്താക്കപ്പെട്ട മറാത്താ ഭരണാധികാരികളുടെ ആശ്രിതർ അവളുടെ കീഴിൽ അഭയം തേടും. അതിനാൽ, അവൾക്ക് കുറഞ്ഞത് 5,000 രൂപ പെൻഷനായി നൽകണം.
13. ജാൻസി വളരെക്കാലമായി ഞങ്ങളുടെ കീഴിലാണ്. മേജർ റോസ് ഇതിനകം അത് കൈകാര്യം ചെയ്തിട്ടുണ്ട്. അയൽരാജ്യമായ സിന്ധ്യ ഗവൺമെന്റിനെ ഞങ്ങൾ കൈകാര്യം ചെയ്യുന്ന രീതിയിൽ കൈകാര്യം ചെയ്യുന്നതിൽ ഞങ്ങൾക്ക് ഒരു ബുദ്ധിമുട്ടും ഉണ്ടാകില്ല.
14. അത് എന്റെ കീഴിൽ നിലനിർത്താൻ സർക്കാർ ആഗ്രഹിക്കുന്നുവെങ്കിൽ, ഞാൻ തയ്യാറാണ്. മേജർ എല്ലിസിന്റെ കഴിവിൽ എനിക്ക് സംശയമുണ്ട്. അതിനാൽ, ബുന്ദേൽഖണ്ഡിലെ മറ്റ് ചില ജില്ലകൾക്ക് തുല്യമായി ജബൽപൂരിലെ കാമേശ്വറിന് കീഴിലായിരിക്കണം ഝാൻസി.

ഈ വിവരം നൽകുമ്പോൾ മാൽകോം വസ്തുതകൾ വളച്ചൊടിച്ചുവെന്നത് വ്യക്തമാണ്. ഈ വിവരം അയച്ചതോടെ ഝാൻസിയുടെ മാനേജ്മെന്റിന്റെ തിരക്കിലായി.

ഡൽഹൌസിയുടെ ഗോബ്ലിംഗ് നയം

ഇംഗ്ലീഷുകാർ കച്ചവടക്കാരായാണ് ഇന്ത്യയിലെത്തിയത്, എന്നാൽ ചുരുങ്ങിയ സമയത്തിനുള്ളിൽ അവർ അതിന്റെ വിധിയുടെ മദ്ധ്യസ്ഥരായി. 1848-ൽ ഡൽഹൗസി പ്രഭു ഇന്ത്യയുടെ ഗവർണർ ജനറലായി. ഭരണാധികാരി തന്റെ യഥാർത്ഥ മകനെ പിൻഗാമിയായി വിടാത്ത ഏതെങ്കിലും സംസ്ഥാനം ഏറ്റെടുക്കുന്നതിനെ അദ്ദേഹം ന്യായീകരിച്ചു. ഈ സാഹചര്യത്തിൽ അദ്ദേഹം പറഞ്ഞു, "ഇതിനകം നമ്മുടെ നിയന്ത്രണത്തിലുള്ള സംസ്ഥാനങ്ങൾക്കിടയിൽ സ്ഥിതി ചെയ്യുന്ന ചെറിയ സംസ്ഥാനങ്ങൾ ഏറ്റെടുത്ത് നമ്മുടെ ഭരണം വിപുലീകരിക്കാൻ ശ്രമിക്കണം. അതിനെ എതിർക്കാൻ ആർക്കും അവകാശമില്ല. ഈ ചെറിയ സംസ്ഥാനങ്ങൾ നമുക്ക് കുഴപ്പമല്ലാതെ മറ്റൊന്നും നൽകുന്നില്ല. അവരെ നമ്മുടെ സംസ്ഥാനങ്ങളിലേക്ക് കൂട്ടിച്ചേർക്കുന്നതിലൂടെ, അവരുടെ ദുരിതങ്ങൾ അവസാനിപ്പിക്കുന്നതിനൊപ്പം സാമ്പത്തികമായി നമുക്ക് നേട്ടമുണ്ടാക്കാനും കഴിയും. ഇത് എന്റെ കൃത്യമായതും നന്നായി പരിഗണിക്കപ്പെട്ടതുമായ അഭിപ്രായമാണ്. ഈ നയം പിന്തുടരുക എന്നത് ബ്രിട്ടീഷ് സർക്കാരിന്റെ അനിവാര്യമായ കടമയാണ്. സംസ്ഥാനങ്ങൾ കൈയടക്കാനുള്ള അവസരങ്ങൾ നാം പാഴാക്കരുത്. അത്തരം അവസരങ്ങൾ സൃഷ്ടിക്കപ്പെടുന്നു. പിൻഗാമികളില്ലാത്ത സംസ്ഥാനങ്ങൾ, അല്ലെങ്കിൽ സർക്കാരിൽ നിന്ന് അനുവാദം വാങ്ങിയ ശേഷം ഒരു പിൻഗാമിയെ നിയമിച്ച സംസ്ഥാനം എന്നിവയിലൂടെ താഴെപ്പറയുന്ന രണ്ട് തരം സംസ്ഥാനങ്ങൾ ഏറ്റെടുക്കാനുള്ള അവസരങ്ങൾ അനുവദിക്കുന്ന തെറ്റ് നമ്മൾ എപ്പോഴെങ്കിലും ചെയ്യണം.

ബ്രിട്ടീഷ് സർക്കാർ ഈ നയം പിന്തുടരുകയായിരുന്നു. എങ്ങനെയെങ്കിലും ഝാൻസിയെ ഏറ്റെടുക്കണമെന്നായിരുന്നു ആഗ്രഹം. മാൽകോം ഇന്ത്യാ ഗവൺമെന്റിന് അയച്ച മേൽപ്പറഞ്ഞ വിവരങ്ങൾ ഈ നയത്തെ പ്രതിനിധീകരിക്കുന്നു. അതിനാൽ, ഗംഗാധർ റാവുവിന്റെ മരണശേഷം സർക്കാർ, അവരുടെ അറിയിപ്പിന് യഥാസമയം ബോധപൂർവം മറുപടി നൽകിയില്ല.

ഗവർണർ ജനറലിന് മഹാറാണിയുടെ അപേക്ഷ

മാൽകോം ഗവർണർ ജനറലിന് മേൽപ്പറഞ്ഞ വിവരങ്ങൾ അയച്ചപ്പോൾ, അദ്ദേഹം അവധ് പ്രവിശ്യയിൽ പര്യടനം നടത്തുകയായിരുന്നു. പിന്നീടുള്ള നാലഞ്ചു

മാസമായി മഹാറാണിക്ക് മറുപടിയൊന്നും കിട്ടാതെ വന്നപ്പോൾ അവൾ വിഷമിക്കുന്നത് സ്വാഭാവികം. അവൾ ഈ കാര്യം അച്ഛനോട് വീണ്ടും വീണ്ടും ചർച്ച ചെയ്തു, അച്ഛൻ മോറോപന്ത് അവൾക്ക് ഉറപ്പുനൽകി. ഒടുവിൽ, തന്റെ മന്ത്രിമാരുമായുള്ള ചർച്ചകൾക്ക് ശേഷം, മഹാറാണി മേജർ എല്ലിസ് മുഖേന ഗവർണർ ജനറലിന് ഒരു കത്തെഴുതി. കത്തിന്റെ സംക്ഷിപ്ത വിവർത്തനം ഇപ്രകാരമാണ്:

പ്രവിശ്യയിൽ ബ്രിട്ടീഷ് ഭരണം സ്ഥാപിക്കുന്നതിന് മുമ്പ് ഞങ്ങളുടെ അമ്മായിയപ്പൻ ശിവ റാവു ഭാവു ബ്രിട്ടീഷ് ഗവൺമെന്റിനെ സഹായിച്ചിട്ടുണ്ടെന്ന് ഝാൻസിയുടെ രേഖകളിൽ നിന്ന് വ്യക്തമാണ്, അതിനു പകരമായി ഞങ്ങൾ ബ്രിട്ടീഷ് കൃപയ്ക്കും ഔദാര്യത്തിനും നന്ദിയുള്ളവരാണ്. 1842-ൽ കേണൽ സ്ലീമെൻ എന്റെ ഭർത്താവുമായി ഒരു ഉടമ്പടി ഒപ്പുവച്ചു, അതനുസരിച്ച് 1817-ലെ രാമചന്ദ്ര റാവുവുമായുള്ള മുൻ ഉടമ്പടി പൂർണമായും അംഗീകരിക്കപ്പെട്ടു. ബ്രിട്ടീഷ് ഗവൺമെന്റുമായുള്ള ശിവ റാവു ഭാവുവിന്റെ നല്ല പെരുമാറ്റവും സൗഹൃദ ബന്ധവും കാരണം, അത് ശിവ റാവു ഭാവുവിന്റെ അവസാന ആഗ്രഹപ്രകാരം, ഝാൻസി സംസ്ഥാനമായ രാമചന്ദ്ര റാവുവുമായി ഒപ്പുവച്ച ഉടമ്പടിക്ക് അനുസൃതമായി അദ്ദേഹത്തിന് നൽകി. അവന്റെ രാജവംശത്തോടൊപ്പം. ഝാൻസിയിലെ ഒരു രാജാവ് നിർഭാഗ്യവശാൽ പ്രശ്നരഹിതനായി തുടരുകയാണെങ്കിൽ, സർക്കാർ അവന്റെ ദത്തുപുത്രനെ പൂർണ്ണമായി അംഗീകരിക്കുമെന്നും നമ്മുടെ പരമ്പരാഗത പൂർവ്വിക രാഷ്ട്രം എപ്പോൾ വേണമെങ്കിലും അവസാനിക്കാൻ അനുവദിക്കില്ലെന്നും ഇത് സ്ഥിരീകരിക്കുന്നു. മരിച്ചുപോയ അവരുടെ പൂർവ്വികർക്ക് പിൻ-ദാൻ (മതപരമായ വഴിപാടുകൾ) നൽകുന്നതിനാൽ ഹിന്ദു ധർമ്മശാസ്ത്രങ്ങൾ (മതഗ്രന്ഥങ്ങൾ) യഥാർത്ഥ പുത്രനും ദത്തുപുത്രനും തമ്മിൽ ഒരു വ്യത്യാസവും വരുത്തുന്നില്ല. അതുകൊണ്ട് ദത്തുപുത്രനെ ജനിപ്പിക്കുക എന്നത് ഹിന്ദുമതത്തിന് യോജിച്ചതാണ്. ഈ ആവശ്യത്തിന് അനുസൃതമായി, എന്റെ പരേതനായ ഭർത്താവ് ഒരു മകനെ ദത്തെടുക്കാനുള്ള ആഗ്രഹം പ്രകടിപ്പിച്ചു, ദത്തെടുക്കൽ ചടങ്ങ് യഥാവിധി ജ്ഞാനികളായ പണ്ഡിതന്മാർ നടത്തി. മഹാരാജാവിന്റെ കൽപ്പനപ്രകാരം മേജർ എല്ലിസും ക്യാപ്റ്റൻ മാർട്ടിനും ഈ ചടങ്ങിലേക്ക് ക്ഷണിച്ചു. തുടർന്ന് അദ്ദേഹം (മഹാരാജാവ്) ദത്തെടുക്കാനുള്ള അറിയിപ്പ് മേജർ എല്ലിസിന് നിങ്ങളിലേക്ക് കൈമാറുന്നതിനായി രേഖാമൂലം നൽകി. എല്ലാ വിശദാംശങ്ങളും സർക്കാരിനെ അറിയിക്കുമെന്ന് അദ്ദേഹം ഉറപ്പ് നൽകിയിരുന്നു. അടുത്ത ദിവസം എന്റെ ഭർത്താവിന്റെ മരണത്തിൽ ഞങ്ങളുടെ ദത്തുപുത്രൻ എല്ലാ ആചാരങ്ങളും ശവസംസ്കാര ചടങ്ങുകളും നടത്തി. ഈ സർക്കാരിന്റെ കൃപ കൊണ്ടാണ് എന്റെ ഭർത്താവ് ഈ മകനെ ദത്തെടുത്തത്. ഇപ്പോൾ അവന്റെ പ്രതിരോധവും

സുരക്ഷയും നിങ്ങളുടെ അനുകൂലത്തെ ആശ്രയിച്ചിരിക്കുന്നു. അവസാനം, ദാതിയയിലെ രാജാവായ പരീക്ഷിത്, ജലൗണിലെ രാജാവ് ബാല റാവു, ഓർക്കാ ഭരണാധികാരി തേജ് സിംഗ് എന്നിവരുടെ ദത്തുപുത്രന്മാരെ സർക്കാർ അംഗീകരിച്ചതുപോലെ ഞങ്ങളുടെ ദത്തുപുത്രനെയും അംഗീകരിക്കാൻ ഞങ്ങൾ സർക്കാരിനോട് അപേക്ഷിക്കുന്നു. ഝാൻസിയുമായുള്ള ഉടമ്പടിയിൽ ഉപയോഗിച്ച വാക്ക് "എപ്പോഴും" എന്നാണ്. അതിനാൽ, മേൽപ്പറഞ്ഞ രാജാക്കന്മാരെക്കാൾ ഒരു ദത്തുപുത്രനെ ലഭിക്കാൻ ഞങ്ങൾക്ക് വലിയ അവകാശമുണ്ട്.

ഈ കത്ത് ഗവർണർ ജനറലിന് അയച്ചു. 1853 ഡിസംബർ 24-ന് റാണിയുടെ അവകാശങ്ങൾ ന്യായമാണെന്ന് വിവരിച്ചു. മേജർ എല്ലിസ് സർക്കാരിന് ഒരു കത്ത് എഴുതി: "ഝാൻസിയുമായും ഓർക്കായുമായും ഉടമ്പടിയുടെ ഉദ്ദേശ്യം സാധാരണമാണ്. അതുകൊണ്ട് ഒരാൾക്ക് ഒരു മകനെ ദത്തെടുക്കാൻ അനുവദിക്കുന്നതും മറ്റൊരാൾക്ക് അത് നിഷേധിക്കുന്നതും നീതിക്ക് നിരക്കുന്നതല്ല. 1836 മാർച്ച് 27-ന് കോർട്ട് ഓഫ് ഡയറക്ടേഴ്സിന്റെ കത്തിൽ, ഒരു മകനെ ദത്തെടുക്കാൻ ഇന്ത്യൻ സംസ്ഥാനങ്ങളിലെ നിയമങ്ങൾക്ക് പൂർണ അവകാശമുണ്ടെന്ന് സമ്മതിച്ചിട്ടുണ്ട്. തങ്ങളുടെ സേവനത്തിന് പകരമായി ഭരണാധികാരികളാക്കിയ രാജാക്കന്മാർക്ക് മറ്റ് രാജകുടുംബങ്ങളെപ്പോലെ പ്രായമില്ലെന്ന് ഇന്ന് പറയുകയാണെങ്കിൽ അത് ഡയറക്ടർമാരുടെ ഉത്തരവുകളോടുള്ള കടുത്ത അവഹേളനമായിരിക്കും, ഇക്കാരണത്താൽ അവരുടെ ഒരു മകനെ ദത്തെടുക്കാനുള്ള അവകാശവാദം അംഗീകരിക്കപ്പെടുന്നില്ല.

ഈ കത്ത് ബുന്ദേൽഖണ്ഡിലെ രാഷ്ട്രീയ ഏജന്റിന്റെ പക്കൽ ദിവസങ്ങളോളം കിടക്കുകയായിരുന്നു. ഝാൻസിയെ ബ്രിട്ടീഷ് സാമ്രാജ്യത്തിൽ ലയിപ്പിക്കാൻ അദ്ദേഹം നേരത്തെ തന്നെ തീരുമാനിച്ചിരുന്നു.

മാൽകോമിന്റെ രണ്ടാമത്തെ നയതന്ത്രം

ഗംഗാധർ റാവുവിന്റെ സമുദായത്തിൽപ്പെട്ട സദാശിവ് റാവു നാരായൺ എന്ന വ്യക്തി, ഝാൻസി സംസ്ഥാനത്തിന്റെ അനിശ്ചിത ഭാവി കണ്ട് ഗംഗാധർ റാവുവിന്റെ മുൻ വസതിയായ ഖണ്ഡേഷിൽ താമസിക്കുകയും സംസ്ഥാനത്തിന് വേണ്ടി തന്റെ അവകാശവാദം ഉന്നയിക്കുകയും ചെയ്തു. ഝാൻസിയുടെ സിംഹാസനത്തിൽ അവകാശവാദമുന്നയിച്ച് അദ്ദേഹം മാൽകോമിന് ഒരു അപേക്ഷ അയച്ചു. മാൽകോം 1853 ഡിസംബർ 31-ന് ഗവർണർ ജനറലിന് തന്റെ ശുപാർശയോടൊപ്പം ഈ കത്ത് അയച്ചു, "അന്തരിച്ച രാജയുടെ പൂർവ്വികർക്കിടയിൽ ഏതെങ്കിലും പിൻഗാമികളുടെ അവകാശം

അംഗീകരിക്കപ്പെടണമെങ്കിൽ, ഈ മനുഷ്യൻ ഏറ്റവും അടുത്ത ബന്ധുവാണ്. ഝാൻസിയുടെ സിംഹാസനത്തിലേക്കുള്ള അവകാശി."

ഝാൻസി സംസ്ഥാനം ബ്രിട്ടീഷ് സാമ്രാജ്യത്തിൽ ലയിപ്പിക്കാൻ മാൽകോം ശ്രമിച്ചത് എന്തുകൊണ്ടാണെന്ന് മനസ്സിലാക്കാൻ പ്രയാസമാണ്. സദാശിവ റാവു നാരായണനെ ഝാൻസിയുടെ സിംഹാസനത്തിൽ ഇരുത്താൻ അദ്ദേഹം ആഗ്രഹിച്ചുവെന്ന് അദ്ദേഹത്തിന്റെ രണ്ടാമത്തെ നയതന്ത്രം വ്യാഖ്യാനിക്കേണ്ടതില്ല. പ്രശ്നങ്ങൾ കൂടുതൽ ആശയക്കുഴപ്പത്തിലാക്കാൻ മാത്രമാണ് അദ്ദേഹം ഈ ശുപാർശ ചെയ്തതെന്ന് തോന്നുന്നു.

ഝാൻസിയുടെ ലയനത്തിന്റെ തീരുമാനം

ഗംഗാധർ റാവുവിന്റെ മരണത്തിന് ഏകദേശം മൂന്ന് മാസങ്ങൾക്ക് ശേഷം, ഗവർണർ ജനറൽ തന്റെ പര്യടനം കഴിഞ്ഞ് മടങ്ങിയെത്തിയപ്പോൾ, ഝാൻസിയുടെ വിഷയം പരിഗണിക്കപ്പെട്ടു. വിദേശകാര്യ സെക്രട്ടറിയായിരുന്ന ജെ പി ഗ്രാന്റ് ഒരു കൗശലക്കാരനായി കണക്കാക്കപ്പെട്ടിരുന്നു. ഝാൻസി സംസ്ഥാനത്തിന്റെ ലയന റിപ്പോർട്ട് അദ്ദേഹം തയ്യാറാക്കി. ഈ റിപ്പോർട്ടിൽ, ഝാൻസി സംസ്ഥാനത്തിന്റെ സമഗ്രമായ ചരിത്രത്തെക്കുറിച്ചും ബ്രിട്ടീഷ് സർക്കാരുമായുള്ള അതിന്റെ ബന്ധത്തെക്കുറിച്ചും ഒരു പക്ഷിവീക്ഷണം അവതരിപ്പിച്ചുകൊണ്ട് അദ്ദേഹം ഝാൻസിയെ ബ്രിട്ടീഷ് സാമ്രാജ്യവുമായി ലയിപ്പിക്കണമെന്ന് ഊന്നിപ്പറഞ്ഞു. ഈ റിപ്പോർട്ടിന്മേൽ ഗവർണർ ജനറലും അദ്ദേഹത്തിന്റെ കൗൺസിലർമാരും എടുത്ത തീരുമാനത്തിന്റെ സംക്ഷിപ്ത രൂപം താഴെ കൊടുക്കുന്നു.

ഝാൻസി നരേഷ് ഗംഗാധര റാവു 1853 നവംബറിൽ മരിക്കുന്നതിന് ഒരു ദിവസം മുമ്പ് ഒരു മകനെ ദത്തെടുത്തു, കാരണം അദ്ദേഹത്തിന് സ്വന്തമായി ഒരു മകനും ഇല്ലായിരുന്നു. പ്രസ്തുത മകനെ തന്റെ പിൻഗാമിയായി സ്വീകരിക്കണമെന്ന് ഭാര്യ അഭ്യർത്ഥിക്കുന്നു.

വിദേശകാര്യ സെക്രട്ടറിയുടെ ഹ്രസ്വ വിവരണത്തിൽ നിന്ന് ഝാൻസിയും ബ്രിട്ടീഷ് ഭരണകൂടവും തമ്മിലുള്ള ബന്ധം വ്യക്തമാണ്. അതിനാൽ, ഈ വിഷയവും ഝാൻസി സംസ്ഥാനവുമായുള്ള കത്തിടപാടുകളും ശ്രദ്ധാപൂർവം പരിഗണിച്ച്, ഝാൻസി സംസ്ഥാനത്തിന്റെ ഭാവി മാനേജ്മെന്റ് എന്തായിരിക്കണമെന്ന് ഞാൻ ഈ വിഷയത്തിൽ എന്റെ അഭിപ്രായം പ്രകടിപ്പിക്കുന്നു. എന്റെ അഭിപ്രായത്തിൽ ഈ സംസ്ഥാനം ബ്രിട്ടീഷ് സർക്കാരിന്റെ കൈകളിൽ എത്തിയിരിക്കുന്നു. അതിനാൽ, ഇപ്പോൾ രാഷ്ട്രീയ വീക്ഷണകോണിൽ, ഇത് നമ്മുടെ കൈകളിൽ സൂക്ഷിക്കുന്നതാണ് ഉചിതം.

"ഞങ്ങൾക്ക് ഝാൻസിയിൽ എന്ത് മാനേജ്മെന്റ് ആയിരിക്കും? നാഗ്പൂരും

ഝാൻസിയും തമ്മിലുള്ള ബന്ധത്തിന്റെ തർക്കം തീർപ്പാക്കുന്നതിനിടയിൽ ഈ പ്രശ്നം അടുത്തിടെ തീരുമാനിച്ചു. ബുന്ദേൽഖണ്ഡിലെ ചെറിയ സംസ്ഥാനങ്ങളുമായി ബന്ധപ്പെട്ട് ചാൾസ് മെറ്റ്കഫെ എടുത്ത തീരുമാനങ്ങൾ 1837-ൽ അംഗീകരിക്കപ്പെട്ടു. ആശ്രിത സംസ്ഥാനങ്ങളെ സംബന്ധിച്ച് 1846-ൽ ഡയറക്ടേഴ്സ് കോടതി രൂപീകരിച്ച നിയമങ്ങൾ അനുസരിച്ച്, പിൻഗാമികളില്ലാത്ത ഝാൻസി സംസ്ഥാനം ലയിപ്പിക്കാൻ ഞങ്ങൾക്ക് പൂർണ്ണ അവകാശമുണ്ട്.

"മേൽപ്പറഞ്ഞ തത്ത്വങ്ങൾ പ്രയോഗിക്കുന്നതിലൂടെ, സത്താറയുടെ കാര്യത്തിലെന്നപോലെ പരമാധികാരത്തിന്റെ അഭാവത്തിൽ, ദത്തെടുക്കപ്പെട്ട പിൻഗാമിക്ക് ഒരു സംസ്ഥാനവും ലഭിക്കില്ല. അതിന് അനുമതി നൽകാൻ ഞങ്ങൾ ബാധ്യസ്ഥരല്ല. ബുന്ദേൽഖണ്ഡിനെക്കുറിച്ച് ചാൾസ് മെറ്റ്കാഫിനും ഇതേ അഭിപ്രായമുണ്ട്. വംശപരമ്പരയെ അടിസ്ഥാനമാക്കിയുള്ള രാജാക്കന്മാരും ജാഗിറുകൾ സ്വന്തമാക്കി രാജാക്കന്മാരാകുന്നവരും തമ്മിലുള്ള വ്യത്യാസമൊന്നും ഫ്രേസർ അംഗീകരിച്ചിട്ടില്ല. ഒരാൾക്ക് പുത്രനില്ലാത്തപ്പോൾ ഒരു മകനെ ദത്തെടുക്കാമെന്ന് ഞാൻ അംഗീകരിക്കുന്നു. എന്നാൽ ദത്തുപുത്രൻ ഹിന്ദു മത ഗ്രന്ഥങ്ങൾ അനുസരിച്ചായിരിക്കണം അതിന് ബ്രിട്ടീഷ് സർക്കാരിൽ നിന്ന് മുൻകൂർ അനുമതി വാങ്ങണം. ജാഗീർ ആയി നേടിയ സംസ്ഥാനങ്ങളുടെ കാര്യത്തിൽ, പിൻഗാമിയെ നിർണ്ണയിക്കാനുള്ള അവകാശം ആ ജാഗിർ നൽകിയ വ്യക്തിക്ക് നിക്ഷിപ്തമാണ്. യഥാർത്ഥ മകന്റെ അഭാവത്തിൽ, അയാൾക്ക് തന്റെ ജാഗിർ തിരികെ എടുക്കാം.

"ഝാൻസി സംസ്ഥാനം ബ്രിട്ടീഷ് സർക്കാർ നൽകിയ ഒരു ജാഗീർ ആയിരുന്നു. അതിനാൽ, യഥാർത്ഥ മകന്റെ അഭാവത്തിൽ, അത് തിരിച്ചെടുക്കാൻ ഞങ്ങൾക്ക് പൂർണ്ണ അവകാശമുണ്ട്.

"തർക്കരഹിതമായി, ഝാൻസി ഒരു ആശ്രിത സംസ്ഥാനമാണ്. ഇത് തിഹ്രി സംസ്ഥാനത്തേക്കാൾ കുറവാണ്. യഥാർത്ഥത്തിൽ, അത് അതിന്റെ മുൻ ഉടമ പേഷ്വ സുബേദാറിന് നൽകിയ തിഹ്രി പോലെയാണ്. 1804-ൽ ശിവ് റാവു ഭൗവും ബ്രിട്ടീഷ് സർക്കാരും തമ്മിലുള്ള ഉടമ്പടിയിൽ ഝാൻസിയിലെ സുബേദാർ പേഷ്വായുടെ ആശ്രിതനായി വിശേഷിപ്പിക്കപ്പെട്ടിട്ടുണ്ട്. ശിവ റാവു ഭാവു തന്നെ ഇത് അംഗീകരിച്ചിട്ടുണ്ട്. തന്റെ പേരക്കുട്ടിക്ക് സംസ്ഥാനം നൽകണമെന്ന് അദ്ദേഹം സർക്കാരിനോട് പ്രാർത്ഥിച്ചപ്പോൾ, ഇതിന് പേഷ്വായുടെ സമ്മതം ആവശ്യമാണെന്ന് സർക്കാർ പറഞ്ഞു. ഝാൻസിയിലെ ഭരണാധികാരികൾ പേഷ്വാമാരുടെ കീഴിലായിരുന്നുവെന്ന് എല്ലാ തെളിവുകളും വ്യക്തമാക്കുന്നു. 1817-ൽ ബ്രിട്ടീഷ് സർക്കാർ പേഷ്വകളുടെ അവകാശങ്ങൾ നേടിയെടുത്തു, എന്നിട്ടും ഝാൻസിയുടെ മേലുള്ള രാമചന്ദ്ര റാവുവിന്റെ പൂർവ്വിക അവകാശം

അംഗീകരിക്കപ്പെട്ടിരുന്നില്ല. ഈ വർഷം നടപ്പിലാക്കിയ ഉടമ്പടിയിൽ അദ്ദേഹത്തിന് പൂർവ്വിക അവകാശങ്ങൾ ലഭിച്ചു, എന്നിട്ടും അദ്ദേഹത്തെ പൂർണ്ണ രാജാവായി അംഗീകരിച്ചിരുന്നില്ല. 1835-ൽ രാംചന്ദ്രയുടെ ദത്തുപുത്രൻ സംസ്ഥാനത്തിന്റെ പിൻഗാമിയായി അംഗീകരിക്കപ്പെട്ടില്ല. അവന്റെ അമ്മാവനെ പിൻഗാമിയായി കണക്കാക്കി.

"ഗംഗാധർ റാവുവിന് ഒരു യഥാർത്ഥ മകനില്ല. അതിനാൽ, ഝാൻസി സംസ്ഥാനം ഭരിക്കാൻ വംശപരമ്പരയിൽ പിൻഗാമിയില്ല.

"മരണത്തിന് ഒരു ദിവസം മുമ്പ് ഗംഗാധര റാവു ദത്തെടുത്ത മകൻ അദ്ദേഹത്തിന്റെ വംശത്തിൽ അകന്ന ബന്ധമാണ്. ആസന്നമായ മരണസമയത്ത് നടത്തിയ ഈ ദത്തെടുക്കൽ നടപടിക്രമം വിശ്വസനീയമായി കണക്കാക്കാനാവില്ല. ഇതിനുമുമ്പ് രാജാവ് ഒരു ദത്തുപുത്രനെ വേണമെന്ന ആഗ്രഹം പ്രകടിപ്പിച്ചിട്ടില്ല. തന്റെ സംസ്ഥാനം തന്റെ റാണിയുടെ കീഴിൽ നിലനിർത്താൻ രാജാവ് പ്രാർത്ഥിക്കുമെന്ന് ആളുകൾ കരുതി. അതുകൊണ്ട് തന്നെ അദ്ദേഹത്തിന്റെ ഇപ്പോഴത്തെ തീരുമാനം എല്ലാവരെയും ഞെട്ടിച്ചിരിക്കുകയാണ്. ഒരു മകനെ ദത്തെടുക്കുന്നതിന് പിന്നിൽ ചില ഗൂഢാലോചനകൾ ഉണ്ടെന്ന് തോന്നുന്നു, കാരണം സർക്കാരിന്റെ ആദ്യ ഉടമ്പടി ശിവ റാവു ഭുവുമായി ആയിരുന്നു, അദ്ദേഹത്തിന്റെ വംശപരമ്പരയുടെ പിൻഗാമികളൊന്നും അവശേഷിക്കുന്നില്ല.

"ദത്തിയ, തിഹ്‌രി, ജലൗൺ തുടങ്ങിയ ബുന്ദേൽഖണ്ഡിലെ സംസ്ഥാനങ്ങളുടെ മാതൃകയിൽ തങ്ങളുടെ ദത്തുപുത്രനെ അംഗീകരിക്കാൻ ലക്ഷ്മിഭായി പ്രാർത്ഥിച്ചു. തിഹ്രിയും ദാതിയയും സ്വതന്ത്ര സംസ്ഥാനങ്ങളാണ്. അവരുടെ നിയമങ്ങൾ ആശ്രിത സംസ്ഥാനങ്ങൾക്ക് ബാധകമാക്കാൻ കഴിയില്ല. അതെ, ജലൗൺ ഒരു അപവാദമാണ്. എന്നാൽ ഇത് സർക്കാരിന്റെ സ്വന്തം ഇച്ഛാശക്തിയാണ്, അതിനർത്ഥം ഒരു മകനെ ദത്തെടുക്കാനുള്ള അവകാശം സർക്കാർ അംഗീകരിച്ചുവെന്നല്ല. ഒരു മകനെ ദത്തെടുത്തതിനു ശേഷവും, ജലൗൺ സർക്കാരിന്റെ സംസ്ഥാനമായി കണക്കാക്കപ്പെടുന്നു.

1817-ലെ ഉടമ്പടിയെ പരാമർശിച്ച്, റാണി ഈ ദത്തെടുക്കൽ വംശപരമ്പരയിൽ അംഗീകരിക്കാൻ അപേക്ഷിച്ചു . ഈ അപേക്ഷ അനുവദിക്കാനാവില്ല. ഒരു മകനെ ദത്തെടുക്കണമെങ്കിൽ, പിൻഗാമിയെ തീരുമാനിക്കേണ്ടത് സർക്കാരായിരുന്നു. രാമചന്ദ്ര റാവുവിന്റെ ദത്തുപുത്രനും നിരസിക്കപ്പെട്ടു. അതുകൊണ്ട് തന്നെ ഇക്കാര്യത്തിൽ ഒരു തരത്തിലുള്ള തർക്കത്തിനും ഇടമില്ല.

ഝാൻസി ഒരു ആശ്രിത സംസ്ഥാനമാണെന്ന് മുകളിൽ പറഞ്ഞ വസ്തുതകൾ തെളിയിക്കുന്നു. ബുന്ദേൽഖണ്ഡിലെ മറ്റ് ആശ്രിതരായ ജാഗിർദാർമാർക്ക് തുല്യമാണ് സംസ്ഥാനത്തെ ഭരണാധികാരികൾ. അതിനാൽ, ജാഗിർ

നൽകുന്നയാൾക്ക് അതിന്റെ പിൻഗാമിയെ നിയമിക്കാനുള്ള പൂർണ്ണ അവകാശമുണ്ട്. ബ്രിട്ടീഷ് സർക്കാരുമായി ബന്ധമുണ്ടായിരുന്ന ഝാൻസിയിലെ എല്ലാ ഭരണാധികാരികളിലും ആർക്കും പിൻഗാമിയുണ്ടായിരുന്നില്ല. ഗംഗാധര റാവുവിന് ഒരു മകനില്ലായിരുന്നു. ഒരു ദത്തുപുത്രനുണ്ടാകണമെന്ന അദ്ദേഹത്തിന്റെ ആഗ്രഹം പ്രജകൾ അറിഞ്ഞിരുന്നില്ല. പൂർവ്വിക ആവശ്യങ്ങൾക്കായി ഝാൻസി സംസ്ഥാനം നൽകിയ രാമചന്ദ്ര റാവുവിന്റെ ദത്തുപുത്രനെയും സർക്കാർ സ്വീകരിച്ചില്ല. അതുകൊണ്ട് ഗംഗാധർ റാവുവിന്റെ ദത്തുപുത്രനെ തള്ളിക്കളയാൻ സർക്കാരിന് പൂർണ അവകാശമുണ്ട്.

ഇതനുസരിച്ച് ജാൻസിയെ തങ്ങളുടെ നിയന്ത്രണത്തിലാക്കാൻ സർക്കാരിന് പൂർണ അവകാശമുണ്ട്. ഈ കൊച്ചു സംസ്ഥാനം ഏറ്റെടുക്കുന്നതിലൂടെ സർക്കാരിന് പ്രത്യേകിച്ച് നേട്ടമൊന്നും ഉണ്ടാകില്ലെങ്കിലും, ഇത് സർക്കാരിന്റെ മേഖലയാണ്. ഈ പ്രദേശം അതിന്റെ നിയന്ത്രണത്തിലാക്കുന്നതിലൂടെ, ബുന്ദേൽഖണ്ഡിന്റെ മാനേജ്മെന്റ് മെച്ചപ്പെടുത്തുന്നതിന് സർക്കാരിനെ സഹായിക്കും. ജാൻസിക്കും ഇത് ഗുണം ചെയ്യും. ഇനിപ്പറയുന്ന വസ്തുതകൾ പരിഗണിക്കേണ്ടതാണ്:

"സിംഹാസനം ലഭിച്ച രാമചന്ദ്ര റാവു കുഷ്ഠരോഗിയായി മാറി. മൂന്ന് വർഷത്തെ ഭരണത്തിൽ അദ്ദേഹം തന്റെ കഴിവുകേട് തെളിയിച്ചു, ഝാൻസിയുടെ സാമ്പത്തിക സ്ഥിതി പരുങ്ങലിലായി. തുടർന്ന് ഗംഗാധർ റാവു സിംഹാസനസ്ഥനായി. ഭരണനിർവഹണത്തിലും അദ്ദേഹം അയോഗ്യനായിരുന്നു. അതിനാൽ കുറച്ചുകാലത്തേക്ക് അദ്ദേഹത്തിന് പൂർണ സംസ്ഥാന അവകാശങ്ങളും നൽകിയില്ല.

"ജലൗണിന്റെ കാര്യത്തിലെന്നപോലെ തങ്ങളുടെ ദത്തുപുത്രന്റെ അംഗീകാരത്തിനായി റാണി പ്രാർത്ഥിച്ചു. 1832-ൽ ജൗലന് ഒരു മകനെ ദത്തെടുക്കാനുള്ള അനുമതി ലഭിച്ചപ്പോൾ, അതിന്റെ വാർഷിക വരുമാനം പതിനഞ്ച് ലക്ഷം രൂപയായിരുന്നു, അത് കഴിഞ്ഞ എട്ട് വർഷമായി അതിന്റെ പകുതിയിൽ താഴെയായി കുറഞ്ഞു. അവിടെ ക്രമക്കേട് പടർന്നു, സംസ്ഥാനത്തിന് മുപ്പത് ലക്ഷം രൂപയുടെ കടമുണ്ട്. അതിന്റെ സമൃദ്ധമായ ഹരിതഭൂമി വിജനമായിരിക്കുന്നു. അതിനാൽ, ഝാൻസി രാജാവിന്റെ ദത്തുപുത്രനെ അംഗീകരിക്കുന്നത് ഉചിതമല്ല.

"അതിനാൽ, ജലൗണിന്റെ കാര്യത്തിലെന്നപോലെ, ദത്തുപുത്രനെ അംഗീകരിക്കുന്നത് നല്ല ഫലം നൽകില്ല. ഈ വിഷയങ്ങളെല്ലാം ബോധപൂർവം പരിഗണിക്കുമ്പോൾ, ബ്രിട്ടീഷ് ഗവൺമെന്റ് അതിന്റെ കടമയും രാഷ്ട്രീയവും കണക്കിലെടുത്ത് അതിന്റെ എല്ലാ അവകാശങ്ങളും പൂർണ്ണമായും

നടപ്പിലാക്കണമെന്ന് എനിക്ക് അഭിപ്രായമുണ്ട്. ഗംഗാധർ റാവുവിന്റെ ദത്തുപുത്രനെ നിരസിച്ചുകൊണ്ട് ഝാൻസിയെ പിൻഗാമിയായി കണക്കാക്കുകയും ബ്രിട്ടീഷ് ഭരണകൂടവുമായി ലയിപ്പിക്കുകയും വേണം. രാഷ്ട്രീയ ഏജന്റിന്റെ അഭിപ്രായത്തിന് അനുസൃതമായി റാണിക്ക് നല്ല പെൻഷൻ നൽകണം, ഝാൻസിയുടെ ഭരണം ലഫ്റ്റനന്റ് ഗവർണറുടെ കീഴിലായിരിക്കണം.

1854 ഫെബ്രുവരി 27-ന്.

ഈ തീരുമാനത്തിലെത്തുന്നതിൽ ഡൽഹൌസിയുടെ വാദങ്ങൾ എത്രത്തോളം പ്രസക്തമായിരുന്നു എന്ന് സംഭവങ്ങളുടെ മുൻ വിവരണത്തിൽ നിന്ന് ഇതിനകം വ്യക്തമായിട്ടുണ്ട്. ഝാൻസി സംസ്ഥാനം രാമചന്ദ്ര റാവുവിന് ലഭിച്ചത് ബ്രിട്ടീഷുകാരുടെ ദയയാണെന്ന് കാണിക്കാനാണ് അദ്ദേഹം ശ്രമിച്ചത്. ഈ പ്രസ്താവന പൂർണ്ണമോ സത്യമോ അല്ലെന്ന് മുൻ വിവരണങ്ങളിൽ നിന്ന് വ്യക്തമാണ്. ദൽഹൌസിക്ക് ഈ രീതിയിൽ അഭിനയിക്കുന്നത് പുതിയ കാര്യമായിരുന്നില്ല. അദ്ദേഹത്തിന്റെ വാദങ്ങൾ എത്രത്തോളം പ്രസക്തമായിരുന്നുവെന്ന് ജലൗണിന്റെ പശ്ചാത്തലത്തിൽ വ്യക്തമാക്കുന്നു. ഒരു സംസ്ഥാനത്തിന് ഒരു പ്രത്യേക അവകാശം നൽകാം, എന്നാൽ മറ്റൊരു സംസ്ഥാനത്തിന് അതേ അവകാശം നിഷേധിക്കപ്പെടുന്നു. സ്വേച്ഛാധിപത്യം എന്നല്ലെങ്കിൽ മറ്റെന്തു വിളിക്കും? മേൽപ്പറഞ്ഞ വിശദാംശങ്ങളിൽ, ഒരു മകന്റെ അഭാവത്തിൽ, ബ്രിട്ടീഷ് സർക്കാർ തീരുമാനിച്ച ആ വ്യക്തിയെ മാത്രമേ ഇന്ത്യൻ രാജാവിന് ദത്തെടുക്കാൻ കഴിയൂ എന്ന് അദ്ദേഹം പ്രസ്താവിച്ചിട്ടുണ്ട്. അതിനെ എന്ത് വിളിക്കും? ഞങ്ങൾ ദത്തെടുക്കുകയാണെങ്കിൽ, ബ്രിട്ടീഷ് സർക്കാർ തീരുമാനിച്ച കുട്ടിയെ ഞങ്ങൾ ദത്തെടുക്കും. ഈ തീരുമാനം ഹിന്ദു മതത്തിന് അനുസൃതമായി ഒരു മകനെ ദത്തെടുക്കാനുള്ള ഹിന്ദു അവകാശത്തെ വ്യക്തമായി ലംഘിച്ചു, എന്നാൽ ഈസ്റ്റ് ഇന്ത്യാ കമ്പനിയുടെ ഭരണകാലത്ത്, ജോർജ്ജ് മൂന്നാമൻ അറിയിച്ച അവകാശ കത്തിൽ, ഒരു തരത്തിലുമുള്ള ഇടപെടലുകളും ഉണ്ടാകില്ലെന്ന് വ്യക്തമായി സൂചിപ്പിച്ചിരുന്നു. മതപരമായ കാര്യങ്ങളിൽ. "സാമൂഹികവും മതപരവുമായ പാരമ്പര്യങ്ങളോട് ശരിയായ ബഹുമാനം കാണിക്കുന്നതിന് ഈ രാജ്യത്തെ പൗരന്മാരുടെ ഉപയോഗങ്ങളും, ഹിന്ദു അല്ലെങ്കിൽ മുസ്ലീം നിയമങ്ങളും ചട്ടങ്ങളും അനുസരിച്ച് കുടുംബത്തിന്റെ ഉടമസ്ഥരുടെ അവകാശങ്ങൾ സുരക്ഷിതവും സുരക്ഷിതവുമായിരിക്കും എന്നതിന് ഒരു നിയമം രൂപപ്പെടുത്തണം.

ഇന്ത്യക്കാർ മാത്രമല്ല, നിരവധി ഇംഗ്ലീഷുകാരും ഡൽഹൗസിയുടെ ഈ തീരുമാനത്തെ വിമർശിച്ചു. ഇന്ത്യൻ എംപയർ എന്ന തന്റെ പുസ്തകത്തിൽ മേജർ

ബെൽ അതിനെ നിശിതമായി വിമർശിച്ചിട്ടുണ്ട്. ബ്രിട്ടീഷ് ഭരണകൂടവുമായുള്ള ചങ്ങാത്ത വിശ്വാസ ലംഘനത്തിന്റെ ശക്തമായ തെളിവാണ് ഈ തീരുമാനം. വ്യക്തമായും, ബ്രിട്ടീഷ് സർക്കാർ സ്വന്തം വാക്കുകളിൽ നിന്ന് പിന്നോട്ട് പോയി. ഝാൻസിയിലെ മുൻ ഭരണാധികാരികളുമായി ഉണ്ടാക്കിയ എല്ലാ ഉടമ്പടികളും അത് മാറ്റിവച്ചു.

ബ്രിട്ടീഷ് പാർലമെന്റ് അംഗമായ ഡബ്ല്യു.എം. വിവിധ ഇന്ത്യൻ സംസ്ഥാനങ്ങളുമായുള്ള ബ്രിട്ടീഷ് ഗവൺമെന്റിന്റെ വിവിധ ഉടമ്പടികളുടെ ഉദ്ദേശ്യം വ്യക്തമാക്കിക്കൊണ്ട് ടോറൻസ് എഴുതി:

"ഉടമ്പടികളുടെ ഭാഷ പൊതുവെ ഹ്രസ്വമാണ്, അവയുടെ വാക്കുകൾ പൊതുവായ അർത്ഥങ്ങൾ നൽകുന്നു. മുൻകൂട്ടി കണ്ടതും ആകസ്മികമായി സംഭവിക്കുന്നതുമായ സംഭവങ്ങളുടെ എല്ലാ അർത്ഥങ്ങളും വ്യക്തമായി നിർവചിക്കപ്പെട്ടിട്ടുണ്ടെന്നും അവയ്ക്ക് ശരിയായ ക്രമീകരണം ഏർപ്പെടുത്തിയിട്ടുണ്ടെന്നും അവയിൽ കാണാം. സമാധാനപരവും സൗഹൃദപരവുമായ ബന്ധങ്ങളെ ലളിതമായ ഭാഷയുടെ മൂർത്തമായ രൂപത്തിൽ വിവരിക്കുക എന്നതാണ് അവരുടെ യഥാർത്ഥവും കൃത്യവുമായ ലക്ഷ്യം. ഈ ഉടമ്പടികളുടെ വിജ്ഞാപനം അർത്ഥമാക്കുന്നത്, ആവശ്യമുള്ളപ്പോൾ, ഇരു കക്ഷികൾക്കും സ്വീകാര്യമായ രീതിയിൽ അവ ഉപയോഗിക്കുന്നു അല്ലെങ്കിൽ ഒരു നിഷ്പക്ഷ വ്യക്തി പ്രശ്നങ്ങൾ തീരുമാനിക്കുന്നു എന്നതാണ്. ഇത് പരസ്പര പെരുമാറ്റത്തിന്റെ നിയമമാണ്. ഈ നിയമം നിരീക്ഷിക്കുമ്പോൾ, ഒരു പൂർവ്വിക രൂപത്തിൽ പിന്തുടർച്ചാവകാശം അനുവദിച്ചപ്പോൾ, പിന്തുടർച്ചാവകാശം ആരായാലും സംസ്ഥാനത്തിന്റെ എല്ലാ അവകാശങ്ങളും മഹത്വവും അനുഭവിക്കുമെന്നായിരുന്നു അർത്ഥമാക്കുന്നത്. ഈ വിഷയം വിദേശികളുടെ ഭരണഘടന അനുസരിച്ചല്ല തീരുമാനിക്കുന്നത്, മറിച്ച് അതിന്റെ സ്വയംഭരണാവകാശം സംരക്ഷിക്കുന്നതിനുള്ള ഉടമ്പടിയിൽ ഏർപ്പെട്ടിരിക്കുന്ന ആ സംസ്ഥാനത്തിന്റെ നിയമങ്ങൾ അനുസരിച്ചായിരിക്കും.

എന്നാൽ തന്റെ തീരുമാനത്തിലെത്തുമ്പോൾ ഈ ഉദ്ദേശ്യം മനസ്സിലാക്കാൻ ഡൽഹൗസി ഒരു ശ്രമവും നടത്തിയില്ല. വാസ്തവത്തിൽ, ദത്തെടുക്കൽ പ്രശ്നം ഉൾപ്പെട്ടപ്പോഴെല്ലാം, പ്രത്യക്ഷത്തിൽ വിചിത്രമായ രീതിയിലാണെങ്കിലും, ബ്രിട്ടീഷ് ഗവൺമെന്റ് എപ്പോഴും സ്വന്തം താൽപ്പര്യത്തിലാണ് പ്രവർത്തിച്ചത്. അത് അതിന്റെ സ്വാർത്ഥതാൽപ്പര്യമാണെന്ന് കരുതുന്നിടത്ത്, അത് ദത്തെടുക്കാൻ അനുവദിച്ചു, മാത്രമല്ല അത് അതിന്റെ ഉദ്ദേശ്യം നിറവേറ്റുന്നില്ലെന്ന് കണ്ടെത്തിയ സന്ദർഭങ്ങളിൽ അത് നിഷേധിക്കുകയും ചെയ്തു. നേരത്തെ സൂചിപ്പിച്ച ജലൗണിന്റെ ഉദാഹരണങ്ങളിൽ ഈ നയം വ്യക്തമാണ്. മറ്റു ചില ഉദാഹരണങ്ങളും

ഉദ്ധരിക്കാം. വീർ വിനായക് ദാമോദർ സവർക്കറുടെ 1857 കാ സ്വതന്ത്ര സംഗ്രം എന്ന പുസ്തകത്തിൽ നിന്നുള്ള ഇനിപ്പറയുന്ന വരികൾ ഉദ്ധരിക്കുന്നത് പ്രസക്തമായിരിക്കും:

"മരിച്ച രാജാക്കന്മാരുടെ ഭാര്യമാർ ദത്തെടുത്ത മക്കളെ ബ്രിട്ടീഷുകാർ അംഗീകരിച്ചില്ലായിരുന്നുവെങ്കിൽ ഞങ്ങൾ ഒന്നും പറയുമായിരുന്നില്ല. എന്നാൽ 1826-ൽ ദൗലത്ത് റാവു ഷിൻഡെയുടെ വിധവ റാണി, 1836-ൽ ജാനകോജി ഷിൻഡെയുടെ വിധവ, 1834-ൽ ധാർ രാജാവിന്റെ വിധവ, 1841-ൽ കിഷൻഗഢിലെ റാണി എന്നിവർ ദത്തെടുത്ത മക്കളെ ബ്രിട്ടീഷുകാർ അംഗീകരിച്ചിരുന്നുവെന്ന്

എല്ലാവർക്കും അറിയാം. ഒന്നോ രണ്ടോ അല്ല, പല ദത്തെടുക്കൽ ക്രമീകരണങ്ങളും അവർ തിരിച്ചറിഞ്ഞിരുന്നു. എന്നാൽ ബ്രിട്ടീഷുകാർക്ക് ഈ കേസുകളിൽ ദത്തെടുക്കാനുള്ള അവകാശം അംഗീകരിക്കുന്നത് ലാഭകരമായിരുന്നു എന്ന വസ്തുത നാം മറക്കരുത്.

റാണിയുടെ മനസ്സിന്റെ അവസ്ഥ

മഹാറാണി ലക്ഷ്മീഭായിക്ക് സർക്കാരിൽ നിന്ന് ഒരു മറുപടിയും ലഭിക്കാതെ വന്നതോടെ ദത്തുപുത്രന്റെ ഭാവിയെക്കുറിച്ച് അവർ ആശങ്കപ്പെടാൻ തുടങ്ങി. ഡിസംബർ 3-ന് സമർപ്പിച്ച അപേക്ഷയ്ക്ക് രണ്ട് മാസത്തോളം മറുപടി ലഭിക്കാതായപ്പോൾ, 1854 ഫെബ്രുവരി 16-ന് അവൾ വീണ്ടും മറ്റൊരു അപേക്ഷ മാൽകോം വഴി ഗവർണർ ജനറലിന് അയച്ചു, അതിൽ ദത്തെടുക്കൽ ക്രമീകരണത്തിന്റെ ന്യായീകരണം അവർ വിശദീകരിച്ചു. ഫെബ്രുവരി 28-ന് മാൽകോം ഇത് കൈമാറി. റാണിയുടെ അവകാശങ്ങളെ എക്കാലവും എതിർത്തിരുന്ന മാൽകോം ഈ കത്തിൽ തന്റെ അവകാശത്തെ ന്യായീകരിച്ചു എന്നത് ശ്രദ്ധിക്കേണ്ടതാണ്. എന്നിരുന്നാലും, ഈ കത്ത് അയയ്ക്കുന്നതിന് മുമ്പ് തന്നെ ഡൽഹൗസി തീരുമാനിച്ചിരുന്നു.

ലയന പ്രഖ്യാപനം

വാസ്തവത്തിൽ, ഝാൻസിയുടെ ലയന പ്രഖ്യാപനം 1854 ഫെബ്രുവരി 27-ന്, ഡൽഹൌസി ഇക്കാര്യത്തിൽ തീരുമാനമെടുത്ത ദിവസമായിരുന്നു, എന്നാൽ അതിന്റെ അറിയിപ്പ് ആദ്യം അയച്ചത് ബുന്ദേൽഖണ്ഡിന്റെ രാഷ്ട്രീയ ഏജന്റായ മാൽകോമിനാണ്. അദ്ദേഹം അത് ഡെപ്യൂട്ടി പൊളിറ്റിക്കൽ ഏജന്റായ എല്ലിസിന് അയച്ചു, അദ്ദേഹം അത് റാണിയിലേക്ക് കൊണ്ടുപോയി.

അന്നു രാവിലെ, റാണി തന്റെ ദിനചര്യകളും ചടങ്ങുകളും പൂർത്തിയാക്കിയപ്പോൾ, ഇലീസ് വന്നതായി അറിയിച്ചു. എല്ലിസിന്റെ വരവ്

അറിഞ്ഞപ്പോൾ അവളുടെ മനസ്സിൽ പല ആശയങ്ങളും വാദങ്ങളും കടന്നുപോയി. അവനെ കോടതിയിലേക്ക് കൊണ്ടുപോകാൻ നിർദ്ദേശിച്ച് അവൾ തന്നെ അവിടെയെത്തി. കോടതിയിൽ എല്ലാ മന്ത്രിമാരും കൗൺസിലർമാരും മോറോപന്തും സർക്കാർ ഉത്തരവ് കേൾക്കാൻ ആകാംക്ഷയോടെ കാത്തിരിക്കുകയായിരുന്നു. റാണി തിരശ്ശീലയ്ക്കു പിന്നിൽ ഇരുന്നു. അർഹമായ ബഹുമാനത്തോടെയാണ് എല്ലിസ് ഇരുന്നത്. ഗൗരവമേറിയതിനാൽ, അദ്ദേഹം സഹതാപ സ്വരത്തിൽ സംസാരിച്ചു:

"മഹാറാണി സാഹിബാ! വളരെക്കാലമായി എന്റെ ഹൃദയത്തിൽ ഉണ്ടായിരുന്ന ആ സന്തോഷവാർത്ത നിങ്ങളോട് ആശയവിനിമയം നടത്താൻ കഴിയാത്തതിൽ ഞാൻ ഖേദിക്കുന്നു, ഒപ്പം ഞാൻ അക്ഷമയോടെ കാത്തിരിക്കുകയായിരുന്നു. നിങ്ങളുടെ പ്രജകളുടെ പേരിൽ സർക്കാർ ബഹാദൂർ (ബഹുമാനപ്പെട്ട സർക്കാർ) പുറപ്പെടുവിച്ച തികച്ചും വിരുദ്ധമായ ഒരു സർക്കാർ പ്രഖ്യാപനം നിങ്ങളെ അറിയിക്കാൻ ഞാൻ ബാധ്യസ്ഥനാണ്. ആ പ്രഖ്യാപനം ഇങ്ങനെ:

1853 നവംബർ 21-ന് മഹാരാജ ഗംഗാധര റാവു അന്തരിച്ചുവെന്ന് ഈ ഉത്തരവിലൂടെ സർക്കാർ ഝാൻസി സംസ്ഥാനത്തെ എല്ലാ പ്രജകളോടും പ്രഖ്യാപിക്കുന്നു. ആ മഹാരാജാവ് ബ്രിട്ടീഷ് ഗവൺമെന്റിന്റെ പ്രതിനിധിയായി നിയമിക്കപ്പെട്ടു, ഒരിക്കലും ഒരു സ്വതന്ത്ര ഭരണാധികാരി ആയിരുന്നില്ല. അദ്ദേഹത്തിന്റെ പൂർവ്വികർക്ക് പേഷ്വാമാരിൽ നിന്ന് ഝാൻസിയുടെ സുബേദാരി ലഭിച്ചു, അതിനാൽ അവർ പേഷ്വകളുടെ കീഴിലായിരുന്നു. 1817-ൽ ബ്രിട്ടീഷുകാരുമായുള്ള പേഷ്വാ ഉടമ്പടിയിൽ, ഝാൻസി പ്രവിശ്യയുടെ എല്ലാ ഭരണാവകാശങ്ങളും പേഷ്വകൾ ഞങ്ങൾക്ക് നൽകി. അതിനുശേഷം ബ്രിട്ടീഷ് സർക്കാർ അതിന്റെ യഥാർത്ഥ ഉടമയാണ്. അന്നുമുതൽ ഝാൻസിയുടെ സിംഹാസനത്തിൽ ഇരിക്കുന്ന എല്ലാ ഭരണാധികാരികളും ബ്രിട്ടീഷുകാരുടെ പ്രതിനിധികളും അവരുടെ കീഴിലുമായിരുന്നു. ബ്രിട്ടീഷ് ഗവൺമെന്റ് ഒരിക്കലും ഒരു രാജാവിന് ഒരു മകനെ ദത്തെടുക്കാനുള്ള അവകാശം നൽകിയിട്ടില്ല, കൂടാതെ രാജയുടെ ദത്തുപുത്രന് യഥാർത്ഥ മകന്റെ അതേ അവകാശം ഉണ്ടായിരിക്കുമെന്ന വ്യവസ്ഥ ഒരിക്കലും അംഗീകരിച്ചില്ല.

"അതിനാൽ, ഗംഗാധർ റാവുവിന്റെ ദത്തുപുത്രന്റെ മരണത്തെത്തുടർന്ന് ഗവർണർ ജനറൽ നിരസിച്ചു, അദ്ദേഹത്തിന് യഥാർത്ഥ പുത്രനില്ലായിരുന്നു, കൂടാതെ 1854 മാർച്ച് 7 ലെ ഉത്തരവനുസരിച്ച്, ഝാൻസി സംസ്ഥാനത്തിന്റെ എല്ലാ പ്രദേശങ്ങളും കീഴിലാക്കിയതായി സർക്കാർ പ്രഖ്യാപിക്കുന്നു. മേജർ എല്ലിസ്, ബുന്ദേൽഖണ്ഡിലെ ഡെപ്യൂട്ടി പൊളിറ്റിക്കൽ ഏജന്റ്. അതിനാൽ ഇനി മുതൽ മുഴുവൻ പ്രവിശ്യയും ബ്രിട്ടീഷ് ഭരണകൂടമായി കണക്കാക്കും, കൂടാതെ ഝാൻസിയുടെ പ്രജകൾ ബ്രിട്ടീഷ് ഭരണകൂടത്തിന് കീഴിലാണെന്നും അവരുടെ

എല്ലാ നികുതികളും ബ്രിട്ടീഷ് ഗവൺമെന്റിന്റെ പ്രതിനിധിയായ മേജർ എല്ലിസിന് നൽകുമെന്നും ശ്രദ്ധിക്കേണ്ടതാണ്.

ഞാൻ എന്റെ ജാൻസിയെ തരില്ല

ഈ പ്രഖ്യാപനം, നിസ്സംശയമായും, റാണി ലക്ഷ്മിഭായിയുടെയും ഝാൻസിയുടെ പ്രജകളുടെയും എല്ലാ ആഗ്രഹങ്ങളിലും അഭിലാഷങ്ങളിലും വെള്ളം ചേർത്തു. പ്രഖ്യാപനം കേട്ട് റാണി ബോധരഹിതയായി വീണു. പല നടപടികളും സ്വീകരിച്ചിട്ടും ബോധം വരാതെ വന്നപ്പോൾ രാജവൈദ്യനെ വിളിച്ചു. ചികിത്സ കഴിഞ്ഞ് ഏകദേശം ഒരു മണിക്കൂറിന് ശേഷമാണ് അവൾക്ക് ബോധം വന്നത്. എല്ലാ ആളുകളും അവളെ പലവിധത്തിൽ ആശ്വസിപ്പിച്ചു, പക്ഷേ പ്രഖ്യാപനത്തിൽ എല്ലാവരും നിരാശരായി. അവളെ ആശ്വസിപ്പിച്ചുകൊണ്ട്, മേജർ എല്ലിസ് പറഞ്ഞു, "രാഷ്ട്രീയ ഏജന്റിന്റെ ഉത്തരവുകൾ അനുസരിച്ച് നിങ്ങളെ ബഹുമാനിക്കുകയും നിങ്ങളുടെ പരിപാലനത്തിന് ഉദാരമായ ക്രമീകരണം ഏർപ്പെടുത്തുകയും ചെയ്യും."

ഈ വാക്കുകൾ കേട്ടപ്പോൾ മഹാറാണി ഉച്ചത്തിൽ ഇടിനാദത്തോടെ , "ഞാൻ എന്റെ ഝാൻസിയെ തരില്ല."

റാണിയുടെ ഈ വാക്കുകൾ ആ നിമിഷം വൈകാരികമായ പൊട്ടിത്തെറിയായി കണക്കാക്കപ്പെട്ടിരുന്നുവെങ്കിലും, അത് വെറും വാക്കുകളല്ലെന്ന് ഭാവി സംഭവങ്ങൾ തെളിയിച്ചു. അവർ റാണിയുടെ ഉറച്ച നിശ്ചയദാർഢ്യമായിരുന്നു, അവസാനം അവൾ തന്റെ വാക്കുകളും അന്തസ്സും കാത്തുസൂക്ഷിക്കാൻ തന്റെ ജീവിതം തന്നെ ബലിയർപ്പിച്ചു.

കോട്ട വിടാൻ നിർബന്ധിതനായി

ഝാൻസി സംസ്ഥാനം ബ്രിട്ടീഷ് സ്റ്റേറ്റിൽ ലയിപ്പിച്ചതിനുശേഷം, മേജർ മാൽകോം ഗവർണർ ജനറലിന് ഒരു കത്ത് എഴുതി, അതിൽ മഹാറാണി ലക്ഷ്മിഭായിക്ക് ഇനിപ്പറയുന്ന സൗകര്യങ്ങൾ ശുപാർശ ചെയ്തു:

1. മഹാറാണി ലക്ഷ്മിഭായിക്ക് ഝാൻസി ട്രഷറിയിൽ നിന്നോ അവൾ ആഗ്രഹിക്കുന്നിടത്തു നിന്നോ പ്രതിമാസം ആജീവനാന്തം അയ്യായിരം രൂപ നൽകണം.
2. ഝാൻസിയുടെ രാജകൊട്ടാരം അവൾക്ക് ജീവിക്കാൻ നൽകണം, അവളെ അതിന്റെ ഉടമയായി കണക്കാക്കണം.
3. അവളുടെ ജീവിതകാലത്ത് അവളുടെ അല്ലെങ്കിൽ അവളുടെ സേവകരുടെ പെരുമാറ്റം പരിശോധിക്കാനോ പരിഗണിക്കാനോ ബ്രിട്ടീഷ് സർക്കാരിന്റെ കോടതികൾക്ക് അധികാരപരിധി പാടില്ല.

4. വ്യക്തിപരമായ വസ്ത്രങ്ങളുടെയും ആഭരണങ്ങളുടെയും മേൽ മഹാറാണിക്ക് അവകാശം ഉണ്ടായിരിക്കണം, കൂടാതെ അന്തരിച്ച മഹാരാജ ഗംഗാധർ റാവു അവശേഷിപ്പിച്ച വ്യക്തിഗത പണത്തിന്റെ ബാക്കി, സംസ്ഥാന കുടിശ്ശിക എന്തെങ്കിലും ഉണ്ടെങ്കിൽ, അദ്ദേഹത്തിന്റെ ആഗ്രഹത്തിന് അനുസൃതമായി നൽകണം. അവളുടെ ബന്ധുക്കളുടെ ഒരു ലിസ്റ്റ് തയ്യാറാക്കി അവരുടെ അറ്റകുറ്റപ്പണികൾക്കും ഉപജീവനത്തിനുമുള്ള ക്രമീകരണങ്ങൾ ഉണ്ടാക്കണം.

ഗവർണർ ജനറൽ, ഡൽഹൗസി ആദ്യത്തെ മൂന്ന് ആവശ്യങ്ങളും അംഗീകരിച്ചു, എന്നാൽ നാലാമത്തെ ആവശ്യത്തിന് ഭേദഗതി നിർദ്ദേശിച്ചുകൊണ്ട് 1854 മാർച്ച് 25-ന് മാൽകോമിന് എഴുതി:

"ഗംഗാധർ റാവുവിന്റെ ദത്തുപുത്രന് ഭരണഘടനയനുസരിച്ച് ഝാൻസി സംസ്ഥാനത്തിന്റെ പിൻഗാമിയാകാൻ കഴിയില്ലെങ്കിലും, അദ്ദേഹത്തിന്റെ സ്വകാര്യ സ്വത്തുക്കളിലും സംസ്ഥാനത്തിന്റെ ആഭരണങ്ങളിലും അദ്ദേഹത്തിന് അവകാശമുണ്ട്. അതിനാൽ, ഈ സ്വത്ത് മഹാറാണിക്ക് നൽകാനാവില്ല.

മുകളിൽ പറഞ്ഞ സംഭവവികാസങ്ങൾ മഹാറാണിയെ അറിയിച്ചു. ഝാൻസിയുടെ രാഷ്ട്രീയ ഏജന്റ് ഝാൻസി ട്രഷറിയിൽ നിന്ന് ആറ് ലക്ഷം രൂപ പിൻവലിക്കുകയും ഈ പണം മഹാറാണിയുടെ മകന്റെ പേരിൽ ബ്രിട്ടീഷ് ട്രഷറിയിൽ നിക്ഷേപിക്കുകയും ചെയ്തു. പ്രായപൂർത്തിയാകുമ്പോൾ ഈ പണം പലിശ സഹിതം തനിക്ക് തിരികെ നൽകാമെന്ന ഏർപ്പാടുമായി ദാമോദർ റാവു. സംസ്ഥാനത്തെ ആഭരണങ്ങളും മറ്റും മഹാറാണിക്ക് നൽകി.

മുൻ ഭരണാധികാരി രാമചന്ദ്ര റാവുവിന്റെ മരണശേഷം ഝാൻസിയുടെ രാജകുടുംബം കോട്ടയിൽ താമസിച്ചിരുന്നു. എന്നാൽ ഇപ്പോൾ മഹാറാണിക്ക് അത് ഉപേക്ഷിക്കേണ്ടി വന്നു. എല്ലാം പോയിക്കഴിഞ്ഞാൽ പിന്നെ കോട്ടയിൽ കിടന്നിട്ട് എന്ത് പ്രയോജനം? ഇത് മനസ്സിൽ വെച്ചുകൊണ്ട് അവൾ മറ്റൊരു കൊട്ടാരത്തിലേക്ക് മാറി.

സൈനികരുടെ സേവനങ്ങൾ അവസാനിപ്പിക്കുക

ഝാൻസിയുടെ ലയനത്തെ അനുകൂലിച്ച ബ്രിട്ടീഷുകാരുടെ വാദങ്ങളിലൊന്ന് അത് അവിടുത്തെ ജനങ്ങളുടെ പുരോഗതിയിലേക്ക് നയിക്കുമെന്നായിരുന്നു. ഈ വാദം തികച്ചും പൊള്ളയായിരുന്നു. അത്തരം ലയനങ്ങൾ എല്ലായ്പ്പോഴും തൊഴിലില്ലായ്മയും ക്രമക്കേടും വർദ്ധിക്കുന്നതിലേക്ക് നയിക്കുന്നു. ജോൺ സാൽവിൻ തന്റെ എ പ്ലീ ഫോർ പ്രിൻസസ് ഓഫ് ഇന്ത്യ എന്ന പുസ്തകത്തിൽ ഈ വിഷയത്തിൽ എഴുതി:

"ഒരു പ്രാദേശിക സംസ്ഥാനത്തിന്റെ സ്വയംഭരണാവകാശം ലംഘിക്കപ്പെടുമ്പോൾ, ഒരു ഇംഗ്ലീഷ് കമ്മീഷണർ രാജയുടെ ഇരിപ്പിടം വഹിക്കുന്നു. അദ്ദേഹത്തിന്റെ മൂന്നോ നാലോ സഹപ്രവർത്തകർ മൂന്നോ നാലോ ഡസൻ പ്രാദേശിക ഉദ്യോഗസ്ഥരെ ഒഴിവാക്കുകയും ആയിരക്കണക്കിന് പ്രാദേശിക സൈനികർക്ക് പകരം നൂറുകണക്കിന് സൈനികരെ റിക്രൂട്ട് ചെയ്യുകയും ചെയ്യുന്നു. പുരാതന കാലത്തെ കോടതി അപ്രത്യക്ഷമാകുന്നു, വ്യാപാരം തകരുന്നു, തലസ്ഥാനം നശിപ്പിക്കപ്പെടുന്നു, ആളുകൾ പാവങ്ങളാകുന്നു, ഇംഗ്ലീഷുകാർ വളരെയധികം പുരോഗമിക്കുന്നു. ഒരു സ്പോഞ്ച് പോലെ ഇംഗ്ലീഷുകാർ ഗംഗയുടെ തീരവും അതിന്റെ കരയും വലിച്ചെടുക്കുകയും നികുതി പിരിച്ചെടുക്കുകയും കടൽ വഴിയിലൂടെ ഇംഗ്ലണ്ടിലേക്ക് കൊണ്ടുപോകുകയും ചെയ്യുന്നു.

ജോൺ സാൽവിന്റെ വാക്കുകൾക്ക് വൈകാരികതയുടെ സ്പർശം ഉണ്ടായിരിക്കാം, അദ്ദേഹത്തിന്റെ ശൈലി അൽപ്പം ആലങ്കാരികമായിരിക്കാം, പക്ഷേ അതിനെ തീർച്ചയായും അതിശയോക്തി എന്ന് വിളിക്കാൻ കഴിയില്ല. ഝാൻസിയുടെ ഭരണം ഏറ്റെടുത്ത ഉടൻ തന്നെ ഇംഗ്ലീഷുകാർ ആറ് മാസത്തെ ശമ്പളം നൽകിയതിന് ശേഷം പ്രാദേശിക സൈനികരുടെ സേവനം അവസാനിപ്പിച്ചു. അവരുടെ സ്ഥാനത്ത്, ബ്രിട്ടീഷ് സൈന്യത്തിലേക്ക് പുതിയ സൈനികരെ റിക്രൂട്ട് ചെയ്തു. ബംഗാൾ ഇൻഫൻട്രി യൂണിറ്റിന്റെ പന്ത്രണ്ടാമത്തെ പ്ലാറ്റൂണിനെ കോട്ടയിൽ നിയോഗിച്ചു. വർഷങ്ങളോളം ശേഖരിച്ച യുദ്ധസാമഗ്രികൾ നശിച്ചു. പേഷ്വാ കാലഘട്ടത്തിലെ പീരങ്കികളും നശിപ്പിക്കപ്പെട്ടു.

തന്റെ വിശ്വസ്തരായ സൈനികരെ ബ്രിട്ടീഷുകാർ പുറത്താക്കുന്നതും ഭർത്താവിന്റെ പൂർവികർ തലമുറകളായി ശേഖരിച്ചിരുന്ന യുദ്ധോപകരണങ്ങൾ യഥേഷ്ടം നശിപ്പിച്ചതും കണ്ടപ്പോൾ മഹാറാണി ലക്ഷ്മിഭായിക്ക് പറഞ്ഞറിയിക്കാനാകാത്ത കഷ്ടപ്പാടുകൾ അനുഭവിക്കേണ്ടിവന്നുവെന്ന് പറയേണ്ടതില്ലല്ലോ. അത്തരമൊരു നിസ്സഹായ സാഹചര്യത്തിൽ അവൾക്ക് എന്തുചെയ്യാൻ കഴിയും?

ഒരു ശ്രമം കൂടി

ഒരു മനുഷ്യൻ ശ്വസിക്കുന്നത് വരെ പ്രതീക്ഷിക്കുന്നുവെന്ന് പറയപ്പെടുന്നു. ഝാൻസി ബ്രിട്ടീഷ് ഭരണകൂടത്തിൽ ലയിച്ചു. മേജർ സ്ക്രീനിനെ അതിന്റെ കമ്മീഷണറായി നിയമിച്ചു. തന്റെ ഝാൻസിയെ തിരികെ ലഭിക്കുമെന്ന പ്രതീക്ഷയിലായിരുന്നു റാണി. ഒരുപക്ഷേ അവൾ ബ്രിട്ടീഷ് നീതിബോധത്തെ കുറച്ചുകൂടി വിശ്വസിച്ചിരിക്കാം. അല്ലെങ്കിൽ ശ്രമം തുടരേണ്ടത് ഒരാളുടെ കടമയാണെന്ന് അവൾ കരുതി. അങ്ങനെ അവൾ ലണ്ടനിലെ 'കോർട്ട് ഓഫ് ഡയറക്ടേഴ്സി'ലേക്ക് ഒരു നിവേദനം അയക്കാൻ തീരുമാനിച്ചു. പ്രശസ്ത

അഭിഭാഷകനായ ഉമേഷ് ചന്ദ്ര ബാനർജിയെയാണ് അവർ ഈ ജോലിക്കായി തിരഞ്ഞെടുത്തത്. അറുപതിനായിരം രൂപയുമായി അദ്ദേഹത്തെ മറ്റൊരു യൂറോപ്യനോടൊപ്പം ലണ്ടനിലേക്ക് അയച്ചു. ലണ്ടനിലെത്തിയ ഈ രണ്ട് മാന്യൻമാരും എന്താണ് ചെയ്തതെന്ന് അറിയില്ല. ഈ പണം അവർ പോക്കറ്റിലാക്കി ഒന്നും ചെയ്തില്ലെന്നും പറയപ്പെടുന്നു.

നിർഭാഗ്യവശാൽ മഹാറാണി ലക്ഷ്മിഭായി ഈ ശ്രമത്തിലും വിജയിച്ചില്ല. ഒടുവിൽ 1854 ഓഗസ്റ്റ് 2-ന് ഝാൻസിയെ ബ്രിട്ടീഷ് ഭരണകൂടത്തിൽ ലയിപ്പിക്കുന്നതിന് ഡയറക്ടർമാരുടെ കോടതി സമ്മതം നൽകുകയും അത് ഔദ്യോഗികമായി പ്രഖ്യാപിക്കുകയും ചെയ്തു.

ഒരു അമ്മയുടെ കടമ

ഒരു വ്യക്തി എല്ലാ ഭാഗത്തുനിന്നും നിരാശനാകുമ്പോൾ അവൻ ദൈവത്തിൽ മാത്രം അഭയം കണ്ടെത്തുന്നു. ഭർത്താവിന്റെ മരണവും അതിനു ശേഷമുള്ള കുറേക്കാലത്തെ സംഭവ വികാസങ്ങളും മഹാറാണിയെ ഈ മാനസികാവസ്ഥയിലേക്ക് നയിച്ചു. അവളുടെ ജീവിതം മതത്തിന് മാത്രമായി സമർപ്പിച്ച ഒരു മഹാത്മാവിന്റെ ജീവിതമായി മാറി. ബ്രാഹ്മമുഹൂർത്തത്തിൽ (4.00 A.M.) അവൾ വളരെ നേരത്തെ എഴുന്നേറ്റു; പിന്നെ രാവിലെ ശുദ്ധി, കുളി മുതലായവയ്ക്ക് ശേഷം. പൂജയ്ക്ക് (ആരാധന) ഇരുന്നു. ആരാധന കഴിഞ്ഞ് എഴുന്നേറ്റ അവൾ കൊട്ടാരത്തിന്റെ മുറ്റത്ത് കുറച്ച് വ്യായാമത്തിനും കുതിരസവാരിക്കും പോയി. അവൾ 11.00 AM ന് വീണ്ടും കുളിച്ചു, കുറച്ച് കാരുണ്യങ്ങൾ നൽകി, ഉച്ചയ്ക്ക് 12.00 ന് ഉച്ചഭക്ഷണം കഴിച്ചു. അതിനു ശേഷം അവൾ കുറച്ചു നേരം വിശ്രമിച്ചു. വിശ്രമത്തിൽ നിന്ന് എഴുന്നേറ്റു, അവൾ ശ്രീരാമനാമം ആയിരത്തി നൂറ് തവണ എഴുതി, മാവിൽ കലർത്തി, ഗുളികകളുണ്ടാക്കി, ഉച്ചകഴിഞ്ഞ് 3.00 വരെ മത്സ്യങ്ങൾക്ക് നൽകി. വൈകുന്നേരം മുതൽ രാത്രി എട്ട് വരെ അവൾ പുരാണങ്ങളിൽ നിന്നുള്ള കഥകൾ (പുരാതന മത ഇതിഹാസങ്ങൾ) കേട്ടു. അതിനുശേഷം കുറച്ചു സമയം സന്ദർശകർക്കായി മാറ്റിവച്ചു. പിന്നെ അവൾ മൂന്നാമതും കുളിച്ചു, വീണ്ടും പൂജിച്ചു, പ്രസാദം കഴിച്ച് ഉറങ്ങാൻ പോയി. അവളുടെ അച്ഛൻ മൊറോപന്ത് അവളുടെ വീട്ടുജോലികൾ നോക്കിയിരുന്നു.

രണ്ടു വർഷം കടന്നു പോയി. ഇപ്പോൾ അവളുടെ വളർത്തു മകൻ ദാമോദർ റാവുവിന് ഏഴു വയസ്സായിരുന്നു. തന്റെ വിശുദ്ധ നൂൽ ചടങ്ങിന് (യഗ്യോപവീത് സംസ്കാരം) ഉചിതമായ സമയമാണിതെന്ന് റാണി കരുതി. അവൾ പിതാവിനോടും മറ്റ് ഉദ്യോഗസ്ഥരോടും ഇക്കാര്യം ചർച്ച ചെയ്തു. ദാമോദർ റാവുവിന്റെ പേരിൽ ബ്രിട്ടീഷ് ട്രഷറിയിൽ നിക്ഷേപിച്ച ആറ് ലക്ഷം രൂപയിൽ ഒരു ലക്ഷം രൂപ

(ഇതിനായി) ചോദിക്കാൻ അവർ അവളെ ഉപദേശിച്ചു. റാണി ഇക്കാര്യം സമ്മതിച്ചു. ഈ ജോലിക്ക് കമ്മീഷണർ ഈ പണം അനുവദിക്കില്ലെന്ന് അവളുടെ മുൻ മന്ത്രി അവളോട് പറഞ്ഞിരുന്നു. എന്നാൽ റാണി ഉറപ്പിച്ചു പറഞ്ഞു, "ഇത് ഞങ്ങളുടെ പണമാണ്. ഞങ്ങളുടെ കുട്ടിയുടെ ആവശ്യങ്ങൾക്കായി ഇത് മാറ്റി വച്ചിരിക്കുന്നു. ഈ പുണ്യപരവും മതപരവുമായ ചടങ്ങിനേക്കാൾ മികച്ച മറ്റെന്താണ് നമുക്ക് വേണ്ടത്? ഞങ്ങൾ ഇത് ഞങ്ങളുടെ ആഡംബരത്തിനോ ആസ്വാദനത്തിനോ വേണ്ടി ആവശ്യപ്പെടുന്നില്ല, അതിനാൽ അവർ നിരസിക്കട്ടെ.

ഒടുവിൽ, റാണി തന്നെ കമ്മീഷണർക്ക് ഒരു കത്ത് നൽകി:

"സാർ,

നമ്മുടെ രാജകുമാരൻ ചിരഞ്ജീവ് ദാമോദർ ഗംഗാധര റാവുവിന്റെ ഏഴാം വർഷം ആരംഭിച്ചതായി നിങ്ങൾക്കറിയാം. അതിനാൽ, അദ്ദേഹത്തിന്റെ വിശുദ്ധ ത്രെഡ് ചടങ്ങ് മതപരവും കുടുംബപരവുമായ പാരമ്പര്യത്തിനും അതുപോലെ നമ്മുടെ പൂർവ്വികരുടെ അന്തസ്സിനും അനുസൃതമായി നടത്തണമെന്നും അങ്ങനെ അവന്റെ വിദ്യാഭ്യാസവും മറ്റും കൃത്യസമയത്ത് ആരംഭിക്കുകയും അദ്ദേഹം മതപരവും കുടുംബപരവുമായ ചടങ്ങുകളിലും യജ്ഞങ്ങളിലും പങ്കെടുക്കാൻ തുടങ്ങുകയും ചെയ്യണമെന്ന് ഞങ്ങൾ ആഗ്രഹിക്കുന്നു. മുതലായവ. ചടങ്ങിനുള്ള ചെലവ് അദ്ദേഹത്തിന് ഒരു ലക്ഷം രൂപയായിരിക്കുമെന്നാണ് ഞങ്ങളുടെ കണക്ക്, കാരണം അദ്ദേഹത്തിന്റെ ഉയർന്ന രാജകീയ പദവിയുടെ അന്തസ്സിനും അന്തസ്സിനും അനുസൃതമായി ചടങ്ങ് നടത്തേണ്ടത് അത്യന്താപേക്ഷിതമാണ്. ഇത് എല്ലാ അർത്ഥത്തിലും അവന്റെ ക്ഷേമത്തിൽ ആയിരിക്കും.

അതുകൊണ്ട്, രാജകുമാരന്റെ പേരിൽ ബ്രിട്ടീഷ് ഖജനാവിൽ കിടക്കുന്ന ആറ് ലക്ഷം രൂപയിൽ നിന്ന് ഒരു ലക്ഷം രൂപ വേഗത്തിൽ ഞങ്ങൾക്ക് അയച്ചുതരിക, അതിനാൽ ഈ പുണ്യകരമായ ചടങ്ങിന് ആവശ്യമായ ഒരുക്കങ്ങൾ ഞങ്ങൾ ഉടൻ നടത്തണം.

വളരെ അടിയന്തിരമായ ഈ ജോലിയിൽ നിങ്ങൾക്ക് ഒരു തരത്തിലുമുള്ള ഒഴിവാക്കാവുന്ന കാലതാമസം ഉണ്ടാകില്ലെന്നും ഞങ്ങളുടെ അഭ്യർത്ഥന എത്രയും വേഗം അംഗീകരിച്ചുകൊണ്ട് ഞങ്ങളെ ബാധ്യസ്ഥരാക്കുമെന്നും ഞങ്ങൾ പ്രതീക്ഷിക്കുന്നു.

നിങ്ങൾക്ക് എല്ലാ ഭാവുകളും നേരുന്നു,

താങ്കളുടെ,

"ലക്ഷ്മിഭായി മഹാറാണി ഝാൻസി".

ദിവസങ്ങൾ നീണ്ട കാത്തിരിപ്പിനൊടുവിലാണ് കമ്മീഷണറുടെ മറുപടി. പണം നൽകുന്നതിൽ തന്റെ കഴിവില്ലായ്മ അദ്ദേഹം പ്രകടിപ്പിച്ചു. കത്ത് കുറച്ച് ഇതുപോലെയായിരുന്നു:

"നിങ്ങളുടെ ദത്തുപുത്രനായ ദാമോദർ ഗംഗാധര റാവുവിന് നിങ്ങളുടെ ഭർത്താവ് പരേതനായ ഗംഗാധര റാവുവിന്റെ എല്ലാ വ്യക്തിഗത സ്വത്തുക്കളുടെയും ഏക അവകാശമുണ്ട്. പ്രായപൂർത്തിയാകാത്ത ആളെന്ന നില കണക്കിലെടുത്ത് ബ്രിട്ടീഷ് ട്രഷറിയിൽ (പ്രായപൂർത്തിയാകുന്നതുവരെ) തുക നിക്ഷേപിച്ചിട്ടുണ്ട്. ഇതിൽ ഒരു പൈസയെങ്കിലും അയാൾക്കോ അവന്റെ ബന്ധുക്കൾക്കോ അവൻ പ്രായപൂർത്തിയാകുന്നതുവരെ നൽകാമെന്ന് ശ്രദ്ധിക്കുക.

അദ്ദേഹത്തിന്റെ ആറ് ലക്ഷം രൂപ ബ്രിട്ടീഷ് ട്രഷറിയിലാണ്. പ്രായപൂർത്തിയാകുമ്പോൾ അത് പലിശ സഹിതം അയാൾക്ക് തിരികെ നൽകും. അതിനാൽ, ഇപ്പോൾ നിങ്ങൾ ആഗ്രഹിക്കുന്ന രീതിയിൽ ഒരു ക്രമീകരണവും നടത്താൻ കഴിയില്ല.

ഈ മറുപടി എല്ലാവരെയും നിരാശരാക്കിയെങ്കിലും മഹാറാണിക്ക് മടുത്തില്ല. അവൾ വീണ്ടും കമ്മീഷണർക്ക് എഴുതി:

"സാർ,

നിങ്ങളുടെ കത്ത് ലഭിച്ചു. ദാമോദർ റാവുവിന്റെ ബ്രിട്ടീഷ് ഗവൺമെന്റിനെ ഭരമേൽപ്പിച്ചിരിക്കുന്ന പണം, പ്രായപൂർത്തിയായ ഒരാൾക്ക് പലിശ സഹിതം തിരികെ നൽകുമെന്ന് അറിഞ്ഞപ്പോൾ വളരെ ആശ്വാസം തോന്നി. എന്നിട്ടും ദാമോദർ റാവു രാജകുമാരൻ പ്രായപൂർത്തിയാകുന്നത് വരെ ഒരു പൈസ പോലും അദ്ദേഹത്തിനോ ബന്ധുവിനോ ക്ഷേമപ്രവർത്തനങ്ങൾക്കായി നൽകാനാവില്ലെന്ന നിങ്ങളുടെ തീരുമാനം ശരിയാണെന്ന് ഞങ്ങൾ കരുതുന്നില്ല. അതെ, പണം അവനോ അവന്റെ രക്ഷിതാവോ താൽപ്പര്യമില്ലാത്ത അല്ലെങ്കിൽ പണം ദുരുപയോഗം ചെയ്യാൻ സാധ്യതയുള്ള ഒരു ജോലിക്ക് നൽകരുത് എന്നത് ശരിയാണ്.

"ഹിന്ദുക്കൾക്കിടയിൽ, പ്രത്യേകിച്ച് ബ്രാഹ്മണർക്കും ക്ഷത്രിയർക്കും ഇടയിൽ, വിശുദ്ധ നൂൽ ചടങ്ങ് പ്രധാനപ്പെട്ടതും പവിത്രവും നിർബന്ധിതവുമായ ഒരു ചടങ്ങായി കണക്കാക്കപ്പെടുന്നുവെന്ന് നിങ്ങൾക്കറിയാം. അതില്ലാതെ ഒരു കുട്ടിയുടെ വിദ്യാഭ്യാസം ആരംഭിക്കാനോ, ഇഹലോകത്തോ മറ്റേതോ ലോകത്തോ തന്റെ മരിച്ചവരുടെ (പിതാക്കളുടെ) ക്ഷേമത്തിനായി നടത്തുന്ന യജ്ഞങ്ങളിലോ ശ്രാദ്ധങ്ങളിലോ പങ്കെടുക്കാനോ അയാൾക്ക് അർഹതയില്ല.

“ഈ പ്രത്യേക സാഹചര്യത്തിൽ ദാമോദർ റാവുവിന്റെ പിതാക്കളുടെ ഭാവി ക്ഷേമം കണക്കിലെടുത്ത് ബ്രിട്ടീഷ് ഗവൺമെന്റിൽ നിന്ന് ഞങ്ങൾക്ക് നല്ല അളവിൽ പണം ലഭ്യമാക്കേണ്ടത് നിങ്ങളുടെ കടമയാണ്, അതിനാൽ ഈ ചടങ്ങ് അവരുടെ അന്തസ്സിനനുസരിച്ച് ശരിയായി നടത്തപ്പെടുന്നു. ഞങ്ങളുടെ കാഴ്ചപ്പാടിൽ തുക ഒരു ലക്ഷം രൂപയിൽ കുറയാൻ പാടില്ല.

“എന്തെങ്കിലും കാരണത്താൽ ഈ തുക ഞങ്ങൾക്ക് നൽകാൻ നിങ്ങളുടെ സർക്കാർ അംഗീകരിക്കുന്നില്ലെങ്കിൽ, ഈ തുക തീർച്ചയായും ദാമോദർ റാവുവിന്റെ ട്രസ്റ്റ് തുകയിൽ നിന്നെങ്കിലും ഞങ്ങൾക്ക് നൽകണം, അങ്ങനെ ഞങ്ങൾ ഇത് ഞങ്ങളുടെ ഏറ്റവും പ്രധാനപ്പെട്ട കടമ വേഗത്തിൽ നിർവഹിക്കും.

“ഞങ്ങളുടെ ഈ പ്രാർത്ഥന സ്വീകരിക്കുന്നതിൽ നിങ്ങൾ ഏതെങ്കിലും തരത്തിലുള്ള അശ്രദ്ധയോ അനാവശ്യ കാലതാമസമോ വരുത്തിയാൽ, ഈ പവിത്രമായ ചടങ്ങിനായി മറ്റേതെങ്കിലും സ്രോതസ്സിൽ നിന്നോ മറ്റേതെങ്കിലും മാർഗത്തിലൂടെയോ ഈ പണം സ്വരൂപിക്കാനും സ്വീകരിക്കാനും ഞങ്ങൾക്ക് അർഹതയുണ്ട്. പരേതനായ മഹാരാജാവ് നിയമിച്ച ദാമോദർ റാവുവിന്റെ. അങ്ങനെയെങ്കിൽ, അതിൽ നിന്നുണ്ടാകുന്ന ഏത് പ്രത്യാഘാതങ്ങൾക്കും നിങ്ങൾക്കും നിങ്ങളുടെ സർക്കാരിനും പൂർണ ഉത്തരവാദിത്തം ഉണ്ടായിരിക്കും.

“ഞങ്ങളുടെ പ്രജകൾ, ഞങ്ങളിൽ നിന്നുള്ള ഒരു ചെറിയ സൂചനയാൽ, പരേതനായ മഹാരാജാവിന്റെ ഈ ചടങ്ങിനായി ഒരു ലക്ഷം മാത്രമല്ല, നിരവധി ലക്ഷക്കണക്കിന് രൂപയും സന്തോഷത്തോടെ ശേഖരിക്കുമെന്ന് ഞങ്ങൾ വിശ്വസിക്കുന്നു. എന്നാൽ നിങ്ങളുമായും ബ്രിട്ടീഷ് സർക്കാരുമായും ഉള്ള ഞങ്ങളുടെ ബന്ധം കൂടുതൽ വഷളാക്കുന്ന തരത്തിലുള്ള ഒരു നടപടിയും സ്വീകരിക്കാൻ ഞങ്ങൾ ആഗ്രഹിക്കുന്നില്ല.

“പൂർണ്ണ പരിഗണനയോടും ദീർഘവീക്ഷണത്തോടും കൂടി പ്രവർത്തിക്കുന്ന നിങ്ങൾ തീർച്ചയായും ഞങ്ങളുടെ ന്യായമായ പ്രാർത്ഥന സ്വീകരിക്കുമെന്നും ഞങ്ങളുടെ ഇഷ്ടങ്ങൾക്ക് വിരുദ്ധമായി, ഞങ്ങളുടെ പരേതനായ ഭർത്താവിന്റെ പ്രജകളോട് ഈ ശുഭകരമായ ജോലിക്കും പണം ആവശ്യമാണെന്നും പറയാൻ ഞങ്ങളെ നിർബന്ധിക്കില്ലെന്നും ഞങ്ങൾ പൂർണ്ണമായി വിശ്വസിക്കുന്നു. ബ്രിട്ടീഷ് ഗവൺമെന്റിന് അത് നടപ്പിലാക്കാൻ സമ്മതമല്ല.

നിങ്ങളുടെ മറുപടി ലഭിക്കുമെന്ന പ്രതീക്ഷയോടെ,

ലക്ഷ്മിഭായി മഹാറാണി ഝാൻസി."

ഈ കത്തിന് മറുപടിയായി കമ്മീഷണർ എഴുതി:

രാജകുമാരൻ ദാമോദർ റാവുവിന്റെ ചടങ്ങുകൾക്ക് ഒരു ലക്ഷം രൂപ വേണമെങ്കിൽ, ഝാൻസിയുടെ നാല് ആദരണീയ വ്യക്തികളുടെ ജാമ്യത്തിൽ സർക്കാരിൽ നിന്ന് ആ പണം നിങ്ങൾക്ക് വായ്പയായി എടുക്കാം, പക്ഷേ ദാമോദർ റാവുവിന്റെ വിശ്വാസത്തിൽ നിന്ന് പണം നൽകാൻ കഴിയില്ല.

മഹാറാണിക്ക് തീർച്ചയായും അമ്മയുടെ കടമ നിർവഹിക്കണമായിരുന്നു. ജാമ്യം വാഗ്ദാനം ചെയ്യുന്നവരുടെ എണ്ണത്തിൽ കുറവുണ്ടായില്ല. രാജകുടുംബത്തോട് വിശ്വസ്തരായ നിരവധി മാന്യരായ ആളുകൾ ഇതിന് സമ്മതിച്ചു. അങ്ങനെ മഹാറാണിക്ക് ഈ രീതിയിൽ ഒരു ലക്ഷം രൂപ കിട്ടി, ദാമോദർ റാവുവിന്റെ പവിത്രമായ നൂൽ ചടങ്ങ് കുടുംബത്തിന്റെ അന്തസ്സിന് അനുസൃതമായി എല്ലാ ആർഭാടങ്ങളോടും കൂടി നടത്തി.

ഈ ഘട്ടം വരെയുള്ള സംഭവങ്ങളെ ധീരയായ മഹാറാണി ലക്ഷ്മിഭായിയുടെ ജീവിതത്തിന്റെ ആദ്യഭാഗം എന്ന് വിളിക്കാം. ഇതിനു ശേഷമുള്ള സംഭവങ്ങളിൽ അവൾ ഒരു ധീര പോരാളിയായി / യോദ്ധാവായി നമ്മുടെ മുന്നിൽ വരുന്നു. ഇത്, അവളുടെ രണ്ടാമത്തെ രൂപം ചരിത്രത്തിലെ അവിസ്മരണീയവും മഹത്തായതുമായ ഒരു അധ്യായമാണ്.

4

സ്വാതന്ത്ര്യത്തിനും ജാൻസിക്കും വേണ്ടിയുള്ള ആദ്യ പോരാട്ടം

സാഹചര്യങ്ങളാൽ മഹാറാണി ലക്ഷ്മിഭായി. മരണശേഷം മറ്റൊരു ഭർത്താവിന് അവളുടെ [illegible] നഷ്ടപ്പെടേണ്ടി വന്നു, പക്ഷേ അവൾ തോൽവി സമ്മതിച്ചില്ല. ഗംഗാധര റാവുവിന്റെ മരണത്തിന്റെ നാലാം വർഷത്തിനുശേഷം, ഇന്ത്യയുടെ സ്വാതന്ത്ര്യത്തിനായുള്ള ആദ്യ പോരാട്ടം ആരംഭിച്ചു, അതിൽ മഹാറാണി ലക്ഷ്മിഭായി ഒരു പ്രധാന പങ്ക് വഹിച്ചു. ഈ യുദ്ധത്തിൽ അവൾ ഒരു പ്രത്യേക രീതിയിൽ അംഗീകരിക്കപ്പെട്ടു എന്നതാണ് സത്യം. ഇത് അവളെ ഇന്ത്യയുടെ സ്വാതന്ത്ര്യ ചരിത്രത്തിലെ സമാനതകളില്ലാത്ത വ്യക്തിയാക്കി.

സ്വാതന്ത്ര്യത്തിനായുള്ള പോരാട്ടത്തിന്റെ കാരണങ്ങൾ

ബ്രിട്ടീഷുകാർ, അവരുടെ നൂറുവർഷത്തെ ഭരണത്തിൽ, ഏകപക്ഷീയമായ രീതിയിൽ പ്രവർത്തിക്കുകയും ഇന്ത്യക്കാർക്കെതിരെ അതിക്രമങ്ങൾ നടത്തുകയും ചെയ്തു. അവർക്കെതിരായ ഇന്ത്യക്കാരുടെ രോഷത്തിന്റെ പ്രതികരണം ഈ പോരാട്ടത്തിന്റെ രൂപത്തിൽ പ്രകടമായി. 1857-ലെ ചരിത്രപ്രസിദ്ധമായ ഈ സംഭവത്തെ ചിലർ വിശേഷിപ്പിക്കുന്നത് ഒരു കലാപം മാത്രമായിരുന്നു, എന്നാൽ മറ്റുള്ളവരുടെ അഭിപ്രായത്തിൽ ഇത് ഒരു വിപ്ലവത്തിന്റെ തുടക്കമായിരുന്നു. ചിലരുടെ അഭിപ്രായത്തിൽ ഇത് സിംഹാസനസ്ഥരായ രാജാക്കന്മാരുടെ ഗൂഢാലോചനയാണ്, മറ്റുള്ളവർ ഇതിനെ സ്വാതന്ത്ര്യത്തിനായുള്ള ആദ്യ പോരാട്ടമായി വിശേഷിപ്പിക്കുന്നു. ആധുനിക പണ്ഡിതന്മാരിൽ ഭൂരിഭാഗവും പിന്നീടുള്ള അഭിപ്രായം അംഗീകരിക്കുന്നു.

ഈ പോരാട്ടത്തിന്റെ പിന്നിൽ മതപരവും സാമൂഹികവും രാഷ്ട്രീയവും സാമ്പത്തികവുമായ കാരണങ്ങളുണ്ടായിരുന്നു. ഈ കാരണങ്ങളിലെല്ലാം വെളിച്ചം കേന്ദ്രീകരിക്കുക സാധ്യമല്ല. എന്നിരുന്നാലും, ചില പ്രധാന കാര്യങ്ങൾ ചുരുക്കമായി ഇവിടെ അവതരിപ്പിക്കുന്നു. അവ ഇപ്രകാരമാണ്:

ദത്തെടുക്കൽ നടപടിക്രമം

ഡൽഹൗസി ഇന്ത്യയുടെ ഗവർണർ ജനറലായി വന്നതിന് തൊട്ടുപിന്നാലെ ബ്രിട്ടീഷ് സർക്കാരിന്റെ ഏറ്റെടുക്കൽ, വിപുലീകരണ നയങ്ങൾ ആരംഭിച്ചു. അവസരം ലഭിച്ചതിനാൽ പ്രാദേശിക സംസ്ഥാനങ്ങളെ ഉടൻ തന്നെ ബ്രിട്ടീഷ് ഭരണകൂടവുമായി ലയിപ്പിക്കുന്നതിന് അദ്ദേഹം ഉറച്ച പിന്തുണ നൽകി. ഇന്ത്യൻ

മണ്ണ് നിരപ്പാക്കാനാണ് താൻ വന്നതെന്ന് വന്നപ്പോൾ പറഞ്ഞു. ഹിന്ദു മതഗ്രന്ഥങ്ങൾ അനുസരിച്ച് ദത്തെടുക്കൽ നടപടിക്രമം സാർവത്രികമായി അംഗീകരിക്കപ്പെട്ട ഒരു ആചാരമായിരുന്നു. എന്നാൽ ഈ ആചാരം അംഗീകരിക്കാൻ അദ്ദേഹം വിസമ്മതിച്ചു.

1848 ഏപ്രിലിൽ, സത്താറ രാജാവ് അപാ സാഹെബിന്റെ മരണശേഷം, അപാ സാഹെബിന് സ്വന്തം മകൻ ഇല്ലാത്തതിനാൽ സത്താറ ഏറ്റെടുത്തു. നാഗ്പൂർ മഹാരാജ ഭോസ്ലെയുടെ മരണത്തിലും (1853) ഇതേ കഥ ആവർത്തിച്ചു. രാജാവ് ഒരു മകനെ ദത്തെടുത്തിരുന്നില്ല. തന്റെ റാണിക്ക് ഭരിക്കാനുള്ള അവകാശം നൽകിയില്ല. ജാൻസിയെ കുറിച്ച് മുൻ അധ്യായത്തിൽ വിശദമായി ചർച്ച ചെയ്തിട്ടുണ്ട്.

ഇത് പ്രാദേശിക ഭരണാധികാരികൾക്കിടയിൽ ഭയത്തിന്റെ അന്തരീക്ഷം സൃഷ്ടിച്ചു, അവരുടെ അല്ലെങ്കിൽ അവരുടെ പിൻഗാമികൾ, ഒരു പുത്രനുണ്ടായില്ലെങ്കിൽ, അവരുടെ സംസ്ഥാനങ്ങൾ സർക്കാർ ഭരിക്കുന്ന സംസ്ഥാനങ്ങളുമായി ലയിപ്പിക്കും. അങ്ങനെ ഇന്ത്യൻ ഭരണാധികാരികൾ ബ്രിട്ടീഷുകാരെ തങ്ങളുടെ ശത്രുവായി കണക്കാക്കാൻ തുടങ്ങി.

ഉടമ്പടികളോടുള്ള അവഹേളനം

പേഷ്വാ ബാജി റാവു രണ്ടാമൻ തന്റെ സ്ഥാനം രാജിവച്ചപ്പോൾ, ബ്രിട്ടീഷുകാരുമായുള്ള ഉടമ്പടിയിൽ, സൂര്യനും ചന്ദ്രനും ഉള്ളിടത്തോളം അദ്ദേഹത്തിനും പിന്നീട് അദ്ദേഹത്തിന്റെ പിൻഗാമികൾക്കും എട്ട് ലക്ഷം രൂപ വാർഷിക പെൻഷൻ ലഭിക്കുമെന്ന് വ്യക്തമായി പരാമർശിച്ചിരുന്നു. ആകാശം. എന്നാൽ 1851-ൽ പേഷ്വയുടെ മരണത്തെത്തുടർന്ന് അദ്ദേഹത്തിന്റെ ദത്തുപുത്രന്റെ പെൻഷൻ നിർത്തലാക്കി, ഒരു ദത്തുപുത്രനായതിനാൽ, പിതാവിന്റെ ഏതെങ്കിലും അവകാശത്തിന്റെ പിൻഗാമിയെന്ന നിലയിൽ ആനുകൂല്യങ്ങൾ അനുഭവിക്കാൻ അദ്ദേഹത്തിന് കഴിവില്ലായിരുന്നുവെന്ന് പ്രചരിപ്പിച്ചു. നാനാ സാഹേബ് അതിനെതിരെ ഒരു നിവേദനം അയച്ചപ്പോൾ, ഡൽഹൗസി രേഖപ്പെടുത്തി, "മുപ്പത് വർഷത്തിനിടെ പേഷ്വയ്ക്ക് രണ്ട് കോടിയിലധികം രൂപ ലഭിച്ചു. അതിൽ നിന്ന് വളരെ കുറച്ച് മാത്രം ചെലവഴിച്ചു. അദ്ദേഹത്തിന് യഥാർത്ഥ മകനില്ല. 28 ലക്ഷം രൂപ വിലമതിക്കുന്ന സ്വത്താണ് അദ്ദേഹം കുടുംബത്തിനായി ഉപേക്ഷിച്ചത്. അദ്ദേഹവുമായി ബന്ധപ്പെട്ട വ്യക്തികൾക്ക് സർക്കാരിന്റെ കാരുണ്യത്തിലോ ചാരിറ്റിയിലോ അവകാശവാദമില്ല. അവരുടെ ചെലവുകൾ അവർക്ക് പാരമ്പര്യമായി ലഭിച്ച സ്വത്തേക്കാൾ വളരെ കുറവാണ്.

ഈ തീരുമാനത്തിനെതിരെ ലണ്ടനിലെ 'കോർട്ട് ഓഫ് ഡയറക്ടേഴ്സി'ൽ നാനാ

സാഹേബ് അപ്പീൽ നൽകി. എന്നാൽ അത് വിജയിച്ചില്ല. സ്വാഭാവികമായും ബ്രിട്ടീഷുകാരുടെ ശത്രുവായി. പേഷ്വയുമായുള്ള ഉടമ്പടിയുടെ തുറന്ന അവഹേളനമായിരുന്നു ഇത്. ഝാൻസിയിൽ, മഹാറാണി ലക്ഷ്മിഭായിയുടെയും അവളുടെ ദത്തുപുത്രന്റെയും കാര്യത്തിലും ഏതാണ്ട് ഇതുതന്നെ സംഭവിച്ചു. ഈ സംഭവങ്ങൾ 1857-ലെ സ്വാതന്ത്ര്യ സമരത്തിന് പിന്നിലെ ഗുരുതരമായ കാരണങ്ങളാണെന്നതിൽ സംശയമില്ല.

പ്രാദേശിക സംസ്ഥാനങ്ങളിലേക്ക് പ്രഹരം

മേൽപ്പറഞ്ഞ സംഭവങ്ങൾ കൂടാതെ, ബ്രിട്ടീഷുകാർ പല പ്രാദേശിക സംസ്ഥാനങ്ങളിലും പലതരം പ്രഹരങ്ങൾ ഏൽപ്പിച്ചു. ബ്രിട്ടീഷുകാർ അവധ് നവാബുമായി സൗഹൃദത്തിലായിരുന്നു. 1764-ൽ അദ്ദേഹത്തിന്റെ ചെലവിൽ അവർ തങ്ങളുടെ സൈന്യത്തെ അവധിൽ സ്ഥാപിക്കുകയും സംസ്ഥാനത്തിന്റെ പൂർണ ഉടമസ്ഥാവകാശം അദ്ദേഹത്തിന് നൽകുകയും ചെയ്തു. 1801-ൽ അവധ് നവാബുമായുള്ള ഉടമ്പടി സമയത്ത് അവർ അദ്ദേഹത്തിൽ നിന്ന് നിർബന്ധിതമായി കടം വാങ്ങുകയും സാമ്പത്തികമായി പാപ്പരാക്കുകയും ചെയ്തു. 1847-ൽ വാജിദ് അലി തന്റെ സൈന്യത്തെ വർദ്ധിപ്പിക്കാൻ ആഗ്രഹിച്ചപ്പോൾ, ബ്രിട്ടീഷുകാർ ഉടൻ തന്നെ സംശയിച്ചു. തൽഫലമായി, സൈന്യത്തിന്റെ ശക്തി വർദ്ധിപ്പിക്കുക എന്ന ആശയം അദ്ദേഹത്തിന് ഉപേക്ഷിക്കേണ്ടിവന്നു. ഒടുവിൽ, 1856-ൽ ബ്രിട്ടീഷുകാർ അവധ് തങ്ങളുടെ നിയന്ത്രണത്തിലാക്കി.

മറ്റ് പ്രാദേശിക സംസ്ഥാനങ്ങളിലും സമാനമായ നാടകം അരങ്ങേറി. മുഗൾ ചക്രവർത്തി ബഹാദൂർ ഷാ സഫറിന്റെ എല്ലാ അവകാശങ്ങളും അപ്പോഴേക്കും പൂർണ്ണമായും നിഷേധിക്കപ്പെട്ടിരുന്നു. മറ്റ് പ്രാദേശിക ഭരണാധികാരികളും ബ്രിട്ടീഷുകാരുടെ കൈകളിലെ പാവകളുടെ നിലയിലേക്ക് താഴ്ന്നു. സ്ഥാനഭ്രഷ്ടനാക്കിയ പ്രാദേശിക ഭരണാധികാരികളുടെ പിൻഗാമികൾ പ്രതികാരം ചെയ്യാനുള്ള അവസരത്തിനായി കാത്തിരിക്കുകയായിരുന്നു. ഇതിനെല്ലാം ഇവിടെ വിശദമായ ആഖ്യാനം ആവശ്യമില്ല. നിസ്സംശയമായും, ഈ പോരാട്ടത്തിന് പിന്നിലെ ഒരു പ്രധാന ഘടകം ബ്രിട്ടീഷുകാരുടെ ദീർഘവീക്ഷണവും സ്വയം കേന്ദ്രീകൃതവുമായ നയതന്ത്രമായിരുന്നു. ഇംഗ്ലീഷുകാരൻ തന്നെ ഇതിനെക്കുറിച്ച് എഴുതുന്നു:

"ഞങ്ങളുടെ ഭരണത്തിനെതിരായ വ്യാപകമായ അസ്വസ്ഥതയ്ക്ക് പിന്നിലെ ഏറ്റവും വലിയ ഘടകം, പ്രാദേശിക സംസ്ഥാനങ്ങളെ ഇല്ലാതാക്കാനുള്ള ഞങ്ങളുടെ പരിപാടിക്ക് കീഴിൽ, പ്രാദേശിക രാജാക്കന്മാരെയും സമൂഹത്തിലെ പ്രധാന നേതാക്കളെയും ഞങ്ങൾ നിശിതമായി അപമാനിച്ചു എന്നതാണ്. അവരുടെ പൂർവ്വിക അവകാശങ്ങൾ എടുത്തുകളഞ്ഞു. പരമ്പരാഗതമായി

നികുതിയില്ലാത്ത ഭൂമിയുടെ ചാരിറ്റി ഡീഡുകൾ റദ്ദാക്കുകയും ഭൂമി സർക്കാർ നിയന്ത്രണത്തിലാക്കുകയും ചെയ്യുകയോ അല്ലെങ്കിൽ അവയുടെ ഉടമസ്ഥാവകാശം നിലവിലുള്ള ഉടമകൾക്ക് മാത്രമായി പരിമിതപ്പെടുത്തുകയോ ചെയ്തു. അവരുടെ പിൻഗാമികൾക്ക് ആ ഭൂമിയുടെ ഉടമസ്ഥാവകാശം നിഷേധിക്കപ്പെട്ടു. ഒരു ജാഗിർദാറോ ജമീന്ദറോ വരുമാനം നിക്ഷേപിക്കുന്നതിൽ പരാജയപ്പെട്ടാൽ, അയാളുടെ ഭൂമി അയാൾക്ക് കൈയേറ്റം ചെയ്യപ്പെടും. ഭാവിയിൽ ആർക്കും അത്തരം ജാഗിർദാരിയോ ജമീന്ദാരിയോ നൽകിയിട്ടില്ല. സർക്കാരിന് ഏറ്റവും ഉയർന്ന സേവനം നൽകിയിട്ടും ആർക്കും ജാഗീറോ മാന്യമായ പദവിയോ വാഗ്ദാനം ചെയ്തില്ല. നമ്മുടെ ഗവൺമെന്റിന്റെ ഈ നയങ്ങളിൽ നിന്ന് പ്രചോദനം ഉൾക്കൊണ്ട്, ബ്രിട്ടീഷ് ഉദ്യോഗസ്ഥർ പ്രാദേശിക രാജാക്കന്മാരും മാന്യരായ വ്യക്തികളും തമ്മിലുള്ള തർക്കങ്ങളിൽ നേരിട്ടോ അല്ലാതെയോ ഇടപെടാൻ തുടങ്ങി. ഇവയും സമാനമായ മറ്റ് ഘടകങ്ങളും കാരണം ഞങ്ങൾക്കെതിരെ ഗുരുതരമായ ഒരു ഭീകരതയും ശക്തമായ വിദ്വേഷവും രാജ്യത്തുടനീളം വ്യാപിച്ചു.

മതപരമായ ഘടകം

മതപരമായ ഘടകത്തെ സാധാരണ മനുഷ്യരുടെ അസംതൃപ്തിയുടെ ഏറ്റവും പ്രധാനപ്പെട്ട ഘടകം എന്ന് വിളിക്കാം. തങ്ങളുടെ രാഷ്ട്രീയ ആധിപത്യം വിപുലപ്പെടുത്തുന്നതിനൊപ്പം, ക്രിസ്ത്യാനിറ്റിയും പൂർണ്ണ ശക്തിയോടെ പ്രചരിപ്പിക്കുന്നതിൽ ബ്രിട്ടീഷുകാർ തിരക്കിലായിരുന്നു എന്നാണ് ഒരു അനുമാനം. തെളിവായി നിരവധി സംഭവങ്ങൾ ഉദ്ധരിക്കാം. 1836-ൽ ബംഗാളിൽ ഇംഗ്ലീഷ് വിദ്യാഭ്യാസമുള്ള സ്കൂളുകൾ സ്ഥാപിക്കപ്പെട്ടപ്പോൾ, അടുത്ത മുപ്പത് വർഷത്തിനുള്ളിൽ ബംഗാളിൽ ഒരു വിഗ്രഹാരാധകൻ പോലും ഉണ്ടാകില്ലെന്ന് മക്കാലെ അവരുടെ ഉദ്ദേശ്യം പ്രകടിപ്പിച്ചു. ബ്രിട്ടീഷുകാരുടെ ഈ ലക്ഷ്യത്തെക്കുറിച്ച് സൂചന നൽകി വീർ സവർക്കർ എഴുതി:

"ഇന്ത്യൻ പൊതുജനങ്ങൾ പാശ്ചാത്യ സംസ്കാരത്തിന്റെ ഒരു നേർക്കാഴ്ച്ച കണ്ടാൽ, അവർ തങ്ങളുടെ മതത്തെക്കുറിച്ച് ലജ്ജിക്കുമെന്ന് ബ്രിട്ടീഷുകാർ വിശ്വസിച്ചിരുന്നു. അവർ അത് ഉപേക്ഷിക്കുകയും വേദങ്ങളേക്കാളും ഖുറാനേക്കാളും ബൈബിളിനെ വിശുദ്ധമായി കണക്കാക്കുകയും ചെയ്യും. ക്ഷേത്രങ്ങളിലും മോസ്കുകളിലും (മുസ്ലിം പള്ളി) പോകുന്നത് ഉപേക്ഷിച്ച് അവർ പള്ളികളിൽ പോകാൻ തുടങ്ങും .

ഈ മതപരമായ ഘടകം സൈനികർക്കിടയിലും അസംതൃപ്തി ജ്വലിപ്പിക്കാൻ കാരണമായി. ബ്രിട്ടീഷുകാരുടെ ഭരണകാലത്ത് സ്വന്തം മതത്തിന്റെ സംരക്ഷണത്തെ സംബന്ധിച്ച ഒരു അരക്ഷിതബോധം ഇന്ത്യക്കാരുടെ മനസ്സിൽ പടർന്നു എന്നതാണ് ഇതിന്റെയെല്ലാം ദീർഘവും ഹ്രസ്വവും.

സൈന്യത്തിൽ അതൃപ്തി

ഇന്ത്യൻ രാജാക്കന്മാരുടെ ഭരണകാലത്ത്, ബ്രിട്ടീഷ് ഭരണത്തിന് മുമ്പ്, സൈനികർ വിജയിച്ച് മടങ്ങുമ്പോൾ അവരെ പലവിധത്തിൽ ആദരിക്കുകയും അലങ്കരിക്കുകയും ചെയ്തു. എന്നാൽ ബ്രിട്ടീഷുകാർ ഈ പാരമ്പര്യം അവസാനിപ്പിച്ചു. യുദ്ധസമയത്ത് ഇന്ത്യൻ സൈനികർ മുൻനിരയിൽ ഉണ്ടായിരുന്നു, എന്നാൽ ബ്രിട്ടീഷ് സൈനികരും ഉദ്യോഗസ്ഥരും കൂടുതൽ മെച്ചപ്പെട്ട സൗകര്യങ്ങൾ ആസ്വദിച്ചു. ഇതിനെല്ലാം പുറമെ ഇന്ത്യൻ സൈനികർക്കിടയിലെ അതൃപ്തിയുടെ ഏറ്റവും വലിയ കാരണം ബ്രിട്ടീഷുകാർ തങ്ങളുടെ മതത്തിൽ നിന്ന് തങ്ങളെ വിവാഹമോചനം ചെയ്യുന്നു എന്ന ഭയമായിരുന്നു. അക്കാലത്ത് പട്ടാളക്കാർക്ക് നൽകിയിരുന്ന വെടിയുണ്ടകൾ പല്ലുകൊണ്ട് മുറിക്കേണ്ടി വന്നതായി പറയപ്പെടുന്നു. ഈ വെടിയുണ്ടകളിൽ പശുവിന്റെയും പന്നിയുടെയും കിട്ടട്ടെ ഉണ്ടായിരുന്നു. സത്യമോ മിഥ്യയോ എന്നൊന്നും ഉറപ്പിച്ചു പറയാനാവില്ല. എന്നാൽ നൂറ്റമ്പത് വർഷങ്ങൾക്ക് മുമ്പ്, ഇന്നും ഒരു ഹിന്ദുവും ബീഫിൽ തൊടുന്നില്ല, ഒരു മുസ്ലീമിനും പന്നിയിറച്ചി തൊടുന്നതിനെക്കുറിച്ച് ചിന്തിക്കാൻ കഴിയാത്തപ്പോൾ എന്തായിരിക്കും പ്രതികരണം എന്ന് സങ്കൽപ്പിക്കുക. അത് ഭാവനയ്ക്ക് വിടുന്നതാണ് നല്ലത്. ഒരു മനുഷ്യനും മതഭ്രാന്തിൽ ബോധം നഷ്ടപ്പെടുന്നു.

സാമ്പത്തിക ഘടകം

ഏതൊരു രാഷ്ട്രീയ സാമൂഹിക വിപ്ലവത്തിലും സാമ്പത്തിക ഘടകത്തിനും അതിന്റേതായ പ്രധാന പങ്കുണ്ട്. ബ്രിട്ടീഷ് ഭരണം രാജാക്കന്മാരെയും മഹാരാജാക്കന്മാരെയും മാത്രമല്ല, സാധാരണക്കാരന്റെ സാമ്പത്തിക സ്ഥിതിയെയും നേരിട്ട് സ്വാധീനിച്ചു. ബ്രിട്ടീഷ് ബ്യൂറോക്രസിയും നികുതിഭാരവും കാരണം ഇന്ത്യൻ കർഷകരുടെ അവസ്ഥ വളരെ ദയനീയമായി. ഇന്ത്യയുടെ അസംസ്കൃത വസ്തുക്കൾ ഇംഗ്ലണ്ടിലേക്ക് അയച്ചു, അതിന്റെ സംസ്കരിച്ച, മാറിയ രൂപം ഇന്ത്യയിലേക്ക് ഇറക്കുമതി ചെയ്തു. ഈ സമ്പ്രദായം കാരണം ഇന്ത്യയിലെ പല വ്യവസായങ്ങളും അടച്ചുപൂട്ടി, ഇന്ത്യയുടെ സമ്പത്ത് ബ്രിട്ടീഷ് ഖജനാവിനെ സമ്പന്നമാക്കാൻ തുടങ്ങി. അവരുടെ സാമ്പത്തിക പ്രവർത്തനത്തിന്റെ ഓരോ ഘട്ടത്തിലും ഇന്ത്യക്കാർക്ക് തിരിച്ചടി നേരിട്ടു. അങ്ങനെ ബ്രിട്ടീഷുകാർക്കെതിരെ ഒരു കലാപം സാധാരണക്കാരന്റെ മനസ്സിൽ ജനിക്കാൻ തുടങ്ങി.

കലാപത്തിനുള്ള തയ്യാറെടുപ്പുകൾ

ഈ ഘടകങ്ങളെല്ലാം കാരണം എല്ലാ ഇന്ത്യക്കാരിലും സ്വതന്ത്രനാകാനുള്ള

ആഗ്രഹം ശക്തിപ്പെടാൻ തുടങ്ങി. സിംഹാസനസ്ഥരും അധികാരമില്ലാത്തവരുമായ ഇന്ത്യൻ രാജാക്കന്മാർ അതിൽ സജീവമായി പങ്കെടുത്തു. ഉത്തരേന്ത്യയിൽ ഒരു രഹസ്യ സംഘടന സ്ഥാപിച്ചു. ബ്രിട്ടീഷ് ഭരണത്തെ അട്ടിമറിക്കാൻ നാനാ സാഹേബ് തീരുമാനിച്ചു. 1856-ന് മുമ്പ് ഈ ആശയം പ്രചരിപ്പിക്കാൻ അദ്ദേഹം ചില ആളുകളെ അയച്ചു. ഈ പ്രചാരകർ ഡൽഹി, മൈസൂർ, ഝാൻസി, അവധ് തുടങ്ങി നിരവധി സ്ഥലങ്ങളിലേക്ക് പോയി. ഈ മുൻ ഭരണാധികാരികളും ഇന്ത്യൻ സൈനികരും അദ്ദേഹത്തിന്റെ ദൃഢനിശ്ചയത്തോട് യോജിച്ചു.

ബ്രിട്ടീഷുകാർ അന്ന് ഇറാനുമായി യുദ്ധത്തിലായിരുന്നു. അതിനാൽ, മുഗൾ ചക്രവർത്തി ബഹാദൂർ ഷാ സഫർ, കുൻവർ സിംഗ്, താത്യാ തോപ്പെ, നാനാ സാഹേബ് തുടങ്ങിയവർ ആ സമയത്ത് ബ്രിട്ടീഷുകാർക്കെതിരെ ഒരു കലാപം നടത്തിയാൽ വിജയം അനിവാര്യമാണെന്ന് തീരുമാനിച്ചു. ഈ ആശയം പൊതുജനങ്ങൾക്കിടയിൽ പ്രചരിപ്പിക്കുന്നതിനായി സാധുക്കളുടെയും സന്യാസിമാരുടെയും ഫാക്വിർമാരുടെയും (പ്രതിരോധികൾ) സേവനം സ്വീകരിച്ചു. ഇക്കൂട്ടർ ഗ്രാമംതോറും പോയി വിപ്ലവം പ്രസംഗിച്ചു. ഏകദേശം രണ്ട് വർഷത്തോളം അവർ ഈ സന്ദേശം പ്രചരിപ്പിച്ചു. ആൾമാറാട്ടം നടത്തുന്നവർ, വൈദ്യന്മാർ (സ്വദേശി ഡോക്ടർമാർ), തന്ത്രിമാർ, ജ്യോതിഷികൾ എന്നിവരെ ഈ സന്ദേശം സ്ത്രീകളിലേക്ക് എത്തിക്കാൻ അയച്ചു. ഈ പ്രസംഗത്തിന് മൗലവി അഹമ്മദ് ഷായെ ആദരവോടെ ഓർക്കണം. പലയിടത്തും പര്യടനം നടത്തുകയും ഈ പരസ്യപ്രവർത്തനം നടത്തുകയും ചെയ്തു. ഒരിടത്ത് ഒരു യോഗത്തെ അഭിസംബോധന ചെയ്തുകൊണ്ട് അദ്ദേഹം വ്യക്തമായ വാക്കുകളിൽ പറഞ്ഞു, "നിങ്ങളുടെ മതത്തെയും നിങ്ങളുടെ രാജ്യത്തെയും സംരക്ഷിക്കണമെങ്കിൽ, ബ്രിട്ടീഷുകാരെ പുറത്താക്കുന്നതിൽ മറ്റൊരു ബദലില്ല."

രാജ്യദ്രോഹക്കുറ്റത്തിന് അറസ്റ്റു ചെയ്യപ്പെടുകയും പിന്നീട് തൂക്കിലേറ്റപ്പെടുകയും ചെയ്തു. കിംവദന്തികളും അന്ധമായ വിശ്വാസവും സാധാരണക്കാരെ വളരെ വേഗത്തിൽ ബാധിക്കുന്നു. അതിനാൽ, "ബ്രിട്ടീഷ് ഭരണം സ്ഥാപിതമായി കൃത്യം നൂറ് വർഷങ്ങൾക്ക് ശേഷം അവസാനിക്കും" എന്ന് വളരെ ഉയർന്ന ഒരു സന്യാസി പ്രവചിച്ചതായി ഈ ആശയം പ്രചരിച്ചു. പത്രങ്ങൾ പോലും പ്രസിദ്ധീകരിക്കും വിധം അത് വ്യാപകമായി പ്രചരിച്ചു. നാനാ സാഹിബ് താമസിച്ചിരുന്ന കാൺപൂർ ആയിരുന്നു ഈ പ്രചാരണത്തിന്റെ കേന്ദ്രം. ബ്രിട്ടീഷ് പട്ടാളത്തിലെ ഇന്ത്യൻ സൈനികരും അതിൽ ഉൾപ്പെട്ടിരുന്നു. ഡൽഹി, മീററ്റ്, അലിഗഡ്, ബനാറസ്, കാൺപൂർ, അലഹബാദ്, ഝാൻസി, അവധ് തുടങ്ങി എല്ലാ സ്ഥലങ്ങളിലും ഒരേസമയം കലാപം തുടങ്ങുവാൻ തീരുമാനിച്ചു. ബ്രിട്ടീഷ് ഭരണം 1857 ജൂൺ 23-ന് നൂറുവർഷങ്ങൾ തികയ്ക്കേണ്ടതായിരുന്നു. അങ്ങനെ 1857 മെയ് 31-ന് വിപ്ലവം തുടങ്ങാനുള്ള ദിവസമായിരുന്നു. ഒരുക്കങ്ങൾ തകൃതിയായി നടന്നു.

തുടക്കം: മംഗൾ പാണ്ഡെയുടെ യാഗം

മെയ് 31 ഞായറാഴ്ചയായിരുന്നു. പട്ടാളത്തിലെ ഇംഗ്ലീഷുകാരെല്ലാം പള്ളിയിൽ പോയി. ഇംഗ്ലീഷുകാർ പള്ളിയിൽ ഇരിക്കുമ്പോൾ വിപ്ലവത്തിന്റെ ബ്യൂഗിൾ മുഴങ്ങണം (ഇംഗ്ലീഷുകാർക്ക് ജാഗ്രത പാലിക്കാൻ അവസരം നൽകാതെ) എന്ന ആശയം മനസ്സിൽ വെച്ചാണ് ഈ ദിവസം നിശ്ചയിച്ചത്. എന്നാൽ സൈനികരുടെ അനാവശ്യ ആവേശം കാരണം ഈ പദ്ധതി നടപ്പിലാക്കാൻ കഴിഞ്ഞില്ല. ബുർഹാൻപുരി (ബംഗാൾ) കന്റോൺമെന്റിൽ സൈന്യത്തിന്റെ 16-ാമത്തെ പ്ലാറ്റൂൺ ഉണ്ടായിരുന്നു. ഈ പ്ലാറ്റൂണിനൊപ്പം പശുവിന്റെയും പന്നിയുടെയും പ[illegible]ഴുപ്പ് അടങ്ങിയ വെടിയുണ്ടകളുടെ ഉപയോഗം ഇവിടെ ആരംഭിക്കാൻ ബ്രിട്ടീഷുകാർ ആഗ്രഹിച്ചു. ഈ വെടിയുണ്ടകൾ ഈ പ്ലാറ്റൂണിന് നൽകിയപ്പോൾ, അവർ അവ ഉപയോഗിക്കാൻ വിസമ്മതിച്ചു. അതിനാൽ ഈ സൈനികർ നിരായുധരായി. 1857 ഫെബ്രുവരിയിലാണ് ഈ സംഭവം നടന്നത്. ഈ പ്ലാറ്റൂണിനെ നിരായുധരാക്കുന്നതിലൂടെ മറ്റ് സൈനികരിൽ തങ്ങൾ ആഗ്രഹിച്ച സ്വാധീനം ചെലുത്തുമെന്ന് ബ്രിട്ടീഷുകാർ കരുതിയിരുന്നു. എന്നാൽ നേരെ മറിച്ചാണ് സംഭവിച്ചത്. ഇന്ത്യൻ പട്ടാളക്കാർ ഈ അപമാനത്തിൽ പെട്ട് തകർന്നു, ഉടനെ പ്രതികാരം ചെയ്യാൻ അക്ഷമരായി.

ഈ വാർത്ത ധരക്പൂരിൽ എത്തിയപ്പോൾ, അവിടെ ഒരു ഇന്ത്യൻ പട്ടാളക്കാരനായ മംഗൾ പാണ്ഡെ കോപം കൊണ്ട് തിളച്ചുമറിയുകയും തന്റെ കൂട്ടാളികളോട് ഉടൻ കലാപം നടത്താൻ നിർബന്ധിക്കുകയും ചെയ്തു. ഇത് അവരുടെ ലക്ഷ്യം നേടുന്നതിന് തടസ്സമാകുമെന്നും വിപ്ലവത്തിന്റെ നേതാക്കൾ അതിനെ പിന്തുണയ്ക്കുന്നില്ലെന്നും അദ്ദേഹത്തിന്റെ സുഹൃത്തുക്കൾ അവനോട് വിശദമായി ന്യായവാദം ചെയ്തു. എന്നാൽ മംഗൾ പാണ്ഡെ ഇതിന് സമ്മതിച്ചില്ല. 1857 മാർച്ച് 29-ന് അദ്ദേഹം ഏതാണ്ട് കലാപം നടത്തി തന്റെ കൂട്ടാളികളോട് പറഞ്ഞു, "ഭായിയോ! എഴുന്നേൽക്കുക, എഴുന്നേൽക്കുക. ഒട്ടും ഭയപ്പെടരുത്. എഴുന്നേൽക്കൂ, വരൂ, നിങ്ങളുടെ മതത്തിന്റെ പേരിൽ ഞാൻ നിങ്ങളെ വിളിക്കുന്നു. വരൂ, നമ്മുടെ സ്വാതന്ത്ര്യത്തിനുവേണ്ടി അധഃപതിച്ച ശത്രുക്കളുടെമേൽ നമുക്ക് കുറ്റം ചുമത്താം.

ഇത് കണ്ട മേജർ ഹ്യൂസൻ അവരെ അറസ്റ്റ് ചെയ്യാൻ മറ്റ് സൈനികരോട് ആവശ്യപ്പെട്ടു. എന്നാൽ ഇവരെ പിടികൂടാൻ ഒരു സൈനികനും എത്തിയില്ല. മംഗൾ പാണ്ഡെ ഉടൻ തന്നെ ഹ്യൂസനെ വെടിവച്ചു കൊന്നു. അപ്പോഴാണ് ലെഫ്റ്റനന്റ് ബോ അവിടെ വന്നത്. മംഗൾ പാണ്ഡെ അവനെയും വെടിവച്ചു കൊന്നു. അതിനിടയിൽ കേണൽ വീലർ അവിടെ വന്നു. മംഗൾ പാണ്ഡെയെ അറസ്റ്റ് ചെയ്യാൻ അദ്ദേഹം ഉത്തരവിട്ടു, പക്ഷേ സൈനികർ അദ്ദേഹത്തിന്റെ

ഉത്തരവുകളും അവഗണിച്ചു. വീലറും ഓടിപ്പോയി. മംഗൾ പാണ്ഡെയ്ക്ക് അതിന്റെ അനന്തരഫലങ്ങൾ നന്നായി അറിയാമായിരുന്നു. സ്വയം കൊല്ലാൻ വെടിയുതിർത്തു. പക്ഷേ അവൻ മരിച്ചില്ല. അയാൾ മുറിവേറ്റ് വീണു. തൽഫലമായി, അദ്ദേഹം അറസ്റ്റിലാവുകയും ചെയ്തു. പിന്നീട് തൂക്കിലേറ്റി. തന്റെ മറ്റ് കൂട്ടാളികളുടെ പേര് പറയാൻ ആവശ്യപ്പെട്ടപ്പോൾ, "എന്റെ മരണശേഷവും ഞാൻ എന്റെ കൂട്ടാളികളുടെ പേരുകൾ നൽകില്ല" എന്ന് അദ്ദേഹം പറഞ്ഞു.

മംഗൾ പാണ്ഡെയുടെ നടപടി ആവേശകരമായിരുന്നു എന്നതിൽ രണ്ട് അഭിപ്രായങ്ങൾ ഉണ്ടാകില്ല. അദ്ദേഹത്തിന്റെ തിടുക്കം നിമിത്തം വിപ്ലവ പദ്ധതിക്ക് കനത്ത തിരിച്ചടി നേരിട്ടു. അല്ലാത്തപക്ഷം, ഇന്ത്യയുടെ സ്വാതന്ത്ര്യസമരത്തിന്റെ ചരിത്രം ഏത് ദിശയിലാണ് പോയതെന്ന് അവർക്കറിയാമായിരുന്നു. എന്തുതന്നെയായാലും, മംഗൾ പാണ്ഡെ മറ്റുള്ളവരെക്കാളും മാതൃകാപരമായ ധൈര്യം പ്രകടിപ്പിക്കുകയും സ്വാതന്ത്ര്യത്തിനായി തന്റെ ജീവിതം ബലിയർപ്പിക്കുകയും ചെയ്തു.

മീററ്റും ഡൽഹിയും

മംഗൾ പാണ്ഡെയുടെ ത്യാഗം മറ്റ് സ്ഥലങ്ങളിൽ സൈനികരെ പ്രചോദിപ്പിച്ചു. ബ്രിട്ടീഷ് സൈന്യത്തിന്റെ ആസ്ഥാനം അംബാലയിലായിരുന്നു. അവിടെ ഇന്ത്യൻ പട്ടാളക്കാർ ഒരു ബ്രിട്ടീഷ് ഉദ്യോഗസ്ഥന്റെ വീട് കത്തിച്ചു. എന്നാൽ ഇതിൽ കൂടുതലൊന്നും ഇവിടെ സംഭവിച്ചില്ല. തീയണയ്ക്കുന്നത് പോലും രഹസ്യമായിട്ടായിരുന്നു. ഇതിനുശേഷം മീററ്റിൽ നിലയുറപ്പിച്ച സൈന്യം കലാപം നടത്തി. ഇവിടെ കലാപത്തിന്റെ വിത്ത് വിതച്ചത് എപ്പോഴാണെന്ന് വ്യത്യസ്ത പുസ്തകങ്ങൾ വ്യത്യസ്ത തീയതികൾ നൽകുന്നു. മഹാറാണി ഝാൻസി എന്ന തന്റെ പുസ്തകത്തിൽ ശ്രീ ശാന്തി നാരായൺ, ഝാൻസി കി റാണി ലക്ഷ്മിഭായി എന്ന തന്റെ പുസ്തകത്തിൽ ശ്രീ പരസ്നീസ് ദത്താത്രേയ ബൽവന്ത് എന്നിവർ ഈ തീയതി 1857 മെയ് 25 ആണെന്ന് പരാമർശിക്കുന്നു, എന്നാൽ വീർ സവർക്കർ തന്റെ 1857 ലെ സ്വതന്ത്ര സംഗ്രം എന്ന പുസ്തകത്തിൽ 1857 മെയ് 6 ആണെന്ന് പറയുന്നു.

മീററ്റിൽ പന്നിക്കൊഴുപ്പ് അടങ്ങിയ വെടിയുണ്ടകൾ കുതിരപ്പടയാളികൾക്ക് നൽകിയിരുന്നു, എന്നാൽ 90 സൈനികരിൽ 5 പേർ മാത്രമാണ് അവയെ സ്പർശിച്ചത്. മറ്റ് സൈനികർ അവ ഉപയോഗിക്കാൻ ആവശ്യപ്പെട്ടപ്പോൾ അവർ കന്റോൺമെന്റിലേക്ക് മടങ്ങി. ഈ സൈനികരെ അറസ്റ്റ് ചെയ്യുകയും യൂറോപ്യൻ കാലാൾപ്പടയുടെയും പീരങ്കികളുടെയും കാവൽ ഏർപ്പെടുത്തുകയും ചെയ്തു. പിന്നീട്, അവരെ ഓരോരുത്തർക്കും പത്തു വർഷം തടവുശിക്ഷ വിധിച്ചു.

അന്നു വൈകുന്നേരം, മറ്റ് ഇന്ത്യൻ സൈനികർ ബസാറിൽ ഉലാത്തുമ്പോൾ, ചില ഗ്രാമ വാസികൾ അവരെ ശകാരിച്ചു, "അതിശയം, നിങ്ങളുടെ സഹോദരന്മാർ ജയിലുകളിൽ കിടന്ന് നശിക്കുന്നു , നിങ്ങൾ ഇവിടെ ലക്ഷ്യമില്ലാതെ അലഞ്ഞുനടക്കുന്നു. ശ്ശേ...കഷ്ടം തന്നെ "

ഈ സംഭവം ഈ സൈനികരുടെ ആത്മാഭിമാനം ഉണർത്തി. മെയ് 31 വരെ അവർക്ക് വെറുതെയിരിക്കാൻ കഴിയില്ല. അന്ന് രാത്രി അവർ കന്റോൺമെന്റിൽ ഒരു രഹസ്യ യോഗം നടത്തി, അതിൽ മറ്റ് നിരവധി ഇന്ത്യൻ സൈനികർ പങ്കെടുത്തു. ഡൽഹിയിലേക്കും സന്ദേശം അയച്ചു. "ഞങ്ങൾ മാർച്ച് 11-നോ 12-നോ അവിടെയെത്തും. എല്ലാ അർത്ഥത്തിലും തയ്യാറായിരിക്കുക. " ബ്രിട്ടീഷുകാർക്ക് ഇതിൽ ഒന്നും നേടാനായില്ല. 1857 മെയ് 10-ന് ഞായറാഴ്ച ഇംഗ്ലീഷുകാർ പള്ളിയിൽ പ്രാർത്ഥന നടത്തുകയും പ്രാർത്ഥനാമണി മുഴങ്ങുകയും ചെയ്തപ്പോൾ ഇന്ത്യൻ പട്ടാളക്കാർ വിപ്ലവത്തിന്റെ ശംഖ് ഊതി. "കിൽ ദി ഫിരംഗി (വെളുത്ത വിദേശി)" എന്ന മുദ്രാവാക്യവുമായി കൂട്ടാളികളെ മോചിപ്പിക്കാൻ അവർ ആദ്യം ജയിലിന് നേരെ ഓടി. ഇംഗ്ലീഷുകാർ ജീവൻ രക്ഷിക്കാൻ അങ്ങോട്ടും ഇങ്ങോട്ടും ഓടി. ജയിൽ തകർത്ത് തടവുകാരെ മോചിപ്പിച്ചു. തുടർന്ന്, ഇംഗ്ലീഷുകാരുടെ രക്തത്തിനായി ദാഹിച്ച അവർ ഡൽഹിയിലേക്ക് മാർച്ച് നടത്തി.

ഡൽഹിയിൽ ബഹദൂർ ഷാ സഫർ മെയ് 31 ന് കാത്തിരിക്കുകയായിരുന്നു. അവൻ എങ്ങനെയോ തന്റെ സൈന്യത്തെ നിയന്ത്രണത്തിലാക്കി, എന്നാൽ മീററ്റിൽ ഇതെല്ലാം ആസൂത്രണത്തിന് മുമ്പായി സംഭവിച്ചു. തുടർന്ന് ഈ സൈനികർ ഡൽഹിയിലെത്തി, ഡൽഹിയിലും കലാപം ആരംഭിച്ചു. ബഹാദൂർ ഷാ സഫറിനെ ഇന്ത്യയുടെ ചക്രവർത്തിയായി പ്രഖ്യാപിച്ചു. അഞ്ച് ദിവസം ഡൽഹി വിപ്ലവകാരികളുടെ നിയന്ത്രണത്തിലായിരുന്നു. എന്നാൽ ആത്യന്തികമായി അവർ അതിൽ വിജയിച്ചില്ല, ഭാഗികമായി സൈനികരുടെ തിടുക്കം, ഭാഗികമായി പ്രതികൂല സാഹചര്യങ്ങൾ അല്ലെങ്കിൽ മറ്റ് ചില കാരണങ്ങൾ. ബ്രിട്ടീഷുകാർ ഡൽഹിയെ വീണ്ടും തങ്ങളുടെ നിയന്ത്രണത്തിലാക്കി. ധീരരായ പലരെയും തൂക്കിലേറ്റി. ബഹാദൂർ ഷായെ റംഗൂണിലേക്ക് നാടുകടത്തി, പിന്നീട് അദ്ദേഹം മരിച്ചു. ഇത് ഒരു നീണ്ട വിഷയമാണ്, അതിനാൽ അതിന്റെ സമഗ്രമായ വിവരണം സാധ്യമല്ല.

പബ്ലിസിറ്റി

കലാപത്തിന്റെ ഈ തീ ഉടൻ തന്നെ ലഖ്നൗ, ഷാജഹാൻപൂർ, ബറേലി, ഫിറോസ്പൂർ, മൊറാദാബാദ് തുടങ്ങിയ സ്ഥലങ്ങളിലേക്കും വ്യാപിച്ചു. അലിഗഢിൽ അത് പ്രചരിപ്പിക്കുന്നതിൽ ഏർപ്പെട്ടിരുന്ന ഒരു ബ്രാഹ്മണനെ തൂക്കിലേറ്റി. ഈ സംഭവം (സൈനികരുടെ ഹൃദയത്തിൽ) അഗ്നിക്ക് ഇന്ധനമായി പ്രവർത്തിച്ചു. ആയിരക്കണക്കിന് സൈനികർ രോഷം കൊണ്ട് പൊട്ടിത്തെറിച്ചു,

"ബ്രിട്ടീഷ് ഭരണത്തിന്റെ ശല്യം അവസാനിപ്പിക്കുക." ജീവൻ രക്ഷിക്കണമെങ്കിൽ അലിഗഡ് വിട്ടുപോകണമെന്ന് അവർ ഇംഗ്ലീഷുകാർക്ക് മുന്നറിയിപ്പ് നൽകി. മെയ് 22 ന് അലിഗഢിലെ കലാപ വാർത്ത കേട്ട് ഇറ്റാവയിലെ സൈനികരും കലാപം നടത്തി. ഇംഗ്ലീഷുകാർ ജീവൻ രക്ഷിക്കാൻ അങ്ങോട്ടും ഇങ്ങോട്ടും ഓടി. പട്ടണത്തെ സ്വതന്ത്രമായി പ്രഖ്യാപിച്ച ശേഷം ഇറ്റാവയിൽ നിന്നുള്ള സൈനികർ ഡൽഹിയിലേക്ക് മാർച്ച് ചെയ്തു. മെയ് 31 ന് ബറേലി കന്റോൺമെന്റിൽ ഇന്ത്യൻ സൈനികർ ആയുധമെടുത്തു. ഏറ്റവും സംഘടിതമായാണ് ഈ കലാപം നടത്തിയത്. പട്ടാളക്കാർ ഇംഗ്ലീഷുകാരെ ആക്രമിച്ചു. ലെഫ്റ്റനന്റ് കിർബി, ലെഫ്റ്റനന്റ് ഫ്രേസർ, സർജന്റ് ബാൾട്ടൺ, കേണൽ ട്രൂപ്പ്, റോബർട്ട്സൺ തുടങ്ങിയവർ കൊല്ലപ്പെട്ടു. 32 ബ്രിട്ടീഷ് സൈനിക ഉദ്യോഗസ്ഥർ നൈനിറ്റാളിലേക്ക് ഓടി രക്ഷപ്പെട്ടു. റൂഹൽഖണ്ഡിലെ പട്ടണങ്ങളായ ബറേലി, ഷാജഹാൻപൂർ, മൊറാദാബാദ്, ബദൗൺ തുടങ്ങിയവ സ്വതന്ത്രമായി പ്രഖ്യാപിച്ചപ്പോൾ തന്നെ ഇംഗ്ലീഷുകാർ ഒളിച്ചോടുകയായിരുന്നു.

മെയ് 31 ന് അസംഗഢിൽ നിലയുറപ്പിച്ച സൈന്യം കലാപം നടത്തി. അവിടെ സൈനികർ ഇംഗ്ലീഷുകാരെ സുരക്ഷിതമായി രക്ഷപ്പെടാൻ അനുവദിച്ചു. ജൂൺ നാലിന് ബനാറസിൽ അസംഗഢിനെക്കുറിച്ചുള്ള വാർത്തകൾ എത്തി. അവിടെ ബ്രിട്ടീഷുകാർ ഇന്ത്യൻ സൈനികരെ നിരായുധരാക്കാൻ ശ്രമിച്ചു, പക്ഷേ മറുപടിയായി അവർ കലാപം നടത്തി. ഇവിടെ സിഖ് പട്ടാളക്കാർ വിപ്ലവകാരികൾക്കൊപ്പം നിന്നു. ജവാൻപൂരിൽ നിലയുറപ്പിച്ച ബനാറസ് സിഖ് പ്ലാറ്റൂണിലെ സിഖ് സൈനികരും വിപ്ലവകാരികളോടൊപ്പം നിന്നു. അവർ സർക്കാർ ഖജനാവ് കൊള്ളയടിച്ചു. തുടർന്ന് ബനാറസിലെ അശ്വസേനാ വിഭാഗവും അവിടെയെത്തി. ബ്രിട്ടീഷുകാർ പട്ടണം ഒഴിയാൻ ഉത്തരവിട്ടു. ജൂൺ 6 ന് രാത്രി അലഹബാദിൽ സൈന്യം കലാപം നടത്തി. ജൂൺ 11-ന് ഇംഗ്ലീഷുകാർ സൈന്യവുമായി അലഹബാദിലെത്തി. വിമത സൈനികരുമായി ഉഗ്രമായ പോരാട്ടത്തിന് ശേഷമാണ് അവർ പട്ടണത്തിൽ പ്രവേശിച്ചത്. വിമതരെ അടിച്ചമർത്തലിനുശേഷം, ബ്രിട്ടീഷുകാർ മനുഷ്യത്വരഹിതമായ ക്രൂരതകൾ പൊതുജനങ്ങൾക്ക് നേരെ നടത്തി.

മൂവായിരം ഇന്ത്യക്കാരുള്ള ബ്രിട്ടീഷ് സൈന്യത്തിന്റെ നിരവധി പ്ലാറ്റൂണുകൾ കാൺപൂരിൽ ഉണ്ടായിരുന്നു. മെയ് 15 ന് അഭൂതപൂർവമായ ഒരു കാഴ്ചയാണ് ഇവിടെ കണ്ടത്. പലയിടത്തും ബ്രിട്ടീഷുകാർക്കെതിരെ യോഗങ്ങൾ സംഘടിപ്പിച്ചു, സൈനികർ രഹസ്യ യോഗങ്ങൾ നടത്തി. കലാപം പ്രതീക്ഷിച്ച് ബ്രിട്ടീഷുകാർ ലഖ്നൗവിൽ നിന്നും സൈന്യത്തെ വിളിച്ചു. ജൂൺ നാലിന് രാത്രി ഷെഡ്യൂൾ പ്രകാരം കലാപം ആരംഭിച്ചു. നാനാ സാഹിബിന്റെ സൈനികർ നവാബ്ഗഞ്ചിലെ ട്രഷറി പിടിച്ചെടുത്തു, വിമത സൈനികർ ആയുധപ്പുര അവരുടെ നിയന്ത്രണത്തിലാക്കി.

കലാപം പ്രതീക്ഷിച്ച് ബ്രിട്ടീഷുകാർ അവധിൽ ഭീകരാക്രമണം നടത്തി. അവിടെ രാത്രി 9.00 മണിക്ക് കലാപം ആരംഭിച്ചു. മെയ് 30ന് രാത്രിയിൽ. അടുത്ത ദിവസം സർ ഹെൻറി ലോറൻസ് ചില വിശ്വസ്തരായ സൈനികരുടെ സഹായത്തോടെ വിമതരെ ആക്രമിച്ചു, എന്നാൽ അദ്ദേഹത്തോടൊപ്പമുള്ള കുതിരപ്പടയാളികളും കലാപം നടത്തി. മെയ് 27 ന് സീതാപൂരിലെ നിരവധി ഇംഗ്ലീഷുകാരുടെ വീടുകൾ അഗ്നിക്കിരയാക്കുകയും ജൂൺ 3 ന് സൈനികരുടെ ഒരു പ്ലാറ്റൂൺ ട്രഷറി പിടിച്ചെടുക്കുകയും ചെയ്തു. ജൂൺ ഒന്നിന് ഇംഗ്ലീഷ്കാർ ഫറൂക്കാബാദ് ഉപേക്ഷിച്ചു. ഫൈസാബാദിലെ തീവ്രവാദികളായ ഇംഗ്ലീഷുകാർ രാജാ മാൻസിംഗിൽ നിന്ന് അഭയം തേടുകയും അവരുടെ ജീവൻ രക്ഷിക്കുകയും ചെയ്തു. ജൂൺ 9-ന് ഫൈസാബാദിനെ സ്വതന്ത്രമായി പ്രഖ്യാപിക്കുകയും നേരത്തെ അവാദിലെ നവാബ് ആയിരുന്ന വാജിദ് അലി ഷായുടെ ഭരണം അവിടെ പ്രഖ്യാപിക്കുകയും ചെയ്തു. ജൂൺ 9-ന് സുൽത്താൻപൂരിലും ജൂൺ 10-ന് സലോനിയിലും കലാപം ആരംഭിച്ചു. ജൂലൈ 5 ന് ആഗ്രയിൽ ഈ കലാപത്തിന്റെ തീ ആളിക്കത്തി. വിമത സൈന്യത്തിലെ സൈനികരെ തകർക്കാൻ പ്രാദേശിക സംസ്ഥാനങ്ങളായ ബിതൗലി, ഭരത്പൂർ എന്നിവിടങ്ങളിൽ നിന്ന് സൈന്യത്തെ അയച്ചു. എന്നാൽ ഈ സൈനികർ പറഞ്ഞു, "ബ്രിട്ടീഷുകാർക്കെതിരായ കലാപത്തിന്റെ വികാരം ഞങ്ങൾ പങ്കിടുന്നില്ലെങ്കിലും, ഞങ്ങളുടെ സ്വന്തം നാട്ടുകാർക്കെതിരെ ഞങ്ങൾ ആയുധം ഉപയോഗിക്കില്ല."

മേൽപ്പറഞ്ഞ വിവരണം 1857 ലെ സ്വാതന്ത്ര്യത്തിനായുള്ള പോരാട്ടത്തിന്റെ വ്യാപ്തി വ്യക്തമാക്കുന്നു. ഈ വിഷയത്തെക്കുറിച്ചുള്ള സമഗ്രമായ വിവരണം ഇന്നത്തെ പുസ്തകത്തിന്റെ വിഷയമല്ല, അത് വിവരിക്കാതെ മഹാറാണി ലക്ഷ്മിഭായിയുടെ ജീവിതകഥയും അപൂർണ്ണമെന്ന് വിളിക്കപ്പെടും. ഈ പോരാട്ടത്തിന്റെ ഒരു പ്രത്യേകത, അത് ഉത്തരേന്ത്യയിൽ, പ്രത്യേകിച്ച് ഡൽഹി, യുണൈറ്റഡ് പ്രവിശ്യകൾ, ഝാൻസി എന്നിവിടങ്ങളിൽ മാത്രമായി പരിമിതപ്പെടുത്തിയിരുന്നു. നിർഭാഗ്യവശാൽ ധീരരായ ഇന്ത്യക്കാർക്ക് അതിൽ വിജയിക്കാനായില്ല. ഇനി ഈ പോരാട്ടത്തിലെ മഹാറാണി ലക്ഷ്മിഭായിയുടെ റോളിലേക്കാണ് നമ്മൾ വരുന്നത്, അത് ഈ പുസ്തകത്തിലെ പ്രധാന വിഷയമാണ്.

ജാൻസി

മീററ്റിലെയും ഡൽഹിയിലെയും കലാപത്തിന്റെ വാർത്ത ഝാൻസിയിലെത്തി. ബംഗാൾ നേറ്റീവ് ഇൻഫൻട്രിയുടെ പന്ത്രണ്ടാമത്തെ പ്ലാറ്റൂൺ, ക്രമരഹിതമായ കുതിരപ്പട, പീരങ്കികൾ എന്നിവ അക്കാലത്ത് അവിടെ നിലയുറപ്പിച്ചിരുന്നു. ക്യാപ്റ്റൻ ഡൺലോപ്പ് ആയിരുന്നു ഈ സൈന്യത്തിനെല്ലാം കമാൻഡർ. ഝാൻസി ബ്രിട്ടീഷുകാരെ പൂർണമായി പിന്തുണയ്ക്കുന്നുവെന്നും അദ്ദേഹത്തിന്റെ കീഴിലുള്ള

സൈനികർ ബ്രിട്ടീഷുകാരോട് പൂർണ്ണമായും വിശ്വസ്തരാണെന്നും അദ്ദേഹത്തിന് പൂർണ വിശ്വാസമുണ്ടായിരുന്നു. പൂർണ്ണമായ ഒരുക്കങ്ങൾക്കിടയിലും ജാൻസി പ്രത്യക്ഷത്തിൽ തീർത്തും നിശ്ശബ്ദയായി പ്രത്യക്ഷപ്പെട്ടുവെന്നത് വലിയ അത്ഭുതമെന്നോ അവിശ്വസനീയമായ സത്യമെന്നോ പറഞ്ഞാൽ അതിശയോക്തിയാകില്ല. സ്ക്രീൻ, ഝാൻസി കമ്മീഷണർ, മേയ് 28-ന് നഗരത്തിലെ സ്ഥിതിഗതികളെക്കുറിച്ചുള്ള തന്റെ റിപ്പോർട്ടിൽ എഴുതി: 'ഝാൻസിയിൽ നിയോഗിച്ചിരിക്കുന്ന സൈന്യം തികച്ചും വിശ്വസനീയമാണ്. ഇവിടെ കലാപത്തിനുള്ള സാധ്യതയൊന്നും കാണുന്നില്ല. മീററ്റിലെയും ഡൽഹിയിലെയും മറ്റ് സ്ഥലങ്ങളിലെയും വിമതരെയും അവരുടെ കറുത്ത പ്രവൃത്തികളെയും അവർ വെറുക്കുന്നു. ഇവിടെ ഒരുതരത്തിലുള്ള ഒരു പ്രക്ഷോഭവും ഞാൻ സംശയിക്കുന്നില്ല. ഇത് മാത്രമല്ല. ഓർച്ച, ഛത്തർപൂർ, അജയ്ഗഢ് എന്നിവിടങ്ങളിലെ ഭരണാധികാരികൾ പ്രായപൂർത്തിയാകാത്തവരാണ്. ബുന്ദേൽഖണ്ഡിലെ മറ്റ് സംസ്ഥാനങ്ങളിലും ക്രമീകരണങ്ങൾ ചെയ്തിട്ടുണ്ട്. ഞങ്ങൾ ഇവിടെ പൂർണ്ണമായും സുരക്ഷിതരാണെന്ന് എനിക്ക് പൂർണ്ണ വിശ്വാസമുണ്ട്.

മെയ് 30ലെ തന്റെ റിപ്പോർട്ടിലും അദ്ദേഹം ഇങ്ങിനെയാണ് എഴുതിയിരിക്കുന്നത്. ഇതിനുശേഷം ജൂൺ 3-ലെ റിപ്പോർട്ടിൽ അദ്ദേഹം ഇങ്ങനെ എഴുതി: "ചില താക്കൂർമാർ കോഞ്ച് ഗ്രാമം ആക്രമിക്കാൻ നിർദ്ദേശിച്ചതായി ഇന്നലെ രാത്രി എനിക്ക് വിവരം ലഭിച്ചു. ഞാൻ ഉടൻ തന്നെ ഇക്കാര്യം ഡൺലോപ്പിനെ അറിയിക്കുകയും പിറ്റേന്ന് രാവിലെ 8.00 AM ന് കുറച്ച് സൈന്യത്തെ അയച്ചു. സൈന്യം അവിടെ എത്തിയതോടെ താക്കൂർമാർ തീരുമാനം മാറ്റി.

"കലാപം എല്ലായിടത്തും വ്യാപിച്ചുവെന്ന് ചിലർ പറയുന്നു. ഇക്കാര്യത്തിൽ ഝാൻസിയിലെ ജനങ്ങൾ സത്യസന്ധരും അവരുടെ ചിന്തകളിൽ ദൃഢനിശ്ചയമുള്ളവരുമാണെന്ന് ഞാൻ മനസ്സിലാക്കുന്നു. അവർ ഒരിക്കലും ഞങ്ങൾക്കെതിരെ പ്രവർത്തിക്കില്ല."

ജാൻസി പുറത്ത് നിന്ന് പൂർണ്ണമായും നിശബ്ദയായിരുന്നു. ബ്രിട്ടീഷുകാർ മഹാറാണിയുടെ ഭാഗത്ത് നിന്ന് ഒരു ആശങ്കയും വകവെച്ചില്ല. ഭർത്താവിന്റെ മരണശേഷം അവൾ സാഹചര്യങ്ങളുമായി വിട്ടുവീഴ്ച ചെയ്തുവെന്ന് അവർ കരുതി, പക്ഷേ ജൂൺ 4 ന് പെട്ടെന്ന് അവിടെയും കലാപം പൊട്ടിപ്പുറപ്പെട്ടു. ഏഴാമത്തെ ഇൻഫൻട്രി പ്ലാറ്റൂണിലെ ഒരു ഹവൽദാർ, അദ്ദേഹത്തിന്റെ ചില കൂട്ടാളികളുടെ പിന്തുണയോടെ, നക്ഷത്ര കോട്ടയിൽ പ്രവേശിച്ച് യുദ്ധ സാമഗ്രികൾ എല്ലാം തന്റെ നിയന്ത്രണത്തിലാക്കി. ഈ വിവരം ലഭിച്ചപ്പോൾ, ബാക്കിയുള്ള സൈന്യവുമായി ഡൺലോപ്പ് അവിടെയെത്തി, എന്നാൽ വിമതർ യുദ്ധ സാമഗ്രികളോടൊപ്പം ട്രഷറിയും തങ്ങളുടെ നിയന്ത്രണത്തിലാക്കി, അവിടെയുള്ള കാവൽക്കാരും അവരോടൊപ്പം ചേർന്നു. സ്ഥിതിഗതികളുടെ ഗൗരവം

മനസ്സിലാക്കിയ എല്ലാ ഇംഗ്ലീഷുകാരും കമ്മീഷണറുടെ നിർദ്ദേശപ്രകാരം കോട്ടയിൽ അഭയം പ്രാപിച്ചു.

കോട്ടയുടെ ഉപരോധം

ജൂൺ 5-ന് രാവിലെ, സ്ക്രീൻ ആൻഡ് ഗാർഡൻ ഡെപ്യൂട്ടി കമ്മീഷണർ ഡൺലോപ്പിനെ കാണാൻ കന്റോൺമെന്റിൽ എത്തി. അതിനുശേഷം അവർ ചില രഹസ്യ ചർച്ചകൾക്കായി കോട്ടയിലേക്ക് പോയി. അവിടെ നിന്ന് ഡൺലോപ്പ് പോസ്റ്റ് ഓഫീസിലേക്ക് പോയി. അവിടെ പോസ്റ്റ് നിക്ഷേപിച്ച ശേഷം ടെയ്‌ലറുമായി പരേഡിന് എത്തി. പന്ത്രണ്ടാമത്തെ ഇൻഫൻട്രി പ്ലാറ്റൂണിലെ സൈനികർ അവരെ വെടിവച്ചു കൊന്നു. സന്തോഷത്തോടെ നൃത്തം ചെയ്ത അവർ ഇതിനുശേഷം നിരവധി ഇംഗ്ലീഷുകാരെ കൊന്നു. നാൽപ്പത്തിയഞ്ചോളം ബ്രിട്ടീഷ് ഓഫീസർമാർ തങ്ങളുടെ ജീവൻ രക്ഷിക്കാൻ കോട്ടയിലേക്ക് ഓടിക്കയറി. സ്ക്രീൻ കോട്ടയിൽ സുരക്ഷാ സന്നാഹങ്ങൾ ഒരുക്കി. അതിന്റെ വാതിലുകൾ കൃത്യമായി സുരക്ഷിതമാക്കുകയും തോക്കുകൾ പോലുള്ള സുരക്ഷാ സാമഗ്രികൾ എല്ലാവർക്കും നൽകുകയും ചെയ്തു. കന്റോൺമെന്റിൽ ഏകപക്ഷീയമായ രീതിയിൽ നീങ്ങിയ ശേഷം വിമതർ കോട്ടയിലെത്തി. അകത്ത് നിന്ന് ഇംഗ്ലീഷുകാർ അവരെ അവിടെ നിന്ന് പുറത്താക്കാൻ പരമാവധി ശ്രമിച്ചു, പക്ഷേ അവർ അതിൽ വിജയിച്ചില്ല. എന്തൊരു വിരോധാഭാസം? മരണം തന്റെ തലയ്ക്ക് മുകളിലൂടെ പറക്കുന്നത് കണ്ട സ്ക്രീൻ മഹാറാണി ലക്ഷ്മിഭായിയുടെ സഹായം തേടാൻ ആലോചിച്ചു. അവർ സ്കോക്കിനെയും പെർസൽ സഹോദരന്മാരെയും മഹാറാണിക്കരികിലേയ്ക്ക് അയച്ചു, പക്ഷേ അവിടെ എത്തുന്നതിന് മുമ്പ് കലാപകാരികൾ അവരെ കൊന്നു.

ഇതിന് ശേഷം, അടുത്ത ദിവസം നാഗോഡിൽ നിന്നും ഗ്വാളിയോറിൽ നിന്നും സൈന്യത്തെ ലഭിക്കാൻ സ്ക്രീൻ കത്തെഴുതി. പക്ഷേ നിർഭാഗ്യവശാൽ സൈന്യം അവിടെ എത്തിയില്ല. ഈ ദിവസം വിമതർ തങ്ങളുടെ പൂർണ്ണ ശക്തിയോടെ കോട്ട ആക്രമിച്ചു. ഇരുഭാഗത്തുനിന്നും ശക്തമായ വെടിവയ്പ്പ് ഉണ്ടായെങ്കിലും വിമതർ വിജയിച്ചില്ല. വിമതർ എന്തുവിലകൊടുത്തും കോട്ട പിടിച്ചെടുക്കാൻ ആഗ്രഹിച്ചു, പക്ഷേ വിജയിച്ചില്ല. ഡെപ്യൂട്ടി സർവേയർ, ലെഫ്റ്റനന്റ് പോവിസ് കോട്ടയ്ക്കകത്തേക്ക് പോയപ്പോൾ, വിശ്വസ്തരായ ഏതാനും ഇന്ത്യൻ സൈനികരെയും കൂടെ കൂട്ടി. ഈ പട്ടാളക്കാർ തങ്ങളുടെ വിമത സഹോദരന്മാർ സ്വാതന്ത്ര്യത്തിനായി പോരാടുന്നതും വിജയിക്കാത്തതും കണ്ടപ്പോൾ, അവർ അവരോട് സഹതപിക്കുകയും കോട്ടയിലേക്കുള്ള പ്രവേശനത്തിന്റെ രഹസ്യ പാത, പുറത്ത് ഉപരോധിച്ച സൈനികരോട് പറയാൻ ശ്രമിക്കുകയും ചെയ്തു. കോട്ടയ്ക്കുള്ളിലെ ഇംഗ്ലീഷുകാർ അവരുടെ ഉദ്ദേശ്യം മനസ്സിലാക്കി. അവരെ കോട്ടയ്ക്കുള്ളിൽ കൊണ്ടുവന്നതിന് അവർ പോവീസിനെ ശകാരിച്ചു.

പുറത്തുനിന്നുള്ള വിമതരെ പിന്തുണയ്ക്കരുതെന്ന് പോവിസ് ഉപദേശിച്ചപ്പോൾ, അവർ പരസ്യമായി കലാപം നടത്തുകയും പവിസിനെ കൊല്ലുകയും ചെയ്തു.

അതിനിടെ, പുറത്തുള്ള വിമതർ കോട്ടയിലേക്ക് കടക്കാനുള്ള ശ്രമം നടത്തിക്കൊണ്ടിരുന്നു. അവരുടെ സമ്മർദ്ദം തുടർച്ചയായി വർദ്ധിച്ചുകൊണ്ടിരുന്നു. അകത്ത് നിന്ന് പീരങ്കി ഷെല്ലുകൾ തൊടുത്തുവിടുകയായിരുന്നു. കോട്ടയുടെ ജനലിലൂടെ പുറത്ത് ഗാർഡൻ വെടിയുതിർക്കുകയായിരുന്നു. എല്ലാ വിമതരും അവനെ തിരിച്ചറിഞ്ഞു. അപ്പോൾ ഒരു വിമതൻ അവന്റെ മേൽ അമ്പ് എയ്തു. അതൊരു ഉറപ്പായിരുന്നു. അമ്പ് നേരെ ഗാർഡനിൽ തട്ടി അവൻ മരിച്ചു. കോട്ടയ്ക്കകത്ത് ഒരു കരച്ചിൽ പരന്നു. ഇംഗ്ലീഷുകാർ പരിഭ്രാന്തരായി. അവരുടെ ദൗർഭാഗ്യവശാൽ അവരുടെ യുദ്ധ സാമഗ്രികൾ തീർന്നു. കാലേ ഖാനും അഹമ്മദ് ഹുസൈനും വിമതരെ നയിച്ചു. അവരുടെ ബുദ്ധിയും തന്ത്രവും കോട്ടയുടെ വലിയൊരു ഭാഗം പിടിച്ചെടുക്കാൻ അവരെ സഹായിച്ചു.

ബ്രിട്ടീഷുകാർ തങ്ങളുടെ ജീവൻ രക്ഷിക്കാൻ ഒരു ഉടമ്പടി ഒപ്പുവെക്കാൻ ആലോചിച്ചു. ജൂൺ എട്ടിന് വിമത നേതാക്കൾ കോട്ടയുടെ വാതിലിനു സമീപം എത്തി. അവർ ഹക്കിം സുലെ മുഹമ്മദ് എന്ന മാന്യനെ സ്ക്രീനിലേക്ക് അയച്ചു. സാഗറിലേക്ക് സുരക്ഷിതമായ ഒരു പാത അനുവദിക്കണമെന്ന് സ്ക്രീൻ അഭ്യർത്ഥിച്ചു. ആയുധങ്ങൾ കീഴടങ്ങണമെന്നും അവരെ ഒരു തരത്തിലും ഉപദ്രവിക്കില്ലെന്നും ഖുറാനിലെ പ്രതിജ്ഞയിൽ സുലെ മുഹമ്മദ് പറഞ്ഞു. ഇംഗ്ലീഷുകാർ അതനുസരിച്ച് പ്രവർത്തിച്ച് കോട്ടയിൽ നിന്ന് പുറത്തിറങ്ങി. പുറത്തിറങ്ങിയ ഉടൻ അറസ്റ്റ് ചെയ്യുകയായിരുന്നു. അവരെ നഗരം ചുറ്റി, ഒടുവിൽ ജോഗൻ ബാഗിലേക്ക് കൊണ്ടുപോയി. കുതിരപ്പുറത്തിരുന്ന ഒരാൾ അവരെ തടഞ്ഞു, അറസ്റ്റ് ചെയ്ത എല്ലാ ഇംഗ്ലീഷുകാരെയും കൊല്ലണമെന്ന് കാലെ ഖാന്റെ സന്ദേശം നൽകി. ഈ സന്ദേശം ലഭിച്ചപ്പോൾ ഝാൻസി ജയിലിലെ ദരോഗ (സബ് ഇൻസ്പെക്ടർ) ബക്ഷീഷ് അലി ആദ്യം ശക്തമായ വാളുകൊണ്ട് സ്ക്രീനിന്റെ തല ശരീരത്തിൽ നിന്ന് വേർപെടുത്തി. ഇത് കണ്ട മറ്റ് കലാപകാരികൾ അറസ്റ്റുചെയ്ത ഇംഗ്ലീഷുകാരെ ആക്രമിക്കുകയും നിമിഷനേരം കൊണ്ട് അവരെ അവസാനിപ്പിക്കുകയും ചെയ്തു.

ഈ ഹത്യകാണ്ഡിൽ (കൂട്ടക്കൊല) എത്ര ഇംഗ്ലീഷുകാർ കൊല്ലപ്പെട്ടു? ഇക്കാര്യത്തിൽ വ്യക്തമായ ഒന്നും അറിയില്ല. ചിലർ 60 എന്ന് പറഞ്ഞു, മറ്റുള്ളവർ 70 എന്ന് പറയുന്നു, മറ്റുള്ളവർ അത് 76 ആണെന്ന് കണക്കാക്കുന്നു. മരിച്ചവരുടെ എണ്ണം 114 ആയി കണക്കാക്കുന്ന മറ്റു ചിലരുണ്ട്.

മഹാറാണിയും മുകളിൽ പറഞ്ഞ സംഭവവും

ഈ സംഭവത്തിന്റെ ഔചിത്യത്തെക്കുറിച്ച് തർക്കമുണ്ടായേക്കാം. ആദർശവാദത്തിന് പ്രാധാന്യം നൽകുന്ന ആളുകൾ അതിനെ

മനുഷ്യത്വരഹിതമായ വഞ്ചന എന്ന് വിളിക്കും, എന്നാൽ 'സ്നേഹത്തിലും യുദ്ധത്തിലും എല്ലാം ന്യായമാണ്" എന്ന് വിശ്വസിക്കുന്ന മറ്റുള്ളവർ അതിനെ അംഗീകരിക്കും. സംഗതി എന്തായാലും നമ്മുടെ നായിക മഹാറാണി ലക്ഷ്മിഭായിക്ക് ഒന്നും ചെയ്യാനില്ലായിരുന്നു. ഇത് മാത്രമല്ല, മഹാറാണി ഈ യുദ്ധത്തിൽ പങ്കെടുക്കാൻ ആഗ്രഹിച്ചില്ല. വിപ്ലവത്തിന്റെ പല നേതാക്കളുമായും മഹാറാണി ഇതിനകം ബന്ധപ്പെട്ടിരുന്നുവെന്ന് പല ചരിത്രകാരന്മാരും വിശ്വസിക്കുന്നുണ്ടെങ്കിലും, ഇക്കാര്യത്തിൽ വ്യക്തമായ തെളിവുകൾ ഇല്ല. ശ്രീ ദത്താത്രേയ ബൽവന്ത് പരസ്നീസിന്റെ ഝാൻസി കി റാണി ലക്ഷ്മിഭായി എന്ന പുസ്തകം ഇക്കാര്യത്തിൽ ആധികാരികമാണെന്ന് പണ്ഡിതന്മാർ അംഗീകരിച്ചിട്ടുണ്ട്. അദ്ദേഹത്തിന്റെ അഭിപ്രായത്തിൽ, ആദ്യത്തെ അഭിപ്രായം ശരിയാണ്.

ഝാൻസിയിലെ കലാപവുമായി തുടക്കം മുതൽ തന്നെ അവൾ ബന്ധപ്പെട്ടിരുന്നുവെന്നും ഇംഗ്ലീഷുകാരെ കൊല്ലുന്നതിൽ അവൾക്ക് പങ്കുണ്ടെന്നും നിരവധി പാശ്ചാത്യ എഴുത്തുകാരുടെ അഭിപ്രായമുണ്ട്. റോബർട്ട് മോണ്ട്ഗോമറി തന്റെ ഇന്ത്യൻ എംപയർ എന്ന പുസ്തകത്തിൽ ഇങ്ങനെ എഴുതി: "അവൾ ഒരു വിഗ്രഹാരാധകയായിരുന്നു. കുറ്റങ്ങൾക്ക് മാപ്പ് കൊടുക്കുന്നത് അവളുടെ മതത്തിൽ ഇല്ലായിരുന്നു. ഹിന്ദു മത ഗ്രന്ഥങ്ങളുമായി ബന്ധപ്പെട്ട ദത്തെടുക്കലിന്റെയും പിന്തുടർച്ചയുടെയും നിയമങ്ങളോടുള്ള അവഹേളനത്തിന് (കാണിച്ച) അവൾ ദേഷ്യപ്പെട്ടു. അതിനാൽ, അവളുടെ പ്രായവും ലിംഗഭേദവും കണക്കിലെടുക്കാതെ, മഹത്തായതും ശക്തവുമായ ഒരു സർക്കാരിനെതിരെ പോരാടാൻ അവൾ തുറന്നടിച്ചു. ഈ പ്രവൃത്തിയുടെ അനന്തരഫലങ്ങൾ സ്വന്തം ജീവൻ തന്നെ നഷ്ടപ്പെടുമെന്ന് അവൾക്കറിയാമായിരുന്നു.

മോണ്ട്ഗോമറിയുടെ ഈ പ്രസ്താവന മുൻവിധിയും ഭാഗികവുമാണ്. നിഷ്പക്ഷ ചിന്താഗതിക്കാരായ ഏതൊരു ചിന്തകനും അതിനെ വിലയില്ലാത്ത വാദം എന്ന് വിളിക്കും.

മഹാറാണി ഇതിനകം വിപ്ലവകാരികളുമായി സഖ്യത്തിലായിരുന്നെന്ന് കരുതി, മറ്റൊരു ഇംഗ്ലീഷ് എഴുത്തുകാരനായ മെല്ലിസൺ എഴുതുന്നു:

"ബ്രിട്ടീഷ് ഗവൺമെന്റ് മഹാറാണിയുടെ നീരസം ഗൗനിക്കുകയോ അവളുടെ വിവിധ പരാതികൾ പരിഗണിക്കുകയോ ചെയ്തില്ല; അതിനാൽ, അവൾ ഈ അന്യായമായ പ്രവൃത്തി ചെയ്തു. തന്നോട് കാണിച്ച അനാദരവ് കൊണ്ടാണ് അവൾ ഈ നികൃഷ്ടമായ പ്രവൃത്തിയിൽ ഏർപ്പെട്ടത്. ഝാൻസി സംസ്ഥാനം സർക്കാർ ഏറ്റെടുത്തപ്പോൾ മഹാറാണിക്ക് പ്രതിമാസം അയ്യായിരം രൂപ പെൻഷൻ നിശ്ചയിച്ചിരുന്നു. ആദ്യം അവൾ സമ്മതിച്ചില്ല, പക്ഷേ പിന്നീട് സമ്മതിച്ചു. പെൻഷൻ തുകയിൽ നിന്ന് തന്റെ പരേതനായ ഭർത്താവിന്റെ കടം വീട്ടേണ്ടിവരുമെന്ന് പറഞ്ഞപ്പോൾ അവൾക്ക് എന്ത് തോന്നി എന്നതിനെക്കുറിച്ച്

അവളുടെ ആശയങ്ങൾ ഇതിൽ നിന്ന് സൗകര്യപ്രദമായി പ്രതീക്ഷിക്കാം. അപ്പോൾ അവൾ പരാതിപ്പെടാൻ തുടങ്ങി: ഉദാഹരണത്തിന്, ഹിന്ദു പ്രദേശങ്ങളിൽ പശുക്കളെ കശാപ്പ് ചെയ്തു; മുൻ ഭരണാധികാരികൾ ക്ഷേത്രങ്ങൾക്ക് സംഭാവന നൽകിയ ഗ്രാമങ്ങൾ പിടിച്ചെടുത്തു. ഇതിലെല്ലാം റാണി നീരസം പ്രകടിപ്പിച്ചു. അവളുടെ ഏറ്റവും വലിയ കഷ്ടപ്പാട് ഇംഗ്ലീഷുകാർ അവളുടെ മേൽ അടിച്ചേൽപ്പിച്ച അപമാനമായിരുന്നു. അങ്ങനെ 1857-ന്റെ തുടക്കത്തിൽ 'വിപ്ലവത്തിന്റെ ശക്തമായ സൂചനകൾ പ്രത്യക്ഷപ്പെട്ടു തുടങ്ങിയപ്പോൾ' നമ്മുടെ ഇന്ത്യൻ സൈനികർക്ക് അവരുടെ ഹൃദയത്തിൽ ഇംഗ്ലീഷുകാരോട് കടുത്ത വെറുപ്പ് തോന്നിത്തുടങ്ങി. മഹാറാണി അതിനെ കൃതജ്ഞതയോടെ സ്വാഗതം ചെയ്യുകയും സ്വാഭാവികമായും അത് പൂർണ്ണമായി പ്രയോജനപ്പെടുത്തുകയും ചെയ്തു.

മഹാറാണിക്കെതിരെ രചയിതാവിന്റെ മനസ്സിലെ വെറുപ്പിന്റെ വികാരവും ഈ വാക്കുകൾ പ്രതിഫലിപ്പിക്കുന്നു. ആദ്യം മഹാറാണി പെൻഷൻ നിരസിച്ചു, അവളുടെ ഭർത്താവ് കുറച്ച് കടം വാങ്ങിയിരുന്നു, അത് തിരിച്ചടയ്ക്കാനുണ്ടായിരുന്നു. ഇതെല്ലാം ഒരു കോഴിയുടെയും കാളയുടെയും കഥയായി കാണപ്പെടുന്നു, കാരണം ഇതിനെ പിന്തുണയ്ക്കാൻ തെളിവുകളൊന്നുമില്ല. ഇന്ത്യൻ ചരിത്രകാരന്മാർ അതിനെ ശക്തമായി എതിർത്തിട്ടുണ്ട്. മഹാറാണി ലക്ഷ്മിഭായി ബ്രിട്ടീഷുകാരിൽ നിന്ന് പെൻഷൻ വാങ്ങിയിട്ടില്ലെന്ന് അവർ വിശ്വസിക്കുന്നു. മുകളിൽ പരാമർശിച്ച എഴുത്തുകാരന്റെ വാക്കുകളെ കുറിച്ച് ശ്രീ പരസ്നീസ് എഴുതുന്നു:

പെൻഷൻ സംബന്ധിച്ചും ലക്ഷ്മിഭായിയുടെ ഭർത്താവ് എടുത്ത വായ്പയെക്കുറിച്ചും മുകളിൽ എഴുതിയിരിക്കുന്നതെല്ലാം അടിസ്ഥാനരഹിതമാണ്. അവയിൽ സത്യത്തിന്റെ ഒരു കണിക പോലുമില്ല. ബ്രിട്ടീഷുകാർ നൽകിയ പെൻഷൻ ലക്ഷ്മിഭായി സ്വീകരിച്ചില്ല, ഭർത്താവിന് ഒരു പൈസ പോലും കടപ്പെട്ടിരുന്നില്ല. ഝാൻസിയിൽ കലാപം ആരംഭിച്ചപ്പോൾ റാണി വിമതർക്കൊപ്പം ചേർന്ന് അവളുടെ നീരസം തീർക്കുകയും പ്രതികാരം ചെയ്യുകയും ചെയ്തു എന്ന പ്രസ്താവനയെ പിന്തുണച്ച് നേരിട്ട് തെളിവുകളൊന്നും നൽകിയിട്ടില്ല എന്നത് ഓർക്കേണ്ടതാണ്. ഇംഗ്ലീഷിലെ എഴുത്തുകാരുടെ വിവിധ അഭിപ്രായപ്രകടനങ്ങൾ പരിശോധിക്കുമ്പോൾ അവരുടെ ആധികാരികത തെളിയിക്കാൻ അവർ ഉന്നയിക്കുന്ന ആരോപണങ്ങൾ തെളിവുകളുടെ പിന്തുണയുള്ളതല്ലെന്ന് വെളിപ്പെടുന്നു. അക്കാലത്തെ പല കാര്യങ്ങളും കലാപവുമായി ബന്ധപ്പെട്ടിരിക്കുന്നു എന്നതിൽ സംശയമില്ല, പക്ഷേ, തെളിവുകളുടെ അഭാവത്തിൽ, തിരഞ്ഞെടുത്ത കാര്യങ്ങൾക്ക് ഊന്നൽ നൽകി അവരെ ലക്ഷ്മിഭായിയുമായി ബന്ധിപ്പിച്ച് ജാൻസിയിലെ കലാപത്തിന് അവളെ ഉത്തരവാദിയാക്കുന്നത് ശരിയോ ന്യായമോ അല്ല. ഝാൻസിയിൽ ലക്ഷ്മിഭായി ചേരുകയോ കലാപം ഇളക്കിവിടുകയോ ചെയ്തിട്ടില്ല എന്നതിലേക്കാണ് ലഭ്യമായ തെളിവുകൾ വിരൽ ചൂണ്ടുന്നത്. ഇത് മാത്രമല്ല, അപകടകരവും

നിർണായകവുമായ കാലഘട്ടത്തിൽ ലക്ഷ്മിഭായി യഥാർത്ഥത്തിൽ ബ്രിട്ടീഷുകാരെ സഹായിച്ചുവെന്ന് ആഴത്തിലുള്ള അന്വേഷണം വെളിപ്പെടുത്തുന്നു.

മഹാറാണി ലക്ഷ്മീഭായിയെ താൻ ഒരു തരത്തിലും സംശയിച്ചിട്ടില്ലെന്ന് ജൂൺ 3 വരെയുള്ള കമ്മീഷണറുടെ റിപ്പോർട്ടുകൾ തെളിയിക്കുന്നു. ഒരു കലാപം അനുഭവപ്പെട്ടപ്പോൾ ക്യാപ്റ്റൻ ഗാർഡനും ഏതാനും ഇംഗ്ലീഷുകാരും മഹാറാണിയുടെ അടുത്ത് ചെന്ന് എന്തെങ്കിലും സാഹചര്യമുണ്ടായാൽ അവരുടെ സുരക്ഷയ്ക്കായി അപേക്ഷിച്ചു അവളുടെ പിന്തുണ അവർക്ക് ഉറപ്പുനൽകിക്കൊണ്ട് അവൾ അവരോട് പറഞ്ഞു, "ഈ അവസരത്തിൽ ഞങ്ങൾക്ക് യുദ്ധസാമഗ്രികളോ സൈന്യമോ ഇല്ല, പക്ഷേ കഴിയുന്നിടത്തോളം നിങ്ങളെ സഹായിക്കുന്നതിൽ ഞങ്ങൾക്ക് കുറവുണ്ടാകില്ല."

പൂന്തോട്ടം ജൂൺ 4 ന് വീണ്ടും അവളുടെ അടുത്ത് പോയി പ്രാർത്ഥിച്ചു. "ഈ സമയത്ത് നമ്മുടെ എല്ലാവരുടെയും ജീവൻ അപകടത്തിലാണ്. ഞങ്ങൾ പുരുഷന്മാരാണ്, നമ്മളെക്കുറിച്ച് വിഷമിക്കേണ്ട. എന്നാൽ നമ്മുടെ കുട്ടികൾക്കും സ്ത്രീകൾക്കും എന്ത് സംഭവിക്കും? അതിനാൽ, അവർക്ക് നിങ്ങളുടെ കൊട്ടാരത്തിൽ അഭയം നൽകുക.

അദ്ദേഹത്തിന്റെ ഈ നിർദ്ദേശം മഹാറാണി അംഗീകരിച്ചു. അതിനാൽ, നിരവധി ഇംഗ്ലീഷ് സ്ത്രീകൾ അവരുടെ കുട്ടികളോടൊപ്പം അവളുടെ കൊട്ടാരത്തിലേക്ക് വന്നു. കോട്ടയിൽ ഇംഗ്ലീഷുകാരെ വളഞ്ഞപ്പോൾ മഹാറാണി അവരെ രഹസ്യമായി സഹായിച്ചതായി പറയപ്പെടുന്നു. അവൾ പതിവായി കോട്ടയിൽ അവർക്ക് ഭക്ഷണം അയച്ചുകൊടുത്തു. നേരത്തെ ബന്ധപ്പെട്ട ഇംഗ്ലീഷുകാരുടെ കൂട്ടക്കൊലയിൽ മാർട്ടിൻ എന്ന ഇംഗ്ലീഷുകാരൻ എങ്ങനെയോ രക്ഷപ്പെട്ടു. 1889 ഓഗസ്റ്റ് 20-ന് ആഗ്രയിൽ നിന്ന് മഹാറാണിയുടെ ദത്തുപുത്രനായ ദാമോദർ റാവുവിന് അദ്ദേഹം ഒരു കത്തെഴുതി. മഹാറാണി കലാപത്തിൽ പങ്കെടുത്തില്ല എന്നതിന്റെ ഏറ്റവും ശക്തമായ തെളിവാണ് അദ്ദേഹത്തിന്റെ ഈ കത്ത്. ഈ വിഷയത്തിൽ അദ്ദേഹം എഴുതി:

"വളരെ ക്രൂരവും അന്യായവുമായ പെരുമാറ്റമാണ് നിങ്ങളുടെ അമ്മ നേരിട്ടത്. എനിക്കറിയാവുന്ന യഥാർത്ഥ കഥ, മറ്റാർക്കും അറിയില്ല. 1857 ജൂൺ മാസത്തിൽ യൂറോപ്യന്മാരുടെ കൊലപാതകങ്ങളുമായി പാവപ്പെട്ട സ്ത്രീക്ക് യാതൊരു ബന്ധവുമില്ല. ഇത് മാത്രമല്ല, സുരക്ഷിതത്വത്തിനായി ഇംഗ്ലീഷുകാർ കോട്ടയിൽ കയറിയപ്പോൾ അവർ അവർക്ക് രണ്ട് ദിവസത്തേക്ക് ഭക്ഷണം നൽകി. അവൾ കരേരയിൽ നിന്ന് ആയുധധാരികളായ നൂറ് സൈനികരെ വിളിച്ച് ഞങ്ങളുടെ സഹായത്തിനായി കോട്ടയിലേക്ക് അയച്ചു. ഞങ്ങൾ ആ പട്ടാളക്കാരെ ദിവസം മുഴുവൻ കോട്ടയിൽ നിർത്തി, വൈകുന്നേരം അവരെ തിരിച്ചയച്ചു. അതിനുശേഷം മഹാറാണി അവരോട് അവിടെ നിന്ന് ഓടിപ്പോയി ദാത്യയിലെ രാജാവിന്റെ

അടുക്കൽ അഭയം തേടാൻ ഉപദേശിച്ചു. എന്നാൽ അന്ന് അവർ അതൊന്നും നടപ്പാക്കിയില്ല. അവസാനം നമ്മുടെ സ്വന്തം (വിമത) സൈന്യം അവരെ കൊന്നു."

പ്രശസ്ത ചരിത്രകാരൻ "കെ" യും മഹാറാണിയെ ഇതുവരെ കലാപവുമായി ബന്ധമില്ലാത്തതായി കണക്കാക്കിയിട്ടുണ്ട്. അവന് എഴുതി:

"ഈ ഹത്യകാണ്ഡ് (സംഘത്തിന്റെ കൊലപാതകം) സമയത്ത് മഹാറാണിയുടെ ഒരു സേവകൻ പോലും അവിടെ ഉണ്ടായിരുന്നില്ലെന്ന് ശക്തമായ തെളിവുകളോടെ എനിക്കറിയാമായിരുന്നു. ഇത് നമ്മുടെ പഴയ അനുയായികളുടെ ക്രൂരമായ പ്രവൃത്തിയാണെന്ന് തോന്നുന്നു. ക്രമരഹിതമായ കുതിരപ്പടയാണ് കൊലപാതകങ്ങൾക്ക് ഉത്തരവിട്ടത്, ഞങ്ങളുടെ ജയിൽ ദരോഗായിരുന്നു കൊലപാതകിയുടെ തലവൻ.

മഹാറാണിയുമായുള്ള കലാപകാരികളുടെ പെരുമാറ്റം സൂചിപ്പിക്കുന്നത് അവർക്ക് അവരുടെ പക്കൽ ട്രക്ക് ഇല്ലായിരുന്നു എന്നാണ്. ഈ ഹത്യാകണ്ഡിന് ശേഷം കലാപകാരികൾ അവളുടെ കൊട്ടാരം വളയുകയും മഹാറാണിക്ക് ഒരു സന്ദേശം അയക്കുകയും ചെയ്തു, "ഞങ്ങൾക്ക് ഡൽഹിയിലേക്ക് പോകണം. ഞങ്ങളുടെ ചിലവിനായി മൂന്ന് ലക്ഷം രൂപ തരൂ. അല്ലാത്തപക്ഷം നിങ്ങളുടെ കൊട്ടാരം പീരങ്കികളാൽ തകർക്കപ്പെടും. ഇത് കൊട്ടാരത്തിലെ അന്തേവാസികളെ കടുത്ത ആശങ്കയിലാക്കി. മഹാറാണി കലാപകാരികൾക്ക് ഒരു സന്ദേശം അയച്ചു, "ഇപ്പോൾ നമ്മുടെ സംസ്ഥാനം മുഴുവൻ ബ്രിട്ടീഷുകാരുടെ നിയന്ത്രണത്തിലാണ്. ഞങ്ങൾക്ക് ഫണ്ട് കുറവാണ്. ഈ അവസ്ഥയിൽ ഞങ്ങളെ ബുദ്ധിമുട്ടിക്കുന്നത് നിങ്ങൾക്ക് ശരിയല്ല

മഹാറാണി പറഞ്ഞതൊന്നും കലാപകാരികൾ വിശ്വസിച്ചില്ല. അവർക്ക് തല നഷ്ടപ്പെട്ടു. മഹാറാണി പറഞ്ഞതൊന്നും അവർ അംഗീകരിച്ചില്ല. ഒടുവിൽ മഹാറാണി അവർക്ക് ഒരു ലക്ഷം രൂപയുടെ ആഭരണങ്ങൾ നൽകി. ഈ ദുരന്തത്തിൽ നിന്ന് മുക്തി നേടാനായി. ഇത് വിമതരെ സന്തോഷിപ്പിച്ചു. "ഖൽഖ് ഖുദാ കാ, മുൽക് ബാദ്ഷാ കാ, അമൽ മഹാറാണി ലക്ഷ്മിഭായി കാ" (ആളുകൾ ദൈവത്തിന്റേതാണ്, രാജ്യം രാജാവിന്റേതാണ്, ഏറ്റവും നല്ല ഉദാഹരണം മഹാറാണി ലക്ഷ്മീഭായി) എന്ന് ഉറക്കെ വിളിച്ചുപറഞ്ഞ് അവർ ഡൽഹിയിലേക്ക് പുറപ്പെട്ടു.

ഝാൻസിയുടെ ആക്ടിംഗ് അഡ്മിനിസ്ട്രേറ്റർ

ഝാൻസിയിൽ ഇപ്പോൾ ഒരു ഇംഗ്ലീഷുകാരൻ പോലും അവശേഷിച്ചിരുന്നില്ല. വിമതരും ഭരണകാര്യങ്ങളിൽ ശ്രദ്ധിച്ചില്ല. അതുകൊണ്ട് തന്നെ ജാൻസി അരാജകത്വത്തിന്റെ ഘട്ടത്തിലെത്തി. ഈ പ്രശ്നം പരിഹരിക്കേണ്ടത് തന്റെ

ധാർമിക കടമയായി മഹാറാണി കരുതി. അങ്ങനെ അവർ സർക്കാർ തസ്തികകളിൽ ജോലി ചെയ്യുന്ന ഇന്ത്യക്കാരെ വിളിച്ചു. ഇവരിൽ റവന്യൂ വകുപ്പിലെ അഹ്സൻ അലി, ക്രിമിനൽ വിഭാഗത്തിൽ നിന്നുള്ള ഗോപാൽ റാവു ലഘാട്ടെ തുടങ്ങി നിരവധി പേർ ഉണ്ടായിരുന്നു. ചർച്ചകൾക്ക് ശേഷം ഈ വ്യക്തികൾ മഹാറാണിയോട് അത് വരെ സാഗറിൽ ഒരു കലാപവും നടന്നിട്ടില്ലെന്ന് ഉപദേശിച്ചു. ജാഗ്രത പാലിക്കാനും ഭരണം ശക്തിപ്പെടുത്താനും അവരെ ഉപദേശിക്കണം. ഇതോടൊപ്പം ജാൻസിയെ സംബന്ധിച്ച് അവരിൽ നിന്ന് ഉപദേശവും തേടണം.

അവർ നൽകിയ ഈ നിർദ്ദേശം മഹാറാണി അംഗീകരിച്ചു. ഇത് സംബന്ധിച്ച കത്ത് സാഗർ കമ്മീഷണർക്ക് അയച്ചു. തൽഫലമായി, ഇംഗ്ലീഷുകാർ അനുയോജ്യമായ ക്രമീകരണങ്ങൾ ചെയ്തു, അതിനാൽ അവിടെ കലാപം നടന്നില്ല. മഹാറാണിയുടെ ഈ നല്ല മനസ്സിൽ മതിപ്പുളവാക്കിക്കൊണ്ട് സാഗർ കമ്മീഷണർ എഴുതി: "പരിചയമുള്ള ഒരു ഉദ്യോഗസ്ഥൻ ഝാൻസിയുടെ ചുമതല ഏറ്റെടുക്കുന്നിടത്തോളം കാലം നിങ്ങൾക്ക് സമാധാനത്തോടെ ഝാൻസിയെ ഭരിക്കാൻ കഴിയും ."

അങ്ങനെ, കുറച്ചു കാലത്തേക്ക് വീണ്ടും മഹാറാണി ഝാൻസിയുടെ കാര്യനിർവാഹകയായി. അവൾ മിടുക്കിയും ബുദ്ധിശക്തിയുമുള്ള സ്ത്രീയായിരുന്നു, പക്ഷേ അവർക്ക് ഭരണപരിചയമില്ലായിരുന്നു. ഭർത്താവിന്റെ ഭരണകാലത്തെ പരിചയ സമ്പന്നരായ ഉദ്യോഗസ്ഥരെല്ലാം ഝാൻസിയുടെ ലയനത്തിനുശേഷം വിട്ടുപോയി. അവളുടെ അച്ഛനും മറ്റു ചിലരും മാത്രം അവശേഷിച്ചു, പക്ഷേ അവർക്കും ഭരണപരിചയമില്ലായിരുന്നു. അതിനാൽ, മഹാറാണിക്ക് അവരുടെ ഇഷ്ടാനുസരണം ഭരണം നടത്താനോ ആഗ്രഹിച്ച പരിഷ്കാരങ്ങൾ നടപ്പിലാക്കാനോ കഴിയും. പരസ്നീസ് ഈ സന്ദർഭത്തിൽ എഴുതുന്നു:

"സത്യസന്ധമായ ഉദ്ദേശ്യത്തോടെ പ്രവർത്തിക്കുന്ന നല്ല വ്യക്തികൾ അവൾക്ക് ഉണ്ടായിരുന്നില്ല എന്നതാണ് കാര്യത്തിന്റെ കാതൽ. അക്കാലത്ത് ചിലർ ഓർച്ച രാജാവിന്റെ കൊട്ടാരത്തിൽ നിന്ന് വരുന്ന കലാപകാരികളും അനുഭവപരിചയമില്ലാത്തവരും സ്വാർത്ഥരുമായ ആളുകളായിരുന്നു അല്ലെങ്കിൽ സംസ്ഥാന ഭരണത്തിന്റെ ഉത്തരവാദിത്തവും സംബന്ധിച്ച് അറിവില്ലാത്ത മഹാറാണിയുടെ ബന്ധുക്കളും ഉണ്ടായിരുന്നു. തന്റെ ഇഷ്ടങ്ങളും ഉത്തരവുകളും അനുസരിച്ച് തന്റെ കൊട്ടാരക്കാർ കത്തുകളും മറ്റും ഇംഗ്ലീഷുകാർക്ക് അയച്ചുവെന്ന് മഹാറാണി വിശ്വസിച്ചിരുന്നു, എന്നാൽ അക്കാലത്തെ കൊട്ടാരക്കാരുടെ അവസ്ഥ കണ്ടപ്പോൾ, ഒരു പ്രവർത്തനവും ശരിയായ രീതിയിൽ നടന്നില്ലെന്ന് പറയാൻ ഒരാൾ നിർബന്ധിതനായി. മഹാറാണി. തന്റെ

ആത്മാർത്ഥതയും സൗഹൃദവും നല്ല പെരുമാറ്റവും കത്തിലൂടെ ബ്രിട്ടീഷ് ഉദ്യോഗസ്ഥരെ അറിയിക്കാൻ ലക്ഷ്മീഭായി പലതവണ ശ്രമിച്ചിട്ടുണ്ടെന്നതിൽ സംശയമില്ല. ബ്രിട്ടീഷ് ഓഫീസർമാരുടെ ഉത്തരവനുസരിച്ചാണ് താൻ ഝാൻസി സംസ്ഥാനം കൈകാര്യം ചെയ്യുന്നതെന്ന് കത്തുകളിലൂടെ അറിയിക്കാൻ അവർ മന്ത്രിമാരോട് പലതവണ പറഞ്ഞു.

ഈ കലാപത്തിന് ശേഷം ക്യാപ്റ്റൻ പിംഗ് ഝാൻസി കമ്മീഷണറായി നിയമിതനായി. മഹാറാണിയുടെ വീക്ഷണങ്ങളെ അംഗീകരിച്ചുകൊണ്ട് അദ്ദേഹം എഴുതി:

"മഹാറാണി ലക്ഷ്മിഭായി ഞങ്ങളുടെ സർക്കാരുമായി സൗഹൃദം നിലനിർത്തിയിരുന്നതിന് വിശ്വസനീയമായ ഉറവിടങ്ങളിൽ നിന്ന് എനിക്ക് തെളിവുകൾ ലഭിച്ചു. അവൾ (ലക്ഷ്മിഭായി), ജബൽപൂർ കമ്മീഷണർക്കും മറ്റ് ബ്രിട്ടീഷ് ഓഫീസർമാർക്കും അയച്ച കത്തുകളിലൂടെ, ഇംഗ്ലീഷുകാരുടെ കൊലപാതകത്തിൽ ഖേദം പ്രകടിപ്പിക്കുകയും ആ നീചമായ പ്രവൃത്തിയുമായി തനിക്ക് ഒരു ബന്ധവുമില്ലെന്ന് പറയുകയും ചെയ്തു. ഒരു ഇംഗ്ലീഷുകാരൻ മുഴുവൻ ഭരണവും കൈയടക്കാൻ വന്ന കാലത്തോളം മാത്രമാണ് താൻ ഝാൻസിയുടെ ചുമതല ഏറ്റെടുത്തതെന്ന് സർക്കാരിനോടുള്ള നന്ദി പ്രകടിപ്പിക്കുന്ന അവൾ വ്യക്തമായി എഴുതി.

ഇതുകൂടാതെ, റാണി പൂർണ്ണമായും നിരപരാധിയാണെന്ന് മാർട്ടിൻ സമ്മതിച്ചു. ജബൽപൂരിൽ ബ്രിട്ടീഷുകാർക്ക് മഹാറാണിയുടെ കത്തുകൾ എത്തിച്ചത് മാർട്ടിനായിരുന്നു എന്നതാണ് ശ്രദ്ധേയമായ കാര്യം. അദ്ദേഹം എഴുതുന്നു:

"മഹാറാണി ജബൽപൂരിലെ കേണൽ ആർസ്കിനും ആഗ്രയിലെ ചീഫ് കമ്മീഷണർ കേണൽ ഫ്രേസറിനും കത്തുകൾ അയച്ചു. ഞാൻ തന്നെ അവളുടെ കത്ത് കേണൽ ഫ്രേസറിന് കൈമാറി, അതിനാൽ മഹാറാണിയുടെ വാക്കുകൾ അൽപ്പം പരിഗണിക്കാം, പക്ഷേ അക്കാലത്ത് 'ഝാൻസി' ഒരു അസന്തുഷ്ടമായ വാക്കായി മാറിയിരുന്നു. അതിനാൽ, ഒരു കാര്യവും കേൾക്കാതെ അവൾ കുറ്റക്കാരിയായി പ്രഖ്യാപിക്കപ്പെട്ടു.

ചില വിപരീത വസ്തുതകൾ

മഹാറാണിക്ക് ബ്രിട്ടീഷുകാരോട് ഒരു വെറുപ്പും ഉണ്ടായിരുന്നില്ലെന്ന് പരസ്നീർ വിശ്വസിക്കുന്നു. 1857-ലെ കലാപസമയത്ത് അവൾ അവരെ പൂർണ്ണമായി സഹായിച്ചു. ഈ അഭിപ്രായം മുൻ പേജുകളിൽ പലതവണ ചർച്ച ചെയ്തിട്ടുണ്ട്. എന്നാൽ മഹാറാണിയുടെ മറ്റൊരു ജീവചരിത്രകാരൻ ശ്രീ ശാന്തി നാരായൺ തന്റെ മഹാറാണി ഝാൻസി എന്ന പുസ്തകത്തിൽ ഇതിനു വിരുദ്ധമായ ഒരു

വസ്തുതയുമായി രംഗത്തെത്തിയിട്ടുണ്ട്. ഭാവിയിൽ എന്തെങ്കിലും പ്രശ്നങ്ങൾ നേരിടാൻ മഹാറാണി ഈ കാലയളവിൽ ഒരു ഓർഡനൻസ് ഫാക്ടറി സ്ഥാപിച്ചതായി അദ്ദേഹം എഴുതി. അദ്ദേഹത്തിന്റെ തന്നെ വാക്കുകളിൽ:

"പ്രദേശത്തിന്റെ വികസനത്തിനായി അവൾ വിവിധ സ്ഥലങ്ങളിൽ ഫാക്ടറികൾ സ്ഥാപിച്ചു. അവയിൽ വിവിധതരം ഉൽപ്പന്നങ്ങൾ നിർമ്മിക്കപ്പെട്ടു, അവളുടെ സായുധ ശക്തി ശക്തിപ്പെടുത്തുന്നതിനായി അവൾ ആയുധങ്ങളും വെടിക്കോപ്പുകളും നിർമ്മിക്കുന്ന ഒരു ഫാക്ടറി സ്ഥാപിക്കുകയും അതിൽ നല്ല ശ്രദ്ധ ചെലുത്തുകയും ചെയ്തു, അതിനാൽ അടിയന്തിര ഘട്ടത്തിൽ അവൾ മറ്റുള്ളവരുടെ കാരുണ്യത്തെ ആശ്രയിക്കുന്നില്ല.

ഈ വസ്തുതയുടെ ഉറവിടം രചയിതാവ് വെളിപ്പെടുത്തിയിട്ടില്ലെങ്കിലും, അത് ശരിയാണെങ്കിൽ പോലും ഉത്തരം ലഭിക്കാത്ത നിരവധി ചോദ്യങ്ങൾ അവശേഷിക്കുന്നു. തൽക്ഷണം, മഹാറാണി ലക്ഷ്മിഭായിയുടെ മുകളിൽ സൂചിപ്പിച്ച സഹതാപം അവരുടെ സമർത്ഥമായ രാഷ്ട്രീയത്തിന്റെ സൂചനയായിരുന്നോ? ഈ വിപ്ലവത്തിന്റെ നേതാക്കളുമായി അവൾ ഇതിനകം ബന്ധപ്പെട്ടിരുന്നോ? എന്തിനാണ് അവൾ ഈ ഓർഡനൻസ് ഫാക്ടറി സ്ഥാപിച്ചത്? പ്രത്യേകിച്ചും അവൾ സ്വയം ഒരു ആക്ടിംഗ് അഡ്മിനിസ്ട്രേറ്ററായി മാത്രം സ്വീകരിച്ചപ്പോൾ? അവൾ യഥാർത്ഥത്തിൽ ഝാൻസിയോടുള്ള വാത്സല്യം ഉപേക്ഷിച്ചിരുന്നെങ്കിൽ, എന്തിനാണ് ബ്രിട്ടീഷുകാർ അവളെ കുറ്റക്കാരിയായി കണക്കാക്കുന്ന വിഡ്ഢിത്തം ചെയ്തത്? ഈ ചോദ്യങ്ങൾക്കുള്ള ഉത്തരങ്ങൾ ഞങ്ങൾ വായനക്കാരുടെ ഊഹത്തിന് വിടുന്നു. അതെ, എഴുതപ്പെട്ട ചരിത്രം അതിന്റെ സമഗ്രതയിൽ ശരിയായിരിക്കണമെന്നില്ല എന്നത് നാം മറക്കരുത്. ഇന്നും രാഷ്ട്രീയമുണ്ട്. രാഷ്ട്രീയത്തിൽ താൽപ്പര്യമുള്ള ആളുകൾക്കും വിദ്യാർത്ഥികൾക്കും ഈ വസ്തുത അറിയാം.

ഈ കാര്യങ്ങളെല്ലാം കണക്കിലെടുക്കുമ്പോൾ, 1857-ലെ സ്വാതന്ത്ര്യസമരവുമായി തുടക്കം മുതൽ മഹാറാണി ലക്ഷ്മിഭായിയെ കരുതുന്നവരുടെ അഭിപ്രായവും ശരിയാണെന്ന് തോന്നുന്നു. ഈ പോരാട്ടത്തിന്റെ പ്രധാന കമാൻഡർമാരിൽ ഏറ്റവും മികച്ചത് നാനാ സാഹെബ് ആണെന്നും ലക്ഷ്മിഭായി അദ്ദേഹത്തിന്റെ അംഗീകൃത സഹോദരിയാണെന്നും നാം മറക്കരുത്. അവർ ഒരുമിച്ച് കുട്ടിക്കാലം ചെലവഴിച്ചു. അങ്ങനെയെങ്കിൽ, അധികാരഭ്രഷ്ടരായ എല്ലാ ഭരണാധികാരികളെയും സമീപിച്ച് ബന്ധപ്പെടുമ്പോൾ, മഹാറാണി ലക്ഷ്മിഭായിയെ അദ്ദേഹം ഒഴിവാക്കിയെന്ന് എങ്ങനെ കരുതാനാകും. മഹാറാണി ലക്ഷ്മീഭായിക്ക് ബ്രിട്ടീഷുകാർ നൽകിയ അപമാനങ്ങൾ ഇത്ര പെട്ടെന്ന് മറക്കുമോ? ഇതെല്ലാം പരിഗണിക്കുമ്പോൾ, പരസ്നെസിന്റെ ഇനിപ്പറയുന്ന വാക്കുകളുടെ ആധികാരികത സംശയാസ്പദമായി തോന്നുന്നു:

"അന്നത്തെ ബ്രിട്ടീഷ് ഓഫീസർമാരിൽ നിന്ന് ഒന്നും ചിന്തിക്കാതെയും പ്രതികരണം ലഭിക്കാതെയും, ബ്രിട്ടീഷ് സർക്കാരുമായി എല്ലായ്പ്പോഴും മികച്ച സൗഹൃദം പുലർത്താൻ ശ്രമിച്ച ഒരു ഹിന്ദു രാജകുടുംബത്തിലെ ഒരു നിർഭാഗ്യവതിയെ ഞങ്ങൾ ഈ വിഭാഗത്തിൽ ഉൾപ്പെടുത്തിയത് ഞങ്ങളുടെ ദൗർഭാഗ്യമാണ്. ക്രൂരമായ കൊലപാതകികളുടെയും കലാപകാരികളുടെയും. ഈ മിഥ്യാധാരണയിൽ മുഴുകിയ ബ്രിട്ടീഷുകാർ കുറ്റബോധമില്ലാത്ത ലക്ഷ്മിഭായിയുമായി മാരകമായ യുദ്ധം ചെയ്യാൻ തീരുമാനിച്ചു. മഹാറാണി ലക്ഷ്മീഭായി ബ്രിട്ടീഷുകാരോട് എതിർപ്പുണ്ടായിരുന്നില്ലെന്ന് നാം പരിഗണിക്കുമ്പോൾ; നേരെമറിച്ച് അവൾ ബ്രിട്ടീഷുകാർക്കും അവരുടെ ഉത്തരവുകൾക്കും വേണ്ടി ഝാൻസി സംസ്ഥാനം കൈകാര്യം ചെയ്യുകയായിരുന്നു; അവൾ ഈ വസ്തുത ഇടയ്ക്കിടെ കത്തുകൾ വഴി ബ്രിട്ടീഷുകാരെ അറിയിക്കുകയും ചെയ്തു. എന്നിട്ടും അവളുടെ നല്ല മനസ്സ് ഫലം കണ്ടില്ല, അവളുടെ ആത്മാർത്ഥവും സത്യസന്ധവുമായ പെരുമാറ്റം മനസ്സിലാക്കാൻ ബ്രിട്ടീഷ് സർക്കാരിന് കഴിഞ്ഞില്ല, ഒടുവിൽ ബ്രിട്ടീഷുകാർക്ക് അവളുമായി യുദ്ധം ചെയ്യേണ്ടിവന്നു. അപ്പോൾ മാത്രമേ വിധിയുടെ വഴികൾ വിചിത്രമാണെന്നും അനിവാര്യമായ സംഭവങ്ങൾ തടയാൻ കഴിയില്ലെന്നും പറയാൻ കഴിയൂ.

സദാശിവ റാവു നാരായനുമായുള്ള യുദ്ധം

ഇപ്പോൾ ഝാൻസി മഹാറാണി ലക്ഷ്മിഭായിയുടെ നിയന്ത്രണത്തിലായിരുന്നു. അവൾ കുറച്ച് സൈന്യവും സംഘടിപ്പിച്ചിരുന്നു. ഗംഗാധർ റാവു മരിക്കുകയും മഹാറാണി തന്റെ ദത്തുപുത്രനെ അംഗീകരിക്കാൻ ശ്രമിക്കുകയും ചെയ്തപ്പോൾ, ആ സമയത്ത് സദാശിവ റാവു നാരായൺ ഝാൻസിയുടെ സിംഹാസനത്തിൽ തന്റെ അവകാശവാദം ഉന്നയിക്കുകയും മാൽകോം തന്റെ അവകാശം ശുപാർശ ചെയ്യുകയും ചെയ്തു. ഗംഗാധർ റാവുവിന്റെ മരണത്തിനു ശേഷമുള്ള സംഭവങ്ങളുടെ പശ്ചാത്തലത്തിലാണ് ഇക്കാര്യം ചർച്ചയായത്. അതേ സദാശിവ റാവു നാരായൺ, ഝാൻസിയെ പിടിക്കാൻ ഏറ്റവും ഉചിതമായ സമയമാണെന്ന് കരുതി, 1857 ജൂൺ 13-ന് ഝാൻസിയിൽ നിന്ന് 21 കിലോമീറ്റർ അകലെയുള്ള കരേര കോട്ട ആക്രമിച്ചു. ഈ ആക്രമണത്തിൽ അദ്ദേഹം വിജയിച്ചു. അദ്ദേഹം ബ്രിട്ടീഷുകാരുടെ താനേദാരെയും തഹസിൽദാരെയും ഓടിച്ച് കോട്ട പിടിച്ചടക്കി. അതിനുശേഷം അദ്ദേഹം സമീപ പ്രദേശങ്ങളിലെ ജനങ്ങളിൽ നിന്ന് നിർബന്ധിതമായി പണം പിരിച്ചെടുക്കുകയും 'മഹാരാജ് സദാശിവ റാവു നാരായൺ' എന്ന് സ്വയം പട്ടാഭിഷേകം ചെയ്യുകയും ചെയ്തു. ഇതോടൊപ്പം ഝാൻസി സംസ്ഥാനത്തിന്റെ യഥാർത്ഥ പിൻഗാമിയായി അദ്ദേഹം വീണ്ടും സ്വയം പ്രചാരണം ആരംഭിച്ചു. അദ്ദേഹം ഇത് സംബന്ധിച്ച ഗസറ്റ് പുറത്തിറക്കി, ചുറ്റുമുള്ള എല്ലാ ഗ്രാമങ്ങളിലും അത് പ്രചരിപ്പിക്കുകയും ചെയ്തു. ഇതിനായി അദ്ദേഹം

തന്റെ ഉത്തരവ് രാജ്പൂരിലെ താനേദാർ ഗുലാം ഹുസൈന് അയച്ചു. "ഞങ്ങൾ നിങ്ങളെ രാജ്പൂരിലെ താനേദാറായി നിയമിക്കുന്നു, ഞങ്ങൾ മഹാരാജ് സദാശിവ റാവു നാരായണൻ ഝാൻസിയുടെ രാജകീയ സിംഹാസനത്തിൽ കയറിയതായി എല്ലാ ഗ്രാമങ്ങളിലും പ്രചരിപ്പിക്കാൻ നിങ്ങളോട് കൽപ്പിക്കുന്നു." എന്നാൽ ആ ഉത്തരവ് അനുസരിക്കാൻ ഗുലാം ഹുസൈൻ വിസമ്മതിച്ചപ്പോൾ, അദ്ദേഹം (സദാശിവ റാവു) വീണ്ടും ഉത്തരവിട്ടു, "ഗുലാം ഹുസൈനെ തൽസ്ഥാനത്ത് നിന്ന് നീക്കം ചെയ്യുകയും അവന്റെ സ്വത്ത് കണ്ടുകെട്ടാൻ ഉത്തരവിടുകയും ചെയ്യുന്നു."

അവന്റെ ഇത്തരം ക്രൂരതകൾ കാരണം ചുറ്റുമുള്ള ആളുകൾക്ക് വളരെ അസന്തുഷ്ടി തോന്നി. വാർത്ത മഹാറാണി ലക്ഷ്മീബായിയിൽ എത്തിയപ്പോൾ അവർ സൈന്യത്തെ കൂട്ടി കരേരയെ ആക്രമിച്ചു. സദാശിവ റാവു നാരായൺ അവളെ അഭിമുഖീകരിക്കാൻ കഴിയാതെ അവന്റെ കാൽ പിടിച്ചു. നർവാറിൽ എത്തിയപ്പോൾ അദ്ദേഹം ജീവൻ രക്ഷിച്ചു. അവിടെ അദ്ദേഹം വീണ്ടും സംഘടിക്കാനും ശക്തി വർദ്ധിപ്പിക്കാനും തുടങ്ങി, കുറച്ച് ദിവസങ്ങൾക്ക് ശേഷം നർവാറിന് (ഗ്വാളിയർ സംസ്ഥാനം) അടുത്തുള്ള ഝാൻസി പ്രദേശം ആക്രമിക്കുകയും കൊള്ളയിൽ ഏർപ്പെടുകയും ചെയ്തു. അങ്ങനെ, റാണിയുടെ സൈന്യം അവനെ വീണ്ടും നേരിട്ടു. ഇത്തവണ പിടിക്കപ്പെട്ടു. അറസ്റ്റിനുശേഷം അദ്ദേഹത്തെ തടവുകാരനാക്കി ഝാൻസി കോട്ടയിൽ പാർപ്പിച്ചു.

നത്തേയ് ഖാനെ അഭിമുഖീകരിക്കുന്നു

ബ്രിട്ടീഷുകാരില്ലാതെ ഝാൻസിയെ കാണുകയും മഹാറാണി ലക്ഷ്മിഭായിയെ ദുർബലയായ സ്ത്രീയായി കണക്കാക്കുകയും ചെയ്ത ഓർച്ചയിലെ വിമത ദിവാൻ നത്തേയ് ഖാൻ, ഈ സമയത്ത് ഝാൻസിയെ പിടികൂടുന്നത് നല്ല അവസരമാണെന്ന് കരുതി. സദാശിവ റാവു നാരായണനെ അപേക്ഷിച്ച്, രാഷ്ട്രീയത്തിൽ കൂടുതൽ പരിചയസമ്പന്നനും ശക്തനായ ശത്രുവുമായിരുന്നു. നത്തേ ഖാൻ തന്റെ ഇരുപതിനായിരം മണൽ ശക്തിയുള്ള സൈന്യവുമായി ഝാൻസിയെ ആക്രമിച്ചപ്പോൾ മഹാറാണി മുമ്പത്തെ യുദ്ധത്തിൽ നിന്ന് സ്വയം മോചിതയായില്ല. അവനെ നേരിടുക എളുപ്പമായിരുന്നില്ല. അതിനാൽ, മധ്യഇന്ത്യയിലെ രാഷ്ട്രീയ ഏജന്റിൽ നിന്ന് സഹായം സ്വീകരിക്കുന്നത് ഉചിതമാണെന്ന് മഹാറാണി കരുതി, ഒരു സ്വകാര്യ ദൂതൻ മുഖേന ഇത് സംബന്ധിച്ച സന്ദേശം അദ്ദേഹത്തിന് അയച്ചു. നത്തേയ് ഖാൻ അത് അറിഞ്ഞു, വഴിയിൽ വെച്ച് ദൂതനെ കൊന്നു. അതിനാൽ, മഹാറാണിക്ക് അവിടെ നിന്ന് സഹായം ലഭിക്കില്ല. ഇത് മഹാറാണിക്ക് മുമ്പിൽ വളരെ വലിയ പ്രശ്നം സൃഷ്ടിച്ചു, പക്ഷേ അവൾ തളർന്നില്ല, ഝാൻസിയുടെ പ്രതിരോധം സ്വയം പരീക്ഷിച്ചു. മറുവശത്ത്, പോരാട്ടമില്ലാത്ത വിജയത്തേക്കാൾ മികച്ചത് എന്താണെന്ന് നത്തേയ് ഖാൻ ചിന്തിച്ചു. അതിനാൽ അദ്ദേഹം മഹാറാണിക്ക് ഒരു സന്ദേശം അയച്ചു, "നിങ്ങൾ

ഝാൻസിയെയും അതിന്റെ കോട്ടയെയും ഞങ്ങൾക്ക് ഏൽപ്പിക്കുക. ബ്രിട്ടീഷുകാർ ചെയ്തതുപോലെ ഞങ്ങൾ നിങ്ങളെ ബഹുമാനിക്കുന്നത് തുടരും.

നത്തേയ് ഖാന്റെ നിർദ്ദേശം മഹാറാണി അംഗീകരിക്കാതെ സാഹചര്യത്തെ എങ്ങനെ നേരിടണമെന്ന് തന്റെ ഉദ്യോഗസ്ഥരുമായി ചർച്ച ചെയ്തു. ആ സമയത്ത് ഝാൻസിക്ക് വിഭവങ്ങളില്ലായിരുന്നു, അതേസമയം നത്തേയ് ഖാൻ വിഭവങ്ങളുടെ സമ്പന്നനായിരുന്നു. ഇതെല്ലാം പരിഗണിച്ച് നത്തേയ് ഖാന്റെ നിർദ്ദേശം അംഗീകരിക്കണമെന്ന് ചില ഉദ്യോഗസ്ഥർ ഉപദേശിച്ചു. അത്തരം ഭീരുവായ ഉപദേശങ്ങൾ കേട്ട് മഹാറാണി വളരെ നിരാശയായി. ദേഷ്യത്തോടെ അവൾ പറഞ്ഞു, "നിന്റെ മനുഷ്യജീവിതത്തിന് നാശം. ഞാനൊരു സ്ത്രീയാണെങ്കിലും ക്ഷമയോടും ധൈര്യത്തോടും കൂടി എന്റെ കടമ നിർവഹിക്കാൻ ശ്രമിക്കുന്നു. മറുവശത്ത്, നിങ്ങൾ ഒരു മനുഷ്യനാണെങ്കിലും, അത്തരം ഭീരുത്വമായ വാക്കുകളുമായി പുറത്തുവരുന്നു. ഈ ക്ഷണികമായ ലോകത്ത് എല്ലാവരും ഒരു ദിവസം മരിക്കണം. നമ്മുടെ കർത്തവ്യ നിർവഹണത്തിലും രാഷ്ട്രസേവനത്തിലും ജീവൻ ബലിയർപ്പിച്ചാൽ ഈ ലോകത്തും പരലോകത്തും നാം പ്രശംസിക്കപ്പെടുകയില്ലേ? ഒരിക്കലും യുദ്ധത്തിനെതിരെ മുഖം തിരിക്കാൻ ഞാൻ ആഗ്രഹിക്കുന്നില്ല.

മഹാറാണിയിലെ പല ഉദ്യോഗസ്ഥരും ഓർക്കാ സംസ്ഥാനത്തിൽ പെട്ടവരായിരുന്നു. അവരിൽ ചിലർ നത്തേ ഖാനുമായി ബന്ധത്തിലായിരുന്നുവെന്ന് പറയപ്പെടുന്നു. നത്തേയ് ഖാന്റെ നിർദ്ദേശം അംഗീകരിക്കാൻ ഈ ഉദ്യോഗസ്ഥർ മഹാറാണിയോട് ഉപദേശിച്ചിരുന്നു. എന്നാൽ മഹാറാണി അവരുടെ നിർദ്ദേശം നിരസിച്ചു. ഇതിന് ശേഷം നത്തേയ് ഖാന് തന്റെ നിർദ്ദേശം സംബന്ധിച്ച് അവൾ കത്തെഴുതി. ആ കത്തിലെ ഇനിപ്പറയുന്ന വാക്കുകൾ ഉദ്ധരിക്കാം:

"ഞാൻ ധീരനായ ശിവ റാവു ഭൗവിന്റെ ധീര രാജവംശത്തിന്റെ പ്രതിനിധിയും മഹാരാജ ഗംഗാധർ റാവുവിന്റെ ഭാര്യയുമാണ്. അതുകൊണ്ട്, അഹങ്കാരിയായ ഒരു ശത്രുവിനെ എങ്ങനെ മണ്ണിൽ കിടത്തണമെന്ന് എനിക്ക് നന്നായി അറിയാം.

ഈ കത്ത് ലഭിച്ചപ്പോൾ നത്തേയ് ഖാൻ കോപം കൊണ്ട് തിളച്ചുമറിഞ്ഞ് ഝാൻസി കോട്ട ആക്രമിക്കാൻ തന്റെ സൈനികരോട് ആജ്ഞാപിച്ചു. ഈ പ്രതികരണം മഹാറാണിക്ക് നേരത്തെ അറിയാമായിരുന്നു. അതിനാൽ, നത്തേയ് ഖാന് ഈ കത്ത് എഴുതിയ ശേഷം, അവൾ തന്റെ വിശ്വസ്തരായ ഉദ്യോഗസ്ഥരുടെയും ഝാൻസി സംസ്ഥാനത്തെ വലിയ ജാഗിർദാർമാരുടെയും യോഗം വിളിച്ചു. ക്ഷണിക്കപ്പെട്ടവരിൽ ഓർച്ചയിലെ രാജാവിന്റെ മരുമകൻ ദിവാൻ ദിലീപ് സിംഗ്, അദ്ദേഹത്തിന്റെ സുഹൃത്ത് ദിവാൻ രഘുനാഥ് സിംഗ്, കാന്തിലയിൽ

നിന്നുള്ള ഝാൻസി സംസ്ഥാനത്തിലെ ദിവാൻ ജവഹർ സിംഗ് എന്നിവരും ഉൾപ്പെടുന്നു. യോഗത്തിൽ അവരെ അഭിസംബോധന ചെയ്തുകൊണ്ട് റാണി

പറഞ്ഞു, "നിങ്ങൾ ഓർക്കാ രാജാവിന്റെ ബന്ധുക്കളും ഝാൻസി സംസ്ഥാനത്തിലെ സിംഹാസനത്തിന്റെ സേവകരുമാണ്. ഈ നിർണായക സമയത്ത് എന്നെ സഹായിക്കൂ. എന്റെ ജീവിതം അവസാനിപ്പിക്കാൻ ഞാൻ തീരുമാനിച്ചു, പക്ഷേ, എന്റെ ബഹുമാന്യനായ ഭർത്താവിന്റെയും സാർവത്രികമായി അംഗീകരിക്കപ്പെട്ട അദ്ദേഹത്തിന്റെ പൂർവ്വികനായ ധീരനായ ശിവ റാവു ഭാവുവിന്റെയും വിശുദ്ധ കുടുംബമായ നത്തേ ഖാൻ എന്ന നികൃഷ്ട മൃഗത്തിന് മുന്നിൽ തലകുനിച്ച് ഒരു തരത്തിലും അപമാനിക്കപ്പെടാനോ കളങ്കപ്പെടാനോ ഞാൻ അനുവദിക്കില്ല. . ഇപ്പോൾ, ഈ വിഷയത്തിൽ നിങ്ങൾ എന്ത് തീരുമാനിക്കും? ജീവിതത്തെയും മരണത്തെയും കുറിച്ചുള്ള ഈ ചോദ്യത്തിൽ എന്നെ പിന്തുണയ്ക്കാനും അനശ്വരമായ മഹത്വം നേടാനും നിങ്ങൾ സമ്മതിക്കുന്നുണ്ടോ, അല്ലെങ്കിൽ..."

അവിടെയുണ്ടായിരുന്ന എല്ലാ ജാഗിർദാർമാരും അവളെ പിന്തുണയ്ക്കാൻ സമ്മതിച്ചു. ശത്രുവിനെ നേരിടാനുള്ള ഒരുക്കങ്ങൾ അന്നു തുടങ്ങി. കോട്ടയുടെ നിയന്ത്രണം ഏറ്റെടുക്കുമ്പോൾ ബ്രിട്ടീഷുകാർ കനത്ത പീരങ്കി തോക്കുകൾ മണ്ണിൽ കുഴിച്ചിട്ടിരുന്നു. അവ പുറത്തെടുത്തു, നന്നാക്കി. ഫാക്ടറിയിലെ വെടിമരുന്ന് നിർമാണം വേഗത്തിലാക്കി. ജാഗിർദാർമാരെല്ലാം സൈന്യസമേതം അവിടെയെത്തി. അടുത്ത ദിവസം രാവിലെ മഹാറാണി ദിവാൻ ജവഹർ സിങ്ങിനെ സൈന്യത്തിന്റെ കമാൻഡറായി നിയമിക്കുകയും അവന്റെ കൈയിൽ യുദ്ധ നൂൽ കെട്ടുകയും പുരുഷന്റെ വേഷത്തിൽ കോട്ടയുടെ പ്രധാന കൊത്തളത്തിൽ എത്തുകയും ചെയ്തു. ആർട്ടിലറി തോക്കുകൾ കോട്ടയിൽ സ്ഥാപിക്കുകയും പേഷ്വാമാരുടെ പുരാതന പതാകയും യൂണിയൻ ജാക്കും അഴിക്കുകയും ചെയ്തു.

നത്തേയ് ഖാന്റെ സൈന്യം കോട്ടയിലേക്ക് നീങ്ങിക്കൊണ്ടിരുന്നു. ശത്രുവിന്റെ സൈന്യം പീരങ്കികളുടെ പരിധിയിൽ ഉണ്ടെന്ന് കണ്ടയുടനെ മഹാറാണി പീരങ്കിപ്പടയാളിയായ ഗുലാം ഗൗസ് ഖാനോട് വെടിവയ്ക്കാൻ ഉത്തരവിട്ടു. നത്തേയ് ഖാന്റെ സൈന്യം പീരങ്കിപ്പടയെ നേരിടാൻ കഴിയാതെ പിന്തിരിഞ്ഞു. നത്തേയ് ഖാൻ രാത്രിയിൽ തന്റെ സൈന്യത്തെ നാല് ഭാഗങ്ങളായി വിഭജിച്ചു, കോട്ടയെ എല്ലാ വശങ്ങളിലും വളഞ്ഞു, എല്ലാ ഭാഗത്തുനിന്നും കോട്ടയ്ക്ക് നേരെ വെടിയുതിർക്കാൻ തുടങ്ങി. ഇത് രാത്രി കോട്ടയുടെ ഓർച്ചയുടെ വാതിൽ കുത്തിത്തുറന്ന് അപകടാവസ്ഥയിലായി. ഇത് കണ്ട മഹാറാണി തന്നെ അവിടെയെത്തി സൈനികരെ പ്രോത്സാഹിപ്പിക്കാൻ തുടങ്ങി. പടയാളികൾ വർദ്ധിച്ച തീക്ഷ്ണതയോടെ ശത്രുവിനെ നേരിടാൻ തുടങ്ങി. ശത്രുവിന്റെ

ആഘാതം വർധിക്കുന്നത് കണ്ട്, മഹാറാണിയുടെ വിശ്വസ്തനായ ധീരനായ ലാലാ ഭൗ ബക്ഷിക്ക് ഒരു പ്രത്യേക പീരങ്കി തോക്ക്, കരക് ബിജിലി, പ്രധാന റാമ്പറ്റിൽ കയറ്റി. ആ തോക്കിൽ നിന്ന് ഷെല്ലുകൾ ഉതിർന്നു. ഇത് ആഗ്രഹിച്ച

സ്വാധീനം ചെലുത്തി. ശത്രുക്കളുടെ സമ്മർദ്ദം കുറഞ്ഞു. കുറച്ചുകാലം ശത്രുസൈന്യം ചിതറിപ്പോയി, നത്തേയ് ഖാന്റെ ആജ്ഞകൾ വകവയ്ക്കാതെ വയലിൽ തങ്ങിനിന്നില്ല. എന്നാൽ പിന്നീട് നത്തേ ഖാൻ അത് പുനഃസംഘടിപ്പിച്ചു. അവന്റെ സൈന്യം എങ്ങനെയോ കുറച്ച് ദിവസത്തേക്ക് യുദ്ധം ചെയ്തു. ദിവാൻ രഘുനാഥ് സിംഗ് കോട്ടയിൽ നിന്നുള്ള ഈ യുദ്ധത്തിൽ മറ്റൊരു മുന്നണിയിൽ നിന്ന് സൈന്യത്തെ നയിച്ചു. നത്തേയ് ഖാന്റെ സൈന്യത്തെ അദ്ദേഹം കുന്നിൻപുറത്ത് തന്റെ മുൻ സ്ഥാനത്ത് നിന്ന് കഠിനമായി ഉപദ്രവിച്ചു. അവസാനം നത്തേയ് ഖാന് അധികം നേരം പിടിച്ചു നിൽക്കാനായില്ല, തോറ്റു പിന്തിരിഞ്ഞു. തന്റെ യുദ്ധ സാമഗ്രികൾ ഉപേക്ഷിക്കാൻ അദ്ദേഹം നിർബന്ധിതനായി. അങ്ങനെ, മഹാറാണിക്ക് ഈ യുദ്ധത്തിൽ വിജയശ്രീ (വിജയം) മാത്രമല്ല, ധാരാളം യുദ്ധ സാമഗ്രികളും ലഭിച്ചു.

ഈ വിജയത്തിനുശേഷം, മഹാറാണി വീണ്ടും ഒരു യോഗം നടത്തി, അതിൽ യുദ്ധത്തിൽ പിന്തുണച്ച ജാഗിർദാർമാരെയും മാതൃകാപരമായ ധൈര്യം പ്രകടിപ്പിച്ച യോദ്ധാക്കളെയും പലവിധത്തിൽ വിലപ്പെട്ട സമ്മാനങ്ങൾ നൽകി ആദരിച്ചു. മഹാറാണി ലക്ഷ്മിഭായിക്ക് നത്തേയ് ഖാനെതിരായ വിജയത്തിന്റെ വിശദമായ വിവരണം തയ്യാറാക്കി, അത് അന്നത്തെ ബുന്ദേൽഖണ്ഡിലെ രാഷ്ട്രീയ ഏജന്റായ ഹാമിൽട്ടണിലേക്ക് അയച്ചു. ഈ വിശദമായ വിവരണം ഹാമിൽട്ടണിലേക്ക് കൊണ്ടുപോവുകയായിരുന്ന വ്യക്തിയെ വഴിയിൽ വെച്ച് നത്തേയ് ഖാന്റെ ആളുകൾ തടഞ്ഞുനിർത്തി കൊലപ്പെടുത്തി. തൽഫലമായി, ഈ അക്കൗണ്ട് അതിന്റെ ലക്ഷ്യസ്ഥാനത്ത് എത്തിയില്ല.

നത്തേയ് ഖാന്റെ ഒരു വൃത്തികെട്ട പദ്ധതി

മഹാറാണി ലക്ഷ്മിഭായിയെ ദുർബലയായ സ്ത്രീയായിട്ടാണ് നത്തേയ് ഖാൻ കരുതിയിരുന്നത്, അതിനാൽ ഝാൻസിയെ ആക്രമിച്ചു. എന്നാൽ മഹാറാണി തന്റെ ബുദ്ധിയും കഴിവും കൊണ്ട് അവന്റെ ഉദ്ദേശ്യങ്ങളിൽ വെള്ളം ചേർത്തു. ഇതിലൂടെ താൻ വളരെയധികം അപമാനിക്കപ്പെട്ടതായി അദ്ദേഹം കരുതി. ധീരനായ ശത്രുവിന്റെ നല്ല ഗുണങ്ങളെ മാനിക്കുന്നതോ, എതിർ കക്ഷിയെ യുദ്ധക്കളത്തിൽ മാത്രം ശത്രുവായി കണക്കാക്കുന്നതോ ആയ പ്രകൃതക്കാരനായിരുന്നില്ല. അവൻ വളരെ കൗശലക്കാരനായ നികൃഷ്ട സ്വഭാവമുള്ള വ്യക്തിയായിരുന്നു. അങ്ങനെ യുദ്ധത്തിൽ മഹാറാണിയോട് തോറ്റപ്പോൾ മറ്റെന്തെങ്കിലും വിധത്തിൽ അവളെ ഉപദ്രവിക്കണമെന്ന് അയാൾ ചിന്തിച്ചു. മഹാറാണി അദ്ദേഹത്തിനെതിരായ യുദ്ധത്തിൽ വിജയിച്ചതിന്റെ പേരിൽ ബുന്ദേൽഖണ്ഡിലെ രാഷ്ട്രീയ ഏജന്റിലേക്ക് അയച്ചപ്പോൾ, അദ്ദേഹത്തിന്റെ ആളുകൾ ദൂതനെ തടഞ്ഞുനിർത്തി വധിച്ചുവെന്ന് മുകളിൽ പ്രസ്താവിച്ചിട്ടുണ്ട്.

മെസഞ്ചറിൽ നിന്ന് പിടിച്ചെടുത്ത കണക്ക് വായിച്ചപ്പോൾ, അവൻ ഒരു വൃത്തികെട്ട പദ്ധതി തയ്യാറാക്കി. ഝാൻസിയിലെ ഇംഗ്ലീഷുകാരെ കൂട്ടക്കൊല ചെയ്തതിന് മഹാറാണിയെ കുറ്റക്കാരനാക്കണമെന്ന് അദ്ദേഹം കരുതി. ഇത് അവളെ ഇംഗ്ലീഷുകാരുടെ നീരസത്തിന് പാത്രമാക്കും. അതിനാൽ, പരോക്ഷമായി തന്റെ അപമാനത്തിന് പ്രതികാരം ചെയ്യുന്നതിനായി, മഹാറാണി ലക്ഷ്മിഭായി ബ്രിട്ടീഷുകാർക്കെതിരെ കലാപകാരിയായി മാറിയെന്നും അവളെ തകർക്കാൻ താൻ (നത്തേ ഖാൻ) പോരാടുകയാണെന്നും കാണിച്ച് ഹാമിൽട്ടണിന് ഒരു കത്ത് എഴുതി. മഹാറാണിയുടെ പ്രേരണയാൽ ഇംഗ്ലീഷുകാർ കൂട്ടക്കൊല ചെയ്യപ്പെട്ടു.

നത്തേയ് ഖാന്റെ ഈ ഹീനമായ നയതന്ത്ര പദ്ധതി ഫലിച്ചു. ബ്രിട്ടീഷുകാർ മഹാറാണിയെ തങ്ങളുടെ ശത്രുവായി സ്വീകരിച്ചു, അതിന്റെ അനന്തരഫലം അനിവാര്യമായ ഒരു യുദ്ധത്തിന്റെ രൂപത്തിൽ എല്ലാവരുടെയും മുന്നിൽ പ്രത്യക്ഷപ്പെട്ടു. അത് തുടർന്നുള്ള അധ്യായങ്ങളിൽ വിവരിക്കും. ഈ വിഷയത്തെക്കുറിച്ച് വിശദീകരിച്ചുകൊണ്ട് മാർട്ടിൻ എഴുതി:

ഝാൻസിയിൽ നിന്ന് കലാപകാരികളുടെ സൈന്യം പോയപ്പോൾ അവർ (മഹാറാണി ലക്ഷ്മിഭായി) ആ പ്രദേശത്തിന്റെ നിയന്ത്രണം ഏറ്റെടുത്തു എന്നതിൽ സംശയമില്ല, എന്നാൽ ആ സമയത്ത് ഡൽഹിയിലെയും ദാതിയയിലെയും ഭരണാധികാരികൾ ഞങ്ങളുടെ പിന്തുണയിൽ ചെറുവിരല് പോലും ഉയർത്തിയില്ല. അവർക്ക് വേണമെങ്കിൽ, ഞങ്ങളെ വളരെ എളുപ്പത്തിൽ സഹായിക്കാമായിരുന്നു, കാരണം ഓർക്കാ അതിർത്തി കേവലം ഒന്നര മൈൽ അകലെയാണ്, കൂടാതെ സംസ്ഥാനത്തിന്റെ അതിർത്തിയിൽ നിന്ന് ആറ് മൈൽ അകലെ ദതിയ. അവർ തങ്ങളുടെ അതിർത്തിക്കുള്ളിൽ നിന്നുകൊണ്ട് നമ്മുടെ സൈന്യത്തിന്റെ പ്രവർത്തനങ്ങൾ കണ്ടുകൊണ്ടിരുന്നു. അവർ രണ്ടുപേരും തങ്ങളുടെ സൈന്യത്തെ ശേഖരിച്ച് ലക്ഷ്മിഭായിയെ ആക്രമിച്ച് അവൾ യുദ്ധത്തിന് തയ്യാറല്ലെന്നും അവർ അവളുടെ സംസ്ഥാനം എളുപ്പത്തിൽ പിടിച്ചെടുക്കുമെന്നും കരുതി, പക്ഷേ ഈ ധീരവനിത അവരെ ഒരു പാഠം പഠിപ്പിച്ചു.

ബ്രിട്ടീഷുകാർ മഹാറാണി ലക്ഷ്മിഭായിയെ തങ്ങളുടെ ശത്രുവായി കണക്കാക്കിയത് നത്തേയ് ഖാന്റെ പ്രേരണ കൊണ്ടാണോ അതോ ബ്രിട്ടീഷുകാരെ ഇന്ത്യയിൽ നിന്ന് പുറത്താക്കാൻ മഹാറാണി പ്രതിജ്ഞാബദ്ധനായിരുന്നോ എന്നത് ഇപ്പോൾ ഈ തർക്കത്തിൽ പ്രവേശിക്കുന്നത് പ്രസക്തമാണ്. ഇത് തർക്കത്തിനും ഗവേഷണത്തിനും വിഷയമാണ്. അതിനാൽ, ഇത്തരത്തിലുള്ള തീരുമാനമാകാത്ത സാഹചര്യത്തിൽ ലഭ്യമായ വിശദാംശങ്ങളിൽ നിന്നും വിവരണങ്ങളിൽ നിന്നും

സഹായം തേടേണ്ടിവരും. ഈ ഘട്ടം വരെ മഹാറാണി ലക്ഷ്മീഭായി ഇംഗ്ലീഷുകാരുടെ അഭ്യുദയകാംക്ഷിയായി സ്വയം അവതരിപ്പിച്ചു, എന്നാൽ അതിനുശേഷം ഇംഗ്ലീഷുകാർ മുൻകൈ എടുത്തപ്പോൾ, അവരും അവരെ അഭിമുഖീകരിക്കുന്നതിൽ നിന്ന് മുഖം തിരിച്ചില്ല.

5

യുദ്ധക്കളത്തിലെ ധീരയായ സ്ത്രീ

മനുഷ്യജീവിതത്തിൽ സാഹചര്യങ്ങൾ ഒരു പ്രധാന പങ്ക് വഹിക്കുന്നു. മഹാറാണി ലക്ഷ്മീഭായിയുടെ ജീവിതകഥ നോക്കുമ്പോൾ, വളരെ വിചിത്രമായ ഒരു സാഹചര്യമാണ് നമ്മുടെ മുന്നിൽ വരുന്നത്. ഏറ്റവും സാധാരണമായ സാമ്പത്തിക സ്ഥിതിയുള്ള മൊറോപന്തിന്റെ ഏഴ് വയസ്സുള്ള നിരപരാധിയായ പെൺകുട്ടി, ഝാൻസിയിലെ ഒരു മധ്യവയസ്കനായ രാജാവായ ഗംഗാധർ റാവുവിന്റെ ഭാര്യ റാണി ലക്ഷ്മിഭായിയായി മാറുന്നു. അവൾ 18 വയസ്സുള്ളപ്പോൾ വിധവയായി മാറുന്നു. എന്നിട്ട് അവൾ തന്റെ അവകാശങ്ങൾ നേടിയെടുക്കാൻ ബ്രിട്ടീഷ് സർക്കാരിന് അപേക്ഷ നൽകുന്നു, അത് ഫലം കായ്ക്കുന്നില്ല. പിന്നീട് വിചിത്രമായ സാഹചര്യങ്ങളിൽ അവൾ പെട്ടെന്ന് ഝാൻസിയുടെ ആക്ടിംഗ് അഡ്മിനിസ്ട്രേറ്ററായി മാറുന്നു, യുദ്ധങ്ങൾ ചെയ്യുന്നു, ഒടുവിൽ അവൾക്ക് വളരെ ശക്തമായ ഒരു ബ്രിട്ടീഷ് സർക്കാരിനെതിരെ പോരാടേണ്ടി വരുന്നു. എന്നിട്ടും അവളുടെ സമരം ആരംഭിക്കുന്നതിന് മുമ്പ് ആക്ടിംഗ് അഡ്മിനിസ്ട്രേറ്റർ എന്ന നിലയിൽ അവളുടെ ചില പ്രവർത്തനങ്ങൾ പരാമർശിക്കുന്നത് ഉചിതമാണെന്ന് ഞങ്ങൾ കരുതുന്നു.

മഹാറാണിയുടെ ഭരണകാലം

ഝനാസിയിലെ സൈന്യത്തിന്റെ കലാപത്തിനുശേഷം, മഹാറാണി ലക്ഷ്മീഭായി ബ്രിട്ടീഷ് സർക്കാരിന്റെ പ്രതിനിധിയായി ഏകദേശം 10 മാസം ഭരിച്ചു. ഈ കാലയളവിൽ സംസ്ഥാനത്ത് നല്ല ക്രമസമാധാനം നിലനിർത്താൻ അവർ ശ്രമിച്ചു. ഇതിനായി അവൾ പുതിയ ആളുകളെ സൈന്യത്തിൽ നിയമിച്ചു. ഭർത്താവിന്റെ ജീവിതകാലത്ത് അവർക്ക് നേരിട്ട് ഭരണം നടത്തിയ അനുഭവം ഉണ്ടായിരുന്നില്ല; എന്നിട്ടും അവൾ കാര്യങ്ങൾ പരമാവധി കൈകാര്യം ചെയ്തു. ഈ ശ്രമങ്ങൾ കാരണം അവളുടെ അവസ്ഥയിൽ സമാധാനവും സന്തോഷവും ഉടൻ മടങ്ങിയെത്തി. ഈ ചെറിയ കാലയളവിൽ അവൾ ചില ഫാക്ടറികളും സ്ഥാപിച്ചു. ഭർത്താവിന്റെ മരണശേഷം മഹാറാണിയുടെ ജീവിതം ഒരു സന്യാസിനിയുടെ ജീവിതം പോലെയായി എന്ന് നേരത്തെ എഴുതിയിട്ടുണ്ട്. ദൈവാരാധനയും അവന്റെ നാമം നിരന്തരം സ്വീകരിക്കലും ഒരു ഭാഗമായി അല്ലെങ്കിൽ അവളുടെ ജീവിതമായി മാറി. അവളുടെ മനസ്സിന്റെ അവസ്ഥ മുൻകൂട്ടി കാണാൻ ശ്രമിച്ചാൽ അവളുടെ ജീവിതശൈലി ഈ സമയത്ത് നിഷ്ക്രിയമെന്ന് വിളിക്കപ്പെടും. കൂടാതെ, ഭരണവുമായി ബന്ധപ്പെട്ട ഒരു ഉത്തരവാദിത്തവും അവൾക്ക് അവശേഷിക്കുന്നില്ല.

എന്നാൽ ഇപ്പോൾ സംസ്ഥാനം നോക്കാനുള്ള ഉത്തരവാദിത്തം അവളുടെ ചുമലിൽ ഉള്ളതിനാൽ അവൾ അവളുടെ ദൈനംദിന ജീവിതശൈലി മാറ്റി. അവൾ രാവിലെ അഞ്ച് മണിക്ക് എഴുന്നേറ്റു. കുളിയും മറ്റും കഴിഞ്ഞ് അവൾ വൃത്തിയുള്ള വെള്ള സാരി ധരിക്കും. അതിനുശേഷം, ദേവതയെ ആരാധിക്കുന്നത് അവളുടെ ദിനചര്യയുടെ അവിഭാജ്യ ഘടകമായിരുന്നു. അക്കാലത്ത് സ്തുതിഗീതങ്ങൾ ആലപിക്കലും വേദപാരായണവും നടന്നു. തുടർന്ന് അവളുടെ ഉദ്യോഗസ്ഥർ വന്ന് അവളെ ആദരിക്കും. ഒരു ദിവസം ഒരു ഉദ്യോഗസ്ഥൻ ആദരവ് അർപ്പിക്കാൻ വന്നില്ലെങ്കിൽ, അടുത്ത ദിവസം അദ്ദേഹം ഹാജരാകാത്തതിന്റെ കാരണം മഹാറാണി അവനോട് ചോദിച്ചു. ഇതിനു ശേഷം അവളുടെ ഉച്ചഭക്ഷണത്തിനും പിന്നെ വിശ്രമത്തിനും സമയമായി. ഇതിനിടയിൽ ആരെങ്കിലും സമ്മാനങ്ങൾ നൽകാൻ വന്നാൽ അവൾ വിശ്രമിക്കില്ല സമ്മാനങ്ങളിലെ വിലപിടിപ്പുള്ള സാധനങ്ങൾ സൂക്ഷിച്ചുവെക്കുകയും ബാക്കിയുള്ളവ ദരിദ്രർക്കും യാചകർക്കും ജീവകാരുണ്യമായി നൽകുകയും ചെയ്തു. ഉച്ചകഴിഞ്ഞ് മൂന്നിന് അവൾ അവളുടെ ദർബാറിൽ (കോടതി) പോയി സംസ്ഥാന ഭരണം നോക്കുകയും തർക്കങ്ങൾ കേൾക്കുകയും ചെയ്തു.

ഈ കാലയളവിൽ മഹാറാണി പർദ്ദ ഉപേക്ഷിച്ചിരുന്നു, അവൾ സ്വയം സിംഹാസനത്തിൽ ഇരുന്നു, ഉദ്യോഗസ്ഥരെ ശ്രദ്ധിക്കുകയും അവർക്ക് ഉത്തരവുകൾ നൽകുകയും നീതിയുടെ ജോലി ചെയ്യുകയും ചെയ്തു. എന്നാൽ രാജാക്കന്മാർ ഇരുന്നതുപോലെ അവൾ മറ്റെല്ലാവർക്കും മുന്നിൽ അവളുടെ ദർബാറിൽ ഇരുന്നു എന്നല്ല ഇതിനർത്ഥം. അവളുടെ ഇരിപ്പിടത്തിനായി ദർബാറിൽ ഒരു പ്രത്യേക മുറി ഉണ്ടാക്കി. ദർബാറിൽ ഇരുന്നവർക്ക് അവളെ കാണാൻ കഴിഞ്ഞില്ല. അവളുടെ മുറിയുടെ പ്രവേശന കവാടത്തിൽ രണ്ട് പട്ടാളക്കാർ കൈകളിൽ കുന്തുമായി നിന്നു, മുറിക്കുള്ളിൽ അവളുടെ ദിവാൻ ലക്ഷ്മൺ റാവു അവളുടെ അടുത്ത് ഇരുന്നു. മഹാറാണി നൽകിയ ഉത്തരവുകൾ ദിവാൻ ലക്ഷ്മൺ റാവു രേഖപ്പെടുത്തി. ഈ സന്ദർഭത്തിൽ ടെയ്‌ലർ എഴുതി:

"മഹാരാഷ്ട്രയിലെ ബ്രാഹ്മിണി ആയിരുന്നെങ്കിലും അവൾ പർദയിൽ താമസിക്കാൻ ഇഷ്ടപ്പെട്ടില്ല. അന്തരിച്ച ഭർത്താവിന്റെ സിംഹാസനത്തിൽ അവൾ ദിവസവും ഇരുന്നു റിപ്പോർട്ടുകളും അപേക്ഷകളും കേൾക്കുകയും ഉത്തരവുകൾ പുറപ്പെടുവിക്കുകയും ചെയ്തു. അവൾ എപ്പോഴും ക്ഷമയോടും ജ്ഞാനത്തോടും കൂടി അവളുടെ പദവിക്ക് അനുസൃതമായി പെരുമാറി.

മഹാറാണി ലക്ഷ്മീഭായിക്ക് ഏകദേശം ഇരുപത്തിരണ്ട് വയസ്സായിരുന്നു, എന്നിട്ടും അവളുടെ ബുദ്ധി വളരെ മൂർച്ചയുള്ളതായിരുന്നു. അവൾ എന്തെങ്കിലും തീരുമാനമെടുക്കുന്നതിന് മുമ്പ് തന്നോട് അവതരിപ്പിച്ച ഒരു കാര്യം വളരെ ആഴത്തിൽ ചിന്തിക്കും. ഈ സന്ദർഭത്തിൽ ശ്രീ പരസ്നീസിന്റെ വാക്കുകൾ

ഉദ്ധരിക്കേണ്ടതാണ്:"ലക്ഷ്മിഭായിക്ക് വളരെ മൂർച്ചയുള്ള ബുദ്ധിയുണ്ടായിരുന്നു. ഒരു കാര്യം അവളുടെ മുന്നിൽ വെച്ചപ്പോൾ, അവൾ അത് വിശദമായി പരിശോധിക്കുകയും അതിൽ സ്വയം ഒരു തീരുമാനമെടുക്കുകയും ചെയ്തു. അവളുടെ കഴിവിൽ എല്ലാവരും സന്തുഷ്ടരായിരുന്നു.

ഈ കാലയളവിൽ ഒരാൾക്ക് അവളുടെ ജീവിതരീതിയെയും സ്വഭാവത്തെയും കുറിച്ച് വിശദമായ വിവരണം ലഭിക്കുന്നു. എല്ലാ ദിവസവും രാവിലെ അവളുടെ കുലദേവി (കുടുംബക്ഷേത്രത്തിന്റെ ദേവത) ക്ഷേത്രം സന്ദർശിച്ചു. ചിലപ്പോൾ അവൾ കുതിരപ്പുറത്തും ചിലപ്പോൾ പല്ലക്കിലും പോയി. ക്ഷേത്രത്തിലേക്ക് പോകുമ്പോഴോ വരുമ്പോഴോ അവൾ ഒരു നിരാലംബനെ കണ്ടുമുട്ടിയാൽ, അവൾ എപ്പോഴും അവന് എന്തെങ്കിലും നൽകി. ഒരിക്കൽ അവൾ ക്ഷേത്രത്തിൽ നിന്ന് മടങ്ങുമ്പോൾ ചില യാചകർ ഉച്ചത്തിൽ കരഞ്ഞതായി പറയപ്പെടുന്നു. അവരുടെ കരച്ചിലിന്റെ കാരണം അവൾ തന്നോടൊപ്പമുണ്ടായിരുന്ന ദിവാൻ ലക്ഷ്മൺ റാവുവിനോട് ചോദിച്ചു. അദ്ദേഹം പറഞ്ഞു, "എല്ലാവരും ഭിക്ഷാടകരാണ്. ഈ ദിവസങ്ങളിൽ ശൈത്യകാലമാണ്. തണുപ്പ് അവരെ വേദനിപ്പിക്കുന്നു; അതിനാൽ, അവരുടെ കഷ്ടപ്പാടുകൾ ഇല്ലാതാക്കാൻ അവർ നിങ്ങളോട് പ്രാർത്ഥിക്കുന്നു.

ഇത് കേട്ട മഹാറാണി എല്ലാ ഭിക്ഷാടകർക്കും പൂർണ്ണമായി ഭക്ഷണം നൽകണമെന്നും അവർക്കെല്ലാം ഭണ്ഡാരത്തിൽ നിന്ന് ഒരു പുതപ്പും മിർസായിയും (പരുത്തി പുതച്ച കോട്ടും) ഒരു തൊപ്പിയും നൽകണമെന്നും ഉത്തരവിട്ടു. ഝാൻസിയിലെ മഹാറാണിയുടെ ഭരണകാലത്ത് ഒരു യാചകനും ദുരിതമനുഭവിച്ചിട്ടില്ല. ഇത് മാത്രമല്ല, അവളുടെ ഭരണകാലത്ത് നടന്ന രണ്ട് യുദ്ധങ്ങളിൽ അവളുടെ ജീവകാരുണ്യത്തിന്റെ തെളിവ് അറിയപ്പെട്ടു, മുമ്പ് വിവരിച്ചു. യുദ്ധങ്ങളിൽ പരിക്കേറ്റ സൈനികരെ അവൾ സ്വയം പരിപാലിച്ചു, ഈ ഗുണങ്ങളുടെ വിശദാംശങ്ങൾ പരസ്നീസ് തന്റെ പുസ്തകത്തിൽ മഹാറാണി ലക്ഷ്മിഭായി എഴുതി;

"മഹാറാണി ലക്ഷ്മിഭായി വളരെ ദയയുള്ളവളായിരുന്നു. യുദ്ധങ്ങളിൽ മുറിവേറ്റവരെ അവൾ സ്വയം പരിപാലിച്ചു. അവൾ അവരുടെ മുറിവേറ്റ ശരീരത്തിൽ സ്വന്ത കൈയ്യാൽ തൈലവും ഡ്രസ്സിംഗും ചെയ്യ്തു ഈ ദയ കാരണം അവളുടെ പ്രജകൾ അവളെ അവരുടെ അമ്മയായി വിശ്വസിച്ചു. ലക്ഷ്മിഭായിയുടെ ബുദ്ധി, ദാനധർമ്മം, ദയ തുടങ്ങിയ സദ്ഗുണങ്ങൾ കാണുമ്പോൾ, കലാപസമയത്ത് ഝാൻസിയെ അവൾ സംരക്ഷിച്ചില്ലായിരുന്നുവെങ്കിൽ അവൾ കോട്ട തന്റെ നിയന്ത്രണത്തിലാക്കിയില്ലായിരുന്നുവെങ്കിൽ, അത് കലാപകാരികളുടെ കൈകളിലേക്ക് പോകുമായിരുന്നു, പക്ഷേ നിർഭാഗ്യവശാൽ അവളുടെ ഭരണത്തിന്റെ അവസാനവും അവളുടെ ജീവിതാവസാനവും ഏതാണ്ട് ഒത്തുവന്നതാണ്.

മഹാറാണിക്ക് കുതിര സവാരി ഇഷ്ടമായിരുന്നു. കൂടാതെ, അവൾ കുതിരകളുടെ ഒരു ഉപജ്ഞാതാവായിരുന്നു. ഝാൻസിയിൽ ആരെങ്കിലും ഒരു കുതിരയെ വാങ്ങിയാൽ, അവൻ ആദ്യം കൊണ്ടുവന്നത് മഹാറാണിയെ കാണാനും ഉപദേശം ചോദിക്കാനും വേണ്ടിയാണ്. ഒരിക്കൽ ഒരു കുതിരക്കച്ചവടക്കാരൻ രണ്ടു കുതിരകളുമായി മഹാറാണിയുടെ അടുക്കൽ വന്നു. അവൻ കുതിരകളെ മഹാറാണിയെ കാണിച്ചു അവയുടെ വില നിശ്ചയിക്കാൻ അപേക്ഷിച്ചു. കുതിരകളെ സൂക്ഷിച്ചു നോക്കിയപ്പോൾ അവൾ പറഞ്ഞു, "അവയിലൊന്നിന് ആയിരം രൂപയും മറ്റേതിന്റെ വില അമ്പതു രൂപയും മാത്രം."

ഇക്കാലത്താണ് മഹാറാണി പരസ്യമായി ജനങ്ങൾക്ക് മുന്നിൽ വന്നത്. അതിനാൽ, അവളുടെ വസ്ത്രധാരണവും പുസ്തകങ്ങളിൽ വിവരിച്ചിട്ടുണ്ട്. ഗിലീൻ തന്റെ റാണി എന്ന പുസ്തകത്തിൽ ഇപ്രകാരം വിവരിച്ചിട്ടുണ്ട്: 'അവളുടെ വസ്ത്രധാരണം സ്ത്രീകളുടേത് പോലെയാണെങ്കിലും, അത് ഉയർന്ന നിലവാരമുള്ള സ്ത്രീകളുടെ വസ്ത്രധാരണത്തിൽ നിന്ന് വ്യത്യസ്തമായിരുന്നു. അവൾ തലയിൽ ഒരു ചുവന്ന തൊപ്പി ധരിച്ചിരുന്നു, അതിൽ മുത്തുകളും ആഭരണങ്ങളും അണിഞ്ഞിരുന്നു. അവൾ കഴുത്തിൽ ഒരു ലക്ഷം രൂപയിൽ കുറയാത്ത വജ്രമാല ധരിച്ചിരുന്നു. മുൻവശത്ത് അവളുടെ ബോഡിസ് തുറന്നിരുന്നു, അത് അവളുടെ പൂർണ്ണവും സമതുലിതവുമായ മാറിടം കാണിക്കുന്നു. ഈ ബോഡിസ് അവളുടെ പുറകിലെത്തി, സാരി വർക്ക് ബെൽറ്റ് ഉപയോഗിച്ച് മുറുകെ കെട്ടി. അവളുടെ പിൻ ബെൽറ്റിൽ വെള്ളിയിൽ മുറിച്ച ഡിസൈനുകൾ കൊണ്ട് അലങ്കരിച്ച രണ്ട് പിസ്റ്റലുകൾ അവൾ കരുതിയിരുന്നു. ഈ വസ്തുക്കൾക്കൊപ്പം നന്നായി രൂപപ്പെട്ട ഒരു പെഷ്-കബ്സ (ഒരുതരം പിഞ്ചർ) ഉണ്ടായിരുന്നു, അതിന്റെ മൂർച്ചയുള്ള മുനയിൽ വിഷം പുരട്ടിയിരുന്നു. അതിൽ നിന്നുള്ള ഒരു സാധാരണ മുറിവ് മാരകമായേക്കാം. ഒരു സാധാരണ സാരിയും ഒരു അയഞ്ഞ പൈജാമയും അവൾ ധരിച്ചിരുന്നു.

ഏറ്റവും ശക്തനായ ശത്രുവുമായുള്ള ഏറ്റുമുട്ടൽ

ഝാൻസിയുടെ ഭരണം നടത്തിയിരുന്നത് മഹാറാണിയായിരുന്നു. കലാപസമയത്ത് ബ്രിട്ടീഷുകാർ അവരെ സഹായിച്ചതിൽ സന്തോഷിക്കുമെന്നും തന്റെ ഝാൻസിയെ തനിക്ക് തിരികെ ലഭിക്കുമെന്നും അവർ ചിന്തിച്ചിരിക്കാം. എന്നാൽ ബ്രിട്ടീഷുകാരാകട്ടെ അതിനു വിരുദ്ധമായ തീരുമാനമെടുത്തു. അവർ മഹാറാണിയെ കുറ്റക്കാരിയായി കണക്കാക്കുകയും ഝാൻസി പ്രതിപക്ഷത്തിന്റെ പ്രധാന കോട്ടയായി മാറുകയും ചെയ്തു. എന്തുകൊണ്ടാണ് ബ്രിട്ടീഷുകാർ ഈ വീക്ഷണം സ്വീകരിച്ചതെന്ന് ആർക്കും കൃത്യമായി പറയാൻ കഴിയില്ല. നത്തേയ് ഖാൻ അയച്ച പരാതി കത്ത് ഇതിന് പിന്നിലെ കാരണമായി ശ്രീ സഹന്തി നാരായൺ കണക്കാക്കുന്നു, എന്നാൽ ഇത് മുഖവിലയ്ക്ക് അംഗീകരിക്കാൻ

കഴിയില്ല. ബ്രിട്ടീഷുകാർ ആ കത്തിന് ഇത്ര പ്രാധാന്യം കൊടുക്കുമോ? കാരണം എന്തുതന്നെയായാലും, കലാപത്തിന് പിന്നിലെ പ്രധാന കാരണമായി ബ്രിട്ടീഷുകാർ മഹാറാണിയെ അംഗീകരിച്ചു. അതിനാൽ, അവൾക്കെതിരെ പോരാടാൻ അവർ തീരുമാനിച്ചു. മഹാറാണിക്കെതിരെ യുദ്ധം നയിക്കാൻ യൂറോപ്പിൽ നിരവധി യുദ്ധങ്ങളിൽ പങ്കെടുത്ത ഇംഗ്ലണ്ടിൽ നിന്ന് സർ ഹ്യൂഗ്രസിനെ വിളിച്ചതിൽ നിന്ന് ബ്രിട്ടീഷുകാർ മഹാറാണിയെ എത്രമാത്രം ഭയപ്പെട്ടിരുന്നുവെന്ന് വിലയിരുത്താം. യുദ്ധ കലയുടെ ആചാര്യനായി അദ്ദേഹം കണക്കാക്കപ്പെട്ടു.

1857 സെപ്റ്റംബർ 16-ന് ലണ്ടനിൽ നിന്ന് സർ ഹ്യൂഗ്രസ് ബോംബെയിലെത്തി. അവിടെ അദ്ദേഹം ഇന്ത്യാ ഗവൺമെന്റിന്റെ കമാൻഡർ-ഇൻ-ചീഫുമായി വിഷയം ചർച്ച ചെയ്യുകയും ബൗണ്ടേൽഖണ്ഡിന്റെ രാഷ്ട്രീയ ഏജന്റായ ഹാമിൽഷനുമായി ഭാവി യുദ്ധത്തെക്കുറിച്ച് ചർച്ച ചെയ്യുകയും യുദ്ധ പദ്ധതികൾ തയ്യാറാക്കുകയും ചെയ്തു.

മഹാറാണിയുടെ കഴിവുകെട്ട ഉപദേശകരുടെ ആത്മഹത്യാ പ്രവർത്തനം

മഹാറാണിക്ക് കഴിവുള്ള തൊഴിലാളികൾ ഇല്ലായിരുന്നുവെന്ന് മുൻ അധ്യായത്തിൽ പരാമർശിച്ചിട്ടുണ്ട്. അവളുടെ കീഴിൽ ജോലി ചെയ്തിരുന്നവർ തികഞ്ഞ ഉത്തരവാദിത്തമില്ലായ്മയാണെന്ന് തെളിയിച്ചു, ഇതുമൂലം അവൾക്ക് ഇത്തവണയും നികത്താനാവാത്ത നഷ്ടം അനുഭവിക്കേണ്ടി വന്നു. ബ്രിട്ടീഷുകാർ ഝാൻസിയെ ആക്രമിക്കാൻ പദ്ധതിയിടുന്നതായി വാർത്ത ഝാൻസിയിലെത്തി, എന്നാൽ മഹാറാണിയുടെ അത്യധികം അലസരും നിഷ്ക്രിയരുമായ ഉദ്യോഗസ്ഥർ അതിന് ഒരു പ്രാധാന്യവും നൽകിയില്ല. അവളുടെ പ്രായമായവരും പരിചയസമ്പന്നരുമായ ഒന്നോ രണ്ടോ പേർ അവളെ താക്കീത് ചെയ്തു, പക്ഷേ അതൊന്നും ഫലിച്ചില്ല. ഗംഗാധര റാവുവിന്റെ കാലത്ത് നീതി നിർവഹിച്ച പഴയ നാനാ ഭോപത്കർ റാണിയെ അടുത്തേക്ക് വിളിച്ച് ആത്മവിശ്വാസത്തോടെ പറഞ്ഞു, "ഞാൻ ഝാൻസിയുടെ സിംഹാസനത്തിന്റെ സേവകനായിരുന്നു. സമയം നമ്മൾക്ക് അനുകൂലമല്ല, നിങ്ങൾ ഇവിടെ നടന്ന സംഭവങ്ങളുടെ വിശദമായ വിവരണങ്ങൾ ബ്രിട്ടീഷുകാർക്ക് അയച്ചെങ്കിലും, അവർ സുരക്ഷിതമായി സർക്കാരിൽ എത്തിയെന്ന് ഉറപ്പിച്ചു പറയാനാവില്ല. അതിനാൽ, ഝാൻസിയിലെ കലാപവുമായി നിങ്ങൾക്ക് ഒരു ബന്ധവുമില്ലെന്നും ഗവൺമെന്റിന്റെ ഉത്തരവനുസരിച്ചാണ് നിങ്ങൾ ഝാൻസിയെ കൈകാര്യം ചെയ്യുന്നതെന്നും ഫലപ്രദമായി ആശയവിനിമയം നടത്താൻ കഴിയുന്ന ഒരു അഭിഭാഷകനെ ഇന്ത്യൻ സർക്കാരിലേക്ക് അയയ്ക്കുന്നത് അഭികാമ്യമാണ്. യഥാസമയം സർക്കാരിനെ അറിയിച്ചില്ലെങ്കിൽ, അനന്തരഫലങ്ങൾ വളരെ ഗുരുതരമായേക്കാം.

പഴയതും പരിചയസമ്പന്നനുമായ ഭോപത്കറുടെ ഉപദേശം ഉചിതവും സമയോചിതവുമായിരുന്നു. അതിനാൽ, ഇംഗ്ലീഷ് ഭാഷയിൽ നല്ല പ്രാവീണ്യമുള്ള ഒരു പരിചയസമ്പന്നനായ അഭിഭാഷകനെ ഇതിനായി ഗ്വാളിയോറിലെയും ഇൻഡോറിലെയും രാഷ്ട്രീയ ഏജന്റുമാരുടെ അടുത്തേക്ക് അയയ്ക്കാൻ മഹാറാണി തന്റെ മന്ത്രിമാരോട് ആജ്ഞാപിച്ചു. മന്ത്രിമാർ മഹാറാണിയോട് അതെ എന്ന് പറഞ്ഞെങ്കിലും അവർ ഒരു യുവാവിനെ ഈ ജോലിക്ക് അയച്ചു. സംശയമില്ല, അവരുടെ ഈ നടപടി മാപ്പർഹിക്കാത്ത കുറ്റമാണ്, ആത്മഹത്യാപരമായ അശ്രദ്ധയാണ്. ആ ചെറുപ്പക്കാരൻ വളരെ ദുഷ്ടനായി മാറി. അദ്ദേഹം ഗ്വാളിയോറിലേക്കോ ഇൻഡോറിലേക്കോ പോയിട്ടില്ല. ഗ്വാളിയോർ സംസ്ഥാനത്തെ ഇസാഗഢിൽ പോയി രാമചന്ദ്ര ബാജി റാവുവിന്റെ വീട്ടിൽ ഇരുന്നു. ഇത് മാത്രമല്ല. മഹാറാണിയെ ഇരുട്ടിലാക്കാൻ, പണിയുടെ പുരോഗതി സംബന്ധിച്ച് കള്ളക്കത്ത് എഴുതിക്കൊണ്ടിരുന്നു. ജോലി തുടരുകയാണെന്ന് മഹാറാണി വിശ്വസിക്കാൻ ഇത് കാരണമായി.

ബ്രിട്ടീഷുകാരുടെ തയ്യാറെടുപ്പുകൾ

മറുവശത്ത്, ബ്രിട്ടീഷുകാർ തികഞ്ഞ കർക്കശത്തോടെ യുദ്ധത്തിന് തയ്യാറെടുക്കുകയായിരുന്നു. യുദ്ധപദ്ധതി തയ്യാറാക്കിയ ശേഷം, കമാൻഡർ-ഇൻ-ചീഫ് സൈന്യത്തെ രണ്ട് ഭാഗങ്ങളായി വിഭജിച്ചു. ഒരു ഭാഗം ഹഗ്റോസിന്റെ കീഴിലും മറ്റേ ഭാഗം വിറ്റ്‌ലോക്കിന്റെ കീഴിലുമാണ് സൂക്ഷിച്ചിരുന്നത്. ബോംബെ, മദ്രാസ്, ഹൈദരാബാദ് (നിസാം) പട്ടാളങ്ങൾ ഹഗ്റോസിന്റെ നിയന്ത്രണത്തിലായിരുന്നു. 1857 ഡിസംബർ 17-ന് ഹ്യൂഗ്രസ് സൈന്യത്തിന്റെ കമാൻഡ് ഏറ്റെടുത്ത് അതിനെ രണ്ട് ഭാഗങ്ങളായി വിഭജിച്ചു. ആദ്യ ഭാഗത്തിൽ അദ്ദേഹം ബോംബെയുടെ മൂന്നാം രിസാല (സംഘം), 86-ാമത് പ്ലാറ്റൂണിന്റെ രണ്ട് ഭാഗങ്ങൾ, ബോംബെ നേറ്റീവ് ഇൻഫൻട്രി, ഹൈദരാബാദ് സംഘത്തിന്റെ ഒരു ഇൻഫൻട്രി പ്ലാറ്റൂൺ, ഭോപ്പാലിലെ പീരങ്കികൾ, മദ്രാസ് സാപ്പേഴ്സിന്റെ ഒരു കമ്പനി എന്നിവ സ്ഥാപിച്ചു. ആദ്യഭാഗം മൗവിലും രണ്ടാമത്തേത് സെഹോറിലും സൂക്ഷിച്ചു. 1858 ജനുവരി 6-ന് ഹ്യൂറോസ് റോബർട്ട് ഹാമിൽട്ടണുമായി സെഹോറിലേക്ക് പോയി. വഴിയിൽ ഭോപ്പാലിലെ ബീഗം അയച്ച എണ്ണൂറ് പട്ടാളക്കാരെ കിട്ടി. അവരെയും കൂട്ടി ഹ്യൂഗ്രസ് സാഗറിന്റെ അടുത്തേക്ക് പോയി.

ഹഗ്റോസിന്റെ ആദ്യ വിജയം റാഹത്ഗഡിൽ

സാഗറിലേക്കുള്ള യാത്രാമധ്യേ, ഹ്യൂഗ്രസ് ആദ്യം ആക്രമിച്ചത് സാഗറിന് 39 കിലോമീറ്റർ മുമ്പ് റാഹത്ഗഡ് കോട്ടയാണ്. അക്കാലത്ത് ഈ കോട്ട വിമത മുസ്ലീങ്ങളുടെ കീഴിലായിരുന്നു. അവർ നല്ല സുരക്ഷാ ക്രമീകരണങ്ങൾ നടത്തിയിരുന്നു, എന്നാൽ അവർ വളരെ കുറച്ച് അംഗങ്ങൾ മാത്രമായിരുന്നു.

എന്നിട്ടും നാലു ദിവസം ബ്രിട്ടീഷുകാരെ വളരെ ശക്തമായി നേരിട്ടു. അവസാനം അവർക്ക് കോട്ട ഉപേക്ഷിച്ച് ഓടേണ്ടി വന്നു. ഈ പര്യവേഷണത്തിൽ ഹ്യൂഗ്രസിന്റെ ആദ്യ വിജയമായിരുന്നു ഇത്.

രഹത്ഗഢിലെ വിജയത്തിനുശേഷം, ഹ്യൂഗ്രസ് സൈന്യത്തോടൊപ്പം അവിടെ നിന്ന് 24 കിലോമീറ്റർ അകലെയുള്ള ബറോഡിയ ഗ്രാമത്തിലെത്തി. അവിടെ ബാൻപൂർ രാജാവ് ചില വിമതർക്ക് അഭയം നൽകിയിരുന്നു. ഹ്യൂഗ്രസിന്റെ സൈന്യം ഇവിടെയും വിജയിച്ചു, പക്ഷേ അദ്ദേഹത്തിന് സൈന്യത്തിന്റെ ഒരു ക്യാപ്റ്റനെ നഷ്ടപ്പെട്ടു, നെവിൽ.

സാഗർ പോലുള്ള സ്ഥലങ്ങളിൽ ഹഗ്റോസിന്റെ വിജയം

രഹത്ഗഢിലും ബറോഡിയയിലും വിജയിച്ച ശേഷം, 1858 ഫെബ്രുവരി 3-ന് അദ്ദേഹം മുന്നേറുകയും സാഗർ ആക്രമിക്കുകയും ചെയ്തു. വിമതരെ അവിടെ നിന്ന് പുറത്താക്കുകയും അറസ്റ്റ് ചെയ്ത ഇംഗ്ലീഷുകാരെ മോചിപ്പിക്കുകയും ചെയ്തു. സാഗർ പിടിച്ചടക്കിയ ശേഷം അദ്ദേഹം സാഗറിൽ നിന്ന് 40 കിലോമീറ്റർ അകലെയുള്ള ഗർകോട്ട എന്ന കോട്ടയിൽ എത്തി. 51, 52 ബംഗാൾ പ്ലാറ്റൂണുകളിലെ വിമതർ ഈ കോട്ട പിടിച്ചെടുത്തു. ഹഗ്റോസ് കോട്ട ആക്രമിച്ച് ഏതാണ്ട് അനായാസം പിടിച്ചടക്കി.

ഈ രീതിയിൽ, നർമ്മദാ നദിയുടെ തീരത്തേക്കുള്ള ഒരു വലിയ ഭാഗം അദ്ദേഹം താമസിയാതെ തന്റെ നിയന്ത്രണത്തിലാക്കി. ഇപ്പോൾ അദ്ദേഹം ബുന്ദേൽഖണ്ഡിലേക്ക് നീങ്ങാൻ ചിന്തിച്ചു. ബുന്ദേൽഖണ്ഡിലെ വിമതരുടെ പ്രധാന കേന്ദ്രമായി ബ്രിട്ടീഷുകാർ ഝാൻസിയെ കണക്കാക്കി; അതിനാൽ, ഝാൻസി പിടിക്കപ്പെടുന്നതുവരെ ഉത്തരേന്ത്യയിലെ മുഴുവൻ വിമതരെയും തകർക്കില്ലെന്ന് കമാൻഡർ-ഇൻ-ചീഫ് കോളിൻ കോംപ്ടെൽ നേരത്തെ പറഞ്ഞിരുന്നു. ഝാൻസിയിലെത്തുക എളുപ്പമായിരുന്നില്ല, കാരണം സാഗർ മുതൽ കാൺപൂർ വരെയുള്ള എല്ലാ പ്രദേശങ്ങളും വിമതർ തങ്ങളുടെ അധീനതയിലാക്കിയിരുന്നു. അവിടെയെത്താനുള്ള വഴി ദുഷ്കരമായിരുന്നു, വിമതർ നല്ല സുരക്ഷാ ക്രമീകരണങ്ങൾ ചെയ്തിരുന്നു. ഹ്യൂറോസിന് യുദ്ധമുന്നണികളിൽ നല്ല അനുഭവം ഉണ്ടായിരുന്നു. അങ്ങനെ അവൻ തന്റെ സൈന്യത്തെ പല ചെറിയ ഭാഗങ്ങളായി വിഭജിച്ചു, ഘാട്ടുകളിലേക്ക് വ്യത്യസ്ത വഴികൾ സ്വീകരിക്കാൻ അവരോട് ആജ്ഞാപിച്ചു. സൈന്യത്തിന്റെ ഒരു ചെറിയ സംഘവുമായി അദ്ദേഹം തന്നെ ദമൻപൂർ ഘട്ടിലേക്ക് പുറപ്പെട്ടു. ഈ ഘട്ടത്തിൽ അദ്ദേഹത്തിന് കലാപകാരികളെ നേരിടേണ്ടി വന്നു. അവന്റെ കുതിര കൊല്ലപ്പെടുകയും അവനുതന്നെ പരിക്കേൽക്കുകയും ചെയ്തു. ഈ രീതിയിൽ, നിരവധി ബണ്ടേൽ സർദാർമാർക്ക് (മേധാവികൾക്ക്) ജീവൻ നഷ്ടപ്പെടേണ്ടി വന്നു.

ഷാഗർഹിന്റെ ലയനം

അവിടെ വിമതരെ പരാജയപ്പെടുത്തി ബ്രിട്ടീഷ് സൈന്യം സരായ് കോട്ടയ്ക്ക് സമീപം എത്തി. അവിടെ രാജാവിന്റെ പൂന്തോട്ടത്തിൽ പാളയമിറങ്ങി. അടുത്ത ദിവസം അവർ മുറോർ ഗ്രാമം ആക്രമിക്കുകയും അത് പിടിച്ചെടുക്കുകയും വിമതരെ തകർക്കുകയും ചെയ്തു. ബുന്ദേൽഖണ്ഡിലെ പൊളിറ്റിക്കൽ ഏജന്റ് ഷാഗർഹിനെ ബ്രിട്ടീഷ് ഭരണകൂടത്തിൽ ലയിപ്പിച്ചതായി പ്രഖ്യാപിച്ചു. ബ്രിട്ടീഷ് സൈന്യം സരായ് കോട്ടയിൽ പീരങ്കി തോക്കുകൾ സ്ഥാപിച്ചു. ഷാഗർഹിലെ രാജാവ് ഇതിനകം ഓടിപ്പോയിരുന്നു, എന്നാൽ അദ്ദേഹത്തിന്റെ പല സർദാർമാരെയും പിടികൂടി തൂക്കിലേറ്റി. പിടിക്കപ്പെട്ടവരിൽ ഒരാൾ ഒരു പ്രത്യേക ശുഭമുഹൂർത്തത്തിൽ മത്സരിച്ചാൽ വിജയിക്കുമെന്ന് രാജാവിനെ ഉപദേശിച്ച ഒരു ജ്യോതിഷിയാണ്. ബ്രിട്ടീഷ് പട്ടാളത്തോടൊപ്പമുണ്ടായിരുന്ന ഡോ. ലോ ഈ ജ്യോത്സ്യന്മാർ നിർദ്ദേശിച്ച ശുഭമുഹൂർത്തം അനുസരിച്ച് പ്രവർത്തിച്ച അന്ധരായ അനുയായികളെ വളരെ നിസ്സാരമാക്കി.

ബാൻപൂരിന്റെ ഭാഗത്ത് നിന്ന് മുന്നേറിയ ഹഗ്റോസിന്റെ സൈന്യത്തിന് വളരെ കുറച്ച് മാത്രമേ പോരാടേണ്ടി വന്നുള്ളൂ. ഷാഗർഹിന്റെ പതനവാർത്ത കേട്ടയുടനെ അതിന്റെ രാജാവ് കുടുംബത്തോടൊപ്പം ഓടിപ്പോയി. മാർച്ച് 10-ന് ബാൻപൂർ ബ്രിട്ടീഷ് ഭരണകൂടത്തിന് കീഴിലാണെന്ന് ഹാമിൽഷൻ പ്രഖ്യാപിച്ചു. ഈ മേജർ ബൈലോയിൽ മാർച്ച് 11 ന് രാജകൊട്ടാരത്തിന്റെ ഒരു ഭാഗം പീരങ്കി തോക്കുകൾ ഉപയോഗിച്ച് പൊട്ടിത്തെറിപ്പിച്ചു, ബാക്കിയുള്ളവ തീയിട്ടു. നിരവധി വിമതർ അവിടെ താമസിച്ചിരുന്നു. വിശാലമായ ബ്രിട്ടീഷ് സൈന്യത്തെ കണ്ടപ്പോൾ അവർ തങ്ങളുടെ കാൽ പിടിച്ചു. ഇത് പിടിച്ചടക്കിയ ശേഷം, മാർച്ച് 17-ന് ഹ്യൂഗ്രസ് ബെത്വ നദി മുറിച്ചുകടക്കുകയും പുരാതനമായ ചന്ദേരി കോട്ട പിടിച്ചെടുക്കുകയും ചെയ്തു. തുടർന്ന് അദ്ദേഹം ജാൻസിയിലേക്ക് മാർച്ച് ചെയ്തു, മാർച്ച് 19 ന് ഝാൻസിയിൽ നിന്ന് 22 കിലോമീറ്റർ അകലെയുള്ള ചന്ദേരിയിൽ ക്യാമ്പ് ചെയ്തു.

ജാൻസിയുടെ ഉപരോധം

മാർച്ച് 20-ന് ഝാൻസിയിലേക്കുള്ള റോഡ് ഉപരോധത്തിനായി ഹ്യൂഗ്രസ് ഒരു പീരങ്കിപ്പട യൂണിറ്റിനെയും കുറച്ച് കുതിരപ്പട യൂണിറ്റിനെയും അയച്ചു. പിന്നെ പോകാൻ തയ്യാറായി. അപ്പോൾ തന്നെ അദ്ദേഹത്തിന് ഗവർണർ ജനറലിന്റെ ഒരു കത്ത് ലഭിച്ചു, അതിൽ ആദ്യം ചർഖാരിയിലേക്ക് പോകാൻ ഉത്തരവിട്ടു. ബ്രിട്ടീഷുകാരുടെ സുഹൃത്തായിരുന്നു ചർഖാരിയിലെ രാജാവ്. താത്യാ ടോപ്പാണ് അദ്ദേഹത്തെ ആക്രമിച്ചത്, അതിനാൽ ആദ്യം അവനെ പ്രതിരോധിക്കുക എന്നത് പ്രധാനമാണെന്ന് പറയപ്പെട്ടു. ബുണ്ടേൽകണ്ടിലെ രാഷ്ട്രീയ ഏജന്റായ ഹാമിൽട്ടണും സമാനമായ ഒരു കത്ത് ലഭിച്ചിരുന്നു. ഇത് അവനെ രണ്ട് മനസ്സിൽ

പ്രതിഷ്ഠിച്ചു. ഝാൻസിയിൽ നിന്ന് 22 കിലോമീറ്റർ അകലെയാണ് അദ്ദേഹത്തിന്റെ സൈന്യം എത്തിയിരുന്നത്, അതേസമയം ചർഖാരിയിലേക്കുള്ള ദൂരം ഏകദേശം 129 കിലോമീറ്ററായിരുന്നു. ഝാൻസിയെ ആദ്യം ഏറ്റെടുക്കുന്നതാണ് കൂടുതൽ പ്രധാനമെന്ന് ഹാമിൽട്ടൺ കരുതി. അതിനാൽ, ജാൻസിയുടെ ഈ പ്രാധാന്യം വ്യക്തമാക്കി അദ്ദേഹം ഗവർണർ ജനറലിന് കത്തെഴുതി. ഇതിനുശേഷം ഹ്യൂഗ്രസ് തന്റെ സർവ്വസൈന്യത്തോടും കൂടി ഝാൻസിയിലേക്ക് നീങ്ങി.

മഹാറാണി ലക്ഷ്മിഭായിയുടെ പ്രതികരണം

ഈ വാർത്ത കിട്ടിയപ്പോൾ. ജാൻസി ഞെട്ടി. മഹാറാണിയുടെ കൊട്ടാരക്കാർ അസ്വസ്ഥരുമായി. അവൾക്ക് പരിചയസമ്പന്നരായ ആളുകളുടെ കുറവുണ്ടായിരുന്നു. ഇനി എന്ത് ചെയ്യും? ഈ വിഷയത്തിൽ ചർച്ച ആരംഭിച്ചു. നാനാ ഭോപത്കറുടെ ഉപദേശപ്രകാരം പരിചയസമ്പന്നരായ വ്യക്തികളിൽ നിന്ന് ഉപദേശം സ്വീകരിക്കാൻ ചിലരെ ഗ്വാളിയോറിലേക്ക് അയച്ചു. ബ്രിട്ടീഷുകാരുമായി യുദ്ധം ചെയ്യരുതെന്ന് അവിടത്തെ ജനങ്ങൾ ഉപദേശിച്ചു. മുഴുവൻ സാഹചര്യവും വിശദീകരിക്കുകയും സൗഹൃദം തേടുകയും ചെയ്യുന്ന ഒരാളെ ഹഗ്റോസിലേക്ക് അയയ്ക്കണം. ഝാൻസി കോടതിയിലെ ചിലർ ഈ അഭിപ്രായത്തോട് യോജിച്ചില്ല. കാരണം, ഝാൻസിയിലെ ഭൂരിഭാഗം ആളുകളും ഇംഗ്ലീഷുകാരോട് അതൃപ്തരായിരുന്നു. അതിനാൽ അവർ യുദ്ധം ചെയ്യാൻ ഉപദേശിച്ചു. അക്കാലത്ത് മഹാറാണി കോട്ടയിലായിരുന്നു താമസിച്ചിരുന്നത്. മുകളിൽ സൂചിപ്പിച്ച അനുഭവപരിചയമില്ലാത്ത വ്യക്തികൾക്ക് അവളുടെ അടുത്തേക്ക് പോകാൻ അനുവാദമില്ല. തന്റെ വിശ്വസ്തരായ ഉപദേശകരുമായി മഹാറാണി ഈ ചർച്ച നടത്തി.

ഈ ചർച്ച നടക്കുമ്പോൾ ബ്രിട്ടീഷുകാരുടെ ഒരു ദൂതൻ വന്നതായി അവരെ അറിയിച്ചു. ബഹുമാനത്തോടെയാണ് അദ്ദേഹത്തെ വിളിച്ചത്. അദ്ദേഹം മഹാറാണിയെ ആദരവോടെ വന്ദിക്കുകയും ഹ്യൂഗ്രസ് നൽകിയ ഒരു കത്ത് നൽകുകയും ചെയ്തു. മന്ത്രി കത്ത് വാങ്ങി വായിച്ചു. ആ കത്തിൽ മഹാറാണിക്ക് ഇനിപ്പറയുന്ന അറിയിപ്പ് നൽകി:

"ഞങ്ങൾ ഞങ്ങളുടെ സൈന്യവുമായി ഇവിടെ എത്തിയതായി റാണി ലക്ഷ്മിഭായിയെ അറിയിച്ചു. ഞങ്ങളുടെ ക്യാമ്പിലെ എട്ട് മന്ത്രിമാരുമായി രണ്ട് ദിവസത്തിനുള്ളിൽ ആയുധങ്ങളില്ലാതെ ഞങ്ങളെ കണ്ടുമുട്ടുന്നത് നിങ്ങളുടെ താൽപ്പര്യത്തിനായിരിക്കും, അതുവഴി നിങ്ങളുടെ ഭാവി സംബന്ധിച്ച് എന്തെങ്കിലും തീരുമാനമെടുത്തേക്കാം. നിങ്ങളെ അനുഗമിക്കുന്ന എട്ട് മന്ത്രിമാരുടെ പേരുകൾ ഇപ്രകാരമാണ്.

1. ദിവാൻ ലക്ഷ്മൺ റാവു, സംസ്ഥാന മന്ത്രി, 2. ദിവാൻ ജവഹർ സിംഗ്, 3. ദിവാൻ രഘുനാഥ് സിംഗ്, 4. സർദാർ ലാലാ ഭൗ ഭക്ഷി, 5. സർദാർ മൊറോപന്ത് താംബെ, 6. സർദാർ നാനാ ഭോപത്കർ, 7. സർദാർ ഗുലാം ഗൗസ് ഖാൻ.

ഈ ഉത്തരവ് പാലിച്ചില്ലെങ്കിൽ കടുത്ത ശിക്ഷ ലഭിക്കും.

സർ ഹ്യൂഗ്രസ്, കമാൻഡർ-ഇൻ-ചാർജ്

എട്ട് പേരെ മാത്രമേ വിളിച്ചിട്ടുള്ളൂ, എന്നാൽ എട്ടാമത്തെ ആളുടെ പേര് ഒരു പുസ്തകത്തിലും കാണുന്നില്ല എന്ന് വ്യക്തമാക്കട്ടെ

ഇത്തരത്തില് വിളിച്ച് അവരെ അറസ്റ്റ് ചെയ്യാനാണ് ഹ്യൂഗ്രസ് ആഗ്രഹിച്ചതെന്ന് വ്യാഖ്യാനിക്കപ്പെട്ടു. ദൂതൻ തിരിച്ചുപോയി. ഇതിനുശേഷം മഹാറാണി യുദ്ധം ചെയ്യാൻ തീരുമാനിച്ചു. ഈ തീരുമാനം എടുക്കുന്നതിന് മുമ്പ്, ഹഗ്റോസിന്റെ നിർദ്ദേശം നിരസിച്ചുകൊണ്ട് അവൾ ഒരു കത്ത് അയച്ചു. ഈ കത്തിലെ ഇനിപ്പറയുന്ന വരികൾ ഉദ്ധരിക്കേണ്ടതാണ്:

"ഞങ്ങളോട് വരാൻ ആവശ്യപ്പെട്ടതിന് നിങ്ങളുടെ കത്തിൽ ഒരു കാരണവും നിങ്ങൾ സൂചിപ്പിച്ചിട്ടില്ല, അത് ഞങ്ങളുടെ നേരിട്ടുള്ള അപമാനമായി ഞങ്ങൾ കരുതുന്നു. കൂടാതെ, നിങ്ങൾ മുന്നോട്ടുവച്ച നിബന്ധന ആത്മാഭിമാനമുള്ള ഒരു ധീരനും അംഗീകരിക്കാൻ കഴിയില്ല. ബ്രിട്ടീഷ് ഗവൺമെന്റ് അതിന്റെ പഴയ സുഹൃത്തുക്കളെ അപമാനിക്കുന്നത് എന്തുകൊണ്ടാണെന്ന് മനസ്സിലാക്കാൻ ഞങ്ങൾ പരാജയപ്പെടുന്നു! ഇത്തരമൊരു സാഹചര്യത്തിൽ നിങ്ങളുടെ ക്യാമ്പിൽ ഞങ്ങളുമായി ഒരു വിശ്വാസ ലംഘനം ഉണ്ടാകില്ലെന്ന് ഞങ്ങൾ എങ്ങനെ വിശ്വസിക്കും? കാരണം, ബ്രിട്ടീഷ് ഗവൺമെന്റ് മുഗൾ ചക്രവർത്തിയോട് ഇതിനുമുമ്പ് ഈ രീതിയിൽ ഇടപെട്ടിട്ടുണ്ട്, എന്നാൽ നിങ്ങളുമായി ഒരു തർക്കവും ഞങ്ങൾ ആഗ്രഹിക്കുന്നില്ലെന്ന് ഞങ്ങൾ ഉറപ്പ് നൽകുന്നു; പണ്ട് ഞങ്ങൾ അങ്ങനെ ചെയ്തിട്ടില്ല. അതിനാൽ, നിങ്ങൾ ആഗ്രഹിക്കുന്നുവെങ്കിൽ, ഞങ്ങളുടെ സംസ്ഥാനത്തിന്റെ പുരാതന പാരമ്പര്യത്തിന് അനുസൃതമായി, ഞങ്ങളുടെ ദിവാൻ സാഹിബിനെ അദ്ദേഹത്തിന്റെ സായുധ അംഗരക്ഷകരുമായി നിങ്ങളുടെ പാളയത്തിലേക്ക് അയയ്ക്കാൻ ഞങ്ങൾ തയ്യാറാണ്, അങ്ങനെ അദ്ദേഹം നിങ്ങളോട് ഉടമ്പടിയുടെ ഉചിതമായ വ്യവസ്ഥകൾ തീരുമാനിക്കും.

"ഞാൻ നിങ്ങളുടെ ക്യാമ്പിലേക്ക് വരുന്നതിനെ സംബന്ധിച്ചിടത്തോളം, ഹിന്ദു മതവും സംസ്കാരവും അനുസരിച്ച് ഒരു സ്ത്രീക്കും ഈ രീതിയിൽ മറ്റേ പുരുഷനെ കാണാൻ പോകാൻ കഴിയില്ലെന്ന് നിങ്ങൾ ഇക്കാര്യത്തിൽ അറിഞ്ഞിരിക്കണം. അതിനാൽ, ദയവായി ഞങ്ങളിൽ നിന്ന് ഇത് പ്രതീക്ഷിക്കരുത്.

മഹാറാണി യുദ്ധം ചെയ്യാൻ തീരുമാനിക്കുന്നു

ഈ കത്ത് ഹ്യൂഗ്രസിന് അയച്ച ശേഷം മഹാറാണി ബ്രിട്ടീഷുകാർക്കെതിരെ യുദ്ധം പ്രഖ്യാപിച്ചു. അവൾ ശക്തമായ വാക്കുകളിൽ പറഞ്ഞു, "യുദ്ധത്തിൽ പങ്കെടുക്കേണ്ടെന്ന് തീരുമാനിക്കുന്നവൻ തന്റെ ജീവൻ രക്ഷിക്കാൻ ഇഷ്ടമുള്ളിടത്തേക്ക് ഓടിപ്പോകാം."

മഹാറാണിയുടെ ഈ തീരുമാനത്തെക്കുറിച്ച് വിവിധ ചരിത്രകാരന്മാർ എല്ലാത്തരം കാര്യങ്ങളും എഴുതിയിട്ടുണ്ട്. അറസ്റ്റിനെ ഭയന്ന് നിസ്സഹായാവസ്ഥയിലാണ് അവൾ ഈ തീരുമാനമെടുത്തതെന്ന് ചിലർ അനുമാനിക്കുന്നു. മുഖം വെളുത്ത ചായം പൂശിയ നത്തേയ് ഖാന്റെ സൈന്യമായാണ് അവൾ ബ്രിട്ടീഷ് സൈന്യത്തെ കണക്കാക്കിയതെന്ന് ചിലർ അനുമാനിക്കുന്നു. മഹാറാണി ചിലരെ ബ്രിട്ടീഷുകാരുടെ അടുത്തേക്ക് കരാറിനായി അയച്ചെങ്കിലും ബ്രിട്ടീഷുകാർ അവരെ തൂക്കിലേറ്റിയതായി ചിലർ എഴുതിയിട്ടുണ്ട്. അതിനാൽ, അവൾ യുദ്ധം ചെയ്യാൻ തീരുമാനിച്ചു.

എന്തുകൊണ്ടാണ് മഹാറാണി ഈ തീരുമാനമെടുത്തത് എന്ന തർക്കത്തിൽ ഏർപ്പെടേണ്ട ആവശ്യമില്ല, കാരണം പ്രധാന കാര്യം യുദ്ധമാണ്, തീരുമാനമല്ല. തീരുമാനമെടുത്ത ശേഷം മഹാറാണി യുദ്ധത്തിനുള്ള ഒരുക്കങ്ങളിൽ മുഴുകി. അവൾ കോട്ടയുടെ സംരക്ഷണത്തിനുള്ള ക്രമീകരണം ചെയ്തു. ഝാൻസിയുടെ പടിഞ്ഞാറ് ഭാഗത്തുള്ള ഒരു ചെറിയ കുന്നിൻ മുകളിലാണ് കോട്ട സ്ഥിതി ചെയ്യുന്നത്. അവൾ കോട്ടയ്ക്കായി ഒരു തന്ത്രം മെനഞ്ഞു. എല്ലാ സർദാർമാരും അവരവരുടെ ചുമതലകളിൽ നിയമിക്കപ്പെട്ടു. കോട്ടയുടെ പ്രാചീർ (മതിൽ) 16 മുതൽ 20 അടി വരെ വീതിയുള്ളതായിരുന്നു. അത് ശരിയായി നന്നാക്കി. കോട്ടയുടെ എല്ലാ ബുർജുകളിലും (ഉയരുന്ന) പീരങ്കി തോക്കുകൾ സ്ഥാപിച്ചു. ഏറ്റവും ഉയർന്ന ബുർജിന്റെ അളവുകൾ 20'x20' നീളവും വീതിയും ആണ്, അതിന്റെ ഉയരം 62 യാർഡുമാണ്. ഝാൻസി, കരക് ബിജി, ഭവാനി ശങ്കർ, ഘാൻ ഗൈജൻ, നാൽദാർ എന്നിവരുടെ പ്രശസ്തമായ പീരങ്കി തോക്കുകൾ ഇവിടെ സ്ഥാപിച്ചു. കോട്ടയ്ക്കു ചുറ്റുമുള്ള കിടങ്ങിൽ വെള്ളം നിറഞ്ഞു. അതിൽ വിഷം കലർന്ന കുന്തങ്ങൾ വെള്ളത്തിനടിയിലായി. നല്ല അളവിൽ വെടിമരുന്നും ഭക്ഷണവും കോട്ടയിൽ സൂക്ഷിച്ചിരുന്നു. പണത്തിന്റെ അഭാവം ജോലിക്ക് തടസ്സമാകാതിരിക്കാൻ സ്വർണ്ണവും വെള്ളിയും ആഭരണങ്ങളെല്ലാം ഉരുക്കി നാണയങ്ങളാക്കി. ലഭ്യമായ ഇരുമ്പ്, പിച്ചള മുതലായവ യുദ്ധത്തിന് തോക്കുകളും ഷെല്ലുകളും ഉണ്ടാക്കാൻ ഉപയോഗിച്ചു. ജാൻസിയുടെ സ്ത്രീകളും വേലയിൽ പങ്കെടുത്തു.

യുദ്ധം ആരംഭിക്കുന്നു

1858 മാർച്ച് 21-ന് രാവിലെ ഹ്യൂഗ്രസ് ഝാൻസിക്ക് വളരെ അടുത്തെത്തി. ഉയർന്ന കാളയിൽ ഒരു ടെലിസ്കോപ്പ് സ്ഥാപിച്ച് കോട്ടയും നഗരവും മുഴുവൻ അവിടെ നിന്ന് സർവേ നടത്തി. കോട്ടയിലേക്ക് സഹായം എത്താവുന്ന സ്ഥലങ്ങളെല്ലാം തടഞ്ഞു. എല്ലാ പ്രധാന സ്ഥലങ്ങളിലും പീരങ്കി തോക്കുകൾ സ്ഥാപിച്ചു. ചന്ദേരിയിൽ നിന്നുള്ള ബ്രിഗേഡിയർ സ്റ്റുവർട്ടും അപ്പോഴേക്കും അവിടെയെത്തി. ഹഗ്റോസിന് കോട്ടയ്ക്ക് ചുറ്റും വിവിധ സ്ഥലങ്ങളിൽ ബങ്കറുകളും കിടങ്ങുകളും കുഴിച്ചു, സൈന്യം ഉള്ളിടത്തെല്ലാം കമ്പികൾ വിരിച്ചു, അങ്ങനെ യുദ്ധത്തിന്റെ വാർത്തകൾ വിവിധ സ്ഥലങ്ങളിൽ എത്രയും വേഗം എത്തും. ദൂരദർശിനിയിലൂടെ കോട്ടയിലെ പ്രവർത്തനങ്ങൾ ഹഗ്റോസ് നിരീക്ഷിച്ചുകൊണ്ടിരുന്നു. അദ്ദേഹം എഴുതി, "സ്ത്രീകളും കോട്ടയിലെ ജോലിയിൽ പുരുഷന്മാരെപ്പോലെ തിരക്കിലായിരുന്നു."

മുൻവശം ഒരുക്കുന്ന ജോലിയും വെടിമരുന്ന് വിവിധ സ്ഥലങ്ങളിലേക്ക് കൊണ്ടുപോകുന്നതും സ്ത്രീകളായിരുന്നു. കോട്ടയിലെ പ്രവർത്തനങ്ങളെ അഭിനന്ദിച്ചുകൊണ്ട് ഹഗ്റോസിനൊപ്പം ഉണ്ടായിരുന്ന ഡോ. ലോ എഴുതി:

"അവിടെയെത്തിയപ്പോൾ ഞങ്ങൾ കണ്ടു, അവർ കോട്ടയുടെ തെക്കേ ഗേറ്റിൽ നിന്ന് കുറച്ച് അകലെ കിഴക്കൻ ഭിത്തിയിൽ മൂന്ന് പീരങ്കി തോക്കുകൾക്കായി വളരെ വേഗത്തിൽ മുന്നണികൾ തയ്യാറാക്കുന്നത്. തേനീച്ചകളെപ്പോലെ അവർ അവരുടെ ജോലിയിൽ നഷ്ടപ്പെട്ടു. ഇത്രയും ഭക്തിയോടെ ജോലി ചെയ്യുന്ന ഇന്ത്യക്കാരെ നമ്മൾ മുമ്പ് കണ്ടിട്ടില്ല. എഞ്ചിനീയർമാർ ചെയ്തിരുന്നതുപോലെ അവർ വളരെ വേഗത്തിൽ ഈ ഫ്രണ്ട് പൂർത്തിയാക്കി.

ഇരുകൂട്ടരും അവരവരുടെ സാഹചര്യത്തിനനുസരിച്ചുള്ള ഒരുക്കങ്ങൾ ഒന്നും ബാക്കിവെക്കാതെ നന്നായി നടത്തുകയായിരുന്നു എന്നാണ് പറയാനുള്ള ഉദ്ദേശം. യുദ്ധം തുടങ്ങാൻ മാത്രമായിരുന്നു താമസം. ഝാൻസിക്ക് സമീപമുള്ള സമതലങ്ങളിലും ചെറിയ കുന്നുകളിലുമുള്ള എല്ലാ സ്ഥലങ്ങളിലും ബ്രിട്ടീഷ് സൈന്യം മുൻനിരയിൽ സ്ഥാനം പിടിച്ചിരുന്നു, കോട്ടയ്ക്കുള്ളിൽ റാണിയുടെ സൈന്യം പൂർണ്ണമായും സജ്ജരായിരുന്നു. 1858 മാർച്ച് 23 ന് സൂര്യോദയത്തോടെ ബ്രിട്ടീഷ് സൈന്യത്തിന്റെ ബ്യൂഗിളുകൾ മുഴങ്ങി. യുദ്ധത്തിന്റെ തുടക്കം വിവരിച്ചുകൊണ്ട് ശ്രീ ശാന്തി നാരായണൻ തന്റെ മഹാറാണി ഝാൻസി എന്ന പുസ്തകത്തിൽ എഴുതി:

"മാർച്ച് 23-ന് സൂര്യോദയത്തോടെ, ബ്യൂഗിളിന്റെ ഘോരശബ്ദം അന്തരീക്ഷത്തിൽ മുഴങ്ങാൻ തുടങ്ങി, ഘോരവും ഉയർന്ന സംഖ്യയും ഉന്മാദവും വിജയ ലഹരിയും നിറഞ്ഞ ഹ്യൂറോസിന്റെ സൈന്യം എല്ലാ വശങ്ങളിൽ നിന്നും യുദ്ധക്കളത്തിലേക്ക്

ചുവടുകളോടെ നീങ്ങി. യുദ്ധ ബ്യൂഗിളുകളുടെ ഇടിമുഴക്കമുള്ള സ്വരങ്ങൾ ഉപയോഗിച്ച് ട്യൂൺ ചെയ്യുക, കൂടാതെ ഝാൻസി മഹാറാണിയുടെ ധീരരും ദേശസ്നേഹികളുമായ സൈന്യത്താൽ വേരൂന്നിയ കോട്ടയെ ലോകത്ത് നിന്ന് തുടച്ചുനീക്കുക എന്ന ഉദ്ദേശത്തോടെ. കോട്ടയ്ക്കടുത്തെത്തിയപ്പോൾ പീരങ്കി തോക്കുകൾ ഷെല്ലുകൾ പെയ്യാൻ തുടങ്ങി, അതിനുപിന്നിൽ കാല് നടയായും കുതിരപ്പുറത്തുമുള്ള പട്ടാളക്കാർ നല്ല നിരയിൽ കോട്ടയിലേക്കും നഗരത്തിലേക്കും എല്ലാ വശങ്ങളിലും മുന്നേറാൻ തുടങ്ങി.

കൽപ്പന ലഭിച്ചപ്പോൾ ബ്രിട്ടീഷ് സൈന്യം കോട്ട ആക്രമിച്ചു, എന്നാൽ കോട്ടയിൽ നിന്നുള്ള പീരങ്കി തോക്കുകളിൽ നിന്നുള്ള പ്രഹരങ്ങൾ അവരെ ഞെട്ടിച്ചു. ആ രാത്രി തന്നെ ബ്രിട്ടീഷുകാരുടെ മൂന്നാമത്തെ യൂറോപ്യൻ പ്ലാറ്റൂൺ കോട്ടയുടെ മതിലിന് സമീപം സ്ഥാനം പിടിച്ചു, കോട്ടയിൽ സ്ഥാപിച്ചിരുന്ന ഘാൻ ഗർജൻ എന്ന പീരങ്കി തോക്ക് അതിൽ തന്നെ സവിശേഷമായിരുന്നു. വെടിവെച്ചപ്പോൾ അതിൽ നിന്ന് പുക പുറത്തേക്ക് വന്നില്ല, അതിനാൽ ബ്രിട്ടീഷ് ശത്രുവിന് ജാഗ്രത പാലിക്കാൻ പോലും അവസരം ലഭിച്ചില്ല. അതിന്റെ വെടിവയ്പിൽ അവർക്ക് കനത്ത നാശനഷ്ടമുണ്ടായി.

മാർച്ച് 24 ന് ബ്രിട്ടീഷുകാർ നാല് മുന്നണികൾ രൂപീകരിച്ച് മറ്റൊരു തന്ത്രം ആവിഷ്കരിച്ചു. 24, 18 പൗണ്ട് ഭാരമുള്ള ഷെല്ലുകളുടെ തീയിൽ ഝാൻസി കോട്ടയ്ക്കുള്ളിൽ നിരവധി പീരങ്കിപ്പടയാളികൾ കൊല്ലപ്പെട്ടു, അതിനാൽ പീരങ്കി തോക്കുകൾ കൈകാര്യം ചെയ്യുന്ന ആളുകളുടെ അഭാവം അവർക്ക് അനുഭവപ്പെട്ടു. കോട്ടയുടെ മതിലിനും കേടുപാടുകൾ സംഭവിച്ചു. എന്നിട്ടും ഫിറംഗുകൾ (ഇംഗ്ലീഷുകാർ) അവരുടെ ലക്ഷ്യത്തിൽ വിജയിച്ചില്ല. കോട്ടയിലെ വിജയരഹസ്യം ചില കൂറുമാറ്റക്കാർ അവരോട് പറഞ്ഞു. അദ്ദേഹം നൽകിയ വിവരമനുസരിച്ച്, അവർ നഗരത്തിന്റെ പടിഞ്ഞാറ് ഭാഗത്ത് ഒരു മുൻഭാഗം തുറന്നു, അവിടെ നിന്ന് നഗരം അടിച്ചുപൊളിക്കാൻ തുടങ്ങി. ഇത് നഗരത്തിൽ മാരകമായ പ്രകമ്പനത്തിന് കാരണമായി. അവിടെ ഒരു മനുഷ്യൻ പോലും നടക്കുന്നത് കാണാൻ കഴിഞ്ഞില്ല. മഹാറാണി ഇതറിഞ്ഞപ്പോൾ അവൾ വല്ലാതെ വേദനിച്ചു. തന്റെ പൗരന്മാരുടെ സംരക്ഷണത്തിനായി അവൾ തന്റെ എല്ലാ ശ്രദ്ധയും ആ ദിശയിൽ കേന്ദ്രീകരിച്ചു. ബ്രിട്ടീഷുകാരുടെ ഗിർനാലി പീരങ്കി തോക്ക് കനത്ത ജീവൻ നഷ്ടപ്പെടുത്തിയ സർദാർ ഗുലാം ഗൗസ് ഖാനൊപ്പം ഒരു പ്രത്യേക പീരങ്കി തോക്ക് ആ പ്രദേശത്തേക്ക് മാറ്റി. ഏത് വീടിന്റെ മേൽക്കൂരയിലാണ് ഈ തോക്കിന്റെ ഷെൽ അടിച്ചത്, അത് അതിന്റെ എല്ലാ നിലകളിലൂടെയും തകർത്തു. ഈ തോക്കിന്റെ ഷെല്ലുകൾ മൂർച്ചയുള്ള കത്തികളും പിൻസറുകളും കൊണ്ട് നിറഞ്ഞിരുന്നു, അത് ചുറ്റും ചിതറിക്കിടക്കുകയും ആളുകളെ കൊല്ലുകയും ചെയ്തു. മഹാറാണി അവിടെയെത്തി അവർക്കായി സൗജന്യ കമ്മ്യൂണിറ്റി കിച്ചൺ സംഘടിപ്പിക്കുകയും അവർക്ക് മറ്റ് സുരക്ഷാ ക്രമീകരണങ്ങൾ ചെയ്യുകയും

ചെയ്തു. മാർച്ച് 25 ന് ഹ്യൂഗ്രസ് കോട്ടയുടെ തെക്ക് ഭാഗത്തേക്ക് തന്റെ എല്ലാ ശക്തിയും പകർന്നു. ചന്ദേരിയിൽ വിജയിക്കുന്ന ആദ്യ ബ്രിഗേഡും അവിടെ നിയമിക്കപ്പെട്ടു. എല്ലാ ശക്തിയും പകർന്നിട്ടും ഫിറംഗുകൾ വിജയിച്ചില്ല.

മാർച്ച് 26 ന് ഹ്യൂഗ്രസ് കൂടുതൽ സൈന്യത്തെ ഉപയോഗിച്ച് പ്രദേശം ശക്തിപ്പെടുത്തി. ഇരുഭാഗത്തുനിന്നും കനത്ത വെടിവയ്പുണ്ടായി. ബ്രിട്ടീഷുകാർ സതേൺ ബുർജിന് നേരെ കനത്ത വെടിവയ്പ്പ് നടത്തി, പീരങ്കി തോക്ക് ഓപ്പറേറ്ററെ കൊന്നു, തോക്ക് നിശബ്ദമായി. ഇത് ഝാൻസിയുടെ സൈന്യത്തിന് മുന്നിൽ മറ്റൊരു പ്രശ്നം സൃഷ്ടിച്ചു. ബ്രിട്ടീഷ് സൈന്യം തുടർച്ചയായി ഷെല്ലുകൾ വർഷിച്ചുകൊണ്ടിരുന്നു. സതേൺ ബുർജിൽ എത്താൻ ധൈര്യം സംഭരിച്ചയാൾക്ക് ജീവൻ നഷ്ടപ്പെട്ടു. അതിനാൽ ആളുകൾക്ക് അവിടെ പോകാൻ ഭയമായിരുന്നു. തുടർന്ന് മഹാറാണിയുടെ കൽപ്പനപ്രകാരം വെസ്റ്റേൺ ബ്യൂജിൽ സ്ഥാപിച്ചിരുന്ന പീരങ്കി തോക്ക് കാരക് ബിജിലി അവിടെ കൊണ്ടുവന്നു. ഗുലാം ഗൗസ് ഖാൻ അത് ശരിയായ സ്ഥലത്ത് സ്ഥാപിക്കുകയും പിന്നീട് ഈ ദൂരദർശിനി ഉപയോഗിച്ച് ഫിറംഗുകളുടെ മുൻഭാഗങ്ങൾ പരിശോധിക്കുകയും തുടർന്ന് ഷെല്ലുകൾ അവയിൽ ഇടതടവില്ലാതെ വർഷിക്കുകയും ചെയ്തു. ഇത് ഫിറംഗുകളുടെ മുൻഭാഗം നശിപ്പിക്കുകയും ചിതറിക്കിടക്കുകയും ചെയ്തു. കൂടാതെ, ആദ്യത്തെ പീരങ്കി തോക്കിന്റെ നിയന്ത്രണം അവർ വീണ്ടെടുത്തു.

മാർച്ച് 29 ന് രാത്രിയിലും ഇത്തരത്തിലുള്ള ആക്രമണത്തെത്തുടർന്ന് പീരങ്കി തോക്കുകൾക്ക് അവരുടെ പ്രവർത്തനം നിർത്തേണ്ടിവന്നു. മാർച്ച് 29 ന്, ഉച്ചവരെ കോട്ടയ്ക്കുള്ളിൽ നിന്ന് വെടിയുതിർത്തില്ല, പക്ഷേ 3.30 മുതൽ. വൈകുന്നേരം വരെ കനത്തതും സ്ഥിരവുമായ വെടിവയ്പ്പ് അവലംബിച്ചു. അന്ന് രാത്രി ഫിറംഗുകൾ 50 കിലോഗ്രാം ഷെല്ലുകൾ കോട്ടയിൽ വർഷിച്ചു, അത് കനത്ത നാശത്തിനും കാരണമായി. എങ്കിലും മഹാറാണി അൽപ്പം പോലും വിഷമിച്ചില്ല. അവളുടെ പരിചയസമ്പന്നരും പരിചയസമ്പന്നരുമായ മിക്ക യോദ്ധാക്കളും കൊല്ലപ്പെട്ടെങ്കിലും അവൾ ധൈര്യത്തോടെ തന്റെ സൈനികരെ ആവേശം കൊള്ളിച്ചു. മാർച്ച് 31 വരെ യുദ്ധം തുടർന്നു. ഇരുവശത്തുനിന്നും സൈന്യം ധീരമായി പോരാടി. ഫിറംഗുകളുടെ സൈന്യം നല്ല പരിശീലനം നേടിയവരും അതിന്റെ കമാൻഡർമാർ യുദ്ധത്തിൽ വിദഗ്ധരുമായിരുന്നു. മഹാറാണി വളരെ ധീരയായ സ്ത്രീയായിരുന്നെങ്കിലും യുദ്ധങ്ങളിൽ പങ്കെടുത്ത് പരിചയം കുറവായിരുന്നു. അവളുടെ പടയാളികളും ഉയർന്ന പരിശീലനം നേടിയിരുന്നില്ല. ഇതിനെക്കുറിച്ച് പരസ്നീസ് എഴുതുന്നു:

"ബ്രിട്ടീഷ് സൈന്യത്തിന്റെ കമാൻഡർമാർ അവരുടെ കടമ നിർവഹിക്കുന്നതിൽ വിദഗ്ധരായിരുന്നു, അവരുടെ സൈനികർ അനുസരണയുള്ളവരും പാശ്ചാത്യ യുദ്ധത്തിൽ നന്നായി അറിയുന്നവരുമായിരുന്നു. ബ്രിട്ടീഷ് പട്ടാളത്തിൽ ഒരു ക്രമക്കേടും ഉണ്ടായിരുന്നില്ല. റാണി തന്നെ അസാമാന്യ ധീരനും

സജ്ജനുമായിരുന്നുവെങ്കിലും മാനേജ്മെന്റ് മറ്റ് സൈന്യം അത്ര മികച്ചതായിരുന്നില്ല. അവളുടെ സൈന്യത്തിൽ ഭൂരിഭാഗവും നിഷ്കളങ്കർ, തുടക്കക്കാർ, യുദ്ധകലയിൽ പരിചയമില്ലാത്തവർ, സമ്പത്ത് കൊള്ളയടിക്കുക എന്ന ലക്ഷ്യത്തോടെ സൈന്യത്തിൽ ചേർന്നവർ എന്നിവരായിരുന്നു. അവളുടെ പ്രായമായ സർദാർമാരും ഉദ്യോഗസ്ഥരും ബ്രിട്ടീഷുകാർക്കെതിരെ കലാപം നടത്തിയവരിൽ നിന്നുള്ളവരായിരുന്നു. വ്യവസ്ഥാപിതമായി ജോലി ചെയ്യുന്ന ശീലം അവർക്കുണ്ടായിരുന്നില്ല, അതിനാൽ യുദ്ധം കൈകാര്യം ചെയ്യുന്ന മുഴുവൻ ജോലിയും ലക്ഷ്മിഭായിയുടെ ധൈര്യത്തിനും ധീരതയ്ക്കും മാത്രമായി വിട്ടു. സൈന്യത്തിൽ ചിട്ടയായ മാനേജ്മെന്റിന്റെയും ഡ്യൂട്ടി ബോധവത്കരണത്തിന്റെയും അഭാവത്തിൽ മഹാറാണിയുടെ മുഴുവൻ ഊർജവും പാഴായതിൽ അതിശയിക്കാനില്ല. എന്നിട്ടും ഏകദേശം പത്തോ പതിനൊന്നോ ദിവസങ്ങൾ അവൾ ശക്തമായ ബ്രിട്ടീഷ് സൈന്യത്തെ ശരീരത്തിന്റെയും മനസ്സിന്റെയും ശക്തിയാൽ കഠിനമായി നേരിട്ടു, ഇത് അവളുടെ അപൂർവ ധൈര്യത്തെയും അസാധാരണമായ വീര്യത്തെയും അഭിനന്ദിക്കാൻ യുദ്ധകലയിലെ പാശ്ചാത്യ വിദഗ്ധരെ നിർബന്ധിതരാക്കി.

മാർച്ച് 30, 31 തീയതികളിൽ നടന്ന യുദ്ധത്തിൽ മഹാറാണിയുടെ സൈനിക ദിശയും ധൈര്യവും വിവരിച്ചുകൊണ്ട്, ഫിരംഗി സൈന്യത്തെ അനുഗമിച്ചിരുന്ന ഡോ. ലോ എഴുതി:

"മാർച്ച് 30, 31 തീയതികളിൽ ഷെല്ലുകളുടെ മഴയും കോട്ടയുടെ മതിലിന് കേടുപാടുകളും തടസ്സമില്ലാതെ തുടർന്നു. ശത്രു ഞങ്ങളുടെ മേൽ ഉഗ്രമായ തീ വർഷിക്കുകയായിരുന്നു. അവളുടെ കോട്ടയ്ക്കും കോട്ടയുടെ മതിലുകളിലെ എല്ലാ മുൻഭാഗങ്ങൾക്കും ഞങ്ങൾ കനത്ത കേടുപാടുകൾ വരുത്തിയെങ്കിലും, യുദ്ധം കഠിനമായും ദൈനംദിന പതിവ് പരിപാലനവും നടത്താനുള്ള അവളുടെ കഠിനമായ ദൃഢനിശ്ചയത്തിൽ ഒരു മടിയുമുണ്ടായില്ല. അവരെല്ലാവരും എന്നത്തേയും പോലെ സ്ഥിരതയിലും ദൃഢനിശ്ചയത്തിലും തുടർന്നു; നേരെമറിച്ച്, എന്നിരുന്നാലും, ഞങ്ങൾ സൃഷ്ടിച്ച ഓരോ ഭീകരതയും ഞങ്ങൾ അടിച്ച ഓരോ പ്രഹരവും അവരുടെ ധൈര്യവും പ്രയത്നവും വർദ്ധിപ്പിക്കുന്നതായി തോന്നുന്നു.

മാർച്ച് 31 വരെ, മഹാറാണി തന്റെ അത്ഭുതകരമായ ധൈര്യത്താൽ, ബ്രിട്ടീഷുകാരുടെ എല്ലാ ശ്രമങ്ങളും നടത്തിയിട്ടും അവരുടെ തന്ത്രങ്ങളൊന്നും ഫലിക്കാതെ നോക്കി. അത്രത്തോളം അവൾ അവരെ കോട്ടയുടെ അടുത്തേക്ക് വരാൻ അനുവദിച്ചില്ല. മാർച്ച് 31-ലെ യുദ്ധം, ഒരുപക്ഷേ, ഏറ്റവും രൂക്ഷമായ ഒന്നായിരുന്നു. മഹാറാണിയുടെ പടയാളികളിലൊരാൾ താഴെപ്പറയുന്ന വാക്കുകളിൽ അത് വിവരിച്ചിട്ടുണ്ട്:

"എട്ടാം ദിവസത്തെ യുദ്ധം വളരെ കഠിനമായിരുന്നു. ഇരുവശത്തുമുള്ള ധീരരായ സൈനികർ വളരെ കാര്യക്ഷമമായി പോരാടി. തോക്കുകളുടെയും കറാബീന്റെയും പീരങ്കികളുടെയും ശബ്ദത്താൽ ആകാശം മുഴങ്ങി. നഗരത്തിൽ ആയിരക്കണക്കിന് ആളുകൾ കൊല്ലപ്പെട്ടു. ചിലർ ജീവൻ രക്ഷിക്കാൻ ഒളിത്താവളങ്ങളിലേക്ക് ഓടുകയായിരുന്നു. നഗരത്തിന്റെ ചുവരുകളിൽ സ്ഥാപിച്ചിരുന്ന നിരവധി സൈനികരും പീരങ്കിപ്പടയാളികളും കൊല്ലപ്പെട്ടു. അവിടെ പുതിയ ആളുകളെ നിയമിച്ചു. യുദ്ധം നിയന്ത്രിക്കാൻ മഹാറാണിക്ക് കഠിനാധ്വാനം ചെയ്യേണ്ടിവന്നു. എവിടെയൊക്കെ എന്തെങ്കിലും അസ്വസ്ഥതയോ മറ്റെന്തെങ്കിലും കുഴപ്പമോ കണ്ടാൽ അവൾ തന്നെ അവിടെയെത്തി കാര്യങ്ങൾ സംഘടിപ്പിച്ചു. അതിനാൽ, അവളുടെ സൈന്യത്തിലെ ആളുകൾ യുദ്ധത്തിൽ ആവേശഭരിതരും പ്രോത്സാഹിപ്പിക്കപ്പെട്ടവരുമായിരുന്നു. ബ്രിട്ടീഷുകാർ ധീരമായി പോരാടിയെങ്കിലും മാർച്ച് 31 വരെ അവർക്ക് കോട്ടയിൽ പ്രവേശിക്കാൻ കഴിഞ്ഞില്ല.

മാർച്ച് 31 കോട്ടയ്ക്ക് നിർഭാഗ്യകരമായ ദിവസമായിരുന്നു. കഹാറുകൾ കോട്ടയിലെ കുളത്തിൽ നിന്ന് വെള്ളമെടുക്കുകയായിരുന്നു. ഹഗ്റോസ് തന്റെ ദൂരദർശിനിയിൽ നിന്ന് അവരെ കാണുകയും ഷെല്ലുകൾ വർഷിക്കുകയും ചെയ്തു. ഷെല്ലുകളാൽ നിരവധി കഹാറുകൾക്ക് പരിക്കേൽക്കുകയോ കൊല്ലപ്പെടുകയോ ചെയ്തു. ഇത് കണ്ട റാണി രോഷാകുലയായി, പടിഞ്ഞാറൻ ബ്യൂജിൽ സ്ഥാപിച്ചിരുന്ന എല്ലാ പീരങ്കി തോക്കുകളും ബ്രിട്ടീഷുകാർക്ക് നേരെ വെടിയുതിർക്കാൻ ഉത്തരവിട്ടു. ഇത് ബ്രിട്ടീഷുകാരുടെ ഭാഗത്തുനിന്നുള്ള പീരങ്കി വെടിവയ്പ്പ് നിലച്ചു. കോട്ടയിൽ ജലക്രമീകരണം നടത്തി. തുടർന്ന് ബ്രിട്ടീഷുകാർ ഉറച്ചുനിന്നു. കനത്ത വെടിവെപ്പോടെയാണ് അവർ തിരിച്ചടിച്ചത്. നിർഭാഗ്യവശാൽ, ആയുധങ്ങളുടെയും വെടിക്കോപ്പുകളുടെയും സംഭരണശാലയ്ക്ക് വളരെ അടുത്ത് ഒരു ഷെൽ പൊട്ടിത്തെറിച്ചു,. അത് വൻ നാശം സൃഷ്ടിച്ചു. പക്ഷേ മഹാറാണി അസ്വസ്ഥയായില്ല.

എപ്പിസോയിൽ ടാച്ചയും ബേയും

കലാപത്തിന്റെ പരാജയം കാരണം നാനാ സബേബ് ഓടിപ്പോയി. പിന്നീട് എങ്ങോട്ടാണ് പോയതെന്ന് പറയാൻ ചരിത്രം നമ്മെ സഹായിക്കുന്നില്ല. പേഷ്വാ ബാജി റാവുവിന് റാവു സാഹിബ്, നാനാ സാഹേബ് എന്നീ രണ്ട് ദത്തുപുത്രന്മാരുണ്ടായിരുന്നുവെന്ന് ആദ്യ അധ്യായത്തിൽ എഴുതിയിട്ടുണ്ട്. നാനാ സാഹിബിന്റെ ഒരു തുമ്പും ഈ സമയത്ത് ലഭ്യമല്ല. ബ്രിട്ടീഷുകാരോട് യുദ്ധം ചെയ്യാൻ തീരുമാനിച്ചപ്പോൾ സഹായം അഭ്യർത്ഥിച്ച് മഹാറാണി ലക്ഷ്മിഭായി റാവു സാഹിബിന് കത്തെഴുതിയിരുന്നു. റാവു സാഹിബിന്റെ ഭാഗത്തുനിന്നുള്ള ധീരനായ താത്യാ തോപെ തന്റെ സഹായത്തിനായി വരുന്നുണ്ടെന്ന് മഹാറാണി അറിഞ്ഞു. നാനാ സാഹിബിന്റെ കമാൻഡറായി താത്യാ ടോപെ പ്രവർത്തിച്ചിട്ടുണ്ട്. 1857-ലെ

ഈ സ്വാതന്ത്ര്യ സമരത്തിൽ അദ്ദേഹത്തിന്റെ പങ്ക് നിസ്തുലമാണ്. കാൺപൂർ വിടുമ്പോൾ നാനാ സാഹിബ് റാവു സാഹിബിന് ചുമതല കൈമാറിയിരുന്നു. ഇപ്പോൾ താത്യാ ടോപ്പായിരുന്നു കലാപത്തിന് നേതൃത്വം നൽകിയത്.

മഹാറാണി ലക്ഷ്മീഭായിയുടെ സഹായത്തിനായി ധീരനായ താത്യാ തോപ്പെ ഇരുപതിനായിരം ശക്തമായ സൈന്യവുമായി കൽപി വിട്ട് ഝാൻസിക്ക് സമീപം എത്തി. ഹ്യൂറോസിന് ഈ വാർത്ത ലഭിച്ചു. ഈ സമയത്ത് അദ്ദേഹത്തിന്റെ മുഴുവൻ സൈന്യവും കോട്ടയുടെ ഉപരോധത്തിൽ ഏർപ്പെട്ടിരുന്നു. യുദ്ധങ്ങൾ നയിക്കുന്നതിൽ അദ്ദേഹം വളരെ സമർത്ഥനായിരുന്നു. അതിനാൽ, മാർച്ച് 31 ന് രാത്രിയിൽ, അദ്ദേഹം നിശബ്ദമായി 1-ആം ബ്രിഗേഡിലെ ചില സൈനികരെ താത്യാ ടോപ്പ് സഞ്ചരിച്ച വഴിയിലേക്ക് അയച്ചു, കൂടാതെ ഓർച്ചയിലേക്കുള്ള റോഡിൽ 24 പൗണ്ട് ഷെല്ലുകൾ നിറയ്ക്കുന്ന രണ്ട് പീരങ്കി തോക്കുകൾ സ്ഥാപിച്ചു. മുഴുവൻ ഓപ്പറേഷനും വളരെ ശ്രദ്ധയോടെയും രഹസ്യമായും നടത്തി, കോട്ടയിലുള്ള ആർക്കും അത് തിരിച്ചറിയാൻ കഴിഞ്ഞില്ല. അങ്ങനെ, ഹ്യൂഗ്രസ് തന്ത്രപരമായി പ്രവർത്തിക്കുകയായിരുന്നു. താത്യാടോപ്പിന്റെ ധീരത അദ്ദേഹത്തിന് നന്നായി അറിയാമായിരുന്നു. 1857-ലെ കലാപത്തിലെ വിമതർ അദ്ദേഹത്തിന്റെ സമർത്ഥമായ നേതൃത്വത്തിൽ വിജയിച്ചു. പ്രശസ്ത ബ്രിട്ടീഷ് പത്രമായ ദി ഡെയ്‌ലി ന്യൂസ് അദ്ദേഹത്തെ കുറിച്ച് ഇങ്ങനെ എഴുതി:

"താത്യ തോപ്പെ ഒരു മറാത്ത ബ്രാഹ്മണനാണ്. അതെ, അവൻ ഒരു ഉന്നത കുടുംബത്തിലും പെട്ടവനല്ല. ഏകദേശം 25 വയസ്സുണ്ട്. അവൻ വളരെ ധീരനും, സംരംഭകനും, ശാന്തനും, ഗൗരവമുള്ളവനും, ധീരനുമായ പോരാളിയാണ്. അദ്ദേഹത്തിന് സുന്ദരവും നന്നായി രൂപപ്പെട്ടതുമായ ശരീരമുണ്ട്. അവൻ ഇടത്തരം ഉയരമുള്ളവനാണ്. അവന്റെ നെറ്റി വിശാലവും ഉയർന്നതുമാണ്, അവന്റെ നിറം സുന്ദരമാണ്. അവൻ സാധാരണ വസ്ത്രം ധരിക്കുന്നു, അവന്റെ ഭക്ഷണവും ലളിതമാണ്. കവർച്ച നടത്തുക, യുദ്ധം ചെയ്യുക, ആളുകളെ കൊള്ളയടിക്കുക എന്നിവയാണ് ഇയാളുടെ പ്രധാന ജോലി. അദ്ദേഹം വിദ്യാഭ്യാസമില്ലാത്തവനാണെങ്കിലും, അദ്ദേഹം വളരെ നയതന്ത്രജ്ഞനും ബുദ്ധിമാനുമാണ്. അവൻ തന്റെ സഹകാരികളെ പ്രത്യേകം സ്നേഹിക്കുന്നു: അതിനാൽ, ധീരരായ ആയിരക്കണക്കിന് പോരാളികൾ അവനോടൊപ്പം താമസിക്കുന്നു. അവൻ ഒരിക്കലും തനിച്ചല്ല; 20-ഓ 25-ഓ യോദ്ധാക്കൾ അവന്റെ അംഗരക്ഷകരായി എപ്പോഴും അവനോടൊപ്പമുണ്ട്. അവന്റെ സംസാരത്തിന്റെ മികച്ച കല ഉപയോഗിച്ച്, അയാൾക്ക് ആരെയും എവിടെയും എപ്പോൾ വേണമെങ്കിലും സ്വാധീനിക്കാനും സ്വാധീനിക്കാനും കഴിയും. ദരിദ്രർക്കും ഇടയിൽ പണം വിതരണം ചെയ്യുന്നതിലും ധനികരെ കൊള്ളയടിക്കുന്നതിലും അയാൾക്ക് പ്രത്യേക താൽപ്പര്യമുണ്ട്. ഒരു പകലും രാത്രിയും ഒരുമിച്ച് കുതിരപ്പുറത്ത്

കയറിയിട്ടും അയാൾ തളർന്നിട്ടില്ല. ഒരു ദിവസം കുതിരപ്പുറത്ത് നൂറ്റി ഇരുപത്തിയഞ്ച് മൈൽ ഓടുന്നത് അയാൾക്ക് വളരെ സാധാരണമാണ്. നാനാ സാഹിബിന്റെ പ്രതിനിധിയായാണ് അദ്ദേഹം സ്വയം കരുതുന്നത്.

1857 ഡിസംബർ 4-ന് ലണ്ടനിലെ മറ്റൊരു പത്രമായ ദി ടൈംസിന്റെ ഇന്ത്യൻ ലേഖകനായ റസ്സലിന്റെ ഒരു കത്ത് പ്രസിദ്ധീകരിച്ചു, അതിൽ താത്യാ ടോപ്പ് ഇന്ത്യയിലെ ഇംഗ്ലീഷുകാർക്കിടയിൽ വ്യാപിപ്പിച്ച ഭീകരത വ്യക്തമായി പ്രസ്താവിക്കുന്നു:

"ഞങ്ങളുടെ വിചിത്ര സുഹൃത്ത് താത്യ ടോപ്പ് വളരെ കഠിനാധ്വാനിയും മിടുക്കനുമാണ്, അവനെ അഭിനന്ദിക്കാതിരിക്കാൻ എനിക്ക് കഴിയില്ല. അവൻ നമ്മുടെ പല പട്ടണങ്ങളും നശിപ്പിച്ചു, ട്രഷറികൾ കൊള്ളയടിച്ചു, യുദ്ധസാമഗ്രികൾ അടങ്ങിയ സ്റ്റോറുകൾ കാലിയാക്കി, സൈന്യത്തെ ശേഖരിച്ച് കൂട്ടക്കൊല ചെയ്തു. അവൻ രാജാക്കന്മാരിൽ നിന്ന് പീരങ്കി തോക്കുകൾ തട്ടിയെടുത്ത് നശിപ്പിച്ചു; വീണ്ടും പിടിച്ചെടുക്കുകയും അവരെ നഷ്ടപ്പെടുത്തുകയും ചെയ്തു. അവന്റെ ഉയർന്ന വേഗതയിൽ അവൻ വൈദ്യുതിയെക്കാൾ വേഗതയുള്ളവനാണ്. ആഴ്ചകളോളം ഒരുമിച്ച് അവൻ പ്രതിദിനം 30 അല്ലെങ്കിൽ 40 മൈൽ വേഗതയിൽ നടക്കുന്നു. എതിർസൈന്യവുമായി മുൻനിരയിൽ പോരാടുന്നുണ്ടെങ്കിലും, അവൻ പെട്ടെന്ന് മിന്നൽ വേഗത്തിൽ അതിന്റെ പിന്നിലെത്തുന്നു. ഏറ്റവും മികച്ച വിമാനങ്ങൾക്കുപോലും, ഒരുപക്ഷേ, അതിന്റെ യന്ത്രസാമഗ്രികളിലൂടെ ഇത്രവേഗത്തിലുള്ള വേഗത പ്രകടിപ്പിക്കാൻ കഴിയില്ല. മലകയറുന്നതിനോ, നദികളുടെയോ നുള്ളുകളുടെയോ ഒഴുക്കിൽ, മാളങ്ങളിൽ, താഴ്വരകളിൽ, ചതുപ്പുനിലങ്ങളിൽ, എവിടെയും, മുകളിലേക്കോ താഴേക്കോ, മുന്നിലോ പിന്നിലോ, വരുകയോ പോകുകയോ ചെയ്യുന്നതിൽ ആർക്കും അവനെ തടയാൻ കഴിയില്ല. അതിസങ്കീർണ്ണമായ സർക്യൂട്ട് റോഡുകളിൽപ്പോലും അവൻ ഒരു പരുന്തിനെപ്പോലെ ഞങ്ങളുടെ വാഹനങ്ങളിൽ തട്ടി ഞങ്ങളുടെ ബോംബെ പോസ്റ്റുമായി പറന്നു പോകുന്നു. ചിലപ്പോൾ അവൻ ഒരു ഗ്രാമം കൊള്ളയടിക്കുകയും അതിന് തീയിടുകയും ചെയ്യുന്നു. അവന്റെ വഞ്ചന ആർക്കും പിടിക്കാനോ വ്യതിചലിപ്പിക്കാനോ കഴിയില്ല.

ഞാൻ പറയാൻ ഉദ്ദേശിക്കുന്നത്, താത്യാ ടോപ്പിനെപ്പോലെ ഒരു അപകടത്തെ അഭിമുഖീകരിക്കുന്നത് ഹ്യൂഗ്രസിന്റെ ആദ്യത്തേതും പ്രധാനവുമായ കൃതിയായി കണക്കാക്കപ്പെടുന്നു എന്നതാണ്.

ടാത്യ ടോപ്പും ബ്രിട്ടീഷുകാരും തമ്മിലുള്ള യുദ്ധം

ഹ്യൂഗ്രസ് സൈന്യത്തെ അയച്ചു. മറുവശത്ത് താത്യയ്ക്ക് ഗ്വാളിയോറിലെ സൈന്യവും ഉണ്ടായിരുന്നു. ബ്രിട്ടീഷുകാർക്ക് സൈന്യം വളരെ കുറവാണെന്ന്

ടാത്യയെ അറിയിച്ചു. മിടുക്കനായ കമാൻഡർ ജനറൽ ബിന്ദാമിന്റെ കീഴിൽ അദ്ദേഹം (താത്യ) കാൺപൂരിൽ ബ്രിട്ടീഷ് സൈന്യത്തെ ദയനീയമായി പരാജയപ്പെടുത്തി. അതിനാൽ, ഝാൻസിയിലും ബ്രിട്ടീഷുകാരെ പരാജയപ്പെടുത്തുമെന്ന് അദ്ദേഹം വിശ്വസിച്ചു. ഈ സമയത്ത് അദ്ദേഹത്തിന്റെ സ്വകാര്യ സൈന്യം ബെത്വയുടെ തീരത്തായിരുന്നു. ചർഖാരിയിലെ വിജയം കാരണം അതിന്റെ ശക്തിയിൽ അഭിമാനിക്കുകയും ചെയ്തു. അതിനാൽ, ധീരനായ താത്യാ ടോപ്പിന്റെ മൊത്തം സൈന്യം വിജയത്താൽ പൂർണ്ണമായും മദ്യപിച്ചുവെന്ന് നമുക്ക് പറയാം. യുദ്ധത്തിൽ ശത്രുവിനെ ദുർബലനായി കണക്കാക്കുന്നത് ആത്മഹത്യാപരമാണ്.

1858 ഏപ്രിൽ 1-ന് താത്യാ തോപ്പിന്റെ സൈന്യത്തിന്റെ ഒരു ഭാഗം മുഴുവൻ ശക്തിയോടെ ഝാൻസിയിലേക്ക് നീങ്ങി. ഇക്കരെ ഫിറാങ് സൈന്യവും എല്ലാ സജ്ജീകരണങ്ങളുമായി സജ്ജമായിരുന്നു. ബ്രിട്ടീഷ് സൈന്യത്തിന്റെ പീരങ്കിപ്പടയുടെ പരിധിയിൽ താത്യാ ടോപ്പിന്റെ സൈന്യം എത്തിയ ഉടൻ, ഇടതുവശത്ത് ഹ്യൂഗ്രസിന്റെ പീരങ്കികളും വലതുവശത്ത് ക്യാപ്റ്റൻ ലൈറ്റ് ഫൂട്ടും ക്യാപ്റ്റൻ പ്രെറ്റി ജോണും ആക്രമിച്ചു. താത്യാ ടോപ്പിന്റെ സൈന്യത്തിന് നേരെയുള്ള ഈ ഇരുവശങ്ങളിലുമുള്ള ആക്രമണം അതിനെ പരിഭ്രാന്തരാക്കുകയും അസ്വസ്ഥമാക്കുകയും ചെയ്തു, അത് അങ്ങോട്ടും ഇങ്ങോട്ടും ഓടി. ഈ സാഹചര്യം മുതലെടുത്ത് ബ്രിട്ടീഷുകാർ അടിച്ചമർത്തൽ തുടർന്നു. താത്യാ തോപ്പെയുടെ സൈന്യത്തിന് സ്ഥിരത കൈവരിക്കാൻ പോലും അവസരം ലഭിച്ചില്ല, ജീവനുംകൊണ്ട് ഓടി. താത്യാ തോപ്പിനുവേണ്ടിയുള്ള ചില സൈന്യം ബെത്വയുടെ തീരത്തിനടുത്തുള്ള കാട്ടിൽ മറഞ്ഞിരുന്നു. ദൗർഭാഗ്യവശാൽ ഹഗ്റോസ് ചില കൂറുമാറ്റക്കാരിലൂടെയും അത് അറിഞ്ഞു.

ടാത്യ ടോപ്പിന്റെ പരാജയം

നാല് ഇംഗ്ലെറ്റപ്പ് പീരങ്കി തോക്കുകളും ഫീൽഡ് ബാറ്ററിയുമായി ഹ്യൂഗ്റോസ് ക്യാപ്റ്റൻ ലൈറ്റ് ഫൂട്ടിനെ ബെത്വയുടെ തീരത്തിനടുത്തുള്ള കാടുകളിലേക്ക് അയച്ചു. ഫിരംഗ് സൈന്യം അടുത്തേക്ക് വരുന്നത് കണ്ട് താത്യാ തോപ്പിന്റെ സൈന്യം അതിന്റെ മുന്നേറ്റം തടയാൻ കാട്ടിൽ തീവെച്ചു. മറുപടിയായി ഫിരാംഗ് സൈന്യം ബെത്വയുടെ തീരത്ത് സുരക്ഷിതമായ സ്ഥലങ്ങളിൽ മുന്നണികൾ സ്ഥാപിച്ചു. ഇരുവരും തമ്മിൽ രൂക്ഷമായ പോരാട്ടം നടന്നു. ഇരുവശത്തുനിന്നും പീരങ്കി ഷെല്ലുകൾ വർഷിച്ചു. ബ്രിട്ടീഷ് പട്ടാളം സുരക്ഷിതമായ സ്ഥലത്തായിരുന്നതിനാൽ അതിന് കേടുപാടുകൾ കുറവായിരുന്നു. ബ്രിട്ടീഷ് സൈന്യം വളരെ ധൈര്യത്തോടെ നദി മുറിച്ചുകടന്നു, മുന്നേറി, ആക്രമണം ആരംഭിച്ചു. താത്യാ തോപ്പെയുടെ സൈന്യത്തിന് അതിന്റെ സ്ഥാനത്ത് ഉറച്ചുനിൽക്കുന്നത് വളരെ ബുദ്ധിമുട്ടായിരുന്നു. അതിനാൽ, ഈ യുദ്ധത്തിൽ

അവർക്ക് അവരുടെ പീരങ്കി തോക്കുകളും നഷ്ടപ്പെട്ടു. പീരങ്കി തോക്കുകൾ വളരെ ഭാരമുള്ളതിനാൽ അവർക്ക് തിടുക്കത്തിൽ കൊണ്ടുപോകാൻ കഴിയില്ല. ആർട്ടിലറി തോക്കുകളുടെ ചക്രങ്ങൾ നദിയിലെ മണലിൽ ആഴ്ന്നിറങ്ങി. ബ്രിട്ടീഷുകാർ തത്യാ ടോപ്പിന്റെ പലായനം ചെയ്ത സൈന്യത്തെ ഏകദേശം പതിനാറ് മൈൽ പിന്തുടരുകയും യുദ്ധ സാമഗ്രികൾ പിടിച്ചെടുക്കുകയും ചെയ്തു.

ഈ രീതിയിൽ, ഝാൻസിയുടെ കോട്ട പിടിച്ചടക്കുന്നതിൽ ഹ്യൂർസോ വിജയിച്ചില്ലെങ്കിലും, ധീരനായ താത്യാ തോപ്പിനെ പരാജയപ്പെടുത്തിയതിൽ അദ്ദേഹം വളരെ സന്തോഷിച്ചു

ബ്രിട്ടീഷ് സൈന്യം താത്യാ തോപ്പുമായി മല്ലിടുമ്പോൾ മഹാറാണിയും അക്കാര്യം അറിഞ്ഞു. ഝാൻസിക്ക് ഇത് വളരെ ഉപകാരപ്രദമാകുമെന്നിരിക്കെ, ഈ സമയത്ത് ബ്രിട്ടീഷുകാർക്ക് മേൽ അവൾ പീരങ്കികൾ വർഷിച്ചില്ല എന്നത് ആശ്ചര്യകരമാണ്. ഈ സന്ദർഭത്തിൽ, ഗില്ലിയൻ തന്റെ ദി റാണി എന്ന പുസ്തകത്തിൽ താത്യാ ടോപെയും മഹാറാണി ലക്ഷ്മിഭായിയും തമ്മിലുള്ള സംഭാഷണം ഉദ്ധരിച്ചിട്ടുണ്ട്. ഈ സംഭാഷണം, പിന്നീട് കൽപിയിലോ മറ്റേതെങ്കിലും സ്ഥലത്തോ നടന്നതാകാം. ഇത് ഇതുപോലെയാണ്;

താത്യാ ടോപെ: മഹാറാണി! ഞങ്ങൾ ബ്രിട്ടീഷുകാരോട് പോരാടുമ്പോൾ നിങ്ങളുടെ കോട്ടയിൽ നിന്നുള്ള പീരങ്കി തോക്കുകൾ നിശബ്ദമായത് എന്തുകൊണ്ട്? ഇങ്ങനെ സംഭവിച്ചില്ലായിരുന്നെങ്കിൽ നമ്മൾ തോൽക്കില്ലായിരുന്നു.

മഹാറാണി: ധീരനായ കമാൻഡർ! അക്കാലത്ത് ലളിതവാദി എന്നൊരു ബ്രാഹ്മണൻ ഞങ്ങളുടെ തോക്കിൽ നിന്ന് തീ മഴ പെയ്യുന്നത് തടഞ്ഞു, ഞങ്ങളുടെ മുന്നിലുള്ള സൈന്യം പേഷ്വാകളുടേതാണ്. അവർ ഞങ്ങളെ ആക്രമിക്കാൻ വന്നതല്ലെന്ന് അവസാനം വരെ അദ്ദേഹം പറഞ്ഞുകൊണ്ടിരുന്നു. അവർ വെടിയുതിർക്കുകയാണെങ്കിൽ, അത് ഞങ്ങൾക്ക് കോട്ടയിൽ നിന്ന് പുറത്തുകടക്കാൻ സൗകര്യമൊരുക്കാനാണ്.

ഈ ലളിതവാടി കോട്ടയിലെ ബുർജിൽ സ്ഥാപിച്ചു. ആ മനുഷ്യൻ ഒന്നുകിൽ മഹാറാണിയുമായി വിശ്വാസ ലംഘനം നടത്തി, അല്ലെങ്കിൽ പേഷ്വാ സൈന്യത്തെ ബ്രിട്ടീഷുകാരുടെ സഹായിയായി വിഡ്ഢിത്തമായി കണക്കാക്കി. കോട്ടയിൽ നിന്നുള്ള പീരങ്കി തോക്കുകളിൽ നിന്നുള്ള വെടിവയ്പ്പ് നിർത്തിയെന്നത് അദ്ദേഹത്തിന്റെ വാക്കിലാണ്. അല്ലാത്തപക്ഷം, താത്യാ തോപ്പുമായുള്ള ആദ്യ വിവാഹനിശ്ചയത്തിനിടെ കോട്ടയിൽ നിന്ന് ബ്രിട്ടീഷ് സൈന്യത്തിന് നേരെ പീരങ്കി ഷെല്ലുകൾ പ്രയോഗിച്ചാൽ രണ്ട് വശത്തുനിന്നും വെടിവയ്പ്പ് നേരിടാൻ ബ്രിട്ടീഷ് സൈന്യത്തിന് വളരെ ബുദ്ധിമുട്ടായിരുന്നു. കോട്ടയിൽ നിന്ന് വെടിയുതിർത്തത് നിർത്തിയതിനാൽ താത്യാ തോപ്പിന്റെ സൈന്യത്തെ പരാജയപ്പെടുത്താൻ

അവർക്ക് നല്ല അവസരം ലഭിച്ചു. ഈ നീക്കത്തിൽ ആശ്ചര്യം പ്രകടിപ്പിച്ചുകൊണ്ട് ഹഗ്റോസിനൊപ്പമുണ്ടായിരുന്ന ഡോ. സിൽവസ്റ്റർ എഴുതി:

"പേഷ്വാകളുടെ സൈന്യം കോട്ടയിൽ കുടുങ്ങിക്കിടക്കുന്ന ആളുകളെ പുറത്തു നിന്ന് പ്രതിരോധിക്കുമ്പോൾ എന്തുകൊണ്ടാണ് കോട്ടയ്ക്കുള്ളിലെ ആളുകൾ പെട്ടെന്ന് ഞങ്ങളെ ആക്രമിക്കാത്തതെന്ന് സങ്കൽപ്പിക്കാൻ ഞങ്ങൾക്ക് ബുദ്ധിമുട്ടാണ്. അവർ എണ്ണത്തിൽ വളരെയധികം ആയിരുന്നു, അവർ തീർച്ചയായും വിജയിക്കുമായിരുന്നു.

ഝാൻസി ടൗണിൽ പ്രവേശനം

താത്യാ തോപ്പിനെ തോൽപ്പിച്ച ശേഷം ഹ്യൂഗ്രസ് വീണ്ടും ഝാൻസി കോട്ടയിൽ ശ്രദ്ധ കേന്ദ്രീകരിച്ചു. എത്ര ശ്രമിച്ചിട്ടും ഫിറംഗുകൾക്ക് ഝാൻസി കോട്ട കീഴടക്കാൻ കഴിഞ്ഞില്ല. അതിനാൽ കോട്ടയെ മൂന്ന് വശത്തുനിന്നും ആക്രമിക്കാനുള്ള തന്ത്രം അദ്ദേഹം ആവിഷ്കരിച്ചു. പടിഞ്ഞാറ് നിന്ന് മേജർ ഗല്ലിലേക്കും തെക്ക് നിന്ന് ലെഫ്റ്റനന്റ് കേണൽ ലിഡൽ, ബ്രിഗേഡിയർ സ്റ്റുവർട്ട്, ക്യാപ്റ്റൻ റോബിൻസൺ എന്നിവരിലേക്കും ഇടതുവശത്ത് നിന്ന് ലെഫ്റ്റനന്റ് കേണൽ ലോത്തിനും മേജർ സ്റ്റുവർട്ടിനും ആക്രമണത്തിന്റെ നേതൃത്വം അദ്ദേഹം ഏൽപ്പിച്ചു. അവരോരോരുത്തരും അവരവരുടെ സൈന്യത്തോടൊപ്പം അവനവന്റെ നിയമിത സ്ഥാനത്തെത്തി. ഏപ്രിൽ 3-ന് ഏകദേശം 3.00 മണിക്ക് ശേഷം. ഉച്ചകഴിഞ്ഞ് കോട്ട മൂന്ന് വശത്തുനിന്നും ഒരേസമയം ആക്രമിക്കപ്പെട്ടു. അവരിൽ നിന്ന് ആദ്യത്തെ സൈന്യം എങ്ങനെയോ കോട്ടയുടെ അടുത്തെത്തി, കോട്ടയുടെ മതിലിലേക്ക് കയറാൻ ഗോവണി ഉറപ്പിച്ചു, കയറാൻ തുടങ്ങി. രണ്ടാമത്തെയും മൂന്നാമത്തെയും സൈന്യം വാളുകളും തോക്കുകളും ഉപയോഗിച്ച് യുദ്ധം ചെയ്തുകൊണ്ട് നഗരത്തിലേക്ക് കടക്കാൻ ശ്രമിച്ചു. കോട്ടയുടെ ഭിത്തിയിൽ പട്രോളിംഗ് നടത്തുകയായിരുന്ന ധീരരായ സൈനികർ ശത്രുക്കൾ കോട്ടയുടെ മതിൽ കയറാൻ ശ്രമിക്കുന്നത് കണ്ടപ്പോൾ അവർ അപകടത്തിന്റെ ബ്യൂഗിൾ മുഴക്കി. ഇത് കോട്ടയ്ക്കുള്ളിലെ സൈന്യത്തിന് മുന്നറിയിപ്പ് നൽകി. ഈ സമയത്ത് കോട്ടയുടെ അവസ്ഥ വളരെ ഗുരുതരമായിരുന്നു. ഷെല്ലുകൾ എല്ലാം അടിച്ചുതകർത്തതിനെത്തുടർന്ന് കഴിഞ്ഞ പതിനൊന്ന് ദിവസമായി കണക്കാക്കാനാവാത്ത ജീവനാശവും പണനഷ്ടവും സംഭവിച്ചു. കോട്ടയുടെ മതിലിനും പലയിടത്തും കേടുപാടുകൾ സംഭവിച്ചിട്ടുണ്ട്. ധീരയായ താത്യാ ടോപ്പിന്റെ തോൽവിയുടെ വാർത്തയും നിരാശ സൃഷ്ടിച്ചു. താത്യാ തോപ്പിനെപ്പോലെ ഒരു ധീരനെ തോൽപ്പിക്കാൻ ഒരു സാധാരണ സൈന്യത്തിനും കഴിയുമായിരുന്നില്ല എന്നതിനാൽ അത് മാനസികമായും സ്വാധീനം ചെലുത്തി. അതിനാൽ തോൽവി ഇപ്പോൾ അനിവാര്യമാണെന്ന് അവർ നിഗമനം ചെയ്തു. തന്റെ സൈനികരുടെ ഈ മാനസികാവസ്ഥ മഹാറാണി ലക്ഷ്മിഭായിക്ക്

അറിയാഞ്ഞിട്ടല്ല. അപ്പോഴും അവൾക്ക് മനസ്സ് നഷ്ടപ്പെട്ടില്ല. അപകടത്തിന്റെ ബ്യൂഗിൾ മുഴങ്ങിയതോടെ എല്ലാവരും കോട്ടയ്ക്കുള്ളിൽ തടിച്ചുകൂടി. എല്ലാ മുഖങ്ങളിലും ഭയവും നിരാശയും വ്യക്തമായി കാണാമായിരുന്നു. ധീരയായ ഒരു സ്ത്രീയുടെ ധർമ്മം (കർമം) നിർവഹിച്ചുകൊണ്ട് മഹാറാണി അവരോട് പറഞ്ഞു:

“ധീരരായ പോരാളികൾ! ഞങ്ങൾ ഈ യുദ്ധം ആരംഭിച്ചത് പേഷ്വാമാരുടെയോ മറ്റേതെങ്കിലും വ്യക്തിയുടെയോ സഹായം പ്രതീക്ഷിച്ചല്ലെന്ന് നിങ്ങൾക്ക് നന്നായി അറിയാം. വിവിധ യുദ്ധങ്ങളിൽ നിങ്ങൾ നേടിയ വിജയം പേഷ്വാമാരുടെ സഹായം കൊണ്ടായിരുന്നില്ല. നിങ്ങളുടെ ശക്തിയുടെയും വീര്യത്തിന്റെയും അടിസ്ഥാനത്തിലാണ് നിങ്ങൾ വിജയിച്ചത്. നമ്മുടെ കടമ നിർവഹിക്കുന്നതിനും സ്വാതന്ത്ര്യത്തിനും ആത്മാഭിമാന സംരക്ഷണത്തിനും വേണ്ടിയാണ് ഞങ്ങൾ ഈ പോരാട്ടത്തിന്റെ തീയിൽ ചാടിയത്. നിങ്ങൾ ഇതുവരെ പോരാടി നിങ്ങൾക്കായി പേര് സമ്പാദിച്ച അതേ ക്ഷമയോടെയും ധൈര്യത്തോടെയും ഇപ്പോൾ പോരാടുക. ജാൻസിയുടെ പ്രതിരോധം നിങ്ങളുടെ ചുമലിലാണ്. നമ്മുടെ വിശുദ്ധ ലക്ഷ്യം കൈവരിക്കുന്നതിന് ആത്യന്തികമായ ത്യാഗത്തിനായി നാം സ്വയം തയ്യാറെടുക്കേണ്ട സമയം ഇപ്പോൾ വന്നിരിക്കുന്നു.

ഇതിനുശേഷം മഹാറാണി തന്റെ പ്രധാന കമാൻഡർമാർക്കുള്ള വസ്ത്രങ്ങളും ആഭരണങ്ങളും സമ്മാനമായി വിതരണം ചെയ്തു. മഹാറാണിയുടെ ഈ വാക്കുകൾ സൈനികരുടെ ഹൃദയങ്ങളിൽ പുതിയ പ്രതീക്ഷയും ധൈര്യവും നിറച്ചു. മഹാറാണി തന്റെ സൈന്യത്തെ മൂന്നായി വിഭജിച്ചു. എല്ലാവരും അവനവന്റെ നിയുക്ത പോസ്റ്റിലെത്തി ശത്രുവിനെ നേരിട്ടു. ഗുലാം ഗൗസ് ഖാൻ തന്റെ പീരങ്കി തോക്കിൽ നിന്ന് ബ്രിട്ടീഷുകാർക്ക് നേരെ ഷെല്ലുകൾ വർഷിക്കാൻ തുടങ്ങി. മഹാറാണി തന്റെ അംഗരക്ഷകരോടൊപ്പം കോട്ടയിലെ എല്ലാ മുന്നണികളിലും യുദ്ധം പരിശോധിക്കുകയും ആവശ്യമായ യുദ്ധ സാമഗ്രികൾ വഹിക്കുകയും ചെയ്തു. ശത്രുസൈന്യം കോട്ടയുടെ ഒരു ഭാഗത്ത് തുടർച്ചയായി ഷെല്ലുകൾ വർഷിച്ചുകൊണ്ടിരുന്നു. ആ ദിശയിൽ ഷെല്ലുകൾ വർഷിക്കാൻ മഹാറാണി ഗൗസ് ഖാനെ ചൂണ്ടിക്കാണിച്ചു. പീരങ്കികളാൽ കോട്ടയുടെ ഭിത്തിയിൽ നിരവധി ദ്വാരങ്ങൾ രൂപപ്പെട്ടു. ഇരുവശത്തുനിന്നും പരസ്പരം ശക്തമായ ഷെല്ലാക്രമണം നടത്തി. ആരായിരിക്കും വിജയിയെന്ന് അന്ന് ആർക്കും പറയാനാകില്ല.

നഗരത്തിലും ഫിറംഗുകൾ കനത്ത ഷെല്ലുകൾ വർഷിച്ചു. ആർസി മഹൽ എന്നറിയപ്പെടുന്ന ഒരു പുരാതന ഗണേശ ക്ഷേത്രം ഉണ്ടായിരുന്നു, അവിടെ ഭാദ്രപദ മാസത്തിലെ ഗണേശ ചതുരാതി ദിനത്തിൽ ഒരു മേള സംഘടിപ്പിച്ചിരുന്നു. ഈ മേളയിൽ എല്ലാ ജാതിയിലും പെട്ട ആളുകൾ ഉയർന്നതോ താഴ്ന്നതോ ആയ വികാരമില്ലാതെ പങ്കെടുത്തു. പീരങ്കി ഷെല്ലുകളുടെ പ്രഹരം അതിനെ

നിലംപരിശാക്കി. അവിടെ നാല് പേർ മരിച്ചു. ഇത് നഗരത്തിൽ ബഹളമുണ്ടാക്കി. ഈ വാർത്തയറിഞ്ഞ് മഹാറാണി രോഷാകുലനായി. "ഘാൻ ഗർജൻ, കാരക് ജിലി, മഹാകാളി, ഭവാനി ശങ്കർ തുടങ്ങി എല്ലാ പീരങ്കികളും പ്രധാന ഗേറ്റിന് നേരെ ചൂണ്ടി ശത്രുവിനെ ജീവനോടെ ചുട്ടുകൊല്ലുക" എന്ന് അവൾ തന്റെ സൈനികർക്ക് ആജ്ഞാപിച്ചു.

ഉത്തരവിന് അനുസൃതമായി എല്ലാ തോക്കുകളും ഒരേസമയം ഇടിമുഴക്കി; അതിന്റെ ഫലമായി, ശത്രുവിന് പിൻവാങ്ങാൻ നിർബന്ധിതനായി. തുടർന്ന് ബ്രിട്ടീഷുകാർ പ്രധാന കവാടത്തിന് നേരെ ശക്തമായ ആക്രമണം നടത്തി. അവർ കോട്ടയുടെ ബുർജിൽ അതിന്റെ മതിലുകൾക്കൊപ്പം ഷെല്ലുകൾ അടിച്ചു പെയ്യുകയായിരുന്നു. ലെഫ്റ്റനന്റ് ബോക്സും ലെഫ്റ്റനന്റ് ബോണസും യഥാർത്ഥ ധൈര്യം പ്രകടമാക്കി. കനത്ത ഷെല്ലാക്രമണത്തിൽ, കരളിനെ ശ്രദ്ധിക്കാതെ, അവർ നഗരത്തിന്റെ മതിലിനോട് ചേർന്ന് സ്ഥാപിച്ച ഗോവണിപ്പടിയിൽ കയറാൻ ശ്രമിച്ചു. ഝാൻസിയുടെ ധീര സൈനികർ തൊടുത്തുവിട്ട ഷെല്ലുകൾ അവരെ അവസാനിപ്പിച്ചു. അതിനു ശേഷം ലെഫ്റ്റനന്റ് ഡിക്കും ലെഫ്റ്റനന്റ് മിക്ക് എഫ് ജോണും അഭൂതപൂർവമായ ധൈര്യം പ്രകടിപ്പിച്ചു, മതിൽ കയറി, സൈന്യത്തെ വിളിക്കാൻ തുടങ്ങി. ഝാൻസിയുടെ സൈന്യം അവരെയും അവസാനിപ്പിച്ചു. ഇതിനുശേഷം ലെഫ്റ്റനന്റ് ബോണസും ഫോക്സും ധൈര്യത്തോടെ ശ്രമിച്ചു. അവരും കൊല്ലപ്പെട്ടു.

കോട്ടയുടെ തെക്ക് ഭാഗത്ത് ലെഫ്റ്റനന്റ് ഡിക്ക് കനത്ത തിരിച്ചടി നേരിട്ടു. പിന്നീട് ബ്രോക്ക്മാൻ അവിടെ കമാൻഡ് കൈയിലെടുത്തു. ബ്രിഗേഡിയർ സ്റ്റുവർട്ടും കേണൽ ലോത്തും 25, 26 കാലാൾപ്പടയുടെ സഹായത്തോടെ നഗരത്തിന്റെ ഓർക്കാ കവാടത്തിന്റെ നിയന്ത്രണം ഏറ്റെടുക്കാൻ വിജയിച്ചു. ഇത് കണ്ടപ്പോൾ, ഝാൻസിയുടെ ബാക്കിയുള്ള സൈന്യം ചെയ്യൂ അല്ലെങ്കിൽ മരിക്കുക എന്ന മനോഭാവത്തോടെ യുദ്ധം ചെയ്യുകയും ശത്രുവിന് കനത്ത നാശനഷ്ടങ്ങൾ വരുത്തുകയും ചെയ്തു. എന്നാൽ അവർ എണ്ണത്തിൽ വളരെ കുറവായിരുന്നു, ഈ ധീരരായ പുത്രന്മാർക്ക് എത്രത്തോളം എണ്ണത്തിൽ കൂടുതലുള്ള ശത്രുവിനെ നേരിടാൻ കഴിയും? അവസാനം ശത്രുക്കൾ ഈ കവാടത്തിന്റെ നിയന്ത്രണം ഏറ്റെടുത്തു. ഇതിനുശേഷം, ശത്രുവിന്റെ അടുത്ത മുന്നേറ്റത്തിൽ രാജകീയ സ്ഥാനം ഏറ്റെടുക്കാൻ പദ്ധതിയിട്ടു. ഈ വിജയത്തിൽ ഝാൻസിയിലുള്ള തന്റെ വിശ്വാസം തകർത്ത് ഇലാജി ബുണ്ടേല ബ്രിട്ടീഷുകാരെ സഹായിച്ചു. അദ്ദേഹത്തിന്റെ സഹായത്തോടെയാണ് ശത്രു മതിലിനു സമീപം ഗോവണി സ്ഥാപിക്കുന്നതിൽ വിജയിച്ചത്. ഈ സഹായത്തിനുള്ള പ്രതിഫലമായി പിന്നീട് ബ്രിട്ടീഷ് സർക്കാർ അദ്ദേഹത്തിന് രണ്ട് ഗ്രാമങ്ങളുടെ ജാഗീർ നൽകി. തന്റെ ദി സെൻട്രൽ ഇന്ത്യ എന്ന പുസ്തകത്തിൽ ഈ യുദ്ധത്തിന്റെ ദൃക്സാക്ഷി വിവരണം നൽകിക്കൊണ്ട് ഡോ. ലോ എഴുതി:

"നമ്മുടെ സൈന്യം മെയിൻ ഗേറ്റിലേക്കുള്ള വഴിയിലൂടെ മുന്നേറിയപ്പോൾ, അന്തരീക്ഷം മുഴുവൻ ശത്രു സൈനികരുടെ ബ്യൂഗുലുകളുടെ ശബ്ദത്തിൽ പ്രതിധ്വനിച്ചു, അതോടൊപ്പം ഷെല്ലുകളുടെയും വെടിയുണ്ടകളുടെയും കുന്തുകളുടെയും അമ്പുകളുടെയും മറ്റ് വ്യോമാക്രമണങ്ങളുടെയും ഉഗ്രമായ മഴ. കോട്ടയുടെ ഭിത്തിയിൽ നിന്ന് ഞങ്ങളെ സ്വാഗതം ചെയ്തു, അതിന്റെ ഫലം നമ്മുടെ സൈന്യത്തിന്റെ സമ്പൂർണ നാശമല്ലാതെ മറ്റൊന്നാകില്ല. ഈ മരണമഴയിൽ ഞങ്ങൾക്ക് ഇരുനൂറ് മീറ്ററോളം മുന്നോട്ട് പോകേണ്ടിവന്നു. അവർ വീണു മരിച്ചെങ്കിലും, നമ്മുടെ ധീരരായ ആക്രമണോത്സുകരായ സൈനികർ അവരുടെ മുന്നേറ്റം നിലനിർത്തി. ഒടുവിൽ അവർ മതിലിലെത്തി, മൂന്ന് വ്യത്യസ്ത സ്ഥലങ്ങളിൽ മൂന്ന് ഗോവണിപ്പടികൾ ഉറപ്പിച്ചു, എന്നാൽ ഹൃദയഭേദകമായ നിലവിളികൾക്കും മറ്റ് കാതടപ്പിക്കുന്ന ശബ്ദങ്ങൾക്കും ഇടയിൽ മരിച്ചവരും പരിക്കേറ്റവരുമായ നമ്മുടെ ധീര സൈനികരുടെ തലയിൽ ഷെല്ലുകളുടെയും വെടിയുണ്ടകളുടെയും കനത്ത മഴ അവരെ അഭയം തേടാനും ഓടാനും പ്രേരിപ്പിച്ചു. തൽക്കാലം ധൈര്യം ഉപേക്ഷിച്ച് അവരുടെ ജീവിതത്തിനായി അവിടെ നിന്ന് അകന്നു. അപ്പോഴും നമ്മുടെ സൈന്യത്തിലെ ചില ധീരരായ സൈനികർ മുകളിലേക്ക് കയറുന്നതിൽ വിജയിച്ചു. അവരെ കണ്ട് മറ്റുള്ളവരും കയറാൻ ശ്രമിച്ചു, പലരും ഒരുമിച്ച്. ഈ അധികഭാരം ഗോവണിയുടെ അസന്തുലിതാവസ്ഥയിലാക്കി, അത് തകർന്നു, അവയെല്ലാം ഒന്നിനുപുറകെ ഒന്നായി വീണു. ആ സമയം ആരോ മടങ്ങാൻ ബ്യൂഗിൾ മുഴക്കി. അതിനാൽ നമ്മുടെ ധീരരായ സൈനികർക്ക് യുദ്ധക്കളം വിടേണ്ടി വന്നു.

"നമ്മുടെ സൈനികർ പിൻവാങ്ങുന്നതും ഓടിപ്പോകുന്നതും കാണുന്നു. മേജർ ബ്രോക്ക്ഹാം മഹാറാണിയുടെ സൈന്യത്തിലൂടെ ധൈര്യത്തിന്റെ പ്രവാഹത്തിൽ തുളച്ചുകയറുകയും വലത്തോട്ടും ഇടത്തോട്ടും ഇടിക്കുകയും കൊല്ലുകയും ചെയ്തു. മറുവശത്ത്, ബ്രിഗേഡിയർ സ്റ്റുവർട്ടും കേണൽ ലോത്തും അവരുടെ 25, 26 പ്ലാറ്റൂണുകളുമായി ഓർക്കാ ഗേറ്റിലേക്ക് മുന്നേറി. ഏതാനും ഝാൻസി പട്ടാളക്കാർ മാത്രമേ അവശേഷിച്ചിരുന്നുള്ളൂവെങ്കിലും അവർ യുദ്ധം തുടർന്നു. എന്നാൽ പാവപ്പെട്ടവർക്ക് എത്രനാൾ പോരാടാനാകും? ഒടുവിൽ, ഒരു വലിയ സൈന്യത്തിന് മുന്നിൽ അവർക്ക് പിൻവാങ്ങേണ്ടിവന്നു. ഇതിനിടയിൽ തെക്കൻ യുദ്ധക്കളത്തിൽ, ധീരരായ സൈനികർ, അത്യധികം ധീരതയോടെ പ്രവർത്തിച്ച്, അവിടെ പടികൾ ഉറപ്പിച്ച് കയറാൻ ശ്രമിച്ചു. ഇത്തവണയും ബുണ്ടേല ധീരന്മാർ വാളുകളുടെ പ്രയോഗത്തിന്റെ മികച്ച പ്രകടനം കാഴ്ചവച്ചു, എന്നാൽ എണ്ണമറ്റ ബ്രിട്ടീഷ് സൈന്യത്തിന് മുന്നിൽ ആ വിരലിലെണ്ണാവുന്ന സൈനികർക്ക് വഴിയൊരുക്കാനായില്ല. വെള്ളക്കാരും പ്രാദേശിക പട്ടാളക്കാരും മതിൽ ചാടി നഗരത്തിൽ പ്രവേശിച്ചു.

അങ്ങനെ, 12-ാം ദിവസം ശത്രുസൈന്യം നഗരത്തിൽ പ്രവേശിക്കുന്നതിൽ വിജയിച്ചു. അത് മഹാറാണിക്ക് കനത്ത തിരിച്ചടിയായി. ബ്രിട്ടീഷുകാർ നഗരത്തിൽ പ്രവേശിച്ച നിമിഷം പകുതി വിജയിച്ചു. ഇപ്പോൾ അവർ കോട്ട ഏറ്റെടുക്കാൻ പദ്ധതിയിട്ടു.

ജാൻസിയുടെ പരാജയം

നഗരത്തിൽ പ്രവേശിച്ചതിന് ശേഷം ഹ്യൂഗ്രസ് മഹാറാണിയുടെ കൊട്ടാരം ഏറ്റെടുക്കാൻ നീങ്ങി. ചുവരിൽ പട്രോളിംഗ് നടത്തുന്ന കാവൽക്കാർ നഗരത്തിലേക്ക് നോക്കിയപ്പോൾ, ആയിരക്കണക്കിന് വെള്ളക്കാർ അവിടെ അങ്ങോട്ടും ഇങ്ങോട്ടും നടക്കുന്നത് കണ്ടു, അവിടെ ഒച്ചപ്പാടും ബഹളവും ഉണ്ടായിരുന്നു. ഇത് കണ്ട മഹാറാണി ഒരു നിമിഷം സ്തംഭിച്ചുപോയി, പക്ഷേ അടുത്ത നിമിഷം അവൾ സ്വയം നിയന്ത്രിച്ചു. അവളുടെ മാനസികാവസ്ഥയുടെ ഒരു വാക്ക്-ചിത്രം നൽകി, പരസ്നീസ് എഴുതി:

"നഗരത്തിന്റെ തെക്ക് ഭാഗത്തേക്ക് അവൾ നോക്കിയപ്പോൾ, ആയിരക്കണക്കിന് വെള്ളക്കാർ അവിടെ താമസിക്കുന്നതും പൗരന്മാർ വിലപിക്കുകയും കരയുകയും ചെയ്യുന്നത് കണ്ട് അവൾക്ക് ഒരു നിമിഷം ക്ഷമ നഷ്ടപ്പെട്ടു. അവളുടെ മുഖത്ത് നിരാശയുടെയും ഭയത്തിന്റെയും അടയാളങ്ങൾ കാണാമായിരുന്നു. ഈ നിർണായക സമയത്ത് സ്വയം ശക്തിപ്പെടുത്താനുള്ള ശ്രമത്തിൽ, മനുഷ്യശരീരം ക്ഷണികമാണെന്നും ഒരു ദിവസം അല്ലെങ്കിൽ മറ്റൊരാൾ അത് ഉപേക്ഷിക്കണമെന്നും അവൾ കരുതി. അപ്പോൾ ഭീരുത്വം കാണിക്കുന്നത് വലിയ നാണക്കേടാകും. യുദ്ധക്കളത്തിൽ നട്ടെല്ല് വളക്കുന്നവൻ നന്നായി മരിക്കുന്നില്ല.

അതിനാൽ മഹാറാണി തന്റെ അംഗരക്ഷകരായ ഭടന്മാരോട് പറഞ്ഞു, "രൺവീരോ! (യുദ്ധക്കളത്തലെ ധീരന്മാർ), ഇപ്പോൾ ചിന്തിക്കാൻ അധികം സമയമില്ല: മരിക്കാനുള്ള സമയം അതിക്രമിച്ചിരിക്കുന്നു, ഒടുവിൽ ധീരരായ വ്യക്തികളുടെ ധീരമായ കാര്യം പ്രവർത്തിക്കുക അല്ലെങ്കിൽ മരിക്കാനുള്ള മനോഭാവം പ്രകടമാക്കുന്നു. ക്രൂരനായ ശത്രുവിന്റെ കൈകളാൽ മരിക്കുന്നതിനുപകരം, ഒരു തടവുകാരൻ തൂക്കിക്കൊല്ലപ്പെട്ടതുപോലെ, സ്വയം രക്തസാക്ഷിത്വം വരിക്കുകയും സിംഹത്തെപ്പോലെ ശത്രുക്കളുടെ കൂട്ടത്തെ ആക്രമിക്കുകയും ചെയ്യുന്നത് വളരെ ഉചിതവും അഭികാമ്യവുമാണ്. അതിനാൽ, വരൂ, മുന്നോട്ട് നീങ്ങുക, ശത്രുക്കളെ നശിപ്പിക്കുന്ന പ്രക്രിയയിൽ സ്വയം അനശ്വരനാകുക, അങ്ങനെ നിങ്ങളുടെ യോദ്ധാക്കളെപ്പോലെയുള്ള നിങ്ങളുടെ പ്രവൃത്തികൾ പാടുന്നതിൽ നിങ്ങളുടെ കവികൾക്ക് അഭിമാനവും സന്തോഷവും തോന്നും

അതിനുശേഷം അവൾ ആയുധങ്ങൾ ധരിച്ച് വേഗത്തിൽ കോട്ടയിറങ്ങി. ഏകദേശം 1500 ഓളം അഫ്ഗാൻ സൈനികർ അവളെ പിന്തുടർന്നു. കോട്ടയുടെ വാതിലിനു വെളിയിൽ വന്നയുടൻ, തെക്കുഭാഗത്തുനിന്നും നഗരത്തിൽ പ്രവേശിച്ച ബ്രിട്ടീഷ് പട്ടാളക്കാരെ അവൾ ആക്രമിച്ചു. കൈയിൽ ഉറയില്ലാത്ത വാളുമായി മഹാറാണി കുതിരപ്പുറത്ത് മുന്നേറുകയായിരുന്നു, അഫ്ഗാൻ പട്ടാളക്കാർ അവളെ പിന്തുടർന്നു. അഫ്ഗാൻ പട്ടാളക്കാർ വെള്ളക്കാരെ കൊന്ന് നിലത്ത് വിരിച്ചു. വെള്ളക്കാർ അവരുടെ മരണം അഫ്ഗാൻ പട്ടാളക്കാരുടെ രൂപത്തിൽ കണ്ടു, അങ്ങോട്ടും ഇങ്ങോട്ടും ഓടി. പാതകളിലും ബൈലെനുകളിലും ഒളിച്ചു, മഹാറാണിയുടെയും അവളുടെ സൈനികരുടെയും നേരെ തോക്കുകൊണ്ട് വെടിയുതിർത്തു. ഇതിനിടയിൽ കൂടുതൽ ബ്രിട്ടീഷ് സൈന്യം അവിടെയെത്തി. ഈ സൈന്യവും ചില വസ്തുക്കളുടെ മറവിന് പിന്നിൽ നിലയുറപ്പിച്ച ശേഷമാണ് വെടിയുതിർത്തത്. ഈ പ്രതികൂല സാഹചര്യം കണ്ട മഹാറാണിയിലെ 75 വയസ്സുള്ള ഒരു സർദാർ അവളോട് പറഞ്ഞു: "തുറന്ന ഗ്രൗണ്ടിൽ ഇങ്ങനെ ജീവിതം കളിക്കുന്നത് അഭികാമ്യമല്ല. വെള്ളക്കാർ കവറുകൾക്ക് പിന്നിൽ നിന്ന് വെടിവയ്ക്കുന്നു. ആയിരക്കണക്കിന് ഫിറംഗുകൾ നഗരത്തിൽ പ്രവേശിച്ചു. അതിനാൽ, നിങ്ങൾ കോട്ടയിലേക്ക് മടങ്ങുകയും ഭാവി തന്ത്രങ്ങൾ തയ്യാറാക്കുകയും ചെയ്യുന്നതാണ് നല്ലത്.

മഹാറാണി വൃദ്ധന്റെ ഉപദേശം ഉചിതമായി കണക്കാക്കി. അങ്ങനെ, ശത്രുക്കളെ കൊന്ന്, അവൾ തിരിഞ്ഞു, തന്റെ ചില സൈനികരോടൊപ്പം സുരക്ഷിതമായി കോട്ടയിൽ തിരിച്ചെത്തി, ഭാവി പദ്ധതികളെക്കുറിച്ച് ചിന്തിക്കാൻ തുടങ്ങി.

കൽപിയിലേക്ക് പുറപ്പെടാനുള്ള മഹാറാണിയുടെ തീരുമാനം

കോട്ടയ്ക്കുള്ളിൽ മഹാറാണിക്ക് നഗരത്തിലെ എല്ലാ പ്രവർത്തനങ്ങളെയും കുറിച്ചുള്ള വിവരങ്ങൾ ലഭിച്ചുകൊണ്ടിരുന്നു. തന്റെ സൈന്യം തോൽക്കുന്നത് കണ്ടപ്പോൾ അവൾ കോട്ടയിലെ തന്റെ കൊട്ടാരത്തിലേക്ക് പോയി. അന്നത്തെ അവളുടെ വേദനകൾക്ക് അവസാനമില്ലായിരുന്നു. അവൾ അവളുടെ ദേവൻഖാനയിൽ (കോൺഫറൻസ് റൂമിൽ) കയറി, അവിടെ ഇരുന്നു ഭാവി പദ്ധതികളെക്കുറിച്ച് ചിന്തിക്കാൻ തുടങ്ങി. നഗരത്തിന്റെ അവസ്ഥ കണ്ട് സഹതാപവും ദേഷ്യവും കലർന്ന വികാരങ്ങൾ അവളിൽ നിറഞ്ഞു. അരമണിക്കൂറോളം അവൾ ആരോടും സംസാരിച്ചില്ല. സാഹചര്യങ്ങൾ അവൾക്കെതിരെ തിരിയുകയായിരുന്നു. ഈ സമയത്ത്, പ്രധാന പീരങ്കി ഓപ്പറേറ്ററായ ഗുലാം ഗൗസ് ഖാന്റെയും കോട്ടയുടെ പ്രധാന കവാടത്തിന്റെ കാവൽക്കാരനായ കുൻവർ ഖുദാബക്ഷിന്റെയും മരണവാർത്ത അവർക്ക് ലഭിച്ചു. ഇത് അവളെ കൂടുതൽ വേദനിപ്പിച്ചു. അവളുടെ കണ്ണിലൂടെ കണ്ണുനീർ ഒഴുകി. അവളുടെ മുന്നിൽ ഒരു സംശയം ഉയർന്നു - എന്ത് ചെയ്യണം, എന്ത് ചെയ്യരുത്?

എന്നാൽ ഇത്തരം സംശയങ്ങൾ ഒരു പ്രശ്നവും പരിഹരിക്കാൻ പോകുന്നില്ല. അവൾ ഉടൻ തന്നെ ഒരു കാര്യം തീരുമാനിച്ചു: ഇപ്പോഴും അവശേഷിക്കുന്ന എല്ലാ ഉപദേശകരെയും സഹകാരികളെയും അവൾ വിളിച്ചു; അവളുടെ അവസാന സന്ദേശം അവർക്ക് നൽകി:

"ശത്രുക്കൾക്ക് എതിരെ ഉഗ്രമായി പൊരുതി നിങ്ങൾ നാളിതുവരെ ജാൻസിയെ സംരക്ഷിച്ചു. പക്ഷേ ഇപ്പോൾ ഞങ്ങൾ വിജയിക്കുമെന്ന സൂചനകളൊന്നും ഞാൻ കാണുന്നില്ല. നമ്മുടെ ഏറ്റവും വലിയ പോരാളികളും എസ്ഡിആർഡറുകളും പീരങ്കി ഓപ്പറേറ്റർമാരും പോരാടി ജീവൻ ത്യജിച്ചു. കോട്ടയുടെ വാതിലുകളിലും മതിലുകളിലും ഉള്ള എല്ലാ കാവൽക്കാരും കൊല്ലപ്പെട്ടു. ബ്രിട്ടീഷുകാർ നഗരം തങ്ങളുടെ നിയന്ത്രണത്തിലാക്കി, അവർ എല്ലാ സ്ഥലങ്ങളിലും കാവൽപോസ്റ്റുകൾ സ്ഥാപിച്ചു. ഇപ്പോൾ അവർക്ക് കോട്ട ആക്രമിച്ച് തങ്ങളുടെ നിയന്ത്രണത്തിലാക്കാൻ എളുപ്പമായി. രാവിലെയോടെ അവർ കോട്ടയിൽ വന്ന് ഞങ്ങളെ പിടികൂടും, എങ്ങനെയെന്ന് എനിക്കറിയില്ല, അവർ ഞങ്ങളെ കൊല്ലും. അതുകൊണ്ട് വെടിമരുന്ന് സൂക്ഷിച്ചിരിക്കുന്ന മുറിയിൽ പോയി തീകൊളുത്തി ആത്മഹത്യ ചെയ്യാമെന്ന് ഞാൻ തീരുമാനിച്ചു. എന്റെ ദേഹത്ത് തൊട്ട് അശുദ്ധമാക്കാൻ ഞാൻ ജീവിച്ചിരിക്കുന്നിടത്തോളം ഒരു വെള്ളക്കാരനെയും അനുവദിക്കില്ല. അതുകൊണ്ട്, എന്നോടൊപ്പം ഇവിടെ ജീവിതം അവസാനിപ്പിക്കാൻ ആഗ്രഹിക്കുന്നവർ ഇവിടെ താമസിക്കണം; ബാക്കിയുള്ളവർ ശക്തിയോടെ കോട്ടയിറങ്ങി തങ്ങളുടെ ജീവൻ രക്ഷിക്കാൻ ശ്രമിക്കാം.

മഹാറാണി ലക്ഷ്മിഭായിയുടെ ഈ വാക്കുകൾ കേട്ട് ആളുകൾ ഞെട്ടി. ഇതിൽ ഒരു വൃദ്ധൻ പറഞ്ഞു, "ബായ് സാഹേബ്! ദയവായി സ്വയം നിയന്ത്രിക്കുക ഝാൻസിയെ കാത്തിരിക്കുന്ന നാശത്തിന് പ്രതിവിധി നമ്മുടെ പക്കലില്ല. ഈ ലോകത്തിലെ എല്ലാ കർമ്മങ്ങളും മുൻകാല ജീവിതത്തിൽ സഞ്ചിത കർമ്മങ്ങളുടെ ഫലമാണ്. ഹൈന്ദവ മതഗ്രന്ഥങ്ങളുടെ ഉപദേശം അനുസരിച്ച് ആത്മഹത്യ ഏറ്റവും ക്രൂരമായ പാപങ്ങളിൽ ഒന്നാണ്. ഇതെല്ലാം കണക്കിലെടുക്കുമ്പോൾ, നിങ്ങളെപ്പോലുള്ള ഒരു ധീരയായ സ്ത്രീയുടെയും രാജമാതാവിന്റെയും ഭാഗത്ത് ആത്മഹത്യയെക്കുറിച്ച് ചിന്തിക്കുന്നത് ശരിയല്ല. കഴിഞ്ഞ ജന്മത്തിൽ ചെയ്ത എല്ലാ ദുഷ്പ്രവൃത്തികൾക്കും ഈ ജന്മത്തിൽ നാം കഷ്ടപ്പെടുന്നു. ഈ ജന്മത്തിൽ പാപങ്ങൾ ചെയ്തുകൊണ്ട് ഭാവി ജീവിതത്തിനായി നാം കൂടുതൽ പാപങ്ങൾ ശേഖരിക്കരുത്. ഈ കഷ്ടപ്പാട് നാം ക്ഷമയോടെ സഹിക്കണം. നിങ്ങൾ ഒരു ധീരയായ സ്ത്രീയാണ്. ആത്മഹത്യ എന്ന ആശയം നിങ്ങൾ തിരഞ്ഞെടുക്കരുത്, എന്നാൽ ഈ പ്രതിസന്ധിയിൽ നിന്ന് മുക്തി നേടുന്നതിന് മറ്റെന്തെങ്കിലും ബദൽ മാർഗം കണ്ടെത്തുക. കോട്ടയിൽ തങ്ങുന്നത് ഉചിതമല്ലെന്ന് നിങ്ങൾ കരുതുന്നുവെങ്കിൽ, നിങ്ങൾ ഇന്ന് രാത്രി കോട്ട വിട്ട് ശത്രുവിന്റെ ഉപരോധത്തിൽ നിന്ന് പുറത്തുകടക്കണം. പേഷ്വാകളുടെ സൈന്യം

കൽപിയിൽ ക്യാമ്പ് ചെയ്യുന്നു. നിങ്ങൾ അവിടെ പോയി അവരെ കാണൂ. നിർഭാഗ്യവശാൽ നിങ്ങളുടെ വഴിയിൽ വച്ച് നിങ്ങൾ കൊല്ലപ്പെടുകയാണെങ്കിൽ, ആത്മഹത്യ ചെയ്യുന്നതിനേക്കാൾ കൂടുതൽ അഭികാമ്യം യുദ്ധക്കളത്തിൽ ജീവൻ ത്യജിച്ച് സ്വർഗത്തിലെത്തുന്നതാണ്.

പഴയ ഉപദേശകന്റെ ഈ വാക്കുകളിൽ മഹാറാണി നിപുണത കണ്ടെത്തി. അവൾ അങ്ങനെ ചെയ്യാൻ തീരുമാനിച്ചു. വൈകുന്നേരമായപ്പോൾ മഹാറാണി തന്റെ എല്ലാ കൂട്ടാളികളെയും സേവകരെയും തന്റെ അടുത്തേക്ക് വിളിച്ചു, അവർക്ക് സമ്മാനങ്ങൾ നൽകി, കോട്ടയിൽ നിന്ന് ഒരു രഹസ്യ വഴിയിലൂടെ പോകാൻ ഉപദേശിച്ചു. മഹാറാണിയും അവിടം വിടാൻ തീരുമാനിച്ചു.

ഹൃദയസ്പർശിയായ വിടവാങ്ങൽ

അടുത്തവർക്കും പ്രിയപ്പെട്ടവർക്കും സമ്മാനം നൽകിയ ശേഷം, മഹാറാണി അവിടെ നിന്ന് പുറപ്പെടുന്നതിന് മുമ്പ് അവരോട് പറഞ്ഞു: "നിങ്ങൾ മടികൂടാതെ നിങ്ങളുടെ പോക്കറ്റിൽ ഇടുക, അല്ലെങ്കിൽ പുറകിൽ കെട്ടുക, അല്ലെങ്കിൽ നിങ്ങളുടെ കെട്ടുകളിലോ ഇരട്ട സഞ്ചികളിലോ അത് മറയ്ക്കുക. വെളിച്ചമോ വിലപിടിപ്പുള്ള ആഭരണമോ നിങ്ങളുടെ പക്കലുണ്ട്, അതിനാൽ നിങ്ങൾ ജീവനോടെ എത്തുന്ന ഒരു അജ്ഞാത നാട്ടിലോ രാജ്യത്തിലോ പണത്തിന്റെ കുറവുമൂലം നിങ്ങൾ കഷ്ടപ്പെടരുത്.

ഇതിനുശേഷം, മഹാറാണി പുറപ്പെടാൻ തയ്യാറായപ്പോൾ, അഭൂതപൂർവവും ഹൃദയസ്പർശിയായതുമായ ഒരു ദൃശ്യം അവിടെ പ്രത്യക്ഷപ്പെട്ടു. ഈ യാത്രാവേളയിൽ അവളുടെ പഴയ വേലക്കാർ അവരുടെ വികാരങ്ങൾ നിയന്ത്രിക്കാൻ കഴിയാതെ കരയാൻ തുടങ്ങി. എന്നിട്ട് എല്ലാവരും അവളുടെ കാലിൽ തൊട്ടു. എന്നിട്ട് അവരോടെല്ലാം വിടപറഞ്ഞ്, തന്റെ പ്രിയപ്പെട്ട ഝാൻസിയോട് വിടപറഞ്ഞ്, ഝാൻസിയിലെ മഹാറാണി, അവളുടെ മുന്നിൽ അനിശ്ചിതഭാവിയായി, എന്നെന്നേക്കുമായി, കോട്ട വിട്ടു. അവളുടെ അനുവാദത്തോടെ അവളുടെ ചില വേലക്കാരും അവളോടൊപ്പം പോയി. അച്ഛൻ മൊറോപന്തും അവൾക്കൊപ്പം പോകുകയായിരുന്നു. ഇവരെല്ലാം ആയുധധാരികളായി കുതിരപ്പുറത്ത് പുറപ്പെടുകയായിരുന്നു. പോകുന്നതിനു മുമ്പ് എല്ലാവരും കൂടി ഭണ്ഡാരത്തിൽ നിന്ന് രൂപ സഞ്ചികൾ എടുത്ത് പുറകിൽ കെട്ടി. ബാക്കി തുക (ഖജനാവിന്റെ) ആനയുടെ ഹൗഡയിൽ വച്ചു. ഒരു ചെറിയ സൈന്യം ആനയോടൊപ്പം പോയി. മഹാറാണിയുടെ പിതാവ് മൊറോപന്തും ഖജനാവിനൊപ്പം ഉണ്ടായിരുന്നു.

കോട്ടയിൽ നിന്ന് മഹാറാണിയോടൊപ്പം ഇരുന്നൂറോളം പേർ പുറപ്പെട്ടു. ഈ സമയം മഹാറാണി പുരുഷവേഷത്തിലായിരുന്നു. അവളുടെ ദേഹത്ത്, തലപ്പാവ്

അല്ലെങ്കിൽ തലയിൽ ഒരു അംഗാർഖ ഉണ്ടായിരുന്നു, അവളുടെ പുറകിൽ ഒരു വാളും തൂങ്ങിക്കിടന്നു. അവൾ വെളുത്ത നിറമുള്ള ഒരു കുതിരപ്പുറത്ത് ഇരുന്നു. പണമൊന്നും തന്റെ പക്കൽ സൂക്ഷിക്കുന്നത് ഉചിതമെന്ന് മഹാറാണി കണക്കാക്കിയില്ല. അവളുടെ വളർത്തു പുത്രൻ ഏഴോ എട്ടോ വയസ്സുള്ള ദാമോദർ റാവുവിനെ അവളുടെ പുറകിൽ തുണികൊണ്ട് കെട്ടിയിരുന്നു. കോട്ടയിൽ നിന്ന് പുറത്തിറങ്ങിയ ഉടനെ എല്ലാവരും 'ഹർ-ഹർ മഹാദേവ്', 'ജയ് ശങ്കർ' എന്ന് വിളിച്ച് മുന്നോട്ട് നടന്നു. മഹാറാണിയുടെ യാത്രാവിവരം അറിഞ്ഞവർ കണ്ണീരോടെ അവരുടെ അവസാന ദർശനത്തിനായി വഴിയിൽ കാത്തുനിൽക്കുകയായിരുന്നു. ഈ ആളുകളെ കാണുമ്പോൾ അവളുടെ ഹൃദയം ഉരുകി, പക്ഷേ ഇവിടെ ഏത് തരത്തിലുള്ള കാലതാമസവും അത്യന്തം അപകടകരമാണ്. അതിനാൽ, മഹാറാണി നിശബ്ദയായി, കുതിരയെ മുന്നോട്ട് പോകാൻ ആംഗ്യം കാണിച്ചു.

ഇതിനുശേഷം, മഹാറാണി, ഒരു ദാസി, ഒരു സൈസ്, പത്ത്-പന്ത്രണ്ട് കുതിരപ്പടയാളികൾ എന്നിവരോടൊപ്പം ഒരു വഴിയിലൂടെ മുന്നേറി. ഒരുപക്ഷെ, എല്ലാ ആളുകളും ഒരേസമയം പുറത്തുപോകുന്നത് അഭികാമ്യമായി കണക്കാക്കപ്പെട്ടില്ല. നഗരത്തിന്റെ വടക്കേ കവാടത്തിലെ കാവൽക്കാർ അവരെ തടഞ്ഞപ്പോൾ അവർ പറഞ്ഞു, "അത് തെഹ്‌രിയുടെ സൈന്യമായിരുന്നു, ഹഗ്റോസിനെ സഹായിക്കാൻ പോകുകയായിരുന്നു." ഇതും പറഞ്ഞുകൊണ്ട് റാണി തന്റെ കുതിരയെ ഉത്തേജിപ്പിച്ച് മുന്നോട്ട് കുതിച്ചു. തെഹ്‌രിയിലെ സൈന്യവും ബ്രിട്ടീഷുകാരെ സഹായിക്കാൻ എത്തിയിരുന്നു. ചില പട്ടാളക്കാർ അവരെ പിന്തുടർന്നു. എന്നാൽ അവർ കൊല്ലപ്പെട്ടു.

മഹാറാണി രക്ഷപ്പെട്ട വിവരം ഹഗ്റോസ് അറിഞ്ഞപ്പോൾ അദ്ദേഹം സ്തംഭിച്ചുപോയി. മഹാറാണിയുടെ ധീരതയും മിടുക്കും കണ്ട് അഭിനന്ദിക്കാതിരിക്കാൻ അദ്ദേഹത്തിന് കഴിഞ്ഞില്ല. മഹാറാണിയെ തുരത്താൻ അദ്ദേഹം ഉടൻ തന്നെ ലെഫ്റ്റനന്റ് വാക്കറോട് ഉത്തരവിട്ടു. മഹാറാണിയെ പിടിക്കാൻ നിസാംഷാഹി സൈന്യത്തിന്റെ ഒരു പ്ലാറ്റൂണിന്റെ അകമ്പടിയോടെ വാക്കർ പോയി. രാത്രിയിൽ അവൻ 20-25 മൈൽ ഓടിയിരിക്കണം, പക്ഷേ അവളെ കണ്ടെത്താനായില്ല

അതുകൊണ്ട് തന്നെ ശത്രുക്കളുടെ ഉപരോധത്തിൽ നിന്ന് മഹാറാണിയുടെ ഈ രക്ഷപെടൽ ശരിക്കും അത്ഭുതപ്പെടുത്തുന്നതായിരുന്നു. ഈ വിഷയത്തിൽ പ്രശസ്ത ബ്രിട്ടീഷ് ചരിത്രകാരനായ മെഡോസ് ടെയ്‌ലർ എഴുതി:

“ആ രാത്രിയിലെ ഈ യാത്ര എല്ലാവരുടെയും ജീവൻ അപകടത്തിലാക്കുന്നതുപോലെയായിരുന്നു, കാരണം 14 ഡ്രാഗൺ ബ്രിട്ടീഷ് സംഘത്തിന്റെയും ഹൈദരാബാദ് സൈനികരുടെയും ബാച്ചുകൾ നഗരത്തെ ശ്രദ്ധയോടെയും കാത്തുസൂക്ഷിക്കുകയായിരുന്നു. അവരുമായി എവിടെയെങ്കിലും

കണ്ടുമുട്ടിയാൽ മരണം ഉറപ്പായിരുന്നു. എന്നാൽ എല്ലാവരേയും കബളിപ്പിച്ചുകൊണ്ട് ഈ ധീരന്മാരുടെ സംഘം എങ്ങനെ സുരക്ഷിതമായ രക്ഷപ്പെടൽ നടത്തി എന്നത് ഇതുവരെ പുറത്തുവരാത്ത രഹസ്യമാണ്. റാണിയുടെ ഉപദേശകർ ബുദ്ധിമുട്ടുള്ള ചുമതലകളിൽ വളരെ മിടുക്കരും ബുദ്ധിശാലികളുമായിരുന്നു എന്നതിൽ സംശയമില്ല. കൂടാതെ, റാണി തന്നെ അങ്ങേയറ്റം നിർഭയയും അതിശയകരമായ കുതിരസവാരിക്കാരിയുമായിരുന്നു. അതിനാൽ, അവൾ ആ വിശാലമായ ഗ്രൗണ്ടിലേക്ക് വൈദ്യുതിയുടെ വേഗതയിൽ മുന്നേറി. അതിനപ്പുറം അവൾക്ക് കുറച്ച് സുരക്ഷിതത്വം ഉണ്ടായിരുന്നു.

ബ്രിട്ടീഷുകാർ കോട്ട പിടിച്ചെടുത്തു

അടുത്ത ദിവസം രാവിലെ, അതായത് ഏപ്രിൽ 5 ന്, ലെഫ്റ്റനന്റ് ബ്രാഗി കോട്ട ആക്രമിക്കാൻ തുടങ്ങി. എന്നാൽ അവൻ ആരെയാണ് ആക്രമിക്കാൻ പോകുന്നത്? തലേദിവസം രാത്രി തന്നെ എല്ലാവരും കോട്ട വിട്ടിരുന്നു. കോട്ടയിൽ പ്രവേശിച്ചപ്പോൾ സൈന്യം എങ്ങും നിശ്ശബ്ദത പാലിച്ചു. ഒരു മനുഷ്യജീവി പോലും അവിടെ ഉണ്ടായിരുന്നില്ല. ഒരു തരത്തിലുമുള്ള പ്രതിബന്ധങ്ങളും ഇല്ലാതെ 1858 ഏപ്രിൽ 5-ന് ബ്രിട്ടീഷുകാർ ഝാൻസി കോട്ട തങ്ങളുടെ അധീനതയിലാക്കി, എന്നാൽ കഴിഞ്ഞ പതിമൂന്ന് ദിവസമായി അവരുടെ നിരന്തര പോരാട്ടങ്ങൾക്കിടയിലും, മഹാറാണി അവരെ കോട്ടയ്ക്ക് സമീപം എവിടെയും എത്താൻ അനുവദിച്ചില്ല. .

മോറോപാന്റിന്റെ വേദനാജനകമായ അന്ത്യം

മഹാറാണി ഝാൻസിയിൽ നിന്ന് സുരക്ഷിതയായി പുറത്തുവന്നു, പക്ഷേ അവളോടൊപ്പം കോട്ടയിൽ നിന്ന് പുറത്തിറങ്ങിയ സൈനികരെ ബ്രിട്ടീഷ് സൈന്യം വളഞ്ഞു. അവരുടെ കൂട്ടത്തിൽ അവളുടെ അഫ്ഗാൻ സൈനികരും ബുണ്ടേലയും ഉണ്ടായിരുന്നു. ഈ ധീരന്മാർ തങ്ങളുടെ ജീവനെ കാര്യമാക്കാതെ ശത്രുക്കളോട് യുദ്ധം ചെയ്തു, പക്ഷേ അവർ വളരെ കുറവായിരുന്നു. ബ്രിട്ടീഷുകാർ ഒരു ചെറിയ പോരാട്ടത്തിന് ശേഷം അവരെയെല്ലാം നിഷ്കരുണം കൊന്നു.

സമ്പത്തും ഭണ്ഡാരവും ആനപ്പുറത്ത് കയറ്റി മഹാറാണിയുടെ പിതാവായ മോറോപന്ത് അവളുടെ പിന്നാലെ ഓടുകയായിരുന്നു. വഴിയിൽ പലയിടത്തും ശത്രുക്കളെ നേരിട്ടു. ആനയോടൊപ്പം ഓടുക എന്നത് വളരെ ബുദ്ധിമുട്ടുള്ള കാര്യമായിരുന്നു. അദ്ദേഹത്തിന്റെ സുഹൃത്തുക്കളിൽ പലരും ശത്രുക്കളോട് പോരാടി മരിച്ചു. മോറോപന്തിന് തന്നെ കാലിൽ വാളിന് മുറിവേറ്റു. എന്നിട്ടും അവൻ ധൈര്യത്തോടെ നീങ്ങി അടുത്ത ദിവസം ദാതിയയിലെത്തി. അവിടെ അദ്ദേഹം പാൻവാടിയുടെ (വെറ്റില വിൽപനക്കാരൻ) വീട്ടിൽ അഭയം തേടി.

ദാതിയയിലെ രാജാവ് അത് അറിഞ്ഞപ്പോൾ, അവൻ അവനെ അറസ്റ്റ് ചെയ്യുകയും ഝാൻസിയിലെ ബ്രിട്ടീഷുകാരുടെ അടുത്തേക്ക് അയയ്ക്കുകയും അവന്റെ സമ്പത്ത് മുഴുവൻ പിടിച്ചെടുക്കുകയും ചെയ്തു. ഝാൻസിയിൽ എത്തിയപ്പോൾ, ബുണ്ടേൽഖണ്ഡിലെ രാഷ്ട്രീയ ഏജന്റ്, റോബർട്ട് ഹാമിൽട്ടൺ, ഹ്യൂഗ്രസ് എന്നിവർ അതേ ദിവസം ഉച്ചയ്ക്ക് 2.00 മണിയോടെ അദ്ദേഹത്തെ തൂക്കിലേറ്റി. രാജകൊട്ടാരത്തിനു മുന്നിൽ.

ഇംഗ്ലീഷുകാർ ജാൻസിയെ കൊള്ളയടിക്കുന്നു

നഗരത്തിൽ പ്രവേശിച്ചയുടൻ ബ്രിട്ടീഷുകാർ അക്രമത്തിന്റെയും കൊള്ളയുടെയും ഭ്രാന്തൻ നൃത്തത്തിൽ മുഴുകി. മഹാറാണി ലക്ഷ്മിഭായി ഝാൻസിയിൽ നിന്ന് രക്ഷപ്പെട്ടതിനാൽ അവരുടെ രോഷം ഝാൻസിയുടെ ശത്രുവായി പൊട്ടിപ്പുറപ്പെട്ടു. ഈ സമയത്ത് ജാൻസി ദയനീയവും കീഴടക്കപ്പെട്ടതും ധൈര്യശാലികളില്ലാതെയും ആയിരുന്നു. പുരുഷ രാക്ഷസനായ ഫിരാങ്സിനെ നേരിടാൻ ആരുമുണ്ടായിരുന്നില്ല. അങ്ങനെ അവർ 1857-ൽ ഇംഗ്ലീഷുകാരുടെ കൂട്ടക്കൊലയ്ക്ക് പ്രതികാരം ചെയ്യുന്നതിൽ മുഴുകി, ഝാൻസിയിലെ ദരിദ്രരായ പാവപ്പെട്ട പൗരൻമാരെ ഝാൻസിയിൽ താമസിക്കുന്നവരാണെന്ന് സംശയിച്ചവരെ അവിടെവെച്ച് അവർ വെടിവച്ചു കൊന്നു. ഝാൻസിയുടെ പല ഭാഗങ്ങളും അവർ അഗ്നിക്കിരയാക്കി.

ഞാൻ പറയാൻ ഉദ്ദേശിക്കുന്നത്, ഝാൻസിയിൽ കണ്ടുമുട്ടിയ എല്ലാ പുരുഷന്മാരെയും വെള്ളക്കാർ കൊന്നു എന്നാണ്. തീയിടുകയും നിസ്സഹായരായ ആളുകൾ സുരക്ഷിതത്വത്തിനായി കഴിയുന്നിടത്തെല്ലാം ഒളിക്കുകയും ചെയ്തു. വെള്ളക്കാരായ പട്ടാളക്കാർ നഗരം കൊള്ളയടിക്കാൻ തുടങ്ങി. ഒരു പട്ടാളക്കാരൻ കാണിക്കുന്നിടത്ത് തന്റെ സമ്പത്ത് മുഴുവൻ പങ്കുവെക്കാൻ വീട്ടുകാരൻ നിർബന്ധിതനായി. അവൻ എതിർത്താൽ, വെള്ളക്കാരായ പട്ടാളക്കാർ അവന്റെ തല വെട്ടുകയോ അയൽപക്കത്തെ മരത്തിൽ തൂക്കിയിടുകയോ വീടു കൊള്ളയടിച്ച ശേഷം തീയിടുകയോ ചെയ്തു. ഇതിനകം കൊള്ളയടിക്കപ്പെട്ട ഒരാളെ അവർ വീണ്ടും കണ്ടുമുട്ടിയാൽ, അവർ അവനെ വെടിവച്ചു കൊല്ലും. എന്നാൽ വെള്ളക്കാർ സ്ത്രീകളെയും, കുട്ടികളേയും കൊന്നില്ല. തീർച്ചയായും, വെള്ളക്കാരുടെ കൈയിൽ നിന്ന് അപമാനം ഭയന്ന് നിരവധി സ്ത്രീകൾ ആത്മഹത്യ ചെയ്തു. വെള്ളക്കാർ ഒരാളെ വെടിവയ്ക്കാൻ തീരുമാനിക്കുകയും അവനെ രക്ഷിക്കാൻ അവന്റെ ഭാര്യ അവന്റെ മുന്നിലെത്തിയപ്പോൾ അവൾ വെടിയേറ്റ് മരിച്ചു. അതിനുശേഷം അവർ ബന്ധപ്പെട്ടയാളെ വെടിവച്ചു കൊന്നു. ശത്രുവോ മിത്രമോ ആകട്ടെ, ഒരു മനുഷ്യൻ കർമ്മത്തിൽ സദ്ഗുണങ്ങൾ പ്രകടിപ്പിക്കുന്നെങ്കിൽ അവനെ അഭിനന്ദിക്കണം. ചില വ്യക്തികളെ പ്രതിരോധിക്കാൻ തന്റെ മാനുഷിക ഗുണങ്ങൾ പ്രകടമാക്കിയ ഒരു അജ്ഞാത

വെളുത്ത ഉദ്യോഗസ്ഥനെ അഭിനന്ദിക്കാൻ ഞങ്ങൾ ബാധ്യസ്ഥരാണ്. അത് ഇങ്ങനെയാണ് സംഭവിച്ചത്: ചില പുരുഷന്മാർ തങ്ങളുടെ ജീവൻ രക്ഷിക്കാൻ ഒരു പൂന്തോട്ടത്തിലേക്ക് പോയി. വെള്ളക്കാരായ പട്ടാളക്കാർ അവിടെ എത്തിയപ്പോൾ ഭയവിഹ്വലരായ ആളുകൾ അവരോട് പറഞ്ഞു: “ഞങ്ങൾ ഈ നഗരത്തിലെ നിവാസികളാണ്. ഞങ്ങൾക്ക് കലാപവുമായി ഒരു ബന്ധവുമില്ല. ഞങ്ങൾ തീർത്തും നിരപരാധികളാണ്. ദയവായി ഞങ്ങളുടെ ജീവൻ രക്ഷിക്കൂ."

ഈ മനുഷ്യരുടെ വാക്കുകൾ ബ്രിട്ടീഷ് പട്ടാള ഉദ്യോഗസ്ഥന്റെ ഹൃദയത്തിൽ കാരുണ്യത്താൽ നിറഞ്ഞു. അവരുടെ പ്രതിരോധത്തിനായി അദ്ദേഹം പൂന്തോട്ടത്തിന്റെ ഗേറ്റ് പൂട്ടി അവിടെ കാവൽ നിന്നു. വ്യക്തമായും, ചരിത്രത്തിൽ അത്തരം നന്മയുടെ സംഭവങ്ങൾ വിരളമാണ്. കൊള്ളയിലും തീകൊളുത്തലിലും വെള്ളക്കാർക്ക് സ്വാതന്ത്ര്യം ലഭിച്ചിരുന്നെങ്കിലും ഒരു സ്ത്രീയോടും അപമര്യാദയായി പെരുമാറരുതെന്ന് ഉന്നതോദ്യോഗസ്ഥർ കർശന നിർദ്ദേശം നൽകിയിരുന്നതായും പറയപ്പെടുന്നു. ഒരു വെള്ളക്കാരനായ പട്ടാളക്കാരൻ ഏതെങ്കിലും സ്ത്രീയെ ബലാത്സംഗം ചെയ്യാൻ ശ്രമിച്ചാൽ ഉടൻ വെടിവെച്ച് കൊല്ലണമെന്ന വ്യക്തമായ നിർദ്ദേശത്തോടെ, വെള്ളക്കാരായ പട്ടാളക്കാരുടെ ഓരോ ബാച്ചിലും രണ്ട് ഇന്ത്യൻ സൈനികരെയും ചേർത്തു. മുകളിൽ പറഞ്ഞ മരണത്തിൽ പങ്കുചേരുന്ന ഒരു വെള്ളക്കാരനെ വെടിവെച്ച് കൊന്നാൽ ഇന്ത്യൻ സൈനികനെതിരെ ഒരു നടപടിയും സ്വീകരിക്കില്ല.

സ്വർണം, വെള്ളി, വജ്രം, ആഭരണങ്ങൾ എന്നിവ ഉൾപ്പെടുന്ന ഈ കൊള്ളയിൽ ബ്രിട്ടീഷുകാർ കോടിക്കണക്കിന് രൂപയുടെ സമ്പത്ത് ശേഖരിച്ചു. ക്ഷേത്രങ്ങളും മസ്ജിദുകളും ഒഴിവാക്കിയില്ല. ഈ വിവരണം ഹെൻറി സിൽവെസ്റ്റേൺ ഒരു ആക്ഷേപഹാസ്യം നടത്തി:

“യുദ്ധം അവസാനിച്ച ഉടൻ, ഞങ്ങളുടെ ഉദ്യോഗസ്ഥരും സൈനികരും അവരുടെ ജിജ്ഞാസയെ തൃപ്തിപ്പെടുത്താൻ ചുറ്റും നോക്കാൻ തുടങ്ങി. തിരയാനുള്ള ഈ ആവേശത്തിൽ, അവർ എല്ലാ വീടുകളിലും കയറി ഇരുണ്ട മൂലകളിലേക്കും നോക്കി, കൊള്ളയടിക്കാനല്ല, ഗവേഷണത്തിനുള്ള ദാഹം ശമിപ്പിക്കാൻ. സംശയം തോന്നിയിടത്തെല്ലാം മണ്ണും ഭിത്തിയും തുരന്നു. എന്റെ അഭിപ്രായത്തിൽ, വിവിധ വസ്തുക്കളുടെ ഈ കൊള്ളയിൽ, ഒരു വൈവിധ്യമാർന്ന വസ്തുക്കളുടെ കൊള്ള തികച്ചും ന്യായമായും സ്വാഭാവികമായും കണക്കാക്കും, അവയാണ് - ക്ഷേത്രങ്ങളുടെ അവശിഷ്ടങ്ങളിൽ കിടക്കുന്ന ദൈവങ്ങളുടെ വിഗ്രഹങ്ങൾ.

മൂന്ന് ദിവസം നഗരം കൊള്ളയടിക്കാനുള്ള അവസരം വെള്ളക്കാർക്ക് ലഭിച്ചു, നാലാം ദിവസം ഇത് മദ്രാസ് പ്ലാറ്റൂണിന് അവസരമായി. ഇപ്പോൾ ആളുകൾക്ക് പണമില്ലാതെ അവശേഷിച്ചു, അതിനാൽ മദ്രാസ് പ്ലാറ്റൂൺ ചെമ്പ്, പിച്ചള മുതലായവ കൈയ്യിൽ വയ്ക്കാവുന്നതെല്ലാം കൊള്ളയടിച്ചു. ഝാൻസി

നഗരത്തിലുടനീളം ഈ കൂട്ട നശീകരണ നൃത്തം അഭൂതപൂർവമായ കോലാഹലത്തിന് കാരണമായി. നഗരത്തിലെ സമ്പന്നർ താമസിച്ചിരുന്ന ഏറ്റവും വലിയ മൊഹല്ല, ഹൽവായ്പുര, തീപിടുത്തത്തിൽ ചാരമായി. മറുവശത്ത്, നഗരം പിടിച്ചടക്കിയ ശേഷം ഹ്യൂറോസും കേണൽ ലോത്തും 86-ാമത്തെ പ്ലാറ്റൂണുമായി രാജകൊട്ടാരത്തിന്റെ നിയന്ത്രണം ഏറ്റെടുക്കാൻ മുന്നോട്ട് നീങ്ങി. മഹാറാണിയുടെ വിശ്വസ്തരായ ചില ധീരരായ സൈനികരെ അവിടെ നിയമിച്ചു. അഭൂതപൂർവമായ ധീരതയോടെ അവർ ശത്രുസൈന്യത്തെ നേരിട്ടു, എന്നാൽ അംഗങ്ങളിൽ അവർ വളരെ കുറവായിരുന്നു. ബ്രിട്ടീഷുകാർ ദൂരെ നിന്ന് അവർക്ക് നേരെ വെടിയുതിർത്തു, മറവുചെയ്യുകയും രാജകൊട്ടാരത്തിന് സമീപമുള്ള വീടുകൾക്ക് തീയിടുകയും ചെയ്തു. രാജകൊട്ടാരത്തിലേക്കും തീ പടർന്നു. അതിനാൽ, മഹാറാണിയുടെ സേവകർക്ക് ശത്രുവിന്റെ മുന്നിൽ അധികനേരം നിൽക്കാൻ കഴിഞ്ഞില്ല. മഹാറാണിയുടെ കൊട്ടാരം ഉയരുന്ന അഗ്നിജ്വാലകൾ വിഴുങ്ങി. ബ്രിട്ടീഷുകാർ അവരുടെ പ്രവേശന സമയത്ത് കണ്ടുമുട്ടിയ എല്ലാവരെയും അവിടെ കൊന്നു. കൊട്ടാരത്തിന്റെ തൊഴുത്തിൽ അമ്പതോളം സൈനികർ ഒളിച്ചിരിക്കുകയായിരുന്നു. ഒരു അവസരം ശ്രദ്ധയിൽപ്പെട്ടയുടനെ അവർ ഫിറംഗുകളെ കീഴടക്കി. ഒരിക്കൽ, ബ്രിട്ടീഷുകാർ അവരുടെ സാന്നിധ്യത്തിൽ വളരെ പരിഭ്രാന്തരായി. എന്നാൽ എത്രത്തോളം അവർക്ക് ഒരു കനത്ത പ്ലാറ്റൂണിനെ നേരിടാൻ കഴിയും? ബ്രിട്ടീഷ് സൈന്യം അവരെയെല്ലാം വധിച്ചു. ആഹ്ലാദത്തോടെ നൃത്തം ചെയ്തുകൊണ്ട് യൂണിയൻ ജാക്ക് ഫിറംഗുകൾ രാജകൊട്ടാരത്തിൽ അഴിച്ചുമാറ്റി

കൊള്ളയുടെ രണ്ടാം ദിവസമാണ് രാജകൊട്ടാരത്തിന് നേരെ ഈ ആക്രമണം നടന്നത്. ഇത് പിടിച്ചെടുത്ത ശേഷം കൊട്ടാരവും കൊള്ളയടിക്കപ്പെട്ടു. നിരവധി തലമുറകളായി ഝാൻസി രാജകുടുംബം സൂക്ഷിച്ചിരുന്ന വിലപിടിപ്പുള്ള നിരവധി ആഭരണങ്ങൾ ട്രഷറിയിൽ നിക്ഷേപിച്ചിരുന്നു. പന്നയിലെ ഖനികളിൽ നിന്നുള്ള അമൂല്യമായ നിരവധി വജ്രങ്ങൾ വളരെ കരുതലോടെയാണ് അവിടെ സൂക്ഷിച്ചിരുന്നത്. ബ്രിട്ടീഷുകാർ കൊള്ളയടിക്കാൻ കഴിയുന്ന വസ്തുക്കൾ കൊള്ളയടിച്ചു; ബാക്കിയുള്ളവ നശിപ്പിക്കപ്പെട്ടു. വീണ്ടും സമ്പാദിക്കാൻ കഴിയുന്ന പണവും സമ്പത്തും മാത്രം കൊള്ളയടിച്ചു. എന്നാൽ വിലപ്പെട്ട കൈയെഴുത്തുപ്രതികൾ സൂക്ഷിച്ചിരുന്ന ലൈബ്രറി കത്തിനശിച്ചു. ഒന്നാം മറാഠാ ഭരണാധികാരി രഘുനാഥ റാവു മുതൽ ഗംഗാധര റാവു വരെയുള്ള രാജാക്കന്മാർ ശേഖരിച്ച പുസ്തകങ്ങളും ഈ ഭരണാധികാരികൾ അനിയന്ത്രിതമായ പണം ചെലവഴിച്ചും അശ്രാന്ത പരിശ്രമം നടത്തിയും അങ്ങോട്ടും ഇങ്ങോട്ടും ശേഖരിച്ച പുസ്തകങ്ങളുടെ ടോമുകൾ അതിലുണ്ടായിരുന്നു.

എട്ട് ദിവസത്തെ പറയാത്ത കൂട്ടക്കൊലയ്ക്കും പൈശാചിക കൊള്ളയ്ക്കും ശേഷം ബ്രിട്ടീഷുകാർ ഡ്രം ബീറ്റിൽ മാപ്പ് പ്രഖ്യാപിച്ചു. എങ്കിൽ മാത്രമേ

റോഡരികിൽ കിടക്കുന്ന മൃതദേഹങ്ങൾ സംസ്കരിക്കാൻ കഴിയൂ. തുടർന്ന് ആയിരക്കണക്കിന് പൗരന്മാർ റോഡുകൾ വൃത്തിയാക്കി. മൊഹല്ലകളിൽ ആളിക്കത്തുന്ന തീ അണച്ചു. അവിടെയും ഇവിടെയും ചത്ത മൃഗങ്ങളെ കുഴികളിൽ കുഴിച്ചിടാൻ കൊണ്ടുപോയി. ഡ്രം ബീറ്റ് മാപ്പ് പ്രഖ്യാപനത്തിന് ശേഷം അടുത്ത ദിവസം രാജകൊട്ടാരത്തിന് മുന്നിൽ ഒരു ചന്ത സംഘടിപ്പിച്ചു. തുടർന്ന് ആളുകൾ ആവശ്യമായ സാധനങ്ങൾ വാങ്ങി. നഗരത്തിലെ എല്ലാ കൊള്ളയും സൈന്യത്തിന്റെ നിർദേശപ്രകാരമാണ് നടപ്പാക്കിയത്

അങ്ങനെ കൊള്ളയടിച്ച സാധനങ്ങളെല്ലാം ബ്രിട്ടീഷ് കന്റോൺമെന്റിൽ എല്ലാ ദിവസവും ലേലം ചെയ്തു. ആനകളും കുതിരകളും യുദ്ധ സാമഗ്രികളും സിന്ധ്യ സർക്കാർ വാങ്ങി. മറ്റു സാധനങ്ങൾ മറ്റു സേതുമാരും ജാഗിർദാർമാരും കൊണ്ടുപോയി.

ഝാൻസിയുടെ മേൽ ബ്രിട്ടീഷ് അധികാരം പുനഃസ്ഥാപിച്ച ശേഷം, ഹ്യൂഗ്രസ് കോട്ട മേജർ റോബർട്ട്സണിന്റെ കീഴിലാക്കി. ബ്രിട്ടീഷുകാർ യുദ്ധത്തിൽ പരിക്കേറ്റ സൈനികരെ ചികിത്സിക്കുന്നതിനായി ഒരു ആശുപത്രി ആരംഭിക്കുകയും മൃതദേഹങ്ങൾ സമഗ്രമായ മതപരമായ പാരമ്പര്യത്തോടെ സംസ്കരിക്കുകയും ചെയ്തു.

ഈ യുദ്ധത്തിൽ ബ്രിട്ടീഷുകാർക്ക് 36 ഉദ്യോഗസ്ഥരെയും 307 സൈനികരെയും നഷ്ടപ്പെട്ടു. 500 പേരെയാണ് ജസ്നിക്ക് നഷ്ടമായത്. ഒരുപക്ഷേ, ബ്രിട്ടീഷുകാരുടെ കൊള്ളയ്ക്കിടെ കൊല്ലപ്പെട്ട പുരുഷന്മാരുടെ എണ്ണവും ഇതിൽ ഉൾപ്പെടുന്നു.

6

കൽപി യുദ്ധം

ഝാൻസിയിൽ നിന്ന് പലായനം ചെയ്ത മഹാറാണി ലക്ഷ്മീഭായി 1858 ഏപ്രിൽ 5-ന് രാവിലെ 'ഭാന്ദർ' ഗ്രാമത്തിലെത്തി. കുളികഴിഞ്ഞ് അവൾ കൊച്ചു ദാമോദർ റാവുവിന് ആഹാരം കൊടുത്തതിന് ശേഷം അവൾ കൽപിയിലേക്ക് പോകാനുള്ള തയ്യാറെടുപ്പിലായിരുന്നു. ഈ സമയത്ത് അവളുടെ കയ്യിൽ വാളല്ലാതെ സൈന്യമോ ആയുധങ്ങളോ ഉണ്ടായിരുന്നില്ല. തന്നെ പിന്തുടരുന്ന ലെഫ്റ്റനന്റ് ബോക്കർ 'ഭാന്ദറി'ന് അടുത്ത് എത്തിയതായി അവൾ അറിഞ്ഞു. അങ്ങനെ, മഹാറാണി വീണ്ടും ദാമോദർ റാവുവിനെ തന്റെ പുറകിൽ കെട്ടിയിട്ട് മുന്നോട്ട് പോകാൻ തയ്യാറായി. ഈ വശത്ത്, ശത്രു അവളെ കൂടുതൽ വേഗത്തിൽ പിന്തുടർന്നു. ഇനി അവിടെ തങ്ങുന്നത് ആത്മഹത്യാപരമാണെന്ന് കരുതിയ മഹാറാണി തിടുക്കത്തിൽ സ്ഥലം വിട്ടു. ബ്രിട്ടീഷുകാർ അവളുടെ കൂടാരത്തിൽ എത്തിയപ്പോൾ അത് ശൂന്യമായി കണ്ടു. ഈ വേട്ടയിൽ ബോക്കറിന് തന്നെ പരിക്കേറ്റു. അതിനാൽ നിർബന്ധത്തിനു വഴങ്ങി തിരികെ മടങ്ങേണ്ടി വന്നു. മാർട്ടിൻ 'ദി ബ്രിട്ടീഷ് ഇന്ത്യ'യിൽ എഴുതുന്നു:

"ലെഫ്റ്റനന്റ് ബോക്കർ തന്റെ സൈന്യത്തോടൊപ്പം മഹാറാണിയെ പിന്തുടരുകയും ഝാൻസിയിൽ നിന്ന് 21 കിലോമീറ്റർ അകലെ അവളെ വളയുകയും ചെയ്തു. ദൂരെ നിന്ന് അവർ ഒരു കൂടാരം കണ്ടു, പക്ഷേ അവിടെ എത്തിയപ്പോൾ ടെന്റ് ശൂന്യമാണെന്ന് അവർ കണ്ടു. പ്രഭാതഭക്ഷണത്തിന്റെ അവശിഷ്ടങ്ങൾ അവർ കണ്ടു, അത് പ്രഭാതഭക്ഷണം കഴിച്ചതിനാൽ മഹാറാണി അവിടെ നിന്ന് അപ്രത്യക്ഷയായി. ലെഫ്റ്റനന്റ് ബോക്കർ വീണ്ടും അവളെ പിന്തുടരാൻ തുടങ്ങി, കുറച്ച് അകലെ റാണി തന്റെ നാല് കൂട്ടാളികളോടൊപ്പം കുതിരപ്പുറത്ത് ഓടുന്നത് കണ്ടു, പക്ഷേ ഈ വേട്ടയിൽ അദ്ദേഹത്തിന് ഗുരുതരമായി പരിക്കേറ്റു. അതിനാൽ, തന്റെ പിന്തുടരൽ ഉപേക്ഷിച്ച് അദ്ദേഹം മടങ്ങി.

നിസ്സംശയമായും മഹാറാണിയുടെ ഈ നേട്ടം അവളുടെ അസാധാരണമായ മൂർച്ചയുള്ള ബുദ്ധിയെ പ്രകടമാക്കുന്നു. അവളുടെ പ്രശംസയിൽ പരസ്നീസ് എഴുതി:

"വാസ്തവത്തിൽ അത് മഹാറാണിയുടെ യുദ്ധ നൈപുണ്യ പരീക്ഷയുടെ സമയമായിരുന്നു. ഒരു വശത്ത് ബോക്കറെപ്പോലെ ധീരനും പരിചയസമ്പന്നനുമായ ഒരു ഇംഗ്ലീഷുകാരൻ, തിരഞ്ഞെടുത്ത റൈഡർമാരുമായി കാറ്റിന്റെ വേഗതയിൽ ഓടുന്നു, മറുവശത്ത്, അവനെ നേരിട്ട ദുർബലയായ ഒരു ബ്രാഹ്മണ സ്ത്രീ അവിടെ

നിന്ന് സുരക്ഷിതമായി ഓടിപ്പോകാൻ ശ്രമിക്കുന്നു. വളരെ ആശ്ചര്യപ്പെടുത്തുന്ന ഒരു രംഗമായിരുന്നു അത്. ഈ അവസരത്തിൽ ഒരു വിജയം പ്രതീക്ഷിക്കുന്നത് മഹാറാണിക്ക് അസാധ്യമായ ഒരു ശ്രമം പോലെയായിരുന്നെങ്കിലും, അവളുടെ അമാനുഷിക ധൈര്യം, കഠിനമായ നിശ്ചയദാർഢ്യം, അത്യപൂർവ വീര്യം, സമാനതകളില്ലാത്ത യുദ്ധ വൈദഗ്ദ്ധ്യം എന്നിവയാൽ അവർ ഒരു യുദ്ധ പരിചയസമ്പന്നനായ ബ്രിട്ടീഷ് യോദ്ധാവിനെ പരാജയപ്പെടുത്തി. ബോക്കർ തന്റെ കുതിരയെ ഓടിച്ചുകൊണ്ട് ലക്ഷ്മിഭായിയെ കൂടുതൽ വേഗത്തിൽ ഓടാൻ നിർബന്ധിച്ചുകൊണ്ട് മുന്നോട്ട് നീങ്ങി, അപ്പോൾ തന്നെ..."

മഹാറാണി കൽപിയിൽ എത്തുന്നു

അങ്ങനെ, സമരങ്ങളുമായി പോരാടി, നദികളും ധാരകളും, കാടുകളും മലയിടുക്കുകളും കടന്ന്, എത്തിച്ചേരാവുന്നതും അപ്രാപ്യവുമായ പാതകളിൽ 24 മണിക്കൂർ തുടർച്ചയായി കുതിരയെ ഓടിച്ചുകൊണ്ട്, മഹാറാണി ഏകദേശം രാത്രി 12.00 മണിയോടെ കൽപിയിലെത്തി. ഝാൻസിയിലെ മഹാറാണി, ധീരയായ ലക്ഷ്മിഭായി, ഏതാനും ദിവസങ്ങൾക്കുമുമ്പ്, രാജകൊട്ടാരത്തിലെ ആഡംബരങ്ങളുടെ തമ്പുരാട്ടിയായിരുന്ന, തന്റെ ചെറിയ ദത്തുപുത്രനെ പുറത്തു കെട്ടിയിട്ട് അഭയത്തിനായി അങ്ങോട്ടും ഇങ്ങോട്ടും ഓടുന്നത് എന്തൊരു വിരോധാഭാസമാണ്! കഴിഞ്ഞ ഇരുപത്തിനാല് മണിക്കൂറിനുള്ളിൽ അവൾ നൂറ്റി എഴുപത്തിയഞ്ച് കിലോമീറ്റർ യാത്ര ചെയ്തു.

കൽപി എന്നറിയപ്പെടുന്ന ഈ ചെറിയ, ചരിത്ര നഗരം യമുനാ നദിയുടെ തീരത്താണ് സ്ഥിതി ചെയ്യുന്നത്. നേരത്തെ ഗോവിന്ദ് പന്ത് ബുണ്ടേലയുടെ ഭരണത്തിൻ കീഴിലായിരുന്നു നഗരം. പിന്നീട് അത് അദ്ദേഹത്തിന്റെ പിൻഗാമിയായ നാനാ ഗോവിന്ദ് റാവുവിന്റെ ജാഗിറായി. ഗോവിന്ദ് റാവുവായിരുന്നു ജലൗണിന്റെ ഭരണാധികാരി. 1806-ൽ, അദ്ദേഹവുമായുള്ള ഒരു ഉടമ്പടി പ്രകാരം, ബ്രിട്ടീഷ് സർക്കാർ ഇത് അവരുടെ നിയന്ത്രണത്തിലാക്കി, അതിനുശേഷം അത് അവരോടൊപ്പം തുടർന്നു. ഇതിനിടയിൽ, 1825-ൽ കലാപത്തിലൂടെ നാനാ പണ്ഡിറ്റ് ഇത് ഏറ്റെടുത്തു, എന്നാൽ ബ്രിട്ടീഷുകാർ, അന്നത്തെ ഝാൻസി ഭരണാധികാരി രാംചന്ദ്ര റാവുവിന്റെ സഹായത്തോടെ അതിനെ തങ്ങളുടെ നിയന്ത്രണത്തിലേക്ക് തിരികെ കൊണ്ടുവന്നു . ഇത് രണ്ടാം അധ്യായത്തിൽ ചർച്ച ചെയ്തിട്ടുണ്ട്. 1857 ജൂൺ മാസത്തിൽ, ഝാൻസിയിലും കാൺപൂരിലും കലാപത്തിന്റെ പതാക ഉയർത്തിയ ശേഷം വിമത സൈനികർ കൽപിയിൽ എത്തിയപ്പോൾ കൽപിയിലെ സൈന്യവും കലാപം നടത്തി. കലാപം പൊട്ടിപ്പുറപ്പെട്ടപ്പോൾ പ്രദേശത്തെ ഡെപ്യൂട്ടി കളക്ടർ മുൻഷി ശിവപ്രസാദിനെ അവിടെ നിന്ന് പുറത്താക്കി. അന്നുമുതൽ ഇന്നുവരെ ഈ പ്രദേശം വിമതരുടെ നിയന്ത്രണത്തിലായിരുന്നു. ഇവിടുത്തെ കോട്ട തികച്ചും സുരക്ഷിതമായിരുന്നു. അതുകൊണ്ട് നാനാ സാഹിബിന്റെ സഹോദരൻ

റാവു സാഹിബും ഇവിടെ താമസിച്ചിരുന്നു. കലാപകാരികളെ ആരാധിക്കുന്ന മാതൃരാജ്യത്തിന്റെ സ്വാതന്ത്ര്യത്തിന്റെ കേന്ദ്രമായിരുന്നു അക്കാലത്ത് കൽപി. അവർ നല്ല സുരക്ഷാ ക്രമീകരണങ്ങൾ നടത്തി, മതിയായ യുദ്ധ സാമഗ്രികൾ ശേഖരിച്ചു. അതുകൊണ്ടാണ് മഹാറാണി അവിടെ പോയത്.

മഹാറാണി കൽപിയിലെത്തിയപ്പോൾ പേഷ്വാ റാവു സാഹിബ് അവരെ ആദരിച്ചു. അവളുടെ താമസത്തിന് ശരിയായ ക്രമീകരണം ചെയ്തു. ഇവിടെയെത്തിയ രണ്ടാം ദിവസം മഹാറാണി പേഷ്വാ സാഹിബിനെ കണ്ടു. ആ സമയം അവളുടെ കണ്ണുകൾ നിറഞ്ഞിരുന്നു. തന്റെ ശത്രു-കൊലയാളി വാൾ അവന്റെ മുമ്പിൽ വെച്ചുകൊണ്ട് അവൾ പറഞ്ഞു, "നിന്റെ പൂർവ്വികരാണ് ഈ വാൾ ഞങ്ങൾക്ക് തന്നത്. ഞാനും എന്റെ പൂർവ്വികരും അവരുടെ കൃപയും സൽകർമ്മങ്ങളും കാരണം ഇത് എല്ലായ്പ്പോഴും ശരിയായി ഉപയോഗിച്ചു. എന്നാൽ ഇപ്പോൾ ഞാൻ നിങ്ങളുടെ ദയയും സഹായവും ആസ്വദിക്കുന്നില്ല, അതിനാൽ ദയവായി ഈ വാൾ തിരികെ എടുക്കുക. റാണിയുടെ ഈ പ്രസ്താവന ഝാൻസി യുദ്ധത്തെ പരാമർശിക്കുന്നു, അതിന് റാവു സാഹിബ് താത്യാ തോപ്പയെ അവളുടെ സഹായത്തിനായി അയച്ചിരുന്നു. ഝാൻസിയുടെ നിർഭാഗ്യം കാരണം താത്യാ തോപ്പിന് അവിടെ എത്താൻ പോലും കഴിഞ്ഞില്ല. മഹാറാണിയുടെ ഈ പ്രസ്താവനയിൽ റാവു സാഹിബ് പറഞ്ഞു:

"ഝാൻസിയിലെ ഭരണാധികാരികളുടെ പാരമ്പര്യത്തിന് അനുസൃതമായും അവരുടെ പ്രശസ്തിക്ക് അനുസൃതമായും നിങ്ങൾ ധീരത പ്രകടിപ്പിച്ചു. അസാധാരണമാംവിധം ശക്തമായ ബ്രിട്ടീഷ് സൈന്യത്തെ നിസ്സാരമായി കണക്കാക്കി നിങ്ങൾ ഒരു ഘോരയുദ്ധം നടത്തി. ഈ സമയത്ത് എല്ലാവരും നിങ്ങളുടെ വീര്യത്തിന്റെയും ഉജ്ജ്വലമായ യുദ്ധത്തിന്റെയും ഗാനങ്ങൾ ആലപിക്കുന്നു. നിങ്ങളെപ്പോലുള്ള ധീരരും ആത്മാഭിമാനമുള്ളവരുമാണ് ഞങ്ങളുടെ സൈന്യത്തിന്റെ കമാൻഡർമാരെങ്കിൽ, ഞങ്ങളുടെ ലക്ഷ്യം ഉടൻ സാക്ഷാത്കരിക്കപ്പെടും. നമ്മുടെ പൂർവ്വികരുടെ കാലത്ത്, സിന്ധ്യ, ഹോൾക്കർ, ഗെയ്ക്വാദ്, ബുന്ദേല തുടങ്ങിയ സർദാർമാർ രാജ്യത്തിന്റെ പ്രതിരോധത്തിനായി യുദ്ധങ്ങളിൽ ജീവൻ ത്യജിക്കാൻ എപ്പോഴും തയ്യാറായിരുന്നു. അങ്ങനെ, മറാഠികളുടെ പതാക ആകാശത്ത് ഉയർന്നു. നിങ്ങളെപ്പോലുള്ള ധീരന്മാരുടെ സഹായം ഞങ്ങൾക്ക് ലഭിച്ചാൽ പഴയ കാലം വീണ്ടും വരുമെന്നതിൽ സംശയമില്ല. അതിനാൽ, നിങ്ങൾ ഈ വാൾ വീണ്ടും സ്വീകരിച്ച് മുൻകാലങ്ങളിൽ ചെയ്തതുപോലെ ഞങ്ങളെ സഹായിക്കുക.

റാവു സാഹിബിന്റെ ആവശ്യപ്രകാരം മഹാറാണി വീണ്ടും വാൾ എടുത്ത് ഉറയിൽ ഇട്ടു. നാനാ സാഹിബിനൊപ്പം റാവു സാഹിബ് റാണിയുടെ ബാല്യകാല സുഹൃത്തും അവൾക്കുവേണ്ടി സംസാരിക്കുന്ന സഹോദരനുമായിരുന്നു. അതിനാൽ, സഹോദരി സഹോദരന് എല്ലാവിധ സഹായവും ഉറപ്പുനൽകുകയും ഭാവിയിൽ

ഒരുതരത്തിലുള്ള തെറ്റിദ്ധാരണയും ഇരുവശത്തുനിന്നും ഉണ്ടാകില്ലെന്ന് ഉറപ്പിക്കുകയും ചെയ്തു. ഝാൻസി കോട്ടയിൽ എത്തുമ്പോൾ ബ്രിട്ടീഷുകാരുടെ സുഹൃത്താണെന്ന് തെറ്റിദ്ധരിക്കപ്പെട്ട താത്യാ ടോപെയെക്കുറിച്ചായിരുന്നു അവളുടെ പരാമർശം.

കൽപിയിലെ ഒരുക്കങ്ങൾ

തന്റെ സഹോദരനിൽ നിന്ന് സഹായം വാഗ്ദാനം ചെയ്ത മഹാറാണി ബ്രിട്ടീഷുകാരോട് യുദ്ധം ചെയ്യാൻ വീണ്ടും തയ്യാറായി പരസ്നീസ് ഈ സന്ദർഭത്തിൽ എഴുതുന്നു:

"റാവു സാഹിബിന്റെ മാതൃകയിൽ മഹാറാണി വാൾ എടുത്ത് ഉറയിൽ ഇട്ടു. ധീരരും കരുത്തുറ്റവരുമായ ബ്രിട്ടീഷ് സൈന്യവുമായി യുദ്ധം ചെയ്താലുള്ള അനന്തരഫലങ്ങൾ എന്തായിരിക്കുമെന്ന് അവൾക്കറിയാമെങ്കിലും, "ഹതോ വാ പ്രശ്യസേ സ്വർഗ്, ജിത്വാ വാ മോക്ഷ്യസേ മഹീം" (നിങ്ങൾ മരിച്ചാൽ നിങ്ങൾ സ്വർഗ്ഗത്തിലെത്തും, നിങ്ങൾ വിജയിച്ചാൽ നിങ്ങൾ ഭൂമിയിൽ ആസ്വദിക്കും) എന്ന ചൊല്ല് ഓർത്തു. , മഹാറാണി പേഷ്വായുടെ ആജ്ഞകൾ സ്വീകരിക്കുകയും പ്രത്യക്ഷത്തിൽ യുദ്ധം ചെയ്യാൻ തീരുമാനിക്കുകയും ചെയ്തു.

ബ്രിട്ടീഷുകാർക്കെതിരായ കലാപത്തിന്റെ തീ തണുത്തുറഞ്ഞില്ല, അണഞ്ഞില്ല. സ്വാതന്ത്ര്യസ്നേഹികളായ ഇന്ത്യക്കാർ മഹാറാണിയുടെ ഈ നിശ്ചയദാർഢ്യത്തെക്കുറിച്ച് അറിഞ്ഞപ്പോൾ, ഈ പുണ്യ പ്രവർത്തനത്തിൽ അവരെ സഹായിക്കാൻ നിരവധി രാജാക്കന്മാരും മഹാരാജാക്കന്മാരും മുന്നോട്ടുവന്നു. ബാൻപൂരിലെ ഭരണാധികാരിയും ബന്ദയിലെ നവാബും നിരവധി ജാഗിർദാർമാരും അവളെ സഹായിക്കാൻ അവരുടെ സൈന്യത്തെ അയക്കാൻ തുടങ്ങി. ഏതാനും ദിവസങ്ങൾക്കുള്ളിൽ എല്ലാവരുടെയും സൈന്യം കൽപിയിലെത്തി. അവരുടെ പരിശീലനം ആരംഭിച്ചു. മഹാറാണി താത്യാ ടോപ്പിനെ ഭാവി യുദ്ധത്തിന്റെ കമാൻഡറായി നിയമിച്ചു.

ലോഹരിയിലും കോഞ്ചിലും ബ്രിട്ടീഷുകാർ വിജയിച്ചു

മഹാറാണി നടത്തുന്ന ഒരുക്കങ്ങൾ അറിഞ്ഞപ്പോൾ ഹ്യൂഗ്രസ് കൽപിയെ ആക്രമിക്കാൻ തീരുമാനിച്ചു. ഇതിനായി അദ്ദേഹം തന്റെ സൈന്യത്തെ പല ഭാഗങ്ങളായി വിഭജിക്കുകയും വിവിധ ഭാഗങ്ങളുടെ നിയന്ത്രണം മേജർ ഗാൽ, മേജർ ആർ തുടങ്ങിയ വിവിധ ഉദ്യോഗസ്ഥർക്ക് കൈമാറുകയും ചെയ്തു. തുടർന്ന് 1858 ഏപ്രിൽ 25-ന് കൽപിയെ ആക്രമിക്കാൻ അദ്ദേഹം അവരോട് ആജ്ഞാപിച്ചു. ഒരു വലിയ സൈന്യവുമായി, ഝാൻസിയുടെ നിയന്ത്രണം തിരിച്ചുപിടിക്കാൻ പോകാനൊരുങ്ങി, ബാൻപൂർ രാജാവിന്റെയും ബന്ദയുടെ സൈന്യത്തിലെ നവാബിന്റെയും സഹായത്തോടെ കോഞ്ച് എന്ന ഗ്രാമത്തിലെത്തി.

അങ്ങനെ 1858 മെയ് 5 ന് ബ്രിട്ടീഷ് സൈന്യം കൊഞ്ചിലേക്ക് നീങ്ങി. കോഞ്ചിൽ നിന്ന് 15-16 കിലോമീറ്റർ അകലെയായിരുന്നു ലോഹരി കോട്ട. മറാത്തകൾ നിർമ്മിച്ച ഈ കോട്ട വളരെ സുരക്ഷിതമായിരുന്നു. അതുകൊണ്ട് ഈ കോട്ടയുടെ നിയന്ത്രണം ഏറ്റെടുക്കുന്നതാണ് നല്ലതെന്ന് ബ്രിട്ടീഷുകാർ കരുതി. ഈ കോട്ട ഏറ്റെടുക്കുന്നതിൽ അവർക്ക് ഒരു പ്രശ്നവും ഉണ്ടാക്കിയില്ല. അതിനാൽ, ഈ കോട്ടയെ ആദ്യം ആക്രമിക്കാൻ ഹ്യൂഗ്രസ് മേജർ ഗല്ലിനെ അയച്ചു. അക്കാലത്ത് ഈ കോട്ട വിമത സൈനികരുടെ നിയന്ത്രണത്തിലായിരുന്നു, അവർ അതിന്റെ സംരക്ഷണത്തിനായി അഫ്ഗാൻ സൈനികരെ നിയോഗിച്ചിരുന്നു. കൽപ്പന ലഭിച്ചതിനെത്തുടർന്ന് ഗാൽ സൈന്യം ഈ കോട്ട ആക്രമിച്ചു. ഇരുപക്ഷത്തുനിന്നും ശക്തമായ പോരാട്ടം നടന്നെങ്കിലും അവസാനം ബ്രിട്ടീഷുകാർ വിജയിച്ചു. ഈ യുദ്ധത്തിൽ ബ്രിട്ടീഷ് സൈന്യത്തിന് രണ്ട് ഉദ്യോഗസ്ഥരെയും നിരവധി സൈനികരെയും നഷ്ടപ്പെട്ടു.

ഈ കോട്ട പിടിച്ചടക്കിയ ശേഷം, കോഞ്ച് ആക്രമിക്കാൻ ഹ്യൂഗ്രസ് തന്റെ സൈന്യത്തിന് ഉത്തരവിട്ടു. ശത്രുക്കൾക്ക് സാധാരണയായി സൈന്യത്തിന്റെ മുൻഭാഗം ശക്തമായി നിലനിറുത്തുന്ന ഈ വസ്തുത ഹ്യൂഗ്രസിന് അറിയാമായിരുന്നു. നന്നായി ആസൂത്രണം ചെയ്ത ഒരു തന്ത്രത്തെ പിന്തുടർന്ന് എതിർവശത്ത് നിന്ന് ആക്രമിക്കാൻ അദ്ദേഹം തന്റെ സൈന്യത്തിന് ഉത്തരവിട്ടു. ബ്രിട്ടീഷുകാർ ഈ മാതൃകയിൽ തങ്ങളുടെ തന്ത്രം വികസിപ്പിച്ചെടുത്തു. അടുത്ത ദിവസം 14 കിലോമീറ്റർ അകലെ സൈന്യത്തെ പിൻവലിച്ചു. ആദ്യ ബ്രിഗേഡ് ഇടത് ഭാഗത്തേക്ക് ഒരു നിശ്ചിത പോയിന്റായി സ്ഥാപിച്ചു, തുടർന്ന് ബാക്കിയുള്ള സൈനികരെ നാഗ്പുര ഗ്രാമത്തിൽ നിയമിച്ചു. ചുനെർ ഗ്രാമത്തിൽ അവർക്കിടയിൽ രണ്ടാം ബ്രിഗേഡ് നിലയുറപ്പിച്ചു. വലതുവശത്ത് മേജർ ആറിന്റെ നേതൃത്വത്തിൽ നൈസാമിന്റെ സൈന്യം ഉണ്ടായിരുന്നു. ചുരുക്കത്തിൽ, ബ്രിട്ടീഷുകാർ കോഞ്ച് ഗ്രാമത്തെ എല്ലാ ഭാഗത്തുനിന്നും ഉപരോധിച്ചു. ഈ വശത്ത്, ബ്രിട്ടീഷുകാർ അവരുടെ തന്ത്രം നന്നായി പ്രയോഗിച്ചു; അതേസമയം പ്രതിപക്ഷം അതിനെക്കുറിച്ച് തീർത്തും അജ്ഞരായിരുന്നു. തങ്ങളുടെ സഹായത്തിനായി ഗ്വാളിയോറിൽ നിന്ന് സൈന്യം വരുന്നതും കാത്തിരിക്കുകയായിരുന്നു. മരങ്ങൾക്കടിയിൽ ഒരു ചെറിയ ഗ്രൗണ്ടിൽ തമ്പടിച്ച് സംതൃപ്തിയോടെ ഇരുന്നുകൊണ്ടിരുന്ന വളരെക്കുറച്ച് സൈന്യമാണ് അവർക്കൊപ്പം ഉണ്ടായിരുന്നത്.

വിശ്രമിക്കുന്ന സൈനികർ ബ്രിട്ടീഷുകാരുടെ ആഗമനത്തെക്കുറിച്ച് അറിഞ്ഞപ്പോൾ, അവർ ശ്രദ്ധാലുക്കളാകുകയും തങ്ങളുടെ പീരങ്കികൾ വെടിവയ്ക്കാൻ തുടങ്ങുകയും ചെയ്തു. എല്ലാ ഭാഗത്തുനിന്നും ബ്രിട്ടീഷുകാർ അവരെ വളഞ്ഞപ്പോൾ ഈ തോക്കുകൾ മുന്നിൽ അടിക്കുകയായിരുന്നു. ബ്രിട്ടീഷ് സൈന്യം അവരുടെ പീരങ്കികളും തോക്കുകളും ഉപയോഗിച്ച് എല്ലാ ഭാഗത്തുനിന്നും

അവരെ ആക്രമിക്കാൻ തുടങ്ങി. എതിർവശത്തുള്ള സൈന്യം നാല് ഭാഗത്തുനിന്നും ഈ ആക്രമണത്തിന് തയ്യാറായില്ല. തൽഫലമായി, പലായനം ചെയ്യുക എന്നത് മാത്രമാണ് അവരുടെ മുന്നിൽ അവശേഷിച്ചിരുന്ന ഏക പോംവഴി.

ആ സമയത്ത് കാലാവസ്ഥ അസാധാരണമാംവിധം ചൂടായിരുന്നു, എന്നാൽ ബ്രിട്ടീഷുകാർ തന്ത്രപരമായി പ്രവർത്തിക്കുകയും വിമതരെ പലായനം ചെയ്യാൻ നിർബന്ധിക്കുകയും ചെയ്തു. വിമതർ ഓടിപ്പോകാനുള്ള പ്രധാന കാരണം നല്ല സംഘടനയുടെ അഭാവമാണ്. അവർ 2000 [illegible] മാത്രമായിരുന്നു. കലാപകാരികൾ ഓടിപ്പോയപ്പോൾ ബ്രിട്ടീഷുകാർ കോഞ്ച് കോട്ടയും പിടിച്ചെടുത്തു. അന്നത്തെ യുദ്ധവുമായി ബന്ധപ്പെട്ട തന്റെ റിപ്പോർട്ടിൽ, ഈ യുദ്ധത്തിലെ ഉയർന്ന താപനില കാരണം അവർക്ക് നേരിടേണ്ടി വന്ന ബുദ്ധിമുട്ടുകൾ ഹഗ്റോസ് പറയുന്നു:

"അസാധാരണമായ ചൂട് കാരണം നമ്മുടെ സൈന്യത്തിന് നഷ്ടം സംഭവിച്ചില്ലെങ്കിൽ, ഞങ്ങൾ ശത്രുവിനെ പൂർണ്ണമായും ഇല്ലാതാക്കുമായിരുന്നു. 11 പട്ടാളക്കാർ ചൂട് മൂലം മരണത്തിലേയ്ക്ക് നടന്നു. പലരും ബോധരഹിതരായി വീണു. അവരുടെ അവസ്ഥ വിവരിക്കാനാവില്ല. ചൂട് കാരണം എനിക്ക് തന്നെ നാല് തവണ തണലിൽ എന്റെ കുതിരയെ കൊണ്ടുപോകേണ്ടി വന്നു. ഡോക്ടർമാർ എന്റെ തലയിൽ തണുത്ത വെള്ളം ഒഴിക്കുകയും ചൂട് ശമിപ്പിക്കുന്ന മരുന്നുകൾ നൽകുകയും ചെയ്തു (ലൂ), അപ്പോൾ ഞാൻ ബോധം വീണ്ടെടുത്തു."

അദ്ദേഹം കൂടുതൽ എഴുതി:

"ഈ നല്ല സൈനികർ ഒന്നിനെക്കുറിച്ചും പരാതിപ്പെട്ടില്ല. ചൂടും ക്ഷീണവും കാരണം അവരുടെ ഊർജനില കുറയുന്നുണ്ടെങ്കിലും, അവരോട് പരാതിപ്പെട്ട് അവർ തങ്ങളുടെ ഉദ്യോഗസ്ഥരെ വിഷമിപ്പിച്ചില്ല. അവർ എത്ര ക്ഷീണിതരായാലും ഉറങ്ങിപ്പോയാലും, ബ്യൂഗിൾ മുഴങ്ങിയ ഉടൻ തന്നെ അവർ സന്തോഷത്തോടെ തയ്യാറായി. ശത്രുവിനോട് പുറം കാണിക്കുകയോ അവന്റെ കയ്യിൽ തോൽക്കുകയോ ചെയ്യുന്നത് തങ്ങളുടെ അപമാനമായി അവർ കണക്കാക്കി. എല്ലാവർക്കും ഒരേ ഒരു ദൃഢനിശ്ചയം ഉണ്ടായിരുന്നു, അവരുടെ ശാരീരിക ഊർജ്ജം കുറയും, എന്നാൽ അവരുടെ ആവേശവും നിശ്ചയദാർഢ്യവും അനുസരണവും ഒരിക്കലും കുറയുകയില്ല. പലപ്പോഴും അവർ വളരെ ദുർബലരായിത്തീർന്നു, നടക്കാൻ പോലും അവർക്ക് ബുദ്ധിമുട്ടായിരുന്നു. എന്നിട്ടും അവർ അത് കാര്യമാക്കിയില്ല. ഞങ്ങളുടെ സൈനികർ കർത്തവ്യവും നിശ്ശബ്ദരും ഉത്തരവുകൾ അനുസരിക്കുന്നവരുമായിരുന്നു. ഈ യുദ്ധത്തിൽ മഹാറാണി പങ്കെടുക്കാത്തതുകൊണ്ടാണ് തങ്ങൾ

പരാജയപ്പെട്ടതെന്നാണ് പരസ്നീസിന്റെ അഭിപ്രായം. ബന്ദയിലെ നവാബും പേഷ്വാ റാവു സാഹിബും യുദ്ധം കൈകാര്യം ചെയ്യാനുള്ള എല്ലാ അവകാശവും തങ്ങളിൽ തന്നെ സൂക്ഷിച്ചു. അവർ നല്ല ഏർപ്പാട് ചെയ്യുകയോ മഹാറാണി ലക്ഷ്മിഭായിയെ അത് ചെയ്യാൻ അനുവദിക്കുകയോ ചെയ്തില്ല. തൽഫലമായി, അവരുടെ ശക്തി നഷ്ടപ്പെട്ടു.

കൽപിയിൽ ആക്രമണത്തിനുള്ള ഒരുക്കങ്ങൾ

കൽപിയെ ജയിക്കുക എന്നതായിരുന്നു ഹ്യൂഗ്രസിന്റെ പ്രധാന ലക്ഷ്യം. കൽപിയെ ആക്രമിക്കുന്നതിന് മുമ്പ് അദ്ദേഹം ഈ വിഷയം ശ്രദ്ധാപൂർവ്വം ചിന്തിച്ചു. ഏത് ഭാഗത്ത് നിന്ന് ആക്രമിക്കണം എന്ന് തീരുമാനിക്കാൻ കുറച്ച് സമയത്തേക്ക് അയാൾക്ക് കഴിഞ്ഞില്ല. വേണ്ടത്ര ആലോചിച്ച ശേഷം, ഹർദോയ്, ഒറായി വഴി കൽപിയിലെത്തുന്നത് ഉചിതമാണെന്ന് അദ്ദേഹം കരുതി. അതിനാൽ ഈ വഴിയിലൂടെ മുന്നേറാൻ അദ്ദേഹം സൈന്യത്തോട് ആജ്ഞാപിച്ചു. ഈ റൂട്ടിലും പലയിടത്തും അദ്ദേഹത്തിന് വിമതരെ നേരിടേണ്ടി വന്നു. ഇതെല്ലാം നേരിട്ടുകൊണ്ട് അദ്ദേഹം തന്റെ സൈന്യത്തോടൊപ്പം മുന്നേറ്റം തുടർന്നു. ചൂടിന്റെ രോഷം അതിന്റെ പാരമ്യത്തിലെത്തി. ഇംഗ്ലീഷുകാർ അതിന്റെ അനന്തരഫലങ്ങൾ അനുഭവിച്ചത് കോഞ്ചും ആണ്. യാത്രാമധ്യേ, കേണൽ മാക്സ്വെല്ലിനെ സൈന്യത്തോടൊപ്പം അയക്കണമെന്ന് അഭ്യർത്ഥിച്ചുകൊണ്ട് അദ്ദേഹം കമാൻഡർ-ഇൻ-ചീഫിന് ഒരു കത്ത് എഴുതി. അതിനാൽ 88-ആം പ്ലാറ്റൂണിന്റെ രണ്ട് ഭാഗങ്ങളും സിഖ് റെജിമെന്റിന്റെ ഒരു പ്ലാറ്റൂണും ഒട്ടകത്തിലൂടെ സഞ്ചരിക്കുന്ന സോൾ-ഡയേഴ്സിന്റെ ഒരു റെജിമെന്റും ഹ്യൂഗ്രസിന്റെ സഹായത്തിനായി അയച്ചു. പൂർണ്ണ തയ്യാറെടുപ്പുകൾ നടത്തി, കൽപിയെ എല്ലാ ഭാഗത്തുനിന്നും വളയാൻ അദ്ദേഹം പദ്ധതിയിട്ടു.

മഹാറാണിയുടെ തയ്യാറെടുപ്പുകൾ

കോഞ്ചിലെ തോൽവിക്ക് ശേഷം റാവു സാഹിബിന്റെ എല്ലാ സൈനികരും കമാൻഡർമാരും കൽപിയിലെത്തി. അവിടെ നടന്ന സമരത്തിൽ മഹാറാണിക്ക് ഒരു അധികാരവും നൽകിയില്ല, അതിനാൽ അവർ ദേഷ്യപ്പെടുന്നത് സ്വാഭാവികമാണ്. ഭാവിയിലെ യുദ്ധങ്ങൾക്കും ഇതേ വിധി നേരിടേണ്ടി വന്നത് അവൾക്ക് സഹിക്കാൻ കഴിഞ്ഞില്ല. അതിനാൽ അവൾ റാവു സാഹെബിനോട് പറഞ്ഞു, "കോഞ്ച് യുദ്ധത്തിൽ നിങ്ങളുടെ ക്രമീകരണം നല്ലതായിരുന്നില്ല. ഇപ്പോൾ നിങ്ങൾ ശ്രദ്ധാപൂർവ്വം ക്രമീകരണങ്ങൾ ചെയ്യണം. വേണ്ടത്ര തയ്യാറെടുപ്പുകളില്ലാതെ സൈന്യത്തിന് വിജയിക്കുക അസാധ്യമാണ്. ബ്രിട്ടീഷുകാർ ഈ യുദ്ധങ്ങളിൽ വിജയിക്കുന്നത് അവരുടെ മികച്ച മാനേജ്മെന്റ് കാരണമാണ്. അവരുടെ സൈനികർ യുദ്ധ കലയിൽ വിദഗ്ധരും ആജ്ഞകൾ

അനുസരിക്കുന്നവരുമാണ്. അവർക്ക് ഒരു ചീഫ് ഓഫീസർ ഉണ്ട്. ഓരോരുത്തരും അവന്റെ ആജ്ഞകൾ അനുസരിച്ച് കാര്യങ്ങൾ കൈകാര്യം ചെയ്യുന്നു. അതിനാൽ, നിങ്ങൾ നല്ല ക്രമീകരണങ്ങൾ ചെയ്യുന്നില്ലെങ്കിൽ, വിജയിക്കുക അസാധ്യമാണ്. ഒന്നാമതായി, നിങ്ങൾ ശരിയായ സ്ഥലങ്ങളിൽ മുന്നണികൾ സ്ഥാപിക്കുകയും ഏറ്റവും കാര്യക്ഷമമായ ആളുകളെ അവിടെ നിയമിക്കുകയും വേണം.

പേഷ്വാ റാവു സാഹിബ് മഹാറാണിയുടെ ഉപദേശം ശരിയാണെന്ന് കരുതി. അതിനാൽ, അദ്ദേഹം ശരിയായ സ്ഥലങ്ങളിൽ മുന്നണികൾ പരിശോധിച്ചു. ഒരു മുൻവശത്ത് ബന്ദയിലെ നവാബ് സൈന്യത്തോടൊപ്പം നിലയുറപ്പിച്ചു. രണ്ടാം മുന്നണിയിൽ റൂഹെൽഖണ്ഡിൽ നിന്ന് വന്ന വിമത റുഹേലസും ബംഗാൾ നേറ്റീവ് ഇൻഫൻട്രിയിലെ വിമത സൈനികരും നിലയുറപ്പിച്ചു. മുൻവശത്ത് ആർട്ടിലറി തോക്കുകൾ സ്ഥാപിച്ചു. ബ്രിട്ടീഷുകാരെ വഴിയിൽ തടയാനുള്ള ചുമതല ബുണ്ടേലകളുടെ സൈന്യത്തെ ഏൽപ്പിച്ചു.

റാവു സാഹിബ് പൂർണ്ണമായ ക്രമീകരണങ്ങൾ ചെയ്തെങ്കിലും മഹാറാണി ആഗ്രഹിച്ചത് അത്തരത്തിലുള്ളതായിരുന്നില്ല. അക്കാലത്ത് മഹാറാണിക്ക് ഏറ്റവും കഴിവുള്ളതും പരിചയസമ്പന്നനുമായ കമാൻഡറായി തെളിയിക്കാൻ കഴിയുമെന്നതിൽ സംശയമില്ല. പക്ഷേ, അത് റാവു സാഹിബായാലും ബന്ദയിലെ നവാബായാലും മറ്റാരായാലും അവരെല്ലാം പുരുഷ മേധാവിത്വ സമൂഹത്തിലെ അംഗങ്ങളായിരുന്നു. ഒരു യുദ്ധം നയിക്കാനുള്ള ഉത്തരവാദിത്തം അവർക്ക് എങ്ങനെ ഒരു സ്ത്രീയെ ഏൽപ്പിക്കാൻ കഴിയും? റാവു സാഹിബ് ഈ ജോലി തന്റെ കൈകളിൽ സൂക്ഷിച്ചു. മഹാറാണിയെ തൃപ്തിപ്പെടുത്താൻ വേണ്ടി മാത്രം 250 ചുവന്ന യൂണിഫോം ധരിച്ച കുതിരസവാരി സൈനികരുടെ നാമമാത്രമായ സൈന്യത്തെ അവളുടെ ചുമതലയിൽ ഏൽപ്പിച്ചു. പിന്നീട് അവളോട് യമുനാ നദിയുടെ അടുത്തേക്ക് പോകാൻ ഉത്തരവിട്ടു. മഹാറാണി അതിൽ തൃപ്തയായില്ല, പക്ഷേ കൂടുതൽ നിർബന്ധിച്ചപ്പോൾ അവൾ അത് സമ്മതിച്ചു. അന്ന് താത്യാ ടോപെ അവിടെ ഉണ്ടായിരുന്നില്ല. രോഗിയായ പിതാവിനെ കാണാൻ അദ്ദേഹം ചർഖാരിയിൽ പോയിരുന്നു.

പ്രധാന യുദ്ധം

ബ്രിട്ടീഷ് സൈന്യത്തിന്റെ ഒരു ചെറിയ ഭാഗം 1858 മെയ് 15 ന് രാവിലെ കൽപിയിൽ നിന്ന് 9-10 കിലോമീറ്റർ അകലെയുള്ള ഗുലാവാലി ഗ്രാമത്തിൽ കൽപിയെ ആക്രമിക്കാൻ എത്തി. പേഷ്വയുടെ സർദാറായിരുന്ന ഛബിനിക്ക് ഈ വിവരം ലഭിച്ചയുടൻ അവരെ നേരിടാൻ തീരുമാനിച്ചു. അവൻ വളരെ ബുദ്ധിപരമായി പ്രവർത്തിച്ചു. ശത്രുസൈന്യം യുദ്ധക്കളത്തിൽ പ്രവേശിച്ചയുടനെ,

ഛബിനി പിൻവശത്ത് അതിന്റെ വഴി തടഞ്ഞു, അത് യുദ്ധസാമഗ്രികൾ സ്വീകരിക്കുന്നത് നിർത്തി. ഈ പോരാട്ടത്തിൽ ബ്രിട്ടീഷ് സൈന്യത്തിന്റെ 25-ആം

കാലാൾപ്പടയിലെ നിരവധി സൈനികർ കൊല്ലപ്പെടുകയും നിരവധി പേർക്ക് പരിക്കേൽക്കുകയും ബാക്കിയുള്ളവർ പലായനം ചെയ്യുകയും ചെയ്തു. വിശാലമായ ബ്രിട്ടീഷ് സൈന്യത്തെ കാണുമ്പോൾ, ഈ നഷ്ടം അവർക്ക് ഒരു കാര്യത്തിലും പ്രധാനമായിരുന്നില്ല. ഛബിനിയുടെ ഈ പ്രവൃത്തി പ്രശംസനീയമാണെങ്കിലും വലിയ നേട്ടമായിരുന്നില്ല. ശക്തികളുടെ വ്യക്തിഗത ദിശയിലുള്ള അദ്ദേഹത്തിന്റെ ആദ്യ വിജയമായിരിക്കാം, പക്ഷേ ഈ വിജയം അദ്ദേഹത്തെ വീർപ്പുമുട്ടിച്ചു. ചിലപ്പോൾ, തന്റെ അഹംഭാവത്താൽ ഉത്തേജിപ്പിക്കപ്പെടുന്ന മനുഷ്യൻ തന്റെ പ്രവൃത്തികൾക്ക് വളരെയധികം പ്രാധാന്യം നൽകുന്നു. ഛബിനിയുടെ കാര്യത്തിൽ ഇത് സംഭവിച്ചു. മുഴുവൻ ബ്രിട്ടീഷ് സൈന്യത്തെയും അവസാനിപ്പിച്ചതായി അദ്ദേഹം ഈ വിജയത്തെ വ്യാഖ്യാനിച്ചു. ഈ വിജയത്തിന്റെ ആഘോഷത്തിൽ, പാവം ചേട്ടൻ കഞ്ചാവ് നന്നായി കുടിക്കാൻ സഹായിച്ചു, സ്വന്തം ഈണം പാടി ഉറക്കെ പറഞ്ഞു തുടങ്ങി, "നീ ജാൻസിയെ കൊള്ളയടിച്ചു, ഇപ്പോൾ നിങ്ങൾ കൽപിയിലേക്ക് വരുന്നു. ശരി, വരൂ, ഞങ്ങൾ നിങ്ങളെ ഒരു പാഠം പഠിപ്പിക്കാൻ കാത്തിരിക്കുകയാണ്.

മറുവശത്ത്, ഹ്യൂഗ്രസ് തന്റെ സൈനികരുടെ പരാജയത്തിൽ വെറുപ്പും രോഷാകുലനുമായിരുന്നു. അടുത്ത ദിവസം തന്നെ, 16-ന്, യുദ്ധം ചെയ്യാനുള്ള ഒരു പുതിയ നയം അദ്ദേഹം ആവിഷ്കരിച്ചു. അദ്ദേഹം തന്നെ കനത്ത സൈന്യവുമായി ദയാപൂർ ഗ്രാമത്തിന് സമീപം എത്തി. അത് തന്റെ സൈന്യത്തിന് പറ്റിയ സ്ഥലമാണെന്ന് അദ്ദേഹം കരുതി. അതിനാൽ അവൻ അത് തന്റെ സൈന്യത്തിന്റെ ക്യാമ്പായി ഉപയോഗിച്ചു. തുടർന്ന് അദ്ദേഹം മേജർ ആറിന്റെ കീഴിൽ രണ്ടാം ബ്രിഗേഡിനെ വിമതരെ നേരിടാൻ അയച്ചു. വിമതരെ പരാജയപ്പെടുത്താൻ മേജർ ആർ ആക്രമിച്ചു. ഇരുഭാഗത്തുനിന്നും ശക്തമായ പോരാട്ടമായിരുന്നു. എന്നാൽ ബ്രിട്ടീഷുകാർക്ക് അനുകൂലമായി തുലാസുകൾ ചരിഞ്ഞു. കൽപി ഭാഗത്തെ നിരവധി സൈനികർ കൊല്ലപ്പെട്ടു, ബാക്കിയുള്ളവർ യുദ്ധക്കളം ഉപേക്ഷിക്കാൻ നിർബന്ധിതരായി. അപ്പോഴും ഈ യുദ്ധത്തിന്റെ അവസാനം വിജയമോ പരാജയമോ ആയി പ്രഖ്യാപിക്കുന്നത് യുക്തിരഹിതമാണ്, കാരണം കൽപിയിലെ ബ്രിട്ടീഷുകാരുടെ പരാജയമോ വിജയമോ ആണ് യഥാർത്ഥ പരാജയമോ വിജയമോ നിർവചിക്കാൻ പോകുന്നത്.

ഝാൻസി, കോഞ്ച് മുതലായവയിൽ ബ്രിട്ടീഷുകാർ വിജയിച്ചു. ഇത് അവരുടെ മനോവീര്യം വർധിപ്പിച്ചു. കൽപിയിലേക്കുള്ള വഴി ദുഷ്കരവും അപ്രാപ്യവുമാണെന്ന് ഹ്യൂഗ്രസ് കണ്ടു. അതിനാൽ ഉടൻ കൽപിയെ ആക്രമിക്കേണ്ടതില്ലെന്ന് അദ്ദേഹം തീരുമാനിച്ചു. പകരം ഗുലാവാലിയിൽ ക്യാമ്പ് ചെയ്യാനാണ് അദ്ദേഹം ഇഷ്ടപ്പെട്ടത്. കൽപി അവിടെ നിന്ന് വളരെ അകലെയായിരുന്നു, അതിനിടയിൽ യമുന നദിയും. കൂടാതെ, ചില പാച്ചുകൾ അസാധാരണമാംവിധം അസമമായിരുന്നു, ആ വഴിയിലൂടെ പീരങ്കി തോക്കുകൾ

കൊണ്ടുപോകാൻ കഴിഞ്ഞില്ല. ബ്രിട്ടീഷുകാരെ ആക്രമിക്കാൻ ആ പ്രദേശം വിമതർക്ക് നന്നായി യോജിച്ചു.

മറുവശത്ത്, ആവർത്തിച്ചുള്ള തോൽവികൾക്കിടയിലും കൽപിയിലെ സൈനികർക്ക് ഹൃദയം നഷ്ടപ്പെട്ടില്ല. മറിച്ച്, ബ്രിട്ടീഷുകാരോട് പ്രതികാരം ചെയ്യാനുള്ള അവരുടെ വികാരവും ദൃഢനിശ്ചയവും അത് കൂടുതൽ തീവ്രമാക്കി. അതിനാൽ, ഇംഗ്ലീഷുകാരെ പൂർണ്ണമായും നശിപ്പിക്കാൻ അവർ തീരുമാനിച്ചു. ഈ വികാരം വിവരിച്ചുകൊണ്ട് ശ്രീ ശാന്തി നാരായണൻ എഴുതുന്നു:

'ബ്രിട്ടീഷുകാർ വീണ്ടും വീണ്ടും തോൽപ്പിച്ചെങ്കിലും വിമത ക്യാമ്പിന്റെ രോഷവും ആക്രോശവും അവസാനിച്ചില്ല. കൽപിയിലെത്തിയ ഉടൻ, അനന്തരഫലങ്ങൾ എന്തുതന്നെയായാലും, ഇത്തവണ ബ്രിട്ടീഷുകാരോട് തങ്ങളുടെ തോൽവിക്ക് പ്രതികാരം ചെയ്യുമെന്നും അവരെ (ബ്രിട്ടീഷുകാരെ) പൂർണ്ണമായും തുടച്ചുനീക്കുന്നതുവരെ വിശ്രമിക്കില്ലെന്നും അവർ ഉറച്ച തീരുമാനമെടുത്തു.

അതുപോലെ, പരസ്നീസ് എഴുതുന്നു:

"കോഞ്ചിൽ വിമതർക്ക് ലഭിച്ച അടി അവരിൽ കൂടുതൽ നാണക്കേടും ദേഷ്യവും ഉണർത്തി. കൽപിയുടെ സൈന്യം അത്യധികം ആവേശത്തിലായിരുന്നു, ഒന്നുകിൽ ബ്രിട്ടീഷുകാരെ പരാജയപ്പെടുത്തും അല്ലെങ്കിൽ യുദ്ധക്കളത്തിൽ ജീവൻ ത്യജിക്കുമെന്ന് അവർ യമുനാ നദിയുടെ പേരിൽ പ്രതിജ്ഞയെടുത്തു. ഒരു വശത്തു ദേഷ്യവും ആത്മാഭിമാനവും കൊണ്ട് ഭ്രാന്തമായ ഈ സൈന്യം ബ്രിട്ടീഷുകാരെ അടിച്ച് ഇന്ത്യയിൽ നിന്ന് പുറത്താക്കാൻ തീരുമാനിച്ചു, മറുവശത്ത് ബ്രിഗേഡിയർ സ്റ്റുവർട്ട്, ലെഫ്റ്റനന്റ് കേണൽ റോബർട്ട്സൺ തുടങ്ങിയ സർക്കാർ ഉദ്യോഗസ്ഥരും യുദ്ധ വീരന്മാരും. ലെഫ്റ്റനന്റ് ഗാർഡൻ സൈന്യവുമായി കെൽപിയിലേക്ക് നീങ്ങുകയായിരുന്നു.

എതിർകക്ഷിയുടെ അഭിമാനവും പേരും ഇല്ലാതാക്കാൻ ഇരുപക്ഷവും പൂർണ്ണമായി തയ്യാറെടുക്കുകയും പ്രതിജ്ഞാബദ്ധരാവുകയും ചെയ്തു. ഹ്യൂഗ്റോസ് ഗുലാവാലിയിലായിരുന്നു, ബ്രിഗേഡിയർ സ്റ്റുവർട്ട്, ലെഫ്റ്റനന്റ് കേണൽ റോബർട്ട്സൺ, ലെഫ്റ്റനന്റ് ഗാർഡൻ തുടങ്ങിയ പ്രഗത്ഭരും പരിചയസമ്പന്നരുമായ ബ്രിട്ടീഷ് ഓഫീസർമാർ അത് പിടിച്ചെടുക്കാൻ സൈന്യത്തോടൊപ്പം കൽപിയിലേക്ക് പുറപ്പെട്ടു. കൽപിയുടെ സൈന്യം അത് അറിഞ്ഞപ്പോൾ, ഒരു നിമിഷം പോലും താമസിക്കാതെ, അത് അവസാനിപ്പിക്കാൻ

ശത്രുവിന്റെ മേൽ കുതിച്ചു. അവരിൽ ആവേശം കുറവായിരുന്നില്ല. എന്നാൽ ഉത്സാഹം ഒരു വികാരമാണ്, അത് ബുദ്ധിശക്തിയുടെ പിന്തുണയോടെ മാത്രമേ ഫലവത്താകൂ. കൽപിയുടെ സൈന്യം ബുദ്ധിയോടെ പ്രവർത്തിച്ചില്ല. മുൻഭാഗം ശൂന്യമാക്കി അത് മുന്നോട്ട് നീങ്ങി. ഇത്തരമൊരു നടപടി

ആത്മഹത്യാപരമാകുമെന്ന് മുൻനിരയിലുള്ള സൈനികർ ഇതും മറന്നു. പൂർണ സജ്ജമായ ബ്രിട്ടീഷ് സൈന്യം അതിനായി കാത്തിരിക്കുകയായിരുന്നു. എതിർ സൈന്യം തങ്ങളുടെ പീരങ്കി തോക്കുകളുടെ പരിധിയിൽ വരുന്നത് ശ്രദ്ധയിൽപ്പെട്ടപ്പോൾ ഈ തോക്കുകൾ വെടിയുതിർക്കാൻ തുടങ്ങി. കൽപിയിലെ പട്ടാളക്കാർ തോക്കുകൾ മാത്രം ഉപയോഗിച്ച് യുദ്ധം ചെയ്തു. അനന്തരഫലങ്ങൾ എന്തായിരിക്കുമെന്ന് നിങ്ങൾക്ക് സൗകര്യപ്രദമായി ഊഹിക്കാം. കൽപിയുടെ സൈന്യം അസാമാന്യമായ ധീരതയോടെ പോരാടിയെങ്കിലും പീരങ്കിപ്പടയുടെ വെടിവെപ്പിന് മുന്നിൽ അധികനേരം നിൽക്കാനായില്ല.

രഞ്ചാന്ദി രൂപ് (യുദ്ധദേവതയുടെ വേഷത്തിൽ)

ഈ യുദ്ധത്തിന്റെ ആദ്യ ഘട്ടത്തിൽ തന്നെ കൽപിക്ക് കനത്ത നാശനഷ്ടങ്ങൾ സംഭവിച്ചു. സൈന്യത്തിന്റെ മുൻനിരയിലുള്ള വാർത്ത കേട്ടപ്പോൾ ബാക്കിയുള്ള സൈന്യത്തിന് ധൈര്യം നഷ്ടപ്പെട്ടു. പേഷ്വാ റാവു സാഹിബും ബന്ദയിലെ നവാബും യുദ്ധക്കളത്തിൽ നിന്ന് ഓടിപ്പോകാൻ പദ്ധതിയിട്ടിരുന്നു. മഹാറാണി ലക്ഷ്മീഭായി തന്റെ വലിയവരും മുതിർന്നവരുമായ സഹകാരികളിൽ നിന്ന് ഇത്തരത്തിലുള്ള പെരുമാറ്റം പ്രതീക്ഷിച്ചിരുന്നില്ല. ഇതെല്ലാം കണ്ടപ്പോൾ അവൾക്ക് വല്ലാത്ത സങ്കടം തോന്നി. അപ്പോഴും അവൾ ബുദ്ധിപൂർവ്വം അവരുടെ കർത്തവ്യത്തെക്കുറിച്ച് ഓർമ്മിപ്പിക്കുകയും അവരെ പ്രോത്സാഹിപ്പിക്കുകയും ചെയ്തു. ഇത് അവരിൽ ധൈര്യം വീണ്ടെടുത്തു, യുദ്ധക്കളത്തിൽ നിന്ന് പിൻവാങ്ങാൻ തയ്യാറായ അവരുടെ കാലുകൾ നിലച്ചു. അങ്ങനെ അവരെ ആവേശം കൊള്ളിച്ച ശേഷം, അവൾ തന്നെ കുതിരപ്പുറത്ത് കയറി, തന്റെ കുതിര സവാരിക്കാരായ പടയാളികളോടൊപ്പം, യുദ്ധക്കളത്തിൽ മുന്നോട്ട് കുതിച്ചു, രൺചണ്ടി ബ്രിട്ടീഷ് സൈന്യത്തിന്റെ വലതുവശത്ത് എത്തിയതുപോലെ അവൾ മിന്നൽ വേഗത്തിൽ അതിന്മേൽ പാഞ്ഞു. അവളുടെ ആക്രമണം വളരെ പെട്ടെന്നുള്ളതും ബ്രിട്ടീഷുകാർക്ക് ഒരു പ്രതികരണ സമയവും അനുവദിച്ചില്ല. അങ്ങനെ, അവർ ഒരു പിൻവാങ്ങൽ അടിച്ചു. മഹാറാണി ആക്രമണം നടത്തിയത് വേഗത്തിൽ മാത്രമല്ല, അത് വളരെ സംഘടിതമായിട്ടായിരുന്നു. യുദ്ധത്തിൽ അവളുടെ ഈ വൈദഗ്ദ്ധ്യം ബ്രിട്ടീഷ് പീരങ്കിപ്പടയെ നിഷ്പ്രഭമാക്കി.

ധീരതയുടെ ജീവനുള്ള പ്രതിമയാണെന്ന് സ്വയം തെളിയിക്കുകയായിരുന്നു മഹാറാണി. അവൾ മുന്നോട്ടു നടന്നു. ഒരിക്കൽ അവൾ പീരങ്കി തോക്കുകൾക്ക് 20

അടി അടുത്തായിരുന്നു. അവളെ ഈ രൂപത്തിൽ കണ്ടപ്പോൾ കൽപിയിലെ പട്ടാളക്കാർ ഉറക്കത്തിൽ നിന്ന് ഉണർന്നതായി തോന്നി. അവർ സ്വയം ലജ്ജിച്ചു. ഈ വീരാംഗന രൂപത്തിൽ (അസാധാരണമായ ധീരയായ സ്ത്രീയുടെ രൂപം) മഹാറാണിയെ കണ്ടപ്പോൾ, അവരുടെ ഉള്ളിലെ പുരുഷൻ ഉണർന്നു. അങ്ങനെ, അവരും ശത്രുവിന്റെ മേൽ കുതിച്ചു. ഇരുഭാഗത്തുനിന്നും രൂക്ഷമായ പോരാട്ടം

നടന്നു. മഹാറാണി മിന്നൽ വേഗത്തിൽ ശത്രുസൈന്യത്തെ വധിച്ചുകൊണ്ടിരുന്നു. അവൾ തന്റെ പല്ലുകൾക്കിടയിൽ കുതിരയുടെ കടിഞ്ഞാൺ ഇട്ടിരുന്നു, ശത്രുവിന്റെ രക്തത്താൽ ദാഹിച്ച വാളുകൾ ഇരു കൈകളിലും തിളങ്ങി. ഈ വാളുകൾ ഫിറംഗുകളെ പൂർണ്ണമായും നശിപ്പിക്കുകയായിരുന്നു. ബ്രിട്ടീഷുകാർ അവരുടെ അന്ത്യം (മരണം) കണ്ടത് മഹാറാണിയുടെ ഈ രൂപത്തിലാണ്. അവരുടെ പീരങ്കിപ്പടയാളികൾ യുദ്ധക്കളം ഉപേക്ഷിക്കാൻ തുടങ്ങി. കുതിരപ്പുറത്ത് കയറ്റിയ പീരങ്കികൾ നിലത്തു വീണു.

തോക്കുധാരികൾ ഓടിപ്പോകുന്നത് കണ്ട് ബ്രിഗേഡിയർ സ്റ്റുവർട്ട് തന്റെ പീരങ്കിപ്പടയുടെ അടുത്തെത്തി. അവൻ അവരെ പലവിധത്തിൽ പ്രോത്സാഹിപ്പിച്ചു. തുടർന്ന് തോക്കുധാരികൾ വീണ്ടും തോക്കുകൾ പ്രവർത്തിപ്പിക്കാൻ തുടങ്ങി. ബ്രിട്ടീഷുകാർ തീർച്ചയായും യുദ്ധത്തിൽ തോൽക്കുമെന്ന് തോന്നിത്തുടങ്ങിയിരുന്നു. ശ്രീ പരസ്നീസ് എഴുതി:

"അവളുടെ ക്രൂരമായ ആക്രമണം ബ്രിട്ടീഷ് സൈന്യത്തെ ഉടൻ തന്നെ പിന്തിരിപ്പിക്കാൻ നിർബന്ധിതരാക്കി. ഉയരവും ധീരരുമായ നിരവധി ബ്രിട്ടീഷ് ഓഫീസർമാർ നിലത്ത് കൊല്ലപ്പെട്ടു. ഒരിക്കൽ മഹാറാണി വളരെ ബുദ്ധിപൂർവ്വം നന്നായി സംഘടിതമായി യുദ്ധം ചെയ്തു, അവളുടെ വീരത്വത്തിന് മുന്നിൽ 'ലൈറ്റ് ഫീൽഡ്" പീരങ്കി തോക്കുകളുടെ വെടിക്കെട്ട് കുറച്ച് സമയത്തേക്ക് പൂർണ്ണമായും നിർത്തി, അവരുടെ തോക്കുകൾ അവരുടെ സ്ഥലങ്ങളിൽ സ്തംഭിച്ചു. ഇതുമാത്രമല്ല, വലത്തോട്ടും ഇടത്തോട്ടും അടിച്ചു കൊന്ന് മഹാറാണി പീരങ്കികളുടെ 20 അടിയോളം അടുത്തെത്തി. ഈ അസാധാരണ വീര്യം കണ്ട് കൽപിയിലെ മറ്റ് സൈന്യങ്ങളും പ്രോത്സാഹിപ്പിക്കപ്പെട്ടു, അവർ പുതിയ വീര്യത്തോടെയും വേഗതയോടെയും ബ്രിട്ടീഷുകാർക്കെതിരെ പോരാടി. ഇരുപക്ഷത്തുനിന്നും രൂക്ഷമായ പോരാട്ടമായിരുന്നു. മഹാറാണി, തന്റെ വേഗമേറിയ കുതിരയെ മുന്നോട്ട് കുതിച്ച്, അസാധാരണമാംവിധം വാളുകൾ ഉപയോഗിച്ച് കൈകൾ കൈകാര്യം ചെയ്തുകൊണ്ട്, ബ്രിട്ടീഷ് പീരങ്കി തോക്കുകളിൽ കയറിയപ്പോൾ, അവളുടെ ഉന്മത്തത, അവളുടെ ഉന്മത്തത, അവളുടെ പൗരുഷം, അവളുടെ അതുല്യമായ ധീരത എന്നിവ കണ്ടപ്പോൾ, പേഷ്വാ സൈന്യത്തിലെ മറ്റ് കമാൻഡർമാർ അങ്ങനെയായിരുന്നു. ഒരു വെട്ടുക്കിളിക്കൂട്ടം ബാർലി വയലിൽ പാഞ്ഞുകയറിയതുപോലെ അവർ ബ്രിട്ടീഷ് സൈന്യത്തിന് നേരെ ആഞ്ഞടിച്ചു.

"ലഹളക്കാരുടെ വിജയം യാഥാർത്ഥ്യമാകാൻ അധികനാൾ വേണ്ടിവരില്ല എന്ന് തുടർന്നുണ്ടായ തീവ്രമായ യുദ്ധത്തിൽ നിന്ന് പ്രത്യക്ഷപ്പെട്ടു. മഹാറാണി, കുതിരയുടെ കടിഞ്ഞാൺ പല്ലുകൾക്കിടയിൽ പിടിച്ച്, ഇടതടവില്ലാതെ, ഇരുകൈകളിലും വാളുകൾ വീശിക്കൊണ്ടിരുന്നു.

ഹ്യൂഗ്രസ് യുദ്ധത്തിൽ മുഴുകുന്നു

മഹാറാണിയും കൽപി സൈന്യവും യുദ്ധക്കളത്തിൽ ബ്രിട്ടീഷുകാരുടെ മരണമാണെന്ന് തെളിഞ്ഞുവെന്നും അവൾ കാരണം ബ്രിട്ടീഷ് പീരങ്കിപ്പട വെടിയുതിർത്തുവെന്നും ഹ്യൂഗ്രസ് അറിഞ്ഞപ്പോൾ, അവൻ തന്നെ യുദ്ധക്കളത്തിലേക്ക് പോകാൻ തയ്യാറായി. അവൻ തന്റെ ഒട്ടക സേനയെ എടുത്ത് ഉടൻ തന്നെ യുദ്ധക്കളത്തിൽ പ്രവേശിച്ചു. അദ്ദേഹത്തിന്റെ വരവോടെ ബ്രിട്ടീഷുകാരുടെ നില മെച്ചപ്പെട്ടു. ഒട്ടക സവാരി നടത്തുന്ന പട്ടാളക്കാർ കൽപിയുടെ സൈന്യത്തിന് നേരെ വെടിയുതിർക്കാൻ തുടങ്ങി. ഇത് കൽപി സൈന്യത്തെ ദുർബലപ്പെടുത്തി, അത് ചിതറിപ്പോയി. കൽപി പക്ഷം വിജയിച്ച യുദ്ധം പരാജയമായി മാറാൻ തുടങ്ങി. കൽപിയുടെ സൈന്യം യുദ്ധഭൂമി വിട്ടുപോകാൻ സാധ്യതയുണ്ടെന്ന് കണ്ടപ്പോൾ മഹാറാണിക്ക് വളരെ സങ്കടം തോന്നി. എന്നിട്ടും അവൾ അവരെ യുദ്ധം ചെയ്യാൻ പ്രോത്സാഹിപ്പിക്കുകയും യുദ്ധക്കളത്തിൽ പറ്റിനിൽക്കാൻ അവരെ പ്രോത്സാഹിപ്പിക്കുകയും ചെയ്തു. പക്ഷേ അവൾ വിജയിച്ചില്ല. മഹാറാണിയുടെ തന്ത്രം ഗറില്ലാ യുദ്ധമുറകൾ അവലംബിക്കുക, തുടർന്ന് മുന്നേറുകയും പിന്നീട് ബ്രിട്ടീഷ് സൈന്യത്തിന്റെ രക്ഷപ്പെടൽ വഴി തടയുകയും അങ്ങനെ അത് പൂർണ്ണമായും അവസാനിപ്പിക്കുകയും ചെയ്യുക എന്നതായിരുന്നു. എന്നാൽ പേഷ്വാ പട്ടാളക്കാർക്ക് ഇപ്പോൾ ധൈര്യമോ ഊർജമോ ഇല്ലായിരുന്നു. അവർ മുന്നോട്ട് പോകാൻ വിസമ്മതിച്ചു, അതിനാൽ, നിർബന്ധപ്രകാരം, മഹാറാണിക്കും പിൻവാങ്ങേണ്ടിവന്നു. അവർ മുന്നേറിയിരുന്നെങ്കിൽ, അവിടെ ഉണ്ടായിരുന്ന സൈന്യം പൂർണ്ണമായും നശിപ്പിക്കപ്പെട്ടു എന്നത് വളരെ ഭയാനകമായിരുന്നു. ഈ വസ്തുത അംഗീകരിച്ചുകൊണ്ട് ഒരു ഇംഗ്ലീഷുകാരൻ എഴുതി, "പതിനഞ്ചു മിനിറ്റ് മാത്രം ലഭ്യമായിരുന്നെങ്കിൽ, വിമതർ ഞങ്ങളെ എല്ലാവരെയും കൊല്ലുമായിരുന്നു. അന്ന് ഞങ്ങളെ രക്ഷിച്ചത് ആരോഗ്യമുള്ള നൂറ്റമ്പത് ഒട്ടകങ്ങൾ മാത്രമാണ്.

യഥാർത്ഥത്തിൽ മഹാറാണി ഈ യുദ്ധത്തിൽ അവളുടെ രൺചണ്ടി രൂപത്തിലാണ് പ്രത്യക്ഷപ്പെട്ടത്. അവളുടെ സമാനതകളില്ലാത്ത ധീരതയെക്കുറിച്ച് വീർ വിനായക് ദാമോദർ സവർക്കർ തന്റെ 1857 കാ സ്വതന്ത്ര യുദ്ധത്തിൽ എഴുതി:

"മഹാറാണി തന്റെ കൈയിൽ വാളുമായി മിന്നൽ വേഗത്തിൽ മുന്നോട്ട് കുതിച്ചു,

ചുവന്ന യൂണിഫോം ധരിച്ച കുതിരസവാരി സൈനികർ ബ്രിട്ടീഷ് സൈന്യത്തിന്റെ വലതുവശത്ത് പൊട്ടിത്തെറിച്ചു. ഇതുവരെ മുന്നേറുകയും വിജയിക്കുകയും ചെയ്ത ബ്രിട്ടീഷ് സൈന്യത്തിന്റെ വലതുഭാഗം ഉടൻ സ്തംഭിച്ചു. മഹാറാണിയുടെ ആക്രമണം വളരെ ശക്തമായിരുന്നു, ബ്രിട്ടീഷുകാർക്ക് പിൻവാങ്ങുകയല്ലാതെ മറ്റൊരു മാർഗവുമില്ല. ഇരുപത്തിയൊന്ന് വയസ്സുള്ള, ധീരയായ പെൺകുട്ടിയുടെ മിന്നൽ ആക്രമണം, അവളുടെ ശക്തമായ വേഗതയുള്ള അവളുടെ പറക്കുന്ന കുതിര, ശത്രുവിനെ വലത്തോട്ടും ഇടത്തോട്ടും തട്ടിയ അവളുടെ വെട്ടിയ വാളും - അവളെയും ഇതും കാണുമ്പോൾ, ആർക്കാണ് അവന്റെ ശരീരത്തിൽ ഇളക്കം

അനുഭവപ്പെടാത്തത്? കറങ്ങുന്ന ബ്രിട്ടീഷ് പീരങ്കികളുടെ തോക്കുധാരികൾ ഓരോരുത്തരായി കൊല്ലപ്പെട്ടുകൊണ്ടിരുന്നു.

പേഷ്വാ സൈനികരുടെ പെരുമാറ്റത്തിൽ മഹാറാണിക്ക് കടുത്ത വെറുപ്പായിരുന്നു. തൽഫലമായി, അവൾക്ക് പിൻവാങ്ങേണ്ടിവന്നു, അവൾ പേഷ്വാ റാവു സാഹിബിന്റെ കന്റോൺമെന്റിലേക്ക് മടങ്ങി. അവൾ മടങ്ങിയെത്തിയ ഉടൻ കൽപിയുടെ സൈന്യത്തിന് നാഡി നഷ്ടപ്പെട്ടു. ശത്രു അവരെ കൊല്ലാൻ തുടങ്ങി. അവർക്ക് കൈ വയ്ക്കാൻ കഴിയുന്നവരെ വധിച്ചു. ആയിരക്കണക്കിന് സൈനികർ തങ്ങളുടെ ജീവൻ രക്ഷിക്കാൻ യമുനാ നദീതീരത്തോട് ചേർന്നുള്ള നിബിഡ വനങ്ങളിലേക്ക് പോയി.

ബ്രിട്ടീഷുകാർ കൽപി കോട്ട പിടിച്ചെടുത്തു

യുദ്ധക്കളത്തിൽ എതിർപക്ഷത്തെ ധീരന്മാരെ തോൽപിച്ച ശേഷം ബ്രിട്ടീഷുകാർക്ക് കൽപി കോട്ട പിടിച്ചെടുക്കുക എന്നതുമാത്രമേ ബാക്കിയുള്ളൂ. ഹ്യൂഗ്രസ് അതിനായി ഒരു പ്രവർത്തന പദ്ധതി തയ്യാറാക്കി. പദ്ധതിയനുസരിച്ച്, പരാജയപ്പെട്ട വിമതർ അഭയം പ്രാപിച്ച യമുനാ തീരത്ത് നിന്ന് മുന്നോട്ട് പോകാൻ അദ്ദേഹം ബ്രിഗേഡിയർ സ്റ്റുവർട്ടിനോട് നിർദ്ദേശിച്ചു, അദ്ദേഹം തന്നെ കൽപിയിലേക്ക് പോയി.

ഈ സമയത്ത് കൽപി കോട്ട പേഷ്വായുടെ നിയന്ത്രണത്തിലായിരുന്നു. മതിയായ അളവിൽ യുദ്ധസാമഗ്രികൾ അവിടെ ശേഖരിച്ചു. മുകളിൽ വിവരിച്ച യുദ്ധത്തിൽ നിന്ന് ഓടിപ്പോയ സൈനികർ ഉൾപ്പെടുന്ന ഒരു വലിയ സൈന്യവും പേഷ്വാകൾക്ക് ഉണ്ടായിരുന്നു. 1858 മെയ് 24 ന് ബ്രിട്ടീഷുകാരുടെ സൈന്യം കൽപിയിൽ പ്രവേശിച്ചു. പ്രവേശനത്തിൽ തന്നെ ബ്രിട്ടീഷ് പീരങ്കിയിലെ കേണൽ മാക്സ്വെൽ തന്റെ പീരങ്കികളുപയോഗിച്ച് പേഷ്വാ റാവു സാഹിബിന്റെ സൈനികരെ ആക്രമിച്ചു. ഇതിനു മറുപടിയായി പേഷ്വാ സൈന്യവും പീരങ്കി പ്രയോഗിച്ചു. പക്ഷേ, അവർക്ക് അവരുടെ വഴിക്കായില്ല. ബ്രിട്ടീഷുകാർ ആദ്യം തങ്ങളുടെ സൈന്യത്തിലെ നാല് ആനകളെ തങ്ങളുടെ നിയന്ത്രണത്തിലാക്കുകയും പിന്നീട്

നഗരത്തിന് അഭിമുഖമായി ഒരു മൈതാനത്ത് തങ്ങളുടെ ക്യാമ്പ് സ്ഥാപിക്കുകയും ചെയ്തു. ഇതിനുശേഷം അവരുടെ സൈന്യം നഗരത്തിൽ പ്രവേശിച്ചു. ഇതുകണ്ട് കൽപി സൈന്യം യുദ്ധക്കളത്തിൽ നിന്ന് ഓടിപ്പോകാൻ തുടങ്ങി. കേണൽ-നെൽ ഗാൽ, തന്റെ ഹൈദരാബാദ് സംഘത്തെ സഹായിച്ചു, അവരെ പിന്തുടർന്നു. കൽപിയുടെ സൈന്യം ഓടിപ്പോകുന്നതിൽ വിജയിച്ചു, എന്നാൽ ആനകൾ, കുതിരകൾ, ഒട്ടകങ്ങൾ, യുദ്ധ സാമഗ്രികൾ എന്നിവ ബ്രിട്ടീഷുകാർ പിടിച്ചെടുത്തു. മെയ് 24 ഇംഗ്ലണ്ട് രാജ്ഞിയുടെ ജന്മദിനമായിരുന്നു. ക്യാമ്പിംഗ് ഗ്രൗണ്ടിൽ നിന്ന് പീരങ്കികളുപയോഗിച്ച് ബ്രിട്ടീഷുകാർ സന്തോഷത്തിന്റെ ഈ രണ്ട് അവസരങ്ങളും ആഘോഷിച്ചു.

ബ്രിട്ടീഷുകാർ കൽപിയിൽ വിജയിക്കുക മാത്രമല്ല, കോട്ടയിൽ യുദ്ധ സാമഗ്രികളുടെ ഒരു വലിയ ശേഖരം കണ്ടെത്തി. ബ്രിട്ടീഷുകാർ നഗരത്തിൽ പ്രവേശിച്ചയുടനെ, റാവു സാഹെബും മഹാറാണി ലക്ഷ്മീഭായിയും ബന്ദയിലെ നവാബും മറ്റ് നിരവധി കമാൻഡർമാരും അവിടെ നിന്ന് ഒളിച്ചോടി. അങ്ങനെ ബ്രിട്ടീഷുകാർ കൽപി നഗരവും അതിന്റെ കോട്ടയും പിടിച്ചെടുത്തു.

ഡൽഹി, മീററ്റ്, ഝാൻസി തുടങ്ങിയ സ്ഥലങ്ങളിൽ കലാപം അടിച്ചമർത്തപ്പെട്ടു. അതിനാൽ, കൽപിയിലെ പേഷ്വാകളുടെ ശേഷിച്ച സൈന്യം ഒരു തരത്തിലുള്ള ഏറ്റുമുട്ടലിലും ഏർപ്പെടാതിരിക്കുന്നതാണ് നല്ലതെന്ന് കരുതി. യഥാർത്ഥത്തിൽ ഈ അവശിഷ്ടങ്ങളെ സൈന്യം എന്ന് വിളിക്കുന്നത് ശരിയല്ല. കലാപകാലത്ത് മുതിർന്നവരും ധീരരുമായ പോരാളികൾ ഒന്നുകിൽ കൊല്ലപ്പെടുകയോ പിടിക്കപ്പെടുമെന്ന ഭയത്താൽ ഒരിടത്ത് നിന്ന് മറ്റൊരിടത്തേക്ക് ഓടിപ്പോകുകയോ ചെയ്തു. ചിലർ വേഷം മാറി അലഞ്ഞുനടന്നു; മറ്റുചിലർ പേരുകളിലും ഭാവത്തിലും മറ്റ് ഉപജീവനമാർഗങ്ങൾ സ്വീകരിച്ചു. അതിനാൽ, ഇപ്പോൾ റാവു സാഹിബ് പേഷ്വയുടെ സൈന്യത്തിലെ സൈനികർ അനുഭവപരിചയമില്ലാത്ത പുതുമുഖങ്ങളായിരുന്നു. അത്തരക്കാർ, അവസരം ലഭിച്ചാൽ, കവർച്ചയിലും കൊള്ളയടിക്കലിലും പിന്തിരിഞ്ഞു നിൽക്കില്ല. പരസ്നീസ് ഈ സന്ദർഭത്തിൽ എഴുതി:

"പുതിയതായി റിക്രൂട്ട് ചെയ്ത സൈനികർക്ക് യുദ്ധത്തിന്റെ നിയമങ്ങളും നിയന്ത്രണങ്ങളും അറിയില്ലായിരുന്നു. തുടക്കക്കാരായതിനാൽ, അവർക്ക് യുദ്ധത്തിൽ തോക്കിൽ പറ്റിനിൽക്കാൻ കഴിഞ്ഞില്ല. കൽപിയുടെ സൈന്യത്തിന് നല്ലവരും സുരക്ഷിതരും ധീരരുമായ സൈനികർ ഉണ്ടായിരുന്നില്ല എന്നതാണ് സത്യം. അവരിൽ ഭൂരിഭാഗവും കള്ളന്മാരും കൊള്ളക്കാരുമായിരുന്നു. അവർ യുദ്ധത്തിൽ ശ്രദ്ധിച്ചില്ല. കൊള്ളയടിക്കലിലും മറ്റും അവർക്ക് കൂടുതൽ താൽപ്പര്യമുണ്ടായിരുന്നു. ബ്രിട്ടീഷുകാർ വിജയിക്കുകയും പേഷ്വകൾ തോറ്റെന്നും

അറിഞ്ഞയുടനെ കൽപിയിൽ മൂന്ന് ദിവസത്തെ യുദ്ധത്തിന് ശേഷം ആയിരക്കണക്കിന് സൈനികർ യുദ്ധം ഉപേക്ഷിച്ച് നഗരത്തിൽ കൊള്ളയും കൊലയും നടത്തി. അവർ പഞ്ചസാര ഫാക്ടറികളും അവയുടെ ഉൽപ്പന്നങ്ങളും ഏറ്റവും മോശമായ രീതിയിൽ കൊള്ളയടിച്ചു. അതിനിടയിൽ മൂന്നാം ദിവസം ബ്രിട്ടീഷുകാർ നഗരത്തിൽ പ്രവേശിച്ചു, താമസിയാതെ അവർ ഈ കൊള്ളക്കാരെയെല്ലാം കൊന്നൊടുക്കി. ബ്രിട്ടീഷുകാർക്ക് കൊള്ളയടിച്ച വസ്തുക്കൾ നിഷ്പ്രയാസം ലഭിച്ചു.

കഴിഞ്ഞ ഒരു വർഷത്തിനിടെ റാവു സാഹിബും താത്യാ ടോപെയും കോട്ടയിൽ യുദ്ധ സാമഗ്രികളുടെ ഒരു വലിയ ശേഖരം ശേഖരിച്ചു. കോട്ടയിൽ നിന്ന് കണ്ടെടുത്ത യുദ്ധ സാമഗ്രികളുടെ അന്നത്തെ ഏകദേശ മൂല്യം രണ്ട്

ലക്ഷത്തിലധികം രൂപയാണെന്ന് ഒരു ഇംഗ്ലീഷുകാരൻ തന്നെ എഴുതിയിട്ടുണ്ട്. വലിയ വലിപ്പമുള്ള രണ്ടെണ്ണം ഉൾപ്പെടെ ആകെ പതിനഞ്ച് പീരങ്കി തോക്കുകൾ അവർ കണ്ടെത്തി. ഇംഗ്ലീഷ് ആണി നിറച്ച കാർ-ട്രിഡ്ജുകളുടെ ഒരു വലിയ കൂമ്പാരം കണ്ടെത്തി. പീരങ്കി ഷെല്ലുകൾ നിർമ്മിക്കുന്നത് മുതൽ നിരവധി വർക്ക് ഷോപ്പുകളും ഫാക്ടറികളും ഓട് മേഞ്ഞ മേൽക്കൂരയിൽ സ്ഥാപിക്കപ്പെട്ടു. ആയുധങ്ങൾ നിർമ്മിക്കാൻ ഉപയോഗിക്കുന്ന രോമങ്ങൾ, കനത്ത കെട്ടിയ ചുറ്റിക, ബ്ലോവറുകൾ തുടങ്ങിയ എല്ലാ ഉപകരണങ്ങളും (അവിടെ കണ്ടെത്തി) ഇംഗ്ലീഷിൽ നിർമ്മിച്ചവയായിരുന്നു. മൺപാത്രങ്ങൾ ഉപയോഗിച്ച് നിർമ്മിച്ച ചില പിച്ചള ഉരുളകളും കണ്ടെത്തി. ആയുധനിർമ്മാണം വേഗത്തിലാണ് അവിടെ നടക്കുന്നതെന്നാണ് ഇതെല്ലാം സൂചിപ്പിക്കുന്നത്.

കൽപിയിലെ വിജയം ഏറ്റവും പ്രധാനപ്പെട്ടതാണെന്നും ഹഗ്റോസിന്റെ പ്രവർത്തനങ്ങളെ പ്രശംസിച്ചുകൊണ്ടും മെയ് 24-ന് തന്നെ കാനിംഗ് പ്രഭു ഇങ്ങനെ എഴുതി: "ഇതുവരെയുള്ള യുദ്ധങ്ങളിൽ നിങ്ങൾക്ക് ലഭിച്ച എല്ലാ പ്രശംസകളിലും കൽപിയിലെ നിങ്ങളുടെ വിജയം ഏറ്റവും പ്രധാനമാണ്. ഈ വിജയത്തിന് നിങ്ങളോടും നിങ്ങളുടെ ധീരരായ സൈനികരോടും ഞാൻ നന്ദി രേഖപ്പെടുത്തുന്നു.

കമാൻഡർ-ഇൻ-ചീഫ് കോളിൻ കേബൽ, തന്റെ കീഴിലുള്ള സൈന്യത്തെ വിഭജിച്ച് ഗ്വാളിയോറിലേക്കും ഝാൻസിയിലേക്കും മാനേജ്മെന്റിനും ഓർഡറിനും വേണ്ടി ഹ്യൂഗ്രസിനെ അയയ്ക്കാൻ ആഗ്രഹിച്ചു. വിട്ടുമാറാത്ത പോരാട്ടങ്ങൾ കാരണം ഹ്യൂഗ്രസ് അസാധാരണമാംവിധം ക്ഷീണിതനായിരുന്നു. അവധിക്ക് ബോംബെയിൽ വരാൻ തീരുമാനിച്ചു. ബ്രിട്ടീഷ് പട്ടാളക്കാർ പൂർണ്ണമായും അച്ചടക്കവും സംഘടിതവും ഉള്ളവരായിരുന്നപ്പോൾ, എതിർകക്ഷികളുടെ പരാജയത്തിന്റെ പ്രധാന കാരണം സംഘടനാ അഭാവവും അച്ചടക്കത്തിന്റെ അഭാവവുമാണ്. അതിനാൽ, 1858 ജൂൺ 1-ന്, തന്റെ സൈനികരുടെ ഈ ഗുണങ്ങളെ അഭിനന്ദിച്ച് ഹ്യൂഗ്രസ് പറഞ്ഞു, "ബ്രിട്ടീഷ് സൈന്യത്തിന്റെ അനുസരണ ബോധവും മികച്ച മാനേജ്മെന്റും കാരണം മാത്രമേ ഈ വിജയങ്ങൾ സാധ്യമാകൂ."

റാവു സാഹിബിന്റെ സൈന്യം അച്ചടക്കമുള്ളവരോ അല്ലെങ്കിൽ അതിന്റെ കമാൻഡർമാർ കഴിവുള്ളവരോ ആണെങ്കിൽ, അവരുടെ പക്കൽ ലഭ്യമായ എല്ലാ യുദ്ധസാമഗ്രികളും ഉപയോഗിച്ച് അവരെ പരാജയപ്പെടുത്തുക അസാധ്യമായിരുന്നു. ഈ ഗുണങ്ങളുടെ അഭാവത്തിൽ അവർ പരാജയപ്പെടുകയും കൽപി വിടാൻ നിർബന്ധിതരാവുകയും ചെയ്തു. ഇപ്പോൾ ഇത്തരത്തിലുള്ള സംവാദത്തിൽ ഏർപ്പെടുന്നതിൽ പ്രയോജനമില്ല, കാരണം 'അത് സംഭവിച്ചിരുന്നെങ്കിൽ' തുടങ്ങിയ സുമനസ്സുകളെ സൂചിപ്പിക്കുന്ന വാക്കുകൾ ചരിത്രത്തിൽ ഉൾപ്പെടുന്നില്ല. കൽപിയിലെ തോൽവിയിൽ പോലും നമ്മുടെ കഥാപാത്ര-നായിക വീരാംഗന മഹാറാണി ലക്ഷ്മിഭായി നിരാശയായില്ല. അവസാന ശ്വാസം വരെ പോരാടാൻ അവൾ സ്വാതന്ത്ര്യത്തിന്റെ ജ്വാല കത്തിച്ചു.

7
ഗ്വാളിയോറിലെ വീരാംഗനയുടെ അവസാന ഇടിമുഴക്കം

ബ്രിട്ടീഷ് സാമ്രാജ്യത്തിന്റെ സൂര്യൻ 1857 ജൂണിൽ കൽപി, ബന്ദ, സാഗർ തുടങ്ങിയ സ്ഥലങ്ങളിൽ അസ്തമിച്ചു. തങ്ങളുടെ ഈ പരാജയത്തിൽ ബ്രിട്ടീഷുകാർ രോഷാകുലരായി. അതിനാൽ, ഈ സ്ഥലങ്ങളുടെ നിയന്ത്രണം വീണ്ടെടുക്കാൻ അവർ തങ്ങളുടെ എല്ലാ ശക്തിയും പ്രയോഗിച്ചു. ഇതിന്റെ അനന്തരഫലമായി സ്വാതന്ത്ര്യസ്നേഹികളായ വിമതരുടെ ഭരണം ഈ സ്ഥലങ്ങളിൽ ശാശ്വതമായിരുന്നില്ല. ബ്രിട്ടീഷുകാർ ഈ പ്രദേശങ്ങൾ തിരിച്ചുപിടിക്കുന്നതിൽ ഏറ്റവും പ്രഗത്ഭരായ കമാൻഡർമാരായ ഹ്യൂറോസും വിറ്റ്ലോക്കും ഒരു പ്രധാന പങ്ക് വഹിച്ചു. നർമ്മദ നദിക്കര, ഝാൻസി, കൽപി എന്നിവയോട് ചേർന്നുള്ള മുഴുവൻ ഭൂപ്രദേശവും ഹ്യൂഗ്രസ് തിരിച്ചുപിടിച്ചു, അതേസമയം ബന്ദയിലും കർവിയിലും വിജയിച്ച വിറ്റ്ലോക്ക് കൽപിയിലും വിജയത്തിന് സംഭാവന നൽകി. പ്രദേശങ്ങൾ ഏറ്റെടുത്ത ശേഷം അവർ സമ്പൂർണ നിയന്ത്രണം സ്ഥാപിച്ചു. കൽപിയിലെ ബ്രിട്ടീഷുകാരുടെ വിജയത്തിനുശേഷം, റാവു സാഹെബ്, ലക്ഷ്മിഭായി, ബന്ദയിലെ നവാബ് കൽപി വിട്ട് അവരുടെ പോരാട്ടത്തിന്റെ പാതയിൽ വീണ്ടും വഴിത്തിരിവായി.

ഗോപാൽപൂരിലാണ് ക്യാമ്പ്

ബ്രിട്ടീഷുകാർ കൽപി പിടിച്ചടക്കുന്നത് അനിവാര്യമാണെന്ന് മനസ്സിലാക്കിയ റാവു സാഹെബും മഹാറാണി ലക്ഷ്മിഭായിയും അവിടെ നിന്ന് പലായനം ചെയ്യുന്നത് ഉചിതമാണെന്ന് കരുതി. കൽപിയിൽ നിന്ന് ഓടിപ്പോയ പേഷ്വയും മഹാറാണി ലക്ഷ്മിഭായിയും ഗ്വാളിയോറിൽ നിന്ന് 75 കിലോമീറ്റർ അകലെയുള്ള ഗോപാൽപൂർ എന്ന ഗ്രാമത്തിൽ എത്തി. കൽപിയുടെ തോൽവിയുടെ സമയത്ത് ധീരനായ താത്യാ തോപ്പെ തന്റെ പിതാവിനെ കാണാൻ ജലോനിനടുത്തുള്ള ചർഖാരിയിൽ പോയിരുന്നുവെന്ന് നേരത്തെ സൂചിപ്പിച്ചിരുന്നു. ഈ വിവരങ്ങളെല്ലാം അറിഞ്ഞപ്പോൾ അയാളും ഗോപാൽപൂരിലെത്തി. ഏതാനും ദിവസങ്ങൾക്കുള്ളിൽ ബന്ദയിലെ നവാബും അങ്ങോട്ടും ഇങ്ങോട്ടും ഓടി മറഞ്ഞു. കൽപിയിലെ തോൽവി എല്ലാവർക്കും കയ്പേറിയ അനുഭവമായിരുന്നെങ്കിലും അവർ ഇതുവരെ നിരാശരായില്ല. അവരുടെ ഉള്ളിലെവിടെയോ വിജയപ്രതീക്ഷ ബാക്കിയായി. ഈ സമയത്ത് സാഹചര്യങ്ങൾ തികച്ചും പ്രതികൂലമായിരുന്നു; വിഭവം വറ്റിയതായി തോന്നി; ഒരു ശക്തനായ ശത്രു അവരെ നരകത്തെപ്പോലെ പിന്തുടരുന്നു; അത്തരമൊരു സാഹചര്യത്തിൽ അവർ വെറുതെ ഇരുന്നാൽ അത്

ദോഷകരമാണ്. എല്ലാം ഒരുമിച്ച് എടുത്തപ്പോൾ അവർക്ക് ഒരു അനിശ്ചിതാവസ്ഥ ഉടലെടുത്തു.

ഭാവി പദ്ധതികൾ സംബന്ധിച്ച ചർച്ചകൾ

മഹാറാണി ലക്ഷ്മിഭായി, റാവു സാഹെബ്, താത്യാ തോപെ, ബന്ദയിലെ നവാബ്, മറ്റ് പ്രധാന സഹകാരികൾ എന്നിവരുമായി ബന്ധപ്പെട്ട എല്ലാ പ്രശ്നങ്ങളും അടിച്ചമർത്താൻ പരസ്പരം ചർച്ച ചെയ്തു. ബ്രിട്ടീഷുകാരുമായി യുദ്ധം ചെയ്യുന്നത് അക്കാലത്ത് തനിക്ക് എളുപ്പമല്ലെന്ന മഹാറാണി ലക്ഷ്മിഭായിക്ക് അറിയാമായിരുന്നു. തന്റെ അഭിപ്രായം അവതരിപ്പിച്ചുകൊണ്ട് അവർ വ്യക്തമാക്കി, "ഇന്ന് വരെ ചരിത്രം സൃഷ്ടിച്ച എല്ലാ ധീരന്മാർക്കും ശക്തമായ കോട്ടകളുടെ സഹായം തേടേണ്ടി വന്നു. ശിവാജി മഹാരാജ് അതിന്റെ മൂർത്തമായ ഉദാഹരണമാണ്. നിർഭാഗ്യവശാൽ അക്കാലത്ത് അവരുടെ നിയന്ത്രണത്തിൽ ഒരു കോട്ടയും അവശേഷിച്ചിരുന്നില്ല. അതിനാൽ, ആദ്യം അവരുടെ നിയന്ത്രണത്തിൽ ഒരു കോട്ട ഉണ്ടായിരിക്കണമെന്ന് മഹാറാണി നിർദ്ദേശിച്ചു.

മഹാറാണിയുടെ ഈ നിർദ്ദേശം എല്ലാവരും അംഗീകരിച്ചു. ബുദ്ധിമുട്ടുള്ള ഒരു സമയത്ത് അത് അവർക്ക് അത്യന്താപേക്ഷിതമായിരുന്നു. അവളുടെ ജ്ഞാനത്തെ അഭിനന്ദിച്ചുകൊണ്ട് കേണൽ മെല്ലിസന്റെ വാക്കുകൾ ഉദ്ധരിക്കപ്പെടേണ്ടതാണ്:

"വിമത നേതാക്കളെ സംബന്ധിച്ചിടത്തോളം ഈ സമയം ഏറ്റവും നിർണായകവും തീവ്രമായ പരിഗണനയുടെ സമയവുമായിരുന്നു. എന്നാൽ പ്രതിസന്ധി ഘട്ടത്തിൽ പരിഹാരങ്ങളും എറിയപ്പെടുന്നു. ഈ പരിഹാരം ബുദ്ധിമാനായ മഹാറാണിയുടെ മനസ്സിൽ വന്നു. റാണി ഈ പരിഹാരവുമായി രംഗത്തെത്തിയിരുന്നില്ലെങ്കിൽ, മറ്റാരെങ്കിലും ഈ പരിഹാരവുമായി രംഗത്തെത്തിയോ ഇല്ലയോ എന്ന് നിർദ്ദേശിക്കാൻ സംശയമുണ്ട്. ഈ നാലുപേരുടെയും മുൻകാല പ്രവർത്തനങ്ങൾ പരിശോധിച്ചാൽ, കുറഞ്ഞത് റാവു സാഹിബിനും ബന്ദയിലെ നവാബിനും ഒരിക്കലും ഈ പരിഹാരം കണ്ടെത്താൻ കഴിയില്ലെന്ന് സൂചിപ്പിക്കുന്നു. ഈ നിർണായക പ്രശ്നം പരിഹരിക്കാൻ ഈ രണ്ട് വ്യക്തികളുടെയും പെരുമാറ്റത്തിൽ നിന്നും ബുദ്ധിശക്തിയിൽ നിന്നും തോന്നുന്നില്ല. ഇനി ബാക്കിയുള്ള രണ്ടിൽ, നമുക്ക് ടാത്യ ടോപ്പിനെ കുറച്ച് സമയത്തേക്ക് ചിത്രത്തിന് പുറത്ത് നിർത്താം. ഈ പരിഹാരം കണ്ടെത്താൻ താത്യാ ടോപെക്ക് കഴിവില്ലായിരുന്നു എന്നോ പരിഹാരത്തെക്കുറിച്ച് ചിന്തിക്കാൻ കഴിയുന്ന ഒരു ബുദ്ധി അദ്ദേഹത്തിനില്ല എന്നോ പറയാൻ ഞങ്ങൾ ഉദ്ദേശിക്കുന്നില്ല. ആ സമയത്ത് മഹാറാണി അവിടെ ഇല്ലായിരുന്നുവെങ്കിൽ ഈ പരിഹാരം മറ്റാരുടെയും തലയിൽ നിന്ന് ഉണ്ടാകുമായിരുന്നില്ല എന്ന് അദ്ദേഹം തന്നെ സമ്മതിച്ചതായി താത്യാ തോപ്പെയുടെ

ആത്മകഥയിൽ നിന്ന് അറിയാം.സ്വന്തം പാളയത്തിലെ വ്യക്തികളുടെ പ്രശംസ ഒരു ഔപചാരികതയോ പക്ഷപാതപരമായ അഭിപ്രായമോ ആയി കണക്കാക്കാം, എന്നാൽ എതിർവശത്തുള്ള ഒരു വ്യക്തി അഭിനന്ദിക്കുമ്പോൾ, അത് അവഗണിക്കാൻ കഴിയില്ല. വാസ്തവത്തിൽ, ഒരു നിർണായക സമയത്ത്, ഒരു പുതിയ ദിശയിലേക്ക് വിരൽ ചൂണ്ടിക്കൊണ്ട്, മഹാറാണി തന്റെ സജ്ജമായ ബുദ്ധിയുടെ അല്ലെങ്കിൽ തൽക്ഷണ ബുദ്ധിയുടെ പ്രകടനം നടത്തി. അതിനാൽ, എല്ലാവരും അവളുടെ നിർദ്ദേശം സന്തോഷത്തോടെ സ്വീകരിച്ചു എന്നതിൽ സംശയമില്ല. ഗ്വാളിയോർ ആക്രമിക്കപ്പെടുമെന്ന് ഉറപ്പായി.

ഗ്വാളിയോർ സംസ്ഥാനം

ഈ സാഹചര്യത്തിൽ, ഗ്വാളിയോർ സംസ്ഥാനത്തിന്റെ അന്നത്തെ അവസ്ഥയും 1857 ലെ കലാപത്തിൽ അത് വഹിച്ച പങ്കും പരിശോധിക്കേണ്ടത് ആവശ്യമാണ്. 1844-ൽ ഗ്വാളിയോർ സംസ്ഥാനത്തിനെതിരായ യുദ്ധത്തിലെ വിജയത്തിന്റെ അനന്തരഫലമായി, ബ്രിട്ടീഷുകാർ ഇവയും കുഴിച്ചെടുത്തു. ഈ യുദ്ധത്തിനു ശേഷം ഒപ്പുവച്ച ഉടമ്പടി പ്രകാരം ബ്രിട്ടീഷുകാർ ഗ്വാളിയോർ ദർബാറിൽ തങ്ങളുടെ അധികാരം സ്ഥാപിച്ചു, ഗ്വാളിയർ കോട്ടയും അവരുടെ കീഴിലായി. 1853-ൽ എല്ലാ അവകാശങ്ങളും ജയാജി റാവു സിന്ധ്യയ്ക്ക് തിരികെ കൈമാറി, എന്നാൽ ബ്രിട്ടീഷ് ഗവൺമെന്റിന്റെ റസിഡന്റുമായി കൂടിയാലോചിച്ച് എല്ലാ പ്രവർത്തനങ്ങളും അദ്ദേഹം നിർവഹിക്കേണ്ടി വന്നു. ഈ സമയത്ത് 1858-ൽ ജയാജി റാവു 23 വയസ്സുള്ള ഒരു ചെറുപ്പക്കാരനായിരുന്നു. എല്ലാ പ്രവർത്തനങ്ങളും ദിനകർ റാവു രാജ്വാഡെ അദ്ദേഹത്തിന് വേണ്ടി നിർവഹിച്ചു. 1857-ൽ ഡൽഹിയിലും മറ്റിടങ്ങളിലും സ്വാതന്ത്ര്യത്തിനായുള്ള തുറന്ന പോരാട്ടം ആരംഭിക്കുകയും അതിന്റെ വാർത്ത ഗ്വാളിയോറിൽ എത്തുകയും ചെയ്തപ്പോൾ ഗ്വാളിയോറിന് സ്വന്തമായി പതിനായിരം ശക്തമായ സൈന്യവും ഗ്വാളിയോർ ആസ്ഥാനമായ ബ്രിട്ടീഷുകാരുടെ സൈന്യവും ഉണ്ടായിരുന്നു. അക്കാലത്ത് സിന്ധ്യ തന്റെ സൈന്യത്തെ ല്യൂ-ടെനന്റ് ഗവർണറുടെ സഹായത്തിനായി ആഗ്രയിലേക്കും മറാത്ത സൈന്യത്തിന്റെ ഒരു പ്ലാറ്റൂണിനെ ഇറ്റാവയിലേക്കും അയച്ചു. എന്നാൽ 1857 ജൂൺ 14-ന് ഗ്വാളിയോർ ആസ്ഥാനമായുള്ള കണ്ടൻ-ജെന്റ് സൈന്യം കന്റോൺമെന്റിൽ കലാപം നടത്തി. കന്റോൺമെന്റിൽ തീയിട്ടു. ബ്രിട്ടീഷ് പട്ടാളക്കാരെ രക്ഷിക്കാൻ സിന്ധ്യ ഗൌരവമായി ശ്രമിച്ചു. അപ്പോഴും നിരവധി ഇംഗ്ലീഷ് സൈനികരും ഉദ്യോഗസ്ഥരും കൊല്ലപ്പെട്ടു. ഇതിൽ അസ്വസ്ഥനായ ക്യാപ്റ്റൻ മാക്ഫെർസൺ സിന്ധ്യയുടെ അടുത്ത് വരികയും ഇംഗ്ലീഷ് സ്ത്രീകളെയും കുട്ടികളെയും സൈന്യത്തിന്റെ അകമ്പടിയോടെ ആഗ്രയിലേക്ക് അയക്കണമെന്ന് നിർദ്ദേശിച്ചു. അതിനാൽ, നിർദ്ദേശിച്ചതുപോലെ ചെയ്തു.

സൈനിക കലാപത്തിൽ ജയാജി റാവു സിന്ധ്യയും ആശങ്കാകുലനായിരുന്നു. മാക്ഫെർസണിനും ആഗ്രയിലേക്ക് പോകാൻ അദ്ദേഹം അനുമതി നൽകി.

ചമ്പൽ നദിക്കപ്പുറത്തുള്ള ഹിങ്കോണ എന്ന ഗ്രാമത്തിലാണ് വിമത സൈനികർ താമസിച്ചിരുന്നത്. അവരുടെ നേതാവ് ജഹാംഗീർ ഖാൻ ഗ്വാളിയോർ സംസ്ഥാനത്തിന്റെ സേവകനായിരുന്നു. ഗ്വാളിയോറിൽ നിന്ന് ആഗ്രയിലേക്ക് പോവുകയായിരുന്ന ഇംഗ്ലീഷുകാരെ ചമ്പലിലെ നിബിഡവനങ്ങളിലേക്ക് കൊണ്ടുപോയി അവിടെ വെച്ച് കൊല്ലണമെന്ന് അദ്ദേഹം ആഗ്രഹിച്ചു. ഇംഗ്ലീഷുകാരുടെ സുരക്ഷയ്ക്കായി സിന്ധ്യ മതിയായ ക്രമീകരണങ്ങൾ നേരത്തെ തന്നെ ഒരുക്കിയിരുന്നു. അതിനാൽ, ഇംഗ്ലീഷുകാരുടെ ഈ സംഘം സുരക്ഷിതമായി ആഗ്രയിലെത്തി. പിന്നീട് നിരവധി ഇംഗ്ലീഷുകാരെ ആഗ്രയിലേക്ക് അയച്ചു. ജയാജി റാവു സിന്ധ്യ ഇംഗ്ലീഷുകാരുടെ പക്ഷം ചേരരുതെന്നും അവരെ സഹായിക്കരുതെന്നും വിമത സൈനികർ വീണ്ടും വീണ്ടും അഭ്യർഥിച്ചു. ബ്രിട്ടീഷുകാരോട് ശക്തമായ വിശ്വസ്തനായിരുന്നു സിന്ധ്യ. അതിനാൽ, അവർ വിമതർക്ക് ഒരു സഹകരണവും നൽകിയില്ല. ആഗ്രയിലും ബ്രിട്ടീഷുകാരുടെ സ്ഥാനം വളരെ ശക്തമാണെന്ന് വിളിക്കാനാവില്ല. അത്തരമൊരു സാഹചര്യത്തിൽ വിമതർ അവിടെ ആക്രമണം നടത്തിയാൽ, ഇംഗ്ലീഷുകാരെ കൊല്ലുന്നത് ഉറപ്പായിരുന്നു. ഈ സാഹചര്യം കണക്കിലെടുത്ത്, മാക്ഫെർസൺ സിന്ധ്യയോട് തന്റെ സൈന്യത്തെ അയയ്ക്കാൻ അഭ്യർത്ഥിക്കുകയും വിമതരെ ഗ്വാളിയോറിൽ നിർത്താനും അവരെ ഗ്വാളിയോറിൽ നിന്ന് ആഗ്രയിലെത്താൻ അനുവദിക്കരുതെന്നും അഭ്യർത്ഥിച്ചു. നല്ല ആലോചനകൾക്കും ന്യായവാദങ്ങൾക്കും ശേഷം സിന്ധ്യ ഗ്വാളിയോറിലെ വിമതരെ ശാന്തമാക്കി, ഇംഗ്ലീഷുകാർ ആഗ്രയിൽ സുരക്ഷിതരായി തുടർന്നു.

സിന്ധ്യ സർക്കാരിന്റെ ഉപദേശപ്രകാരം ഗ്വാളിയോറിലെ സൈന്യത്തിലെ വിമതർ നിശ്ശബ്ദത പാലിച്ചുവെങ്കിലും പിന്നീട് അവർ സിന്ധ്യയെ തങ്ങളുടെ ഭാഗത്തേക്ക് കൊണ്ടുവരാനുള്ള ശ്രമങ്ങൾ ആരംഭിച്ചു. ഒന്നുകിൽ തങ്ങളോടൊപ്പം വന്ന് ആഗ്രയെ ആക്രമിക്കാനും അല്ലെങ്കിൽ സാമ്പത്തികമായി സഹായിക്കാനും അവർ സിന്ധ്യയോട് പറഞ്ഞു. ഈ സമയത്ത് സിന്ധ്യയുടെ സ്ഥിതി ആശങ്കാജനകമായിരുന്നു. ദിനകർ റാവുവും മറ്റ് രണ്ട് സർദാർമാരും ഒഴികെ, മറ്റെല്ലാവരും വിമതരുടെ പിന്തുണക്കാരായി മാറിയിരുന്നു, അവരെല്ലാം സിന്ധ്യയെ തങ്ങളുടെ പക്ഷത്തേക്ക് കൊണ്ടുവരാൻ ശ്രമിച്ചു. ദിവാൻ ദിനകർ റാവു ഈ കാലയളവിൽ വളരെ ബുദ്ധിപരമായി പ്രവർത്തിച്ചു. വിമതരെ തനിക്കെതിരെ പോകാൻ അദ്ദേഹം ഒരിക്കലും അനുവദിച്ചില്ല, അവരെ ആശയക്കുഴപ്പത്തിലാക്കുകയും സംസാരത്തിൽ മുഴുകുകയും ചെയ്തു. ഇത് മാത്രമല്ല, സിന്ധ്യ ദർബാറിലെ ഭൂരിഭാഗം സർദാർമാരും സിന്ധ്യയ്ക്കെതിരെ

തിരിഞ്ഞിരുന്നുവെന്ന് വിമതർക്ക് അറിയാൻ അദ്ദേഹം അനുവദിച്ചില്ല. അത്തരം സമയങ്ങളിൽ അത്തരം രഹസ്യം തികച്ചും അനിവാര്യമായിരുന്നു. വിമത സൈനികർക്ക് ദർബാറിന്റെ ശരിയായ സ്ഥാനം അറിയാമായിരുന്നെങ്കിൽ, അവർ സിന്ധ്യ സർക്കാരിനെതിരെ തന്നെ മത്സരിക്കുമായിരുന്നു. കാൺപൂരിലെ നാനാ സാഹിബിന്റെ വിജയത്തിനുശേഷം, സിന്ധ്യയുടെ കൊട്ടാരക്കാർ സ്വതന്ത്രരാകാൻ ആഗ്രഹിച്ചു. ബ്രിട്ടീഷുകാരെ കുറിച്ച് അവർ എപ്പോഴും ചർച്ച ചെയ്യുകയായിരുന്നു.

അത്തരമൊരു സാഹചര്യത്തിൽ കലാപം അനുവദിക്കാതിരുന്നതിന്റെ മുഴുവൻ ക്രെഡിറ്റും ദിനകർ റാവുവിനാണ്. കാരണം അദ്ദേഹം സംസ്ഥാനത്തിന്റെ സമ്പൂർണ്ണവും ഏക എക്സിക്യൂട്ടീവുമായിരുന്നു. ജയാജി റാവു സിന്ധ്യ അദ്ദേഹത്തിന്റെ കൈകളിലെ ഒരു പാവ മാത്രമായിരുന്നു. അന്നും ഗ്വാളിയോറിലും കലാപക്കൊടി പാറിച്ചിരുന്നെങ്കിൽ, ഒരുപക്ഷേ ബ്രിട്ടീഷുകാർ ഇന്ത്യ വിടാൻ നിർബന്ധിതരാകുമായിരുന്നു. പല ഇംഗ്ലീഷ് ചരിത്രകാരന്മാരും ഈ വസ്തുത അംഗീകരിച്ചിട്ടുണ്ട്. ദി മെമ്മോറിയൽ ഓഫ് സർവീസ് ഇൻ ഇന്ത്യയുടെ രചയിതാവ് എഴുതുന്നു:

"ഗ്വാളിയോറിനെ ഒരർത്ഥത്തിൽ ഇന്ത്യയുടെ താക്കോലായി കണക്കാക്കണം അല്ലെങ്കിൽ അത് ഇന്ത്യയുടെ ഒരു ശൃംഖലയായിരുന്നുവെന്ന് നമുക്ക് പറയാം, ആരുടെ ഏതെങ്കിലും ലിങ്കിന്റെ തകർച്ച (നമ്മുടെ) ഉറപ്പായ ദുരന്തം വരുത്തുമായിരുന്നു. ഗ്വാളിയർ ഭരണാധികാരി ഞങ്ങളുമായുള്ള വിശ്വാസം ലംഘിക്കുകയോ വിമതർ നിയന്ത്രിക്കുകയോ ചെയ്താൽ, ആ കലാപം ഒരു പ്രാദേശിക അല്ലെങ്കിൽ സൈനിക കലാപമായി നിലനിൽക്കില്ല, അത് ജനകീയവും വ്യാപകവും ദേശീയവുമായ കലാപമായി മാറുമായിരുന്നു. അങ്ങനെയെങ്കിൽ, ഗംഗാ നദിയിലൂടെ എളുപ്പത്തിൽ കടന്നുപോകുന്ന പ്രദേശത്ത് നമുക്ക് യുദ്ധം ചെയ്യേണ്ടി വന്നേക്കില്ല; നേരെമറിച്ച്, ഉത്തരേന്ത്യയിലെ അപ്രാപ്യമായ പ്രവിശ്യകളിലെ യുദ്ധകലയിൽ വിദഗ്ധരായ ഗോത്രങ്ങളുമായി പോരാടാൻ ഞങ്ങൾ നിർബന്ധിതരായിരിക്കാം. അക്കാലത്ത് സിന്ധ്യ നമുക്കെതിരെ കലാപക്കൊടി ഉയർത്തിയിരുന്നെങ്കിൽ, സർവ്വശക്തിയുമുപയോഗിച്ച് പോരാടി അദ്ദേഹം പരാജയപ്പെട്ടാലും, ഈ കലാപം നമുക്ക് സങ്കൽപ്പിക്കാൻ പോലും കഴിയാത്ത ഭയാനകമായ മാനങ്ങൾ കൈവരിച്ചേനെ.

ഗ്വാളിയോറിൽ സംഘർഷാവസ്ഥ

ദിനകർ റാവുവിന്റെ ശ്രമഫലമായി കലാപം മാറ്റിവച്ചെങ്കിലും ഉള്ളിൽ പിരിമുറുക്കം ഉടലെടുത്തു. ഒരിക്കൽ രാജകൊട്ടാരത്തിന് സമീപം രൂക്ഷമായ പിരിമുറുക്കത്തിന്റെയും ഏറ്റുമുട്ടലിന്റെയും ഒരു സാഹചര്യം വികസിച്ചു, അത്

സിന്ധ്യയെയും ബ്രിട്ടീഷ് സർക്കാരിനെയും ഒരുപോലെ വിറപ്പിക്കുകയും മുന്നറിയിപ്പ് നൽകുകയും ചെയ്തു. കലാപത്തിന്റെ തീ ഉത്തരേന്ത്യയിലാകെ പടർന്നു. മൗവ്, ഇൻഡോർ എന്നിവിടങ്ങളിൽ നിന്നുള്ള വിമത സൈനികർ അവരുടെ പരസ്യ ദൗത്യത്തിനായി ഗ്വാളിയോറിലെത്തി. അവർ ഗ്വാളിയോറിലെ സൈന്യത്തെയും കലാപത്തിന് പ്രേരിപ്പിച്ചു. നാനാ സാഹിബിന്റെ ആളുകളും അവരെ തങ്ങളുടെ പക്ഷത്തേക്ക് ആകർഷിക്കാൻ ശ്രമിച്ചുകൊണ്ടിരുന്നു. ഇതിന്റെയെല്ലാം ഫലം ഗ്വാളിയോർ സൈന്യത്തിലെ വിമത സൈനികർ സിന്ധ്യയുമായി നേരിട്ട് സംസാരിക്കുന്നത് ശരിയാണെന്ന് കരുതി എന്നതാണ്. അവരുടെ തിരഞ്ഞെടുക്കപ്പെട്ട 300 പ്രതിനിധികൾ 1857 സെപ്തംബർ 7-ന് സിന്ധ്യയുടെ കൊട്ടാരത്തിലെത്തി താഴെപ്പറയുന്ന നിർദ്ദേശം അദ്ദേഹത്തിനു മുന്നിൽ വെച്ചു:

"ആഗ്ര ആക്രമിച്ച് വെള്ളക്കാരെ അവസാനിപ്പിക്കാൻ ഞങ്ങൾ ആഗ്രഹിക്കുന്നു. ഈ ദൗത്യത്തിൽ നിങ്ങൾ ഞങ്ങളെ സഹായിക്കുകയും ചെയ്യുന്നു.

ശരി, സിന്ധ്യക്ക് ഇത് എങ്ങനെ അംഗീകരിക്കാൻ കഴിയും? ഇതിനോട് വ്യക്തമായ വിയോജിപ്പ് പ്രകടിപ്പിച്ചുകൊണ്ട് അവർ പറഞ്ഞു, "നിങ്ങളുടെ ഈ പെരുമാറ്റം ഞങ്ങളുടെ ആദർശങ്ങൾക്ക് വിരുദ്ധമാണ്. മഴ കഴിയുന്നത് വരെ നിങ്ങൾ എന്തെങ്കിലും ശല്യം ഉണ്ടാക്കിയാൽ ഞങ്ങളുടെ ഭാഗത്ത് നിന്ന് ഒരു സഹായവും ലഭിക്കില്ല. കൂടാതെ, നിങ്ങളുടെ ശമ്പളവും നിർത്തും. ബ്രിട്ടീഷുകാരോടുള്ള സിന്ധ്യയുടെ ഭക്തിയും ഈ യോഗത്തിൽ വിമതർക്ക് മുന്നിൽ നഗ്ന രൂപത്തിൽ തുറന്നുകാട്ടപ്പെട്ടു. എന്തുകൊണ്ടാണ് സിന്ധ്യ ഇതുവരെ വ്യക്തമായ ഒരു പ്രതികരണവും പുറത്തുവരാത്തതെന്ന് അവർക്കും ഇത് അറിയാമായിരുന്നു. വിമതരുടെ പ്രതിനിധികൾ അവർക്ക് തുറന്ന മുന്നറിയിപ്പ് നൽകി മടങ്ങി. അടുത്തത് എന്താണ്? ഗ്വാളിയോർ ആസ്ഥാനമായുള്ള സൈന്യം പീരങ്കി തോക്കുകൾ ഉപയോഗിച്ച് സിന്ധ്യ കൊട്ടാരവും നഗരവും ആക്രമിക്കാൻ തീരുമാനിച്ചു. സ്ഥിതി ഗുരുതരവും സിന്ധ്യയോട് സംവേദനക്ഷമവുമായി മാറി. വാർത്ത അറിഞ്ഞയുടൻ അവർ മറാഠികളുടെ ഒരു സൈന്യത്തെ ഉയർത്താൻ തീരുമാനിക്കുകയും 5000 മറാഠികളെ റിക്രൂട്ട് ചെയ്യുകയും ചെയ്തു. സിന്ധ്യ തന്നെ തന്റെ സൈന്യത്തെ നയിക്കുകയും അവരുടെ നഗരത്തെ മികച്ച കഴിവോടെ സംരക്ഷിക്കുന്നതിൽ വിജയിക്കുകയും ചെയ്തു. കലാപത്തിനിറങ്ങേണ്ടെന്ന് തീരുമാനിച്ച് വിമതർ പിൻവാങ്ങി. ആഗ്രയിലെ ഇംഗ്ലീഷുകാരായിരുന്നു ഇതിന്റെ ഏറ്റവും വലിയ ഗുണഭോക്താക്കൾ. സമ്പൂർണ്ണ നാശത്തിൽ നിന്ന് അവർ രക്ഷപ്പെട്ടു. ജയാജി റാവുവിന്റെ നിസ്സഹകരണത്തിൽ നിരാശനായ ഗ്വാളിയോറിലെ വിമത സൈന്യം താത്യാ തോപ്പിനൊപ്പം കാൺപൂരിലേക്ക് പോയി.

ഗ്വാളിയോറിൽ ആക്രമണം

പ്രത്യക്ഷത്തിൽ പ്രതിസന്ധി ഒഴിവാക്കിയെങ്കിലും ഉള്ളിൽ തീ പുകയുകയായിരുന്നു. ഈ സംഭവത്തിൽ സിന്ധ്യയും നടുങ്ങി. എല്ലാ ഭാഗത്തുനിന്നും കലാപം ശക്തിപ്രാപിച്ചതോടെ ഗ്വാളിയോറിലും ബ്രിട്ടീഷുകാരോട് വെറുപ്പിന്റെ വികാരം ജനിച്ചു. ഈ സംഭവത്തിന് ഏതാനും മാസങ്ങൾക്ക് ശേഷം കൽപിയിലെയും ഝാൻസിയിലെയും ബ്രിട്ടീഷുകാരുടെ വിജയത്തെക്കുറിച്ചുള്ള വാർത്തകൾ പരന്നപ്പോൾ, ഗ്വാളിയോറിലെ മിക്കവാറും എല്ലാ സർദാർമാരും ബ്രിട്ടീഷ് വിരുദ്ധരായി മാറി. ഈ സമയത്താണ് ധീരനായ താത്യാ തോപ്പെ ഗ്വാളിയോറിലെത്തിയത്. സിന്ധ്യ സൈന്യത്തെ കലാപത്തിന് പ്രേരിപ്പിക്കാനും അദ്ദേഹം വന്നിരുന്നു. രാജ്യത്തിന്റെ സ്വാതന്ത്ര്യത്തിനായുള്ള ക്രാന്തി-യജ്ഞത്തിൽ (വിപ്ലവം) ചേരാൻ അദ്ദേഹം സൈന്യത്തോട് അഭ്യർത്ഥിച്ചു. താത്യാ ടോപെയെ സഹായിക്കാൻ എല്ലാവരും സമ്മതിച്ചു.

ഇതെല്ലാം പറയുന്നതിന്റെ ഉദ്ദേശം, അക്കാലത്ത് ഗ്വാളിയോർ ഒരു തീപ്പൊരി ആളിക്കത്തിക്കാൻ മാത്രം വിദഗ്ദ്ധനെ കാത്തിരിക്കുന്ന വെടിമരുന്നിന്റെ കൂമ്പാരമായി മാറിയിരുന്നു എന്നതാണ്. ഗ്വാളിയോർ കലാപം നടത്തിയാൽ അതിന്റെ അനന്തരഫലങ്ങൾ സങ്കൽപ്പിക്കാനാവാത്തവിധം ഭീകരമായിരിക്കുമെന്ന് ബ്രിട്ടീഷുകാർ ഭയപ്പെട്ടു. ഗ്വാളിയോറിലെ താമസക്കാരൻ വെള്ളക്കാരുടെ ഒരു സൈന്യത്തെ അവിടെ നിർത്തേണ്ടതിന്റെ ആവശ്യകതയെക്കുറിച്ച് ചിന്തിച്ചു, അതിനെക്കുറിച്ച് കാനിംഗ് പ്രഭുവിന് ഒരു കത്തെഴുതി. ഈ സംഭവങ്ങളുടെ ചക്രത്തിൽ നിന്ന് ബ്രിട്ടീഷുകാർ എത്രമാത്രം ഭീകരരായിരുന്നുവെന്ന് ഊഹിക്കാം, സിന്ധ്യ കലാപത്തിൽ പങ്കെടുത്താൽ, തന്റെ ബാഗും ലഗേജും എടുത്ത് ഇന്ത്യ വിടേണ്ടിവരുമെന്ന് ഗവർണർ ജനറൽ ഇംഗ്ലണ്ടിലേക്ക് ഒരു വയർ അയച്ചു. .

കാനിംഗ് പ്രഭുവിന്റെ നിർദ്ദേശപ്രകാരം ഗവർണർ ജനറൽ ഒരു വെള്ളപ്പടയെ ഗ്വാളിയോറിലേക്ക് അയയ്ക്കാൻ ഉത്തരവിട്ടു. ഈ സൈന്യം ഗ്വാളിയോറിൽ എത്തുംമുമ്പ് റാവു സാഹിബും ലക്ഷ്മീഭായിയും ഗോപാൽപൂർ വിട്ട് ഗ്വാളിയോറിന്റെ അതിർത്തിയിൽ എത്തിയെന്നായിരുന്നു ഗ്വാളിയോറിൽ ലഭിച്ച വാർത്ത. അവിടെയുള്ള പൊതുജനങ്ങളും സർദാർമാരും ധീരരായ കലാപകാരികളുടെ പിന്തുണക്കാരായി തങ്ങളെത്തന്നെ പരിവർത്തിപ്പിച്ചിരുന്നു, അതിനാൽ റാവു സാഹിബിന്റെ സൈന്യത്തിന് അവിടെ എത്തുന്നതിൽ എതിർപ്പൊന്നും നേരിടേണ്ടി വന്നില്ല. ഗ്വാളിയോർ കോട്ട തങ്ങളുടെ അധീനതയിലാക്കാനാണ് അവർ വന്നത് എന്നത് സത്യമാണ്. എന്നാൽ തങ്ങളുടെ ലക്ഷ്യം അവർ തുറന്ന് പറഞ്ഞിരുന്നില്ല. അവരുടെ അനുയായികൾ അവരുടെ വരവിൽ സന്തുഷ്ടരായിരുന്നപ്പോൾ, സിന്ധ്യയും അദ്ദേഹത്തിന്റെ ദിവാൻ ദിനകർ

റാവുവും രഘുനാഥ് റാവു രാജ്‌വാഡെയെപ്പോലുള്ള മറ്റ് കൊട്ടാരങ്ങളും ആശങ്കാകുലരായിരുന്നു. റാവു സാഹിബിന്റെ വരവിൽ രാജ് വേഡ് സന്തുഷ്ടനായി കാണപ്പെട്ടു, പക്ഷേ അദ്ദേഹത്തിന്റെ വിശ്വസ്തത ബ്രിട്ടീഷുകാരോടൊപ്പമായിരുന്നു. ജയാജി റാവുവിനും രാജ്മാതാ ജയാജിഭായിക്കും റാവു സാഹേബ് ഒരു കത്ത് എഴുതി, "ഞങ്ങൾ നിങ്ങളുടെ അടുത്തേക്ക് വരുന്നത് സ്നേഹാദരങ്ങളോടെയാണ്. നിങ്ങളുമായുള്ള ഞങ്ങളുടെ പഴയ ബന്ധം കണക്കിലെടുത്ത്, ഈ പ്രതിസന്ധിയിൽ ഞങ്ങളെ സഹായിക്കൂ. ഇത് തെക്കോട്ട് നീങ്ങാൻ ഞങ്ങളെ പ്രാപ്തരാക്കും.

സിന്ധ്യയെ തന്റെ സംഘത്തിൽ കൊണ്ടുപോകാൻ അദ്ദേഹം ആഗ്രഹിച്ചിരുന്നുവെന്ന് വ്യക്തമാണ്. റാവു സാഹിബ് പേഷ്വാകളുടെ പിൻഗാമിയായിരുന്നു, സിന്ധ്യ കുടുംബത്തിനും പേഷ്വാകളിൽ നിന്ന് ഗ്വാളിയോർ സംസ്ഥാനം ലഭിച്ചു. സിന്ധ്യയെ പേഷ്വാകൾ സ്വാധീനിച്ചേക്കാമെന്ന് കരുതി, മുകളിൽ പറഞ്ഞ കത്ത് സിന്ധ്യയിൽ എത്താതിരിക്കാൻ ദിനകർ റാവു ശ്രദ്ധിച്ചു. പകരം, അദ്ദേഹം താമസക്കാരനെ എല്ലാം അറിയിച്ചു. മറുവശത്ത്, റാവു സാഹബിന് തന്റെ കത്തിന് മറുപടി ലഭിക്കാതായപ്പോൾ, ദീർഘനേരം കാത്തിരിക്കുന്നത് ശരിയല്ലെന്ന് അദ്ദേഹം കരുതി, 1858 മെയ് 28 ന് അമൻ ഗ്രാമത്തിന് സമീപം എത്തി. പേഷ്വാകളുമായുള്ള സിന്ധ്യയുടെ ബന്ധം കണക്കിലെടുത്ത് ജയാജി റാവു തീർച്ചയായും തന്നെ സഹായിക്കുമെന്ന് അദ്ദേഹത്തിന് പൂർണ വിശ്വാസമുണ്ടായിരുന്നു, എന്നാൽ സംഭവിച്ചത് അതിന് വിരുദ്ധമാണ്. 400 കാലാൾപ്പടയാളികളും നൂറ്റമ്പത് കുതിരസവാരിക്കാരായ പട്ടാളക്കാരും തങ്ങളുടെ വഴി തടയുന്നത് അവർ കണ്ടു. ഇത് പേഷ്വാ റാവു സാഹിബിനെ ചൊടിപ്പിച്ചു.

അവൻ ആ സൈന്യത്തിന്റെ സർദാറിനോട് വളരെ ശക്തമായ സ്വരത്തിൽ പറഞ്ഞു: "ഞങ്ങളെ തടയാൻ നിങ്ങൾ ആരാണ്? സിന്ധ്യയെയും ദിനകർ റാവുവിനെയും കുറിച്ച് നമ്മൾ എന്താണ് ചിന്തിക്കുന്നത്? അവർ എന്താണ്, അങ്ങനെ അവർ ഞങ്ങളെ തടയും? ഞങ്ങൾ റാവു പന്ത് പ്രധാൻ പേഷ്വയാണ്, ഞങ്ങളുടെ മതത്തിനും സ്വതന്ത്ര രാജ്യത്തിനും വേണ്ടി പോരാടുകയാണ്. സിയാൻഡിയസിന്റെ പൂർവ്വികർ നമ്മുടെ സേവകരായി ജീവിക്കുകയും പ്രവർത്തിക്കുകയും ചെയ്തിട്ടുണ്ട്, ഞങ്ങൾ അവർക്ക് രാജ്യം നൽകിയിട്ടുണ്ട്. അവൻ തന്റെ മുഴുവൻ സൈന്യവും ഞങ്ങളിൽ നിന്ന് നേടി. സൈന്യത്തിലെ ഉദ്യോഗസ്ഥരിൽ നിന്ന് ഞങ്ങൾക്ക് കത്തുകൾ ലഭിച്ചു. താത്യാ ടോപെ ഇതിനകം ഗ്വാളിയോർ സന്ദർശിക്കുകയും അതിനെക്കുറിച്ചുള്ള എല്ലാ വിശദാംശങ്ങളും അറിയുകയും ചെയ്തിരുന്നു. ഇപ്പോൾ എല്ലാ ഒരുക്കങ്ങളും നടത്തി. അതിനാൽ, ഞങ്ങൾ ഞങ്ങളുടെ സൈന്യവുമായി വരുന്നു. ഞങ്ങളോട് യുദ്ധം ചെയ്യാൻ നിങ്ങൾ ആഗ്രഹിക്കുന്നുണ്ടോ?"

റാവു സാഹബിന്റെ വാക്കുകൾ കേട്ട്, സുബേദാർക്ക് ധൈര്യം സംഭരിക്കാൻ കഴിഞ്ഞില്ല, തന്റെ മുന്നിൽ വലിയ സൈന്യത്തെ കണ്ടപ്പോൾ, ഒരു സംഘട്ടനത്തിന്റെ ഫലം അദ്ദേഹം മുൻകൂട്ടി കണ്ടു. അങ്ങനെ, അവൻ ഒരു വശത്തേക്ക് വലിച്ചു, റാവു സാഹിബ് തന്റെ സൈന്യവുമായി മുന്നോട്ട് നീങ്ങി. മെയ് 30-ന് പേഷ്വായുടെ സൈന്യം ബസ ഗാവിലെത്തി.

സിന്ധ്യയുടെ തോൽവി

പേഷ്വ തന്റെ മുഴുവൻ സൈന്യവുമായി മിനാർ കന്റോൺമെന്റിൽ ഒരു ക്യാമ്പ് ചെയ്തു, സിന്ധ്യയെ തന്റെ അഭ്യുദയകാംക്ഷിയായി കണക്കാക്കി, പേഷ്വയുടെ സഹായത്തിനായി അദ്ദേഹം സ്വയം തയ്യാറായി. പല ധീരരായ സൈനികരും അദ്ദേഹത്തെ സഹായിക്കാൻ ഇഷ്ടപ്പെട്ടെങ്കിലും, ധൈര്യം സംഭരിക്കാൻ അവർക്ക് കഴിഞ്ഞില്ല. ദിനകർ റാവുവിനെപ്പോലുള്ള ചില സർദാർമാരും അവരിൽ നിന്ന് മറ്റ് രണ്ട് പേരും പെട്ടെന്ന്, അവരുടെ നയതന്ത്രത്തിന്റെയും ചാതുര്യത്തിന്റെയും പിൻബലത്തിൽ, പേഷ്വാ സൈന്യത്തിന് നേരെ ആക്രമണം നടത്തി. പക്ഷേ, ലക്ഷ്മീഭായിയുടെ ധീരതയ്ക്ക് മുന്നിൽ അവർക്ക് നിൽക്കാനായില്ല. അവർക്ക് യുദ്ധക്കളത്തിൽ നിന്ന് ഓടിപ്പോകേണ്ടിവന്നു. മഹാറാണി ലക്ഷ്മിഭായി അവരുടെ എല്ലാ പീരങ്കി തോക്കുകളും യുദ്ധ സാമഗ്രികളും പിടിച്ചെടുത്തു.

സിന്ധ്യ ഓടിപ്പോകുന്നു, പേഷ്വകൾ ഗ്വാളിയോറിന്റെ നിയന്ത്രണം ഏറ്റെടുക്കുന്നു

യുദ്ധക്കളത്തിൽ നട്ടെല്ല് കാണിച്ചതിന് ശേഷം സിന്ധ്യയ്ക്ക് ഗ്വാളിയോറിൽ തങ്ങുന്നത് സുരക്ഷിതമായിരുന്നില്ല. അങ്ങനെ, ദിനകർ റാവുവും മറ്റ് കുറച്ച് ആളുകളുമായി അദ്ദേഹം ധോൽപൂർ വഴി ആഗ്രയിലെത്തി. എന്തൊരു വിരോധാഭാസം! ഒരു ഘട്ടത്തിൽ വിമതരെ അടിച്ചമർത്തിക്കൊണ്ട് സിന്ധ്യ തന്റെ യജമാനന്മാരായ ബ്രിട്ടീഷുകാരെ പ്രീതിപ്പെടുത്താൻ ശ്രമിച്ചു; മറ്റൊരു ഘട്ടത്തിൽ (ഇപ്പോൾ) മഹാറാണി ലക്ഷ്മിഭായിയിൽ നിന്ന് തന്റെ ജീവൻ രക്ഷിക്കാൻ അദ്ദേഹത്തിന് തന്നെ ഓടേണ്ടി വന്നു. മഹാറാണിയുടെ കൈകളിലുണ്ടായ പരാജയത്തെക്കുറിച്ച് ശ്രീ പരസ്നീസ് എഴുതുന്നു:

സിന്ധ്യ ഗവൺമെന്റ്, അക്കാലത്ത്, ബ്രിട്ടീഷുകാരോടുള്ള വിശ്വസ്തതയുടെ വളരെ നല്ല അവതരണം നടത്തി, സൗഹൃദം സംരക്ഷിക്കുന്നതിനായി അത് ജീവൻ പണയപ്പെടുത്തി, വളരെ പഴയ ബന്ധുക്കളുമായി യുദ്ധം ചെയ്തു. ഇത് സിന്ധ്യയുടെ ഭാഗത്തുനിന്ന് അഭിമാനകരമായ ഒരു പ്രവൃത്തിയാണെന്ന് തെളിഞ്ഞു; അതുപോലെ മഹാറാണി ലക്ഷ്മീഭായി സ്വാതന്ത്ര്യം

വീണ്ടെടുക്കുന്നതിൽ പ്രദർശിപ്പിച്ച വീര്യത്തിലൂടെ നേടിയ മഹത്വം എന്നെന്നും നിലനിൽക്കും. യൂറോപ്പിലെ മഹാരഥന്മാർ ഏറെ വിലമതിച്ച മഹാരാജാ ജയാജി റാവു സിന്ധ്യയെപ്പോലുള്ള ഒരാളെ വാളിന്റെ ബലത്തിൽ മഹാറാണി യുദ്ധക്കളത്തിൽ നിന്ന് ഓടിച്ചുകളഞ്ഞത് ഒരു സാധാരണ കാര്യമല്ല. ഏറ്റവും ശക്തനായ ശത്രുവിന് യുദ്ധ തയ്യാറെടുപ്പുകൾ അങ്ങേയറ്റം ഭയാനകമായിരുന്നു, ആരുടെ ധീരരും ധീരരുമായ സർദാർമാരാണ് വിജയത്തിന്റെ ഉറപ്പ്."

ഇപ്പോൾ പേഷ്വാകൾക്ക് നിലം തെളിഞ്ഞു; അങ്ങനെ, അവർ വിജയത്തിന്റെ സന്തോഷത്തോടെ നഗരത്തിൽ പ്രവേശിച്ചു. ഇതിനായി ഒരു തരത്തിലും സമരം ചെയ്യേണ്ടി വന്നില്ല. അവരുടെ പിന്തുണക്കാർ വളരെ സന്തോഷത്തിലായിരുന്നു. ഗ്വാളിയോറിലെ കലാപത്തെ പിന്തുണച്ച സൈന്യം പേഷ്വായുടെ അധികാരം സന്തോഷത്തോടെ സ്വീകരിക്കുകയും പീരങ്കികളുപയോഗിച്ച് അദ്ദേഹത്തെ അഭിവാദ്യം ചെയ്യുകയും ചെയ്തു. റാവു സാഹിബ് സിന്ധ്യയുടെ രാജകൊട്ടാരത്തെ തന്റെ താമസസ്ഥലമാക്കി, അതിൽ അദ്ദേഹത്തിന്റെ പതാക ഉയർത്തി. മഹാറാണി ലക്ഷ്മിഭായി തന്റെ താമസത്തിനായി നൗലാഖ ബാഗിന് അടുത്തുള്ള കൊട്ടാരം തിരഞ്ഞെടുത്തു. അതുപോലെ, മറ്റ് കമാൻഡർമാരും വിവിധ കൊട്ടാരങ്ങളിൽ താമസിക്കാൻ തുടങ്ങി. നഗരത്തിന്റെ നിയന്ത്രണം ഏറ്റെടുത്ത ശേഷം, ധീരനായ തത്യാ ടോപ്പ് തന്റെ ചില സൈനികരെ കോട്ട പിടിച്ചെടുക്കാൻ അയച്ചു, അവിടെ അവരെ അവിടെയുള്ള ആളുകൾ ഇരു കൈകളും നീട്ടി സ്വീകരിക്കുകയും കോട്ടയുടെ നിയന്ത്രണം അവർക്ക് കൈമാറുകയും ചെയ്തു. കോട്ടയിൽ യുദ്ധ സാമഗ്രികളുടെ ഒരു വലിയ ശേഖരം ഉണ്ടായിരുന്നു. അതിന്റെ നിയന്ത്രണം നേടിയതിൽ വിജയികൾ അസാധാരണമായ സന്തോഷത്തിലായിരുന്നു.

വിജയം ആഘോഷിച്ചതിന് ശേഷം റസിഡൻസി ആക്രമിക്കാനുള്ള സമയമായി. അത് കൊള്ളയടിക്കുകയും തീയിടുകയും ചെയ്തു. ഇതിനുശേഷം, സിന്ധ്യയുടെ പഴയ കൊട്ടാരവും ബ്രിട്ടീഷ് പിന്തുണയുള്ള സർദാർമാരുടെ ഹൗലിസും (വിശാലമായ കെട്ടിടങ്ങൾ) കൊള്ളയടിക്കുകയും നിലംപരിശാക്കുകയും ചെയ്തു. ഇതിനുശേഷം പട്ടാളക്കാർ നഗരവും കൊള്ളയടിക്കാൻ പദ്ധതിയിട്ടു. പക്ഷേ, അവർ അങ്ങനെ ചെയ്യുന്നതിനു മുമ്പ് പേഷ്വക്ക് അത് മനസ്സിലായി. ആരും ഈ ദുഷ്പ്രവൃത്തിയിൽ ഏർപ്പെടരുതെന്നും ഒരു പൗരനെയും ഒരു തരത്തിലും ഉപദ്രവിക്കരുതെന്നും അദ്ദേഹം കർശനമായ ഉത്തരവുകൾ പുറപ്പെടുവിച്ചു. അങ്ങനെ നഗരം കൊള്ളയടിക്കുന്നത് ഒഴിവാക്കി.

റാവു സാഹിബിന്റെ കിരീടധാരണം

സ്വാതന്ത്ര്യത്തിനുവേണ്ടിയുള്ള കലാപത്തെ പിന്തുണച്ച തന്റെ നാല് സർദാർമാരെ

ജയാജി റാവു സിന്ധ്യ അറസ്റ്റ് ചെയ്തിരുന്നു. പേഷ്വ അവരെ മോചിപ്പിച്ചു. ഗ്വാളിയോറിന്റെ ഭരണാധികാരം ഇപ്പോൾ ഈ ധീര വിമതരുടെ കൈകളിലായിരുന്നു. പേഷ്വാ റാവു സാഹിബ് ആയിരുന്നു അവരുടെ നേതാവ്. അതിനാൽ അധികാരത്തിന്റെ യഥാർത്ഥ യജമാനനായി തുടരുന്നതിന് തന്റെ (പേഷ്വയുടെ) കിരീടധാരണ ചടങ്ങ് അനിവാര്യമാണെന്ന് അദ്ദേഹം കരുതി. പുരാതന പാരമ്പര്യമനുസരിച്ച്, ഒരു വ്യക്തി കിരീടധാരണം ചെയ്തില്ലെങ്കിൽ, അവനെ സാധുവായ രാജാവായി കണക്കാക്കില്ല. ഛത്രപതി മഹാരാജ് ശിവജിയുടെ കയ്യിൽ ഭരണപരമായ എല്ലാ അധികാരങ്ങളും ഉണ്ടായിരുന്നെങ്കിലും, അദ്ദേഹത്തെ പട്ടാഭിഷേകം വരെ ആളുകൾ ബീജാപൂർ ഭരണകൂടത്തിന്റെ വിമത സേവകനായി കണക്കാക്കി. അദ്ദേഹം നൽകിയ കിരീടധാരണത്തിനു മുമ്പുള്ള സമ്മാനങ്ങളും സംഭാവന ഉത്തരവുകളും അസാധുവായി കണക്കാക്കി. ഒരുപക്ഷേ, ഇക്കാരണത്താൽ, തന്റെ കിരീടധാരണ ചടങ്ങ് നടത്തേണ്ടത് ആവശ്യമാണെന്ന് റാവു സാഹിബ് കരുതി. ഗ്വാളിയോർ സംസ്ഥാനത്തെ എല്ലാ ബഹുമാന്യരായ വ്യക്തികളുമായും ജാഗിർദാർമാരുമായും ജമീന്ദാർമാരുമായും അദ്ദേഹം ആദ്യം വിഷയം ചർച്ച ചെയ്തു. അവരുടെ സമ്മതം ലഭിച്ച ശേഷം, അദ്ദേഹം തന്നെ തന്റെ കിരീടധാരണത്തിന് ഒരു ദിവസം നിശ്ചയിച്ചു. അതിൽ പങ്കെടുക്കാൻ എല്ലാ സുഹൃത്തുക്കളെയും അദ്ദേഹം ക്ഷണിച്ചു.

1858 ജൂൺ 3-ന് ഫൂൽ ബാഗിൽ ഒരു കോടതി സംഘടിപ്പിച്ചു, അവിടെ എല്ലാ കൊട്ടാരം ഉദ്യോഗസ്ഥരും കമാൻഡർമാരും അവരുടെ രാജകീയ വസ്ത്രങ്ങൾ ധരിച്ചു. റാവു സാഹിബ് തന്റെ പരമ്പരാഗത പേഷ്വാ വസ്ത്രം ധരിച്ചു. തുടർന്ന് പൂർണ്ണമായ മതപരമായ ആചാരങ്ങളോടും ക്രമത്തോടും കൂടി അദ്ദേഹം സിംഹാസനത്തിൽ കയറി. ഈ സംഭവത്തെ വിവരിച്ചുകൊണ്ട് ശ്രീ പരസ്നീസ് എഴുതുന്നു:

"അദ്ദേഹത്തെ (പാശ്വ) അനുകൂലിക്കുന്ന എല്ലാ സർദാർമാരും രാഷ്ട്രീയക്കാരും സൈനികരും അവരുടെ ആഗസ്റ്റ് സീറ്റുകളിൽ ഇരുന്നു. താത്യാ ടോപെയും അദ്ദേഹത്തിന്റെ കീഴിലുള്ള മറ്റ് കമാൻഡർമാരും അവരുടെ യൂണിഫോമിൽ നിയമസഭയിൽ ഉണ്ടായിരുന്നു. പേഷ്വാ രാജകീയ വസ്ത്രം ധരിച്ച്, തലയിൽ ശിരോവസ്ത്രവും, ചെവിയിൽ തൂവെള്ള ചതുരാകൃതിയിലുള്ള മോതിരവും, നെഞ്ചിൽ മാലയും ധരിച്ച റാവു സാഹിബ്, ചോബ്ദാറുകളുടെയും വണ്ടിഗാനങ്ങളുടെയും അനുഗ്രഹീത ഗാനങ്ങളുടെ അകമ്പടിയോടെ പൂർണ്ണ ആഡംബരത്തോടും പ്രതാപത്തോടും കൂടി ദർബാറിലെത്തി. പിന്നീട്, തസീമുകളുടെയും ദർബാരികളുടെയും മുജ്റകൾ കടന്ന് പേഷ്വ സിംഹാസനത്തിൽ കയറി.

ഇതിനുശേഷം, ജാഗിർദാർമാർക്കും താത്യാ ടോപെയ്ക്കും മറ്റുള്ളവർക്കും വിലയേറിയ സമ്മാനങ്ങൾ നൽകി. തത്യാ ടോപെയെ സൈന്യത്തിന്റെ പരമോന്നത കമാൻഡറായി പ്രഖ്യാപിക്കുകയും രത്നം പതിച്ച വാൾ സമ്മാനിക്കുകയും ചെയ്തു. രാം റാവു ഗോവിന്ദിനെ പ്രധാനമന്ത്രിയായി (അമാത്യ) നിയമിച്ചു. വിലകൂടിയ വസ്ത്രങ്ങൾ നൽകി. ശിവാജി മഹാരാജിന്റെ ആചാരപ്രകാരം അദ്ദേഹം അഷ്ട പ്രധാനികളെ (എട്ട് മേധാവികൾ) നിയമിച്ചു. ഇരുപത് ലക്ഷം രൂപ സൈനികർക്ക് സമ്മാനമായി വിതരണം ചെയ്തു.

അധികാരത്തിന്റെ ലഹരി

റാവു സാഹിബ്, താത്യാ ടോപെ തുടങ്ങിയവർ, ഈ അനായാസ വിജയത്തിനുശേഷം, തങ്ങളുടെ കടമ മറന്നതായി തോന്നി. ഈ മനുഷ്യത്വത്തിൽ തന്റെ സംസ്ഥാനം നഷ്ടപ്പെട്ട സിന്ധ്യ വെറുതെ ഇരിക്കില്ലെന്ന് ഓർക്കാൻ പോലും അദ്ദേഹം ശ്രദ്ധിച്ചില്ല. പട്ടാഭിഷേക വേളയിൽ ഒന്നും ലഭിക്കാത്ത ചില പഴയ സേവകർ തങ്ങളെ അപമാനിച്ചതായി കണക്കാക്കുന്നു. പക്ഷേ, അധികാരത്തിന്റെ ലഹരിയിലായ, സുഖഭോഗങ്ങളിലും സുഖഭോഗങ്ങളിലും മുഴുകിയിരിക്കുന്ന പേഷ്വയ്ക്കും കൂട്ടാളികൾക്കും ഇതെല്ലാം എങ്ങനെ ശ്രദ്ധിക്കാൻ കഴിയും? മഹാറാണി ലക്ഷ്മിഭായിക്ക് അവരുടെ ഇത്തരത്തിലുള്ള പെരുമാറ്റത്തിൽ വളരെ അതൃപ്തി തോന്നി. അതിനാൽ, അവൾ പേഷ്വയുടെ അടുത്ത് ചെന്ന് പറഞ്ഞു, "വിജയത്തിന്റെ ലഹരിയിൽ മുഴുകുന്നത് നിങ്ങൾക്ക് യോഗ്യമല്ല. തീർച്ചയായും, സിന്ധ്യയുടെ എല്ലാ സായുധ സേനകളിലും ട്രഷറിയിലും നിങ്ങൾക്ക് നിയന്ത്രണമുണ്ട്, പക്ഷേ അവ ശരിയായി ഉപയോഗിച്ചില്ലെങ്കിൽ, അത് നിങ്ങളുടെ എല്ലാ അഭിലാഷങ്ങളിലും വെള്ളം ചേർക്കും. ബ്രിട്ടീഷുകാർ വളരെ ബുദ്ധിമാനും കഠിനാധ്വാനികളുമാണ്. എപ്പോഴാണ് അവർ ഞങ്ങളെ ആക്രമിക്കുന്നത് എന്നതിനെക്കുറിച്ച് ഞങ്ങൾക്ക് ഒന്നും പറയാൻ കഴിയില്ല. നിങ്ങൾ ഇതുപോലെ അശ്രദ്ധമായി തുടരുകയാണെങ്കിൽ, ഞങ്ങളുടെ സമ്പൂർണ നാശത്തിന് അധികനാൾ വേണ്ടിവരില്ല. അതിനാൽ, സുഖങ്ങളും ആഡംബരങ്ങളും ഉപേക്ഷിച്ച് നിങ്ങൾ സൈന്യത്തിൽ ശ്രദ്ധ കേന്ദ്രീകരിക്കണം. സൈനികരുടെ ശമ്പളം വർധിപ്പിച്ച് അവരെ പ്രോത്സാഹിപ്പിക്കുക. ഈ സമയം പാഴാക്കാനുള്ളതല്ല. വലിയ ബുദ്ധിമുട്ടുകൾക്കുശേഷം അച്ചടക്കത്തോടെ പ്രവർത്തിക്കാനുള്ള അനുകൂലമായ അവസരം ഞങ്ങൾക്ക് ലഭിച്ചു. അതിനാൽ, നിങ്ങൾ ശ്രദ്ധാപൂർവ്വം യുദ്ധ തയ്യാറെടുപ്പുകളിൽ വ്യാപൃതരാകുക.

മഹാറാണിയുടെ ഗൗരവമേറിയതും അർത്ഥവത്തായതുമായ വാക്കുകൾ പേഷ്വ കേട്ടെങ്കിലും കാര്യമാക്കിയില്ല. ബ്രിട്ടീഷുകാർക്ക് തന്നെ ഉപദ്രവിക്കാൻ കഴിയില്ലെന്ന് അദ്ദേഹം വിശ്വസിച്ചിരിക്കാം. അധികാരത്തിന്റെ ലഹരി യഥാർത്ഥത്തിൽ വളരെ

വിചിത്രമാണ്. അത് ഒരു മനുഷ്യന്റെ ബുദ്ധിയെ മൂടുകയും മൂടുകയും ചെയ്യുന്നു. അതിനെ മറികടക്കാൻ വളരെ പ്രയാസമാണ്.

ഗ്വാളിയോറിലേക്കുള്ള ഹംഗ്റോസിന്റെ മാർച്ച്

മഹാറാണിയുടെ മേൽപ്പറഞ്ഞ മൊഴി എത്രത്തോളം ശരിയാണെന്ന് കാലം വളരെ വേഗം തെളിയിച്ചു. കൽപിയിലെ വിജയത്തിനുശേഷം ഹ്യൂഗ്രസ് അവധിയെടുത്ത് ബോംബെയിലേക്ക് പോകാൻ ആഗ്രഹിച്ചതായി മുകളിൽ പ്രസ്താവിച്ചിട്ടുണ്ട്. എന്നാൽ ജൂൺ 1-ന് തന്നെ വിമതർ ഗ്വാളിയോറിൽ എത്തിയതായി റോബർട്ട്സൺ അദ്ദേഹത്തെ അറിയിച്ചു. അതിനാൽ, അദ്ദേഹത്തോട് ഉടൻ മടങ്ങിവരാൻ ആവശ്യപ്പെട്ടു, അദ്ദേഹത്തിന്റെ മുൻകാല വിജയങ്ങളുടെ വെളിച്ചത്തിൽ അദ്ദേഹം ഗ്വാളിയോറിലേക്ക് പോയത് ഉചിതമായി. അദ്ദേഹം ഉടൻ തന്നെ ഗവർണർ ജനറലായ കാനിംഗ് പ്രഭുവിനെ വയർ വഴി അറിയിച്ചു, "ഗ്വാളിയോർ പിടിച്ചെടുക്കാൻ സൈന്യത്തെ നയിക്കാൻ ഞാൻ തയ്യാറാണ്". കാനിംഗ് തന്റെ തീക്ഷ്ണതയിൽ വളരെ സന്തോഷിച്ചു. ഈ യുദ്ധത്തിന് അദ്ദേഹത്തെ സൈന്യത്തിന്റെ കമാൻഡറായി നിയമിച്ചു. അവധിയിൽ പ്രവേശിച്ചപ്പോൾ, ജനറൽ നേപ്പിയർ ഈ തസ്തികയിലേക്ക് നിയമിതനായി. ഇപ്പോൾ നേപ്പിയർ അദ്ദേഹത്തിന്റെ ഏറ്റവും ഉയർന്ന ഉദ്യോഗസ്ഥനായി.

കമാൻഡർ സ്ഥാനം ഏറ്റെടുത്ത ശേഷം, ഹ്യൂഗ്രസ് വീണ്ടും മേജർ സ്റ്റുവർട്ടിനോട് റോബർട്ട്സണെ സഹായിക്കാൻ ഗ്വാളിയോറിലേക്ക് പോകാൻ ആവശ്യപ്പെട്ടു, വെള്ളക്കാരുടെയും ഇൻ-ഡിയൻസിന്റെയും കുതിരപ്പടയും പീരങ്കി യൂണിറ്റും. അദ്ദേഹം അയച്ച സൈന്യം ഗ്വാളിയോറിൽ എത്തുന്നതിനുമുമ്പ്, ജൂൺ 4-ന് പേഷ്വ ഗ്വാളിയോർ പിടിച്ചടക്കിയെന്നും ജയാജി റാവു സിന്ധ്യ ഓടിക്കൊണ്ടിരുന്ന ആഗ്രയിൽ എത്തിയെന്നും വാർത്ത കിട്ടി. ഈ വാർത്ത ലഭിച്ചതോടെ ഹ്യൂഗ്രസ് പൂർണ്ണമായും നഷ്ടപ്പെട്ടു. തന്റെ നേട്ടങ്ങളെല്ലാം പൂജ്യത്തിലേക്ക് ഒതുങ്ങിയതായി ഒരു നിമിഷം അയാൾക്ക് തോന്നി. കുറച്ച് ദിവസങ്ങൾക്ക് മുമ്പ്, വിജയത്തിന്റെ സന്തോഷത്തിൽ കവിഞ്ഞൊഴുകുകയായിരുന്നു, ഇപ്പോൾ ഒരു പുതിയ പ്രശ്നം അവന്റെ മുഖത്ത് തുറിച്ചുനോക്കുന്നു. അവധിയെടുത്ത് ബോംബെയിലേക്ക് പോകാനായിരുന്നു പദ്ധതി. എന്നാൽ ഇപ്പോൾ അവൻ യുദ്ധക്കളത്തിലേക്ക് പോകാൻ നിർബന്ധിതനായി. ഹഗ്റോസ് അടിസ്ഥാനപരമായി മടിയുള്ള ഒരു വ്യക്തിയായിരുന്നു, ബുദ്ധിമുട്ടുകൾ അഭിമുഖീകരിക്കാൻ അദ്ദേഹം പഠിച്ചിരുന്നില്ല. ഇപ്പോൾ മഴക്കാലം ആരംഭിച്ചിരുന്നു, പക്ഷേ ഹ്യൂഗ്രസ് അത് കാര്യമാക്കിയില്ല. അവന്റെ മനസ്സിൽ ഏറ്റവും ഉയർന്ന ലക്ഷ്യമായിരുന്നു.

1858 ജൂൺ 5-ന് ഗ്വാളിയോറിൽ വിജയത്തിനായി ഹ്യൂഗ്രസ് ഒരു പുതിയ യുദ്ധ പദ്ധതി തയ്യാറാക്കി. തന്റെ സൈന്യത്തെ വിവിധ റൂട്ടുകളിൽ നിന്ന് പ്രത്യേക

ഗ്രൂപ്പുകളായി ഗ്വാളിയോറിലേക്ക് അയയ്ക്കുന്നത് ഉചിതമാണെന്ന് അദ്ദേഹം കരുതി. ഗ്വാളിയോറിന് കിഴക്ക് 5 മൈൽ അകലെയുള്ള കോട്ടേ കി സറായിയിൽ റാപുട്ടാന ഫീൽഡ് ഫോഴ്സിന്റെ പുതിയ സൈന്യവുമായി മുൻനിരയിൽ ഇറങ്ങാൻ അദ്ദേഹം ബ്രിഗേഡിയർ സ്മിത്തിനോട് ആവശ്യപ്പെട്ടു. മേജർ ആറിന്റെ നേതൃത്വത്തിൽ ഹൈദരാബാദ് കണ്ടിജന്റ് ആർമി നിലനിർത്തി. ഗ്വാളിയോറിന്റെ തെക്കൻ ഭാഗത്തേക്കാണ് അദ്ദേഹത്തെ നിയമിച്ചത്. പീരങ്കി യൂണിറ്റ് കേണൽ റിഡലിന്റെ പക്കൽ സൂക്ഷിച്ചിരുന്നു, അദ്ദേഹത്തോട് ആഗ്ര-ഗ്വാളിയോർ റോഡിൽ നിലയുറപ്പിക്കാൻ ആവശ്യപ്പെട്ടു. ജനറൽ നേപ്പിയർ മുരാറിന്റെ കന്റോൺമെന്റിന് സമീപമായിരുന്നു. അടുത്ത ദിവസം, ജൂൺ 6-ന് അദ്ദേഹം തന്നെ കൽപി ഭാഗത്ത് നിന്ന് ഗ്വാളിയോറിലേക്ക് പുറപ്പെട്ടു, മധ്യഇന്ത്യയിലെ രാഷ്ട്രീയ ഏജന്റായ റോബർട്ട് ഹാമിൽട്ടണും ഗ്വാളിയോറിലെ താമസക്കാരനായ മാക്ഫെർസണും ഒപ്പം. ഈ രണ്ട് വ്യക്തികൾക്കും ഗ്വാളിയോറിന്റെ ഭൂമിശാസ്ത്രപരമായ സ്ഥാനവും അതിന്റെ പ്രധാന സ്ഥലങ്ങളും നന്നായി അറിയാമായിരുന്നു. യാത്രാമധ്യേ, ഹഗ്റോസ് ഈ വ്യക്തികളിൽ നിന്ന് ആ പ്രദേശത്തെക്കുറിച്ച് മതിയായ വിവരങ്ങൾ ശേഖരിച്ചു. അതുകൊണ്ടാണ് അവരെയും കൂട്ടിക്കൊണ്ടുപോയത്.

പേഷ്വയുടെ അശ്രദ്ധ

ജൂൺ ആറിന് ഹ്യൂഗ്രസ് ഗ്വാളിയോറിലേക്ക് പോയിരുന്നു. ജൂൺ 11-ന് അദ്ദേഹം തന്റെ സൈന്യത്തോടൊപ്പം ഇന്ദുർക്കി ഗ്രാമത്തിൽ വച്ച് സ്റ്റുവർട്ടിനെ കണ്ടുമുട്ടി. പിന്നീട് ഇരുവരും പഹൂജ് നദി കടന്ന് ദുഷ്കരമായ പർവത പാതകളിലൂടെ ഗ്വാളിയോറിനടുത്തുള്ള ബഹദൂർപൂർ ഗ്രാമത്തിലെത്തി. തോൽവിക്ക് ശേഷം ജയാജി റാവു ആഗ്രയിലേക്ക് ഓടിപ്പോയ സ്ഥലമായിരുന്നു ഇത്. അവിടെയെത്തിയ ഹ്യൂഗ്രസ് ഭാവി യുദ്ധം കണക്കിലെടുത്ത് നിലം സൂക്ഷ്മമായി പരിശോധിച്ചു. ഈ സ്ഥലത്തിന് എതിർവശത്തുള്ള മുരാർ കന്റോൺമെന്റ് പെഷ്വാകൾ പിടിച്ചെടുത്തിരുന്നു. യഥാക്രമം മുന്നിലും വലത്തോട്ടും ഇടത്തോട്ടും കുതിരസവാരി സൈന്യം, പീരങ്കി യൂണിറ്റ്, കാലാൾപ്പട സൈനികർ എന്നിവയെ യഥാക്രമം സ്ഥാപിച്ച് അവർ ബുദ്ധിപരമായ പ്രതിരോധ തന്ത്രം മെനഞ്ഞെടുത്തു. ഇതെല്ലാം കണ്ട ഹഗ്റോസും അതിനോട് പൊരുത്തപ്പെടാൻ തന്റേതായ തന്ത്രം മെനഞ്ഞു.

ഇപ്പോൾ പേഷ്വാകളുടെ നിയന്ത്രണത്തിലുള്ള സിന്ധ്യയുടെ വിമത സൈന്യമാണ് മുരാർ കന്റോൺമെന്റ് കൈകാര്യം ചെയ്തത്. സിന്ധ്യയുടെ സൈന്യവും അദ്ദേഹത്തിന്റെ യുദ്ധ സാമഗ്രികളും പേഷ്വാകളുടെ നിയന്ത്രണത്തിലായിരുന്നു. ഗ്വാളിയോർ സൈന്യം, റൂഹൽഖണ്ഡിലെ കലാപകാരികളായ പഠാൻമാർ തുടങ്ങിയ എല്ലാ സൈന്യങ്ങളും ഗ്വാളിയോറിൽ അസംഘടിതരായി ചിതറിക്കിടക്കുകയായിരുന്നു. ഇവിടെ ബ്രിട്ടീഷ് സൈന്യം മുരാർ കന്റോൺമെന്റിന്

സമീപം എത്തിയിരുന്നു, ഹ്യൂഗ്രസ് എല്ലാ പ്രവർത്തനങ്ങളും കാണുകയും മേൽനോട്ടം വഹിക്കുകയും ചെയ്തു, എന്നിട്ടും പേഷ്വകൾക്ക് അതിനെക്കുറിച്ച് ഒന്നും അറിയില്ലായിരുന്നു. പേഷ്വയും കൂട്ടാളികളും സ്വയം നഷ്ടപ്പെട്ടു. അവരുടെ ഈ അശ്രദ്ധയെ വിവരിച്ചുകൊണ്ട് ശ്രീ പരസ്നീസ് എഴുതി:

"റാവു സാഹിബ് പേഷ്വയുടെ പൂർവ്വികർ അവരുടെ ധീരരായ യോദ്ധാക്കളുടെ ശക്തിയുടെയും വാളുകളുടെയും അടിസ്ഥാനത്തിലാണ് ഇന്ത്യയുടെ മറ്റ് ഭാഗങ്ങളിൽ മഹാരാഷ്ട്ര സംസ്ഥാനത്തിന്റെ പതാക ഉയർത്തിയത്. പക്ഷേ, റാവു സാഹിബ് അത് അന്ന് മനസ്സിൽ വെച്ചില്ല. ദാനധർമ്മങ്ങളുടെയും ദാനങ്ങളുടെയും ബ്രാഹ്മണർക്ക് ഭക്ഷണം നൽകുന്നതിന്റെയും അടിസ്ഥാനത്തിൽ തന്റെ സ്വതന്ത്ര രാജ്യം ഇത്തവണ സ്ഥാപിക്കപ്പെടുമെന്ന് അദ്ദേഹം കരുതി. ബ്രിട്ടീഷ് പട്ടാളം അതിന്റെ എല്ലാ സജ്ജീകരണങ്ങളും ഒരുക്കിക്കഴിഞ്ഞപ്പോൾ മാത്രമാണ് പേഷ്വ ഇക്കാര്യം അറിഞ്ഞത്.

ബ്രിട്ടീഷുകാർ മുരാർ കന്റോൺമെന്റ് പിടിച്ചെടുത്തു

ബ്രിട്ടീഷുകാരുടെ വരവ് വിവരം ലഭിച്ചപ്പോൾ, പേഷ്വാ റാവു സാഹിബ് തന്റെ കമാൻഡർ താത്യാ ടോപ്പിനോട് യുദ്ധത്തിന് സൈന്യത്തെ സജ്ജമാക്കാൻ ഉത്തരവിട്ടു. ഈ സമയത്ത്, തന്റെ പുതിയ പോസ്റ്റിന്റെ അഭിമാനത്തിൽ തത്യാ ടോപെയും നഷ്ടപ്പെട്ടു. പേഷ്വായുടെ പദവിയും പദവിയും പുനഃസ്ഥാപിക്കപ്പെട്ടുവെന്ന് അദ്ദേഹം കരുതി, അതിനാൽ, പുരാതന കാലത്തെപ്പോലെ, എല്ലാവരും അവന്റെ സഹായത്തിനായി ഓടിയെത്തും, എന്നാൽ താമസിയാതെ തന്റെ മിഥ്യാബോധം തകർന്നതായി അദ്ദേഹം കാണും. ആരും തന്നെ സഹായിക്കാൻ മുന്നോട്ടു വന്നില്ല. അതുകൊണ്ട് അവൻ സൈന്യവുമായി ഉടൻ പുറപ്പെടാൻ തയ്യാറായി. അവന്റെ സൈന്യം മുരാറിലേക്ക് നീങ്ങി. ബ്രിട്ടീഷുകാർ എല്ലാ ക്രമീകരണങ്ങളും ചെയ്തുകഴിഞ്ഞു. എതിർസൈന്യം വന്നയുടനെ അവർ പീരങ്കിപ്പട ഉപയോഗിച്ച് അതിനെ ആക്രമിച്ചു. ബ്രിട്ടീഷുകാർ ഇതിനകം മുൻനിരയും ഉപരോധങ്ങളും സ്ഥാപിച്ചിരുന്നു (അവരുടെ പദ്ധതികൾ സ്ഥാപിച്ചു). പടയാളികൾക്ക് ഉറച്ചുനിൽക്കാൻ വേണ്ടത്ര സമയം ലഭിച്ചില്ല. അപ്പോഴും അദ്ദേഹത്തിന്റെ സൈനികർ കുറച്ചുകാലം ധീരമായി പോരാടി. പല ധീരരായ സൈനികരും യുദ്ധത്തിൽ യഥാർത്ഥ കഴിവുകൾ പ്രകടിപ്പിച്ചു. അബട്ട് ഹൈദരാബാദ് സൈന്യത്തോടൊപ്പം മുന്നോട്ട് നീങ്ങുകയും താത്യാ തോപ്പിന്റെ സൈനികരെ ആക്രമിക്കുകയും ചെയ്തു. ഹൈലാൻഡറുടെ പ്ലാറ്റൂണിലെ നിരവധി വെള്ളക്കാരായ പട്ടാളക്കാരെ ടാത്യ ടോപ്പിന്റെ സൈനികർ വധിച്ചു. ഒരു ബ്രിട്ടീഷ് ഓഫീസർ ലെഫ്റ്റനന്റ് നീൻവെയ്ക്ക് പരിക്കേറ്റു. എതിർ കക്ഷി കനത്തതും ശക്തവുമാകുന്നത് കണ്ട്, ബോംബെയിലെ 25-ാമത്തെ നേറ്റീവ് ഇൻഫൻട്രിയിലെ

ലെഫ്റ്റനന്റ് റോസ് മുന്നോട്ട് വന്നു. യുദ്ധക്കളത്തിൽ അദ്ദേഹം നല്ല വീര്യം പ്രകടിപ്പിച്ചു. അവസാനം പേഷ്വാ പക്ഷം പരാജയപ്പെട്ടു, വെറും രണ്ട് മണിക്കൂർ നീണ്ട പോരാട്ടത്തിനൊടുവിൽ ബ്രിട്ടീഷുകാർ മുരാർ കന്റോൺമെന്റ് പിടിച്ചെടുത്തു.

ഈ യുദ്ധത്തിൽ മഹാറാണി ലക്ഷ്മിഭായിയെക്കുറിച്ച് പരാമർശമില്ല. ഒരുപക്ഷേ, അവൾ അതിൽ പങ്കെടുത്തില്ല. ഇത് പാസ്വ റാവു സാഹിബിന്റെ കഴിവിന് ഒരു തെളിവ് കൂടി നൽകുന്നു. വാസ്തവത്തിൽ, ഈ വസ്തുതകൾ പരിശോധിക്കുമ്പോൾ അദ്ദേഹത്തിന് ഒരു കഴിവും ഇല്ലെന്ന് തോന്നുന്നു. 1857-ലെ സ്വാതന്ത്ര്യത്തിനുവേണ്ടി പോരാടിയ നാനാ സാഹെബിന്റെ സഹോദരനായിരുന്ന വിമതരുടെ നേതൃസ്ഥാനം നേടുന്നതിൽ അദ്ദേഹത്തിൽ ഒരേയൊരു കഴിവ് മാത്രമേ ഉണ്ടായിരുന്നുള്ളൂ.

ബ്രിട്ടീഷുകാരുടെ നയതന്ത്രം

ഈ യുദ്ധത്തിൽ പേഷ്വായുടെ സൈന്യത്തിൽ വഞ്ചകരും ഭീരുക്കളും ഉണ്ടായിരുന്നു. പേഷ്വായുടെ ഈ സൈന്യത്തിലെ ഭൂരിഭാഗം സൈനികരും ജയാജി റാവുവിന്റെ സൈന്യത്തിൽ പെട്ടവരായിരുന്നു. അത്തരം ദൈവഭയമുള്ള സോൾ-ഡയറുകളെ തങ്ങളുടെ പക്ഷത്തേക്ക് കീഴടക്കാൻ ബ്രിട്ടീഷുകാർ ഒരു തന്ത്രം പയറ്റിയതായി പറയപ്പെടുന്നു. അവർ ആഗ്രയിൽ നിന്ന് ജയാജി റാവുവിനെ വിളിച്ചിരുന്നു, തങ്ങൾ (ബ്രിട്ടീഷുകാർ) സിന്ധ്യയ്ക്ക് വേണ്ടി പോരാടുകയാണെന്നും സിന്ധ്യയുടെ ശത്രുക്കളെ ഗ്വാളിയോറിൽ നിന്ന് പുറത്താക്കാൻ ആഗ്രഹിക്കുന്നുവെന്നും ഒരു വാക്ക് പ്രചരിച്ചു. അവരുടെ ഈ തന്ത്രം ഫലിച്ചു. ദൈവഭയമുള്ള പല സൈനികരും തങ്ങളുടെ യജമാനന്മാരോട് യുദ്ധം ചെയ്യുന്നത് പാപമായി കണക്കാക്കുകയും യുദ്ധത്തിൽ നിന്ന് സ്വയം പിന്മാറുകയും ചെയ്തു. ബാക്കിയുള്ള പേഷ്വാ പട്ടാളക്കാർ അധികം താമസിയാതെ ബ്രിട്ടീഷുകാർ പരാജയപ്പെടുത്തി എന്നതായിരുന്നു ഫലം.

ഈ തോൽവി റാവു സാഹബിനെ അസ്വസ്ഥനാക്കി, എന്നാൽ ബന്ദയിലെ നവാബും താത്യാ തോപ്പും ഒരു അക്ഷമയും പ്രകടിപ്പിച്ചില്ല. സൈന്യത്തെ പുനഃസംഘടിപ്പിക്കുന്നതിൽ താത്യാ ടോപ്പ് വീണ്ടും തിരക്കിലായി. അദ്ദേഹം തന്റെ തന്ത്രമനുസരിച്ച് വിവിധ സ്ഥലങ്ങളിൽ പീരങ്കി തോക്കുകൾ സ്ഥാപിക്കുകയും ഉചിതമായ സ്ഥലങ്ങളിൽ സൈന്യത്തെ നിയോഗിക്കുകയും ചെയ്തു.

മഹാറാണി താത്യ ടോപ്പിനെ തന്റെ കടമയെ ഓർമ്മിപ്പിക്കുന്നു

മുരാർ കന്റോൺമെന്റിൽ നടന്ന യുദ്ധത്തിൽ മഹാറാണി ലക്ഷ്മിഭായി പങ്കെടുത്തിരുന്നില്ല. പേഷ്വയുടെ ഭരണ സംവിധാനത്തോടുള്ള അവളുടെ വിയോജിപ്പായിരിക്കാം കാരണം. മേൽപ്പറഞ്ഞ സൈനിക തയ്യാറെടുപ്പിനുശേഷം

താത്യാ തോപ്പെ മഹാറാണി ലക്ഷ്മിഭായിയെ കാണാൻ പോയി. സൈനിക നിർദ്ദേശങ്ങളിൽ പങ്കെടുക്കാൻ മഹാറാണിയോട് അദ്ദേഹം എളിമയുള്ള വാക്കുകളിൽ അഭ്യർത്ഥിച്ചു. ഇതേക്കുറിച്ച് മഹാറാണി പറഞ്ഞു:

"എല്ലാ അശ്രാന്ത പരിശ്രമങ്ങളോടും കൂടി ഞങ്ങൾ നടത്തിയ അധ്വാനം ഫലം കാണില്ല. വിജയത്തിന്റെ ലഹരിയിൽ പകച്ചു പോയ പേഷ്വായുടെ മുൻവിധി കാരണം ഉചിതമായ സമയത്ത് ഞങ്ങൾ നൽകിയ ഉപദേശം പാഴായി. ശത്രുസൈന്യം നമ്മുടെ തലയിൽ നിൽക്കുകയാണ്, എന്നിട്ടും നമ്മുടെ സൈന്യത്തെ ഞങ്ങൾ കൈകാര്യം ചെയ്തിട്ടില്ല. അത്തരമൊരു സാഹചര്യത്തിൽ അതിനെ നേരിട്ടതിന് ശേഷം മഹത്വം പ്രതീക്ഷിക്കുന്നത് വെറും ഭാവനയാണ്. അങ്ങനെയുള്ള സമയത്തും ഞങ്ങൾ ക്ഷമ കൈവിടരുത്, നിങ്ങൾ നിങ്ങളുടെ സൈന്യത്തെ തയ്യാറാക്കുക, നിങ്ങളുടെ സമർത്ഥരായ സാമന്തന്മാരുടെയും സർദാർമാരുടെയും സഹകരണം സ്വീകരിക്കുക. നിങ്ങളുടെ കടമ നിങ്ങൾ കാണുന്നു, എന്റെ കടമ നിർവഹിക്കാൻ ഞാൻ തയ്യാറാണ്.

മഹാറാണി ലക്ഷ്മീഭായിയുടെ ഈ വാക്കുകളോടെ താത്യാ തോപ്പെ തന്റെ വാത്സല്യത്തിന്റെ നിദ്രയിൽ നിന്ന് ഉണർന്നു. അവൻ തന്റെ കർത്തവ്യങ്ങളിൽ ഉണർന്നു. അടിസ്ഥാനപരമായി തത്യാ ടോപ്പ് ഒരു ധീരനായ കമാൻഡറായിരുന്നു, എന്നാൽ അധികാരത്തിന്റെ ആദ്യ രുചിയുടെ ആഡംബരങ്ങൾ ആസ്വദിക്കാനുള്ള തന്റെ കടമകൾ അദ്ദേഹം മറന്നു. തന്റെ യജമാനനായ റാവു സാഹിബിന്റെ കഴിവുകേട് കാരണം അദ്ദേഹം ആഹ്ലാദത്തിന്റെയും ആത്മസംതൃപ്തിയുടെയും അവസ്ഥയിലേക്ക് പോയി. ഇതിനുശേഷം അദ്ദേഹം പുതിയ വീര്യത്തോടെ സൈന്യത്തെ ഉചിതമായ സ്ഥലങ്ങളിൽ സ്ഥാപിക്കാനും സ്ഥാപിക്കാനും തുടങ്ങി. ഗ്വാളിയോറിന്റെ കിഴക്കൻ ഭാഗത്തെ പ്രതിരോധിക്കാനുള്ള ചുമതല മഹാറാണിയെ ഏൽപ്പിച്ചു.

ഗ്വാളിയോർ ആക്രമണം

ബ്രിഗേഡിയർ സ്മിത്ത് തന്റെ സൈന്യത്തോടൊപ്പം 1858 ജൂൺ 14-ന് അന്താരിയിലെത്തി, അവിടെ മേജർ ആർ. ഗ്വാളിയോറിൽ നിന്ന് അഞ്ച് മൈൽ അകലെയുള്ള കോട്ടേ കി സരായിലേക്ക് സൈന്യത്തെ കൊണ്ടുപോകാനും അവിടെ നിന്ന് ഗ്വാളിയോറിനെ ആക്രമിക്കാനും ഹ്യൂഗ്രസിൽ നിന്ന് ഇരുവർക്കും കൽപ്പന ലഭിച്ചു. ഈ രണ്ട് ഉദ്യോഗസ്ഥരും ഗ്വാളിയോർ സൈന്യത്തിന്റെ ശക്തി സൂക്ഷ്മമായി പരിശോധിക്കുകയും യുദ്ധം ആരംഭിക്കുന്നതിന് മുമ്പ് അതിനെക്കുറിച്ച് ചിന്തിക്കുകയും ചെയ്തു. ഈ ഭാഗത്ത്, ഗ്വാളിയോറിനെ

പ്രതിരോധിക്കാനുള്ള ഭാരം മഹാറാണിയുടെ ചുമലിലായിരുന്നു. ഈ പ്രദേശം അസാധാരണമാംവിധം അസമമായിരുന്നു. ഇതിനെ നേരിടാൻ ബ്രിട്ടീഷ് സൈന്യം ഒരു തന്ത്രം രൂപീകരിച്ചു.

താത്യാ തോപ്പെ പോയതിനുശേഷം മഹാറാണി ഒരു നിമിഷം പോലും പാഴാക്കിയില്ല. അപ്പോഴേക്കും പേഷ്വയ്ക്ക് അവന്റെ കഴിവുകൾ അറിയാമായിരുന്നു. അതിനാൽ, ഈ യുദ്ധത്തിനുള്ള സൈന്യത്തിന്റെ ഭരണം മഹാറാണിയെ ഏൽപ്പിച്ചു. മഹാറാണി തന്റെ സൈനിക യൂണിഫോം ധരിച്ച്, തന്റെ മിടുക്കനായ കുതിരപ്പുറത്ത് കയറി, അവളുടെ വാൾ ഉറയിൽ നിന്ന് പുറത്തെടുത്ത്, തന്റെ സൈന്യത്തെ യുദ്ധത്തിന്റെ റിഹേഴ്സലിലേക്ക് കൊണ്ടുപോയി. ഈ രൂപത്തിൽ മഹാറാണിയുടെ വിവരണം, ശ്രീ പരസ്നീസിന്റെ വാക്കുകളിൽ:

"അവളുടെ മഹത്തായ രൂപവും, അവളുടെ അഗാധമായ ശബ്ദവും, അവളുടെ പരുക്കൻ ആത്മാഭിമാനവും കണ്ടപ്പോൾ, അവളുടെ സൈനികരുടെ ഹൃദയങ്ങൾ വീർ-ശ്രീ (ഉന്നത ശ്രേണിയുടെ ധീരത) കൊണ്ട് നിറഞ്ഞു; ശത്രുവിനെ തൽക്ഷണം ആക്രമിക്കാനും നശിപ്പിക്കാനുമുള്ള ഒരു ഉന്മാദം അവരുടെ മേൽ വന്നു. മഹാറാണി ലക്ഷ്മീഭായിയുടെ ഉജ്ജ്വലവും ഉജ്ജ്വലവുമായ രൂപവും അവളുടെ വാളിന്റെ മിന്നൽ തിളക്കവും കണ്ടപ്പോൾ എല്ലാവരുടെയും ഹൃദയം ഇളകി, ഒരു ഉഷ്ണപ്രവാഹം ഒഴുകുന്നതുപോലെ."

അവൾ തന്റെ സൈന്യത്തിന്റെ മുൻഭാഗത്തിന് ഛബിന എന്ന് പേരിട്ടു. അവൾ പീരങ്കി തോക്കുകൾ ശരിയായ മുൻവശത്ത് സ്ഥാപിച്ചു, ചുവന്ന യൂണിഫോം ധരിച്ച കുതിരസവാരിക്കാരെ കുറച്ച് വിടവുകളോടെ വിവിധ സ്ഥലങ്ങളിൽ സ്ഥാപിക്കുകയും കാലാൾപ്പടയെ മുൻനിരകളിൽ നിർത്തുകയും ചെയ്തു. 1858 ജൂൺ 17-ന് ബ്രിഗേഡിയർ സ്മിത്ത് ബ്യൂഗിൾ മുഴക്കിയതോടെ യുദ്ധം ആരംഭിച്ചു. ബ്രിട്ടീഷുകാർ മുന്നോട്ട് നീങ്ങി. ഇതേത്തുടർന്ന് മഹാറാണി തന്റെ പീരങ്കി തോക്കുകൾ പ്രവർത്തനക്ഷമമാക്കാൻ ഉത്തരവിട്ടു. യുദ്ധത്തിന്റെ തുടക്കത്തിൽ തന്നെ ബ്രിട്ടീഷുകാർക്ക് ശത്രുവിനെ നേരിടാൻ കഴിയില്ലെന്ന് തോന്നി. മഹാറാണിയിലെ മുസ്ലീം പട്ടാളക്കാർ തങ്ങളുടെ എതിരാളികളിൽ ശക്തരും ഭാരവും തെളിയിച്ചുകൊണ്ടിരുന്നു, ബ്രിട്ടീഷ് സൈന്യം പീരങ്കി ഷെൽ പരിധിക്കുള്ളിലായിരുന്നു. ഇത് കണ്ട ബ്രിഗേഡിയർ സ്മിത്ത് തന്റെ മുഴുവൻ ഊർജ്ജവും മഹാറാണിയുടെ സൈന്യത്തിന്റെ മുൻഭാഗത്ത് പകർന്നു. ഇത് അദ്ദേഹത്തിന് മതിയായ നിലമൊരുക്കി, തന്റെ സൈന്യങ്ങളോട് മുന്നോട്ട് പോകാൻ അദ്ദേഹം ഉത്തരവിട്ടു. മഹാറാണിയുടെ തന്ത്രത്തെ തകർക്കാൻ ബ്രിട്ടീഷ് കുതിരസവാരി സൈനികർ മുന്നോട്ട് നീങ്ങി. ഇതിൽ മഹാറാണിയുടെ മുൻവശത്തെ സൈന്യം കടുത്ത പോരാട്ടത്തിൽ ഏർപ്പെട്ടു. ഇരുവശത്തുമുള്ള

ധീരൻമാർ തങ്ങളുടെ ജീവൻ പരിഗണിക്കാതെ പോരാടി. വാളുകളുടെ പ്രഹരവും മുറിവേറ്റവരുടെ ഉച്ചത്തിലുള്ള നിലവിളിയും കുതിരകളുടെ കുളമ്പടിയും ഞെരുക്കവും ഒക്കെയായി യുദ്ധക്കളത്തിൽ ഒരു വിചിത്ര ദൃശ്യം ഉയർന്നുവന്നു. നിരവധി വെള്ളക്കാരായ സൈനികർക്ക് ജീവൻ നഷ്ടപ്പെടുന്നത് കണ്ടപ്പോൾ, കേണൽ പെല്ലി 95-ആം പ്ലാറ്റൂണിനോടും 10-ആം നേറ്റീവ് കാലാൾപ്പടയോടും ഒരു വശത്ത് നിന്ന് എതിർ സൈന്യത്തെ ആക്രമിക്കാൻ ആവശ്യപ്പെട്ടു. 95-ാമത്തെ പ്ലാറ്റൂണിലെ സൈനികർ ഇതിനകം വളരെ ക്ഷീണിതരായിരുന്നു. മഹാറാണിയുടെ സൈന്യം എല്ലാ ഭാഗത്തുനിന്നും അവരെ ആക്രമിച്ചതിന്റെ പശ്ചാത്തലത്തിൽ അവർ പിൻവാങ്ങി.

കേണൽ റെക്സും ബ്രിഗേഡിയർ സ്മിത്തും മഹാറാണിയുടെ സൈന്യത്തിന് നടുവിലൂടെ മുന്നേറാൻ ശ്രമിച്ചു. ബ്രിട്ടീഷ് സൈന്യം മഹാറാണിയുടെ സൈന്യത്തേക്കാൾ എത്രയോ മടങ്ങ് വലുതായിരുന്നു. അവളുടെ സൈന്യം കനത്ത സമ്മർദ്ദത്തിലായി. ഇത് കണ്ട മഹാറാണി മിന്നൽവേഗത്തിൽ തന്റെ സൈന്യത്തിന് മുന്നിൽ വാൾ വീശി സൈനികരെ പ്രോത്സാഹിപ്പിക്കാൻ തുടങ്ങി. മഹാറാണിയുടെ ഈ പെരുമാറ്റം കണ്ട് അവളുടെ പടയാളികൾ തീക്ഷ്ണതയാൽ പ്രചോദിതരായി, പിന്നെ, അവരുടെ ജീവിതം മറന്ന്, അവർ ശത്രുവിന്റെ മേൽ ആഞ്ഞടിച്ചു.

ബ്രിട്ടീഷ് സൈന്യത്തിന്റെ മറ്റൊരു ഭാഗം കോട്ടേ കി സറായിയിൽ നിന്ന് ലഷ്കറിലേക്കുള്ള പാതയിലേക്ക് ആക്രമണം നടത്താൻ മുന്നേറ്റം ആരംഭിച്ചു. ഇത് കണ്ട മഹാറാണി തന്റെ സൈന്യത്തോട് അവരുമായി ഇടപെടാൻ ഉത്തരവിട്ടു. കൽപ്പന ലഭിച്ച ഉടനെ സൈനികർ ആ ദിശയിലേക്ക് കുതിച്ചു. അവിടെയും കടുത്ത യുദ്ധം നടന്നു. ഈ യുദ്ധം ദിവസം മുഴുവൻ തുടർന്നു. മഹാറാണിയുടെ അപൂർവ വീര്യത്തിനും യുദ്ധതന്ത്രത്തിനും മുന്നിൽ ബ്രിട്ടീഷുകാർക്ക് പിൻവാങ്ങേണ്ടിവന്നു.

ഈ യുദ്ധത്തിൽ മഹാറാണിക്കൊപ്പം ഇവിടെയുണ്ടായിരുന്ന സിന്ധ്യയുടെ സോദരന്മാർ ഒരു ധൈര്യവും കാണിച്ചില്ല എന്നത് ഇവിടെ പരാമർശിക്കുന്നതിൽ പ്രസക്തിയില്ല. പ്രത്യക്ഷത്തിൽ അവരുടെ ഉത്സാഹം ശ്രദ്ധേയമായിരുന്നു, എന്നാൽ യുദ്ധക്കളത്തിലെ അവരുടെ പ്രവർത്തനങ്ങളും മാന്യതയും ഏറ്റവും താഴ്ന്ന നിലയിലായിരുന്നു.

മഹാറാണിയുടെ അവസാന യുദ്ധം

ബ്രിട്ടീഷുകാർക്ക് യുദ്ധം നിർത്തി പിൻവാങ്ങേണ്ടി വന്നു. അങ്ങനെ, 1858 ജൂൺ 18-ന്, അടുത്ത ദിവസം, നിർണ്ണായകമായ ഒരു യുദ്ധം ചെയ്യാനുള്ള

ദൃഢനിശ്ചയത്തോടെ അവർ ചുവടുവച്ചു. ഇന്ന് പല ദിശകളിൽ നിന്നും എതിർ സൈന്യത്തെ ആക്രമിക്കാൻ അവർ ആഗ്രഹിച്ചു. ഈ തന്ത്രം നടപ്പിലാക്കാൻ അവർക്ക് ഹുർജാസ് പ്ലാറ്റൂണിലെ കുതിരസവാരിക്കാരും ഉണ്ടായിരുന്നു. യുദ്ധം ആരംഭിക്കുന്നതിന് മുമ്പ് ഇരുപക്ഷവും തങ്ങളുടെ സൈന്യത്തെ ബീഹാദിൽ (അസമമായ ഭൂമിയിൽ ഇടതൂർന്ന കുറ്റിക്കാടുകൾ) ഒളിപ്പിച്ചു. എതിർ കക്ഷിക്ക് സ്വയം പ്രതിരോധിക്കാൻ അവസരം നൽകേണ്ടതില്ലെന്ന് ബ്രിട്ടീഷുകാർ തീരുമാനിച്ചു. ഈ പദ്ധതി നടപ്പിലാക്കാൻ കേണൽ ഹിക്സും ക്യാപ്റ്റൻ ഹെന്നേജും യുദ്ധക്കളത്തിൽ പ്രവേശിച്ചു. ഒരു യുദ്ധ റിഹേഴ്സൽ നടത്തി ശിപായികൾക്ക് നിർദ്ദേശങ്ങൾ നൽകിയ ശേഷം ബ്രിട്ടീഷ് സൈന്യത്തിലെ മൂന്ന് ഉദ്യോഗസ്ഥർ മുന്നോട്ട് നീങ്ങി.

ബ്രിട്ടീഷുകാർ അവരുടെ ഊർജ്ജത്തിന്റെ അവസാന ഔൺസിൽ പമ്പ് ചെയ്യുകയായിരുന്നു, പക്ഷേ മഹാറാണി മഹാറാണിയായിരുന്നു. ഇരുപക്ഷത്തു നിന്നുമുള്ള പോരാട്ടം അതിന്റെ പാരമ്യത്തിലെത്തിയെങ്കിലും എതിർവിഭാഗത്തെ തോൽപ്പിക്കാൻ ആർക്കും കഴിഞ്ഞില്ല. മറുവശത്ത്, മുരാറിന്റെ ദിശയിൽ നിന്ന് ഹ്യൂഗ്രസ് ആക്രമിച്ചു. പേഷ്വായുടെ സൈന്യം അവനെ ഏർപെടുത്തി. പേഷ്വായുടെ പടയാളികൾ ശക്തരും പ്രതിരോധശേഷിയും തെളിയിച്ചില്ല, ശത്രുക്കൾ അവരുടെ രണ്ട് മുന്നണികൾ ചുരുങ്ങിയ സമയത്തിനുള്ളിൽ പിടിച്ചെടുത്തു. ഈ വാർത്ത ലഭിച്ചപ്പോൾ പേഷ്വാ, റാവു സാഹിബ് അമ്പരന്നുവെങ്കിലും മഹാറാണി ബ്രിട്ടീഷുകാരുടെ മുന്നേറ്റം തടഞ്ഞു. ഈ സമയത്ത് അവളുടെ നിരവധി സൈനികർ പരിക്കേൽക്കുകയും കൊല്ലപ്പെടുകയും ചെയ്തു. പീരങ്കി തോക്കുകൾ തീ ചൊരിയുന്നുണ്ടായിരുന്നു. പക്ഷേ മഹാറാണി അവർ കാരണം വിഷമിച്ചില്ല. സ്വന്തം പീരങ്കി തോക്കുകളിൽ നിന്ന് അവൾ പ്രതീക്ഷകൾ അവശേഷിപ്പിച്ചു. അവളുടെ വാളിന്റെ ശക്തി മാത്രമേ അവൾക്കുണ്ടായിരുന്നുള്ളൂ, ആ ശക്തി ഉപയോഗിച്ച് അവൾ തന്റെ ശത്രുവിനെ മറ്റൊരു ലോകത്തേക്ക് അയയ്ക്കുകയായിരുന്നു.

ഉജ്ജ്വലമായ വീര്യം ഒട്ടും കുറയുന്നില്ലെന്ന് കണ്ട ബ്രിഗേഡിയർ സ്മിത്ത് അവളുടെ കാലാൾപ്പടയെയും പീരങ്കികളെയും ലക്ഷ്യമാക്കി. ബ്രിട്ടീഷുകാർ ഇതിൽ ചില വിജയങ്ങൾ നേടി. രണ്ട് പീരങ്കി തോക്കുകളും മഹാറാണിയുടെ ചില യുദ്ധ സാമഗ്രികളും അവർ പിടിച്ചെടുത്തു. ഇതുകണ്ട് മഹാറാണിയുടെ കോപം കവിഞ്ഞൊഴുകുകയും പോരാടാനും കൊല്ലാനുമുള്ള അവളുടെ തീക്ഷ്ണത ഇരട്ടിയായി. അവൾക്ക് മുന്നിൽ ഒരേയൊരു ലക്ഷ്യമേ ഉണ്ടായിരുന്നുള്ളൂ: ശത്രുവിനെ കൊല്ലുക, ഒരാളുടെ ജീവിതത്തെക്കുറിച്ച് ഒട്ടും വിഷമിക്കേണ്ട.

ബ്രിട്ടീഷ് ഉപരോധത്തിൻ കീഴിൽ

മഹാറാണി തന്റെ അഭൂതപൂർവമായ വീര്യം പ്രകടിപ്പിക്കുകയായിരുന്നു. അവളുടെ പീരങ്കി തോക്കുകൾ ശത്രുക്കൾ പിടിച്ചെടുത്തു. അപ്പോഴാണ് ഹ്യൂഗ്രസ് തന്റെ ഒട്ടക സേനയുമായി അവിടെയെത്തിയത്. ഇത് മഹാറാണിയുടെ സൈന്യം അങ്ങോട്ടും ഇങ്ങോട്ടും ചിതറി. അവളുടെ തന്ത്രം നശിച്ചു. ബ്രിട്ടീഷുകാരുടെ സൈന്യം എല്ലാ ഭാഗത്തുനിന്നും മുന്നേറിക്കൊണ്ടിരുന്നു. അപ്പോഴും ധീരരായ സൈനികർ യുദ്ധം ചെയ്യുകയും തങ്ങളുടെ മാതൃകാപരമായ ധൈര്യം പ്രകടിപ്പിക്കുകയും ചെയ്തു. മറുവശത്ത്, പേഷ്വാ റാവു സാഹിബിന്റെ സൈനിക നിർദ്ദേശം തികച്ചും വിനാശകരമായി. ബ്രിട്ടീഷുകാരുടെ പീരങ്കി തോക്കുകൾ അവനുമേൽ മഴ പെയ്യാൻ തുടങ്ങി. പേഷ്വാ തന്നെ പരിഭ്രാന്തനായി, അവന്റെ സൈന്യം ഹൃദയം നഷ്ടപ്പെട്ട് യുദ്ധക്കളത്തിൽ നിന്ന് ഓടാൻ തുടങ്ങി. ശ്രീ പരസ്നീസ് റാവു സാഹബിന്റെ ഈ പൂർണ്ണ നിഷ്ക്രിയത്വത്തെ കുറിച്ച് എഴുതുന്നു:

"അദ്ദേഹത്തിന്റെ സൈന്യത്തിന്റെ നടത്തിപ്പ് പ്രയോജനപ്പെട്ടില്ല: അദ്ദേഹത്തിന് യുദ്ധകല അറിയില്ലായിരുന്നു. ബ്രിട്ടീഷുകാരുടെ കനത്ത പ്രഹരങ്ങൾക്ക് മുന്നിൽ അയാൾക്ക് നിൽക്കാൻ കഴിഞ്ഞില്ല, പിന്നെ എങ്ങനെയാണ് അത്തരമൊരു സൈന്യത്തെ അടിസ്ഥാനമാക്കി ഒരാൾക്ക് തന്റെ ധൈര്യം കാണിക്കാൻ കഴിയുക? ബ്രിട്ടീഷുകാർ യുദ്ധ കലയുടെ വിദഗ്ധർ/വിദഗ്ധരായിരുന്നു. അവരുടെ ബുദ്ധിയും നയവും കടമയും കാരണം അവർ എപ്പോഴും വിജയിച്ചു. അവർ നേടിയെടുത്ത പ്രശസ്തി വീര്യം കൊണ്ടല്ല, തന്ത്രങ്ങളിലൂടെയാണ് അവർ നേടിയെടുത്തത്.

എല്ലാ ഭാഗത്തും ബ്രിട്ടീഷുകാരാൽ ചുറ്റപ്പെട്ട മഹാറാണി ലക്ഷ്മിഭായി യുദ്ധം തുടർന്നു. 1858 ജൂൺ 19-ന് രണ്ടാം ദിവസവും ഈ യുദ്ധം തുടർന്നു. പുരുഷവേഷം ധരിച്ച് കുതിരപ്പുറത്ത് കയറി മഹാറാണി യുദ്ധം ചെയ്തു. അവളുടെ ദേഹം പൊടിപിടിച്ചു. അതിനാൽ, അവളെ വളഞ്ഞിരുന്ന ബ്രിഗേഡിയർ സ്മിത്തിനും ക്യാപ്റ്റൻ ഹെന്നേജിനും ഹർജാസ് പ്ലാറ്റൂണിലെ സൈനികർക്കും അവളെ തിരിച്ചറിയാൻ കഴിഞ്ഞില്ല. മഹാറാണിയുടെ രണ്ട് വേലക്കാരികൾ പുരുഷവേഷത്തിൽ എപ്പോഴും അവളെ അനുഗമിച്ചിരുന്നു. അതുകൊണ്ട് മഹാറാണിയെ ആർക്കും തിരിച്ചറിയാനായില്ല. ശത്രുസൈന്യം അവളെ പരാജയപ്പെടുത്തി ഗ്വാളിയോറിലെ രാജകൊട്ടാരം പിടിച്ചടക്കാനുള്ള ശ്രമത്തിലായിരുന്നു.

മഹാറാണി ഉപരോധം തകർത്ത് ഓടിപ്പോകുന്നു

ശത്രുക്കളോട് ക്രൂരമായി യുദ്ധം ചെയ്ത മഹാറാണി ലക്ഷ്മീഭായി ജൂൺ 19-ന് പൂർണ്ണമായും ശത്രുസൈന്യത്താൽ വളയപ്പെട്ടു. അവളുടെ കൂടെ അക്കാലത്ത്,

രണ്ടോ മൂന്നോ വേലക്കാരികളും, വളരെ അർപ്പണബോധമുള്ള രണ്ട് വേലക്കാരും, കുറച്ച് കുതിരസവാരിക്കാരും മാത്രമേ ഉണ്ടായിരുന്നുള്ളൂ. അത്തരമൊരു സമയത്ത് സമരം എന്നത് ഒരു കാര്യം മാത്രമാണ്: ബ്രിട്ടീഷുകാരുടെ മരണം അല്ലെങ്കിൽ അറസ്റ്റ്, അതിന്റെ അന്തിമഫലം മരണം, തൂക്കിക്കൊല്ലൽ മരണം. മഹാറാണിയുടെ ഭാഗത്തുള്ള സൈന്യം അക്കാലത്ത് ചിതറിയോ മറ്റെവിടെയെങ്കിലും യുദ്ധം ചെയ്യുകയോ ആയിരുന്നു. ഈ സാഹചര്യത്തിൽ എങ്ങനെയെങ്കിലും ഈ ഉപരോധത്തിൽ നിന്ന് കരകയറി തന്റെ സൈന്യത്തിൽ ചേരണമെന്ന് മഹാറാണി ആഗ്രഹിച്ചു. ഹുയിജാസ് പ്ലാറ്റൂണിലെ സൈനികർ മഹാറാണിയുടെ ഈ ഉദ്ദേശം മനസ്സിലാക്കി, അതിനാൽ അവർ അവളുടെ ഓരോ ശ്രമവും നിരാശപ്പെടുത്തുകയായിരുന്നു. ആ ഉപരോധത്തിൽ നിന്ന് പുറത്തുവരാൻ മഹാറാണിക്ക് വളരെ ബുദ്ധിമുട്ടായി. ജീവനും സുരക്ഷിതത്വവും മറന്ന് അവൾ വീണ്ടും കലഹിക്കാൻ തുടങ്ങി. ബ്രിട്ടീഷ് പട്ടാളക്കാരുടെ തോക്കുകൾ നിർത്താതെ വെടിയുതിർക്കുകയായിരുന്നു. മഹാറാണിയുടെ വാളും വിശ്രമം വേണ്ടെന്ന് തീരുമാനിച്ചിരുന്നു. കൊല്ലപ്പെട്ട ശത്രുവിന്റെ രക്തത്തിൽ കുളിക്കുമ്പോഴെല്ലാം അത് നവോന്മേഷം പ്രാപിച്ചുകൊണ്ടിരുന്നു. അപ്പോഴാണ് അവൾക്ക് ഒരു സെക്കന്റ് അവസരം ലഭിച്ചത്. അവൾ കുതിരയെ ഉത്തേജിപ്പിച്ചു; സൂചന ലഭിച്ച ഉടൻ തന്നെ കുതിര മിന്നൽ വേഗത്തിൽ കുതിച്ചു. ബ്രിട്ടീഷ് ഉപരോധം തകർത്ത് മഹാറാണി അവിടെ നിന്ന് ഇറങ്ങി. അവൾ ഓടിപ്പോകുന്നത് കണ്ട് സ്മിത്ത് അവളെ പിന്തുടരാൻ ഹർജാസ് പ്ലാറ്റൂണിലെ ചില സൈനികരോട് ആവശ്യപ്പെട്ടു.

ഈ യുദ്ധം മഹാറാണി ലക്ഷ്മിഭായിയുടെ ജീവിതത്തിലെ അവസാനത്തെ യുദ്ധമായിരുന്നു. ഈ യുദ്ധത്തിൽ അവളുടെ അവസാനത്തെ ഇടിമുഴക്കമുള്ള ശബ്ദം കേട്ടു, യുദ്ധത്തിൽ അവളുടെ വാൾ ശത്രുവിന്റെ രക്തത്തിന്റെ ദാഹം ശമിപ്പിച്ചു.

രക്തസാക്ഷിയായി

മഹാറാണി ഉപരോധം തകർത്ത് ഓടിപ്പോയപ്പോൾ, ഹർജാസ് പ്ലാറ്റൂണിലെ വെള്ളക്കാർ തോക്കുകൾ പ്രയോഗിച്ച് അവളെ പിന്തുടർന്നു. വെടിയുണ്ടകളിൽ നിന്ന് തന്റെ സുരക്ഷയെ കീഴടക്കി മഹാറാണി മുന്നോട്ട് കുതിച്ചുകൊണ്ടിരുന്നു. പക്ഷേ നിർഭാഗ്യവശാൽ ഒരു ബുള്ളറ്റ് അവളിൽ കൊണ്ടു. അത് അവളെ തളർത്തി. തൽഫലമായി, അവൾക്ക് കുതിരയെ വേഗത്തിൽ ഓടിക്കാൻ കഴിഞ്ഞില്ല. പിന്തുടരുന്ന സൈനികരുമായി അവൾ വീണ്ടും യുദ്ധത്തിൽ ഏർപ്പെട്ടു. ബ്രിട്ടീഷ് പട്ടാളക്കാർ എണ്ണത്തിൽ ധാരാളമായിരുന്നു, എന്നിട്ടും മഹാറാണി അവരെ കൊല്ലുകയും കൊല്ലുകയും ചെയ്തുകൊണ്ട് മുന്നോട്ട് ഓടുകയായിരുന്നു.

സുന്ദർ, കാശി എന്നീ രണ്ട് വേലക്കാരികളും രാമചന്ദ്ര റാവു ദേശ്മുഖ്, രഘുനാഥ്

സിംഗ് എന്നീ രണ്ട് സേവകരും ഇവിടെ ഏറ്റവും വിശ്വസ്തരുമായ സേവകരായിരുന്നു. ബ്രിട്ടീഷ് ഉപരോധത്തിൽ നിന്ന് മഹാറാണി പൊട്ടിപ്പുറപ്പെട്ടപ്പോൾ അവരും പുറത്തിറങ്ങി, മഹാറാണിയുടെ പുറകെ കുതിരപ്പുറത്ത് വരികയായിരുന്നു. മഹാറാണിയുടെ ദത്തുപുത്രനായ ഏഴോ എട്ടോ വയസ്സുള്ള ദാമോദർ റാവു കുതിരപ്പുറത്ത് രാംചന്ദ്ര റാവുവിനൊപ്പം ഉണ്ടായിരുന്നു. താൻ കൊല്ലപ്പെട്ടാൽ ഫിറംഗുകൾക്ക് അവളെ തൊടാൻ കഴിയാത്തവിധം അവളുടെ മൃതദേഹം വികൃതമാക്കുകയോ ചെയ്യണമെന്ന് മഹാറാണി ഈ വേലക്കാരോട് നേരത്തെ പറഞ്ഞിരുന്നു. മഹാറാണിയുടെ ഈ അവസാന ആഗ്രഹം നിറവേറ്റിയാൽ മാത്രമേ അവർ ആത്മാർത്ഥമായി വിശ്വസ്തരാണെന്ന് കരുതാവൂ. ഈ വിശ്വസ്തരായ സേവകരോടൊപ്പം മഹാറാണി തന്റെ കുതിരപ്പുറത്ത് മുന്നേറുകയായിരുന്നു, അതേ സമയം അവൾ ഹർജാസ് പ്ലാറ്റൂണിലെ സൈനികരുമായി യുദ്ധം ചെയ്തു, ആ ശത്രുക്കൾ പിന്നിൽ നിന്ന് ആക്രമിക്കുകയും അടിക്കുകയും ചെയ്തു. ഈ ഏറ്റുമുട്ടലിൽ, അവൾ വാളെടുത്ത്, കുതിരപ്പുറത്ത് വേഗത്തിൽ ഓടിച്ചു, അസമമായ പാതയെക്കുറിച്ച് ചർച്ച ചെയ്യുകയായിരുന്നു. പെട്ടെന്ന്, മറ്റൊരു വേലക്കാരിയുടെ ഉറക്കെയുള്ള നിലവിളി അവൾ കേട്ടു, "ബായ് സാഹേബ്! മാർ ഗയി! മാർ ഗയി! (മാഡം ഞാൻ കൊല്ലപ്പെട്ടു, കൊല്ലപ്പെട്ടു)."

മഹാറാണിയെ പിന്തുടർന്ന് വന്ന ഒരു വെള്ള പടയാളി അവളെ വെടിവച്ചു കൊന്നുവെന്ന് മഹാറാണി തല തിരിച്ച് അസംസ്കൃതയായി. തന്റെ ദാസിയുടെ ഈ ദാരുണമായ അന്ത്യം കണ്ട മഹാറാണി മിന്നൽ വേഗത്തിൽ ആ വെള്ളക്കാരന്റെ മേൽ പാഞ്ഞടുത്തു, ഒരു വാളുകൊണ്ട് അവന്റെ തല നിലത്ത് ഉരുട്ടി, എന്നിട്ട് തൽക്ഷണം തന്റെ കുതിരയെ മുന്നോട്ട് കുതിച്ചു. കുതിരയ്ക്ക് വെടിയുണ്ടകളാൽ പരിക്കേറ്റിരുന്നുവെങ്കിലും മുന്നോട്ട് ഓടാൻ കഴിഞ്ഞു. അപ്പോൾ അത് ഒരു നീരുറവയ്ക്ക് സമീപം എത്തി. നീരുറവ കണ്ടപ്പോൾ കുതിര നിന്നു. ഇപ്പോഴുള്ള ശക്തികൊണ്ട് അതിനെ മറികടക്കാൻ കഴിയില്ലെന്ന് സഹജമായി വിലയിരുത്തിയിരുന്നു. കുതിര നിൽക്കുന്നത് കണ്ട മഹാറാണിക്ക് എല്ലാം മനസ്സിലായി. പക്ഷേ അപ്പോഴും അവൾ അതിനെ പ്രോത്സാഹിപ്പിക്കുകയും ഒരു കുതിച്ചുചാട്ടം നടത്താൻ പ്രോത്സാഹിപ്പിക്കുകയും ചെയ്തു. പക്ഷേ ഫലമില്ല. കുതിര നിസ്സഹായയായിരുന്നു, കഴിഞ്ഞ മൂന്ന് ദിവസത്തെ തുടർച്ചയായ പോരാട്ടത്തിൽ മഹാറാണിയും തളർന്നു മരിച്ചു. ശത്രുസൈനികർ പിന്നിൽ നിന്ന് മുന്നേറുകയായിരുന്നു. അവളെ ജീവനോടെ പിടിക്കാനുള്ള നല്ല അവസരമായി അവർ കരുതി വളരെ അടുത്തെത്തി. അവരെല്ലാം ഒരുമിച്ച് മഹാറാണിയുടെ മേൽ

കുതിച്ചു. മഹാറാണി വാളെടുക്കുന്നത് തുടർന്നു. മുറിവേറ്റ സിംഹത്തെപ്പോലെ അവൾ വാളുകൊണ്ട് ക്രൂരമായി പോരാടി. ഈ സാഹചര്യത്തിലും അവൾ നന്നായി വാളെടുക്കുന്നത് ശത്രുക്കൾ കണ്ടപ്പോൾ അവർ പിന്തിരിഞ്ഞു, ജാഗ്രത പുലർത്തി. ഈ സമയം ശത്രുക്കളും വാളുകളുമായി അവളെ അഭിമുഖീകരിക്കുന്നുണ്ടായിരുന്നു. ഇരുവശത്തുനിന്നും അടിയും തിരിച്ചടിയും മാറിമാറി തുടങ്ങി. വാളുകൾ വാളുകളെ വെട്ടി . അപ്പോൾ ഒരു പട്ടാളക്കാരന്റെ വാൾ അവളുടെ തലയിൽ പതിച്ചു. എന്നിട്ട് അവളുടെ വാളുകൊണ്ട് ഒറ്റയടിക്ക് ആ പട്ടാളക്കാരന്റെ തല വെട്ടി നിലത്ത് ഉരുട്ടി. എന്നാൽ അതേ സമയം അവളും താഴെ വീണു. ആ പട്ടാളക്കാരന്റെ അടി അവളുടെ തല വലത് വശത്ത് മുറിഞ്ഞു, അവളുടെ കണ്ണും പുറത്തേക്ക് പോയി. അവൾ നിലത്തു വീണപ്പോൾ മറ്റൊരു വെള്ളക്കാരൻ അവളെ ബയണറ്റ് എറിഞ്ഞു. അവസാനം അടുത്തിരുന്നു, അപ്പോഴും അവൾ പൂർണ്ണ ബോധത്തിലായിരുന്നു. സൂചനയനുസരിച്ച്, അവൾ തന്റെ ജോലിക്കാരനായ രാം ചന്ദ്ര റാവു ദേശ്മുഖിനെ തന്നോട് അടുപ്പിച്ചു.

അടുത്ത് വന്ന രാമചന്ദ്ര റാവു തന്റെ സ്വാമിനിയുടെ (യജമാനത്തി) അവസ്ഥ കണ്ടപ്പോൾ ഉറക്കെ കരഞ്ഞു. മുറിവേറ്റ ആ അവസ്ഥയിൽ മഹാറാണിയെ അദ്ദേഹം ഗംഗാദാസിന്റെ അടുത്തുള്ള ഒരു സന്യാസിയുടെ കുടിലിലേക്ക് കൊണ്ടുപോയി. മഹാറാണി ദാഹം കൊണ്ട് മരിക്കുകയായിരുന്നു. അവൾക്ക് കുടിക്കാൻ വെള്ളം കൊടുത്തു. അവൾക്ക് ഗംഗാജലവും നൽകി. അവളുടെ ശരീരമാകെ രക്തം പുരണ്ടിരുന്നു. അവൾ നിർണായകമായ വേദന അനുഭവിക്കുകയായിരുന്നു, പക്ഷേ അവളുടെ മുഖത്ത് ഒരു അമാനുഷിക തിളക്കം ഉണ്ടായിരുന്നു. ഇതിനുശേഷം അവൾ തന്റെ ദത്തുപുത്രനായ ദാമോദർ റാവുവിനെ ഒരിക്കൽ നോക്കി, എന്നെന്നേക്കുമായി കണ്ണുകൾ അടച്ചു. സംവത് 1915 ലെ ജ്യേഷ്ഠ മാസത്തിലെ ശുക്ല പക്ഷത്തിലെ ഏഴാം ദിവസമായിരുന്നു അത്. രാത്രി പന്ത്രണ്ട് മണിക്ക് ശേഷം മഹാറാണി മരിച്ചു. അതുകൊണ്ടാണ് ഇംഗ്ലീഷ് കലണ്ടർ പ്രകാരം ജൂൺ 19 എന്ന് പറയുന്നത്. മറ്റിടങ്ങളിൽ 1858 ജൂൺ 20 എന്നാണ് പരാമർശിച്ചിരിക്കുന്നത്.

ഇതിനുശേഷം, രാമചന്ദ്ര റാവു, മരിച്ച തന്റെ യജമാനത്തിയുടെ അവസാന ആഗ്രഹം മാനിച്ച്, അടുത്തുള്ള സ്ഥലത്ത് അവളെ സംസ്കരിച്ചു. ബ്രിട്ടീഷുകാർക്ക് ഈ വസ്തുത അറിയില്ലായിരുന്നു. ഇങ്ങനെ ചരിത്രത്തിന്റെ പ്രചോദകമായ അധ്യായമായിരുന്ന വീരാംഗന എന്ന ധീരവനിത തന്റെ പ്രകാശത്തിന്റെ ഒരു മിന്നൽപ്പിണർ കാണിച്ച് അപ്രത്യക്ഷയായി.

മഹാറാണിയുടെ മരണവുമായി ബന്ധപ്പെട്ട് വ്യത്യസ്ത അഭിപ്രായങ്ങൾ

മഹാറാണി ലക്ഷ്മിഭായിയുടെ മരണത്തെക്കുറിച്ചുള്ള മേൽപ്പറഞ്ഞ വിവരണം 1857-ലെ കാ സ്വതന്ത്ര യുദ്ധത്തെ അടിസ്ഥാനമാക്കിയുള്ളതാണ്, വീർ വിനായക് ദാമോദർ സവർക്കറുടെയും ശ്രീ ദത്താത്രേയ ബൽവന്ത് പരസ്നീസിന്റെ ഝാൻസി കി റാണി ലക്ഷ്മി ബായിയുടെയും അനശ്വര കൃതിയാണ്. ശ്രീ പരസ്നീസ് മഹാറാണിയുടെ മരണത്തെക്കുറിച്ചുള്ള തന്റെ വിവരണം രാം ചന്ദ്ര റാവു ദേശ്മുഖിന്റെ വിവരണത്തെ അടിസ്ഥാനമാക്കിയാണ്. എന്നാൽ അവളുടെ മരണത്തെക്കുറിച്ച് ചരിത്രകാരന്മാർക്കിടയിൽ അഭിപ്രായവ്യത്യാസമുണ്ട്. ഞങ്ങൾ ഇവിടെ ചില അഭിപ്രായങ്ങൾ ചർച്ച ചെയ്യുന്നു. ബ്രിട്ടീഷ് ഉപരോധം തകർത്ത് മഹാറാണി ലക്ഷ്മീഭായി ഓടിപ്പോയപ്പോൾ ബ്രിട്ടീഷ് കുതിര സവാരിക്കാരായ പട്ടാളക്കാർ അവളെ പിന്തുടരുകയായിരുന്നുവെന്ന് ഡൽഹൗസിയുടെ ബ്രിട്ടീഷ് ഇന്ത്യ അഡ്മിനിസ്ട്രേഷനിൽ ഇത് പരാമർശിക്കുന്നുണ്ട്. ആ പട്ടാളക്കാർ അവളുടെ കഴുത്തിൽ മുത്തുകളുടെ മാല കണ്ടു, അത്യാഗ്രഹത്താൽ അവർ അവളെ കൊന്നു.

മാക്ഫെർസൺ എഴുതി, "കുതിരയിൽ നിന്ന് മുറിവേറ്റ് വീണാണ് അവൾ മരിച്ചത്. ഝാൻസി റാണി തന്റെ ക്യാമ്പിൽ സർബത്ത് കുടിക്കുകയായിരുന്നു. ആ സമയത്ത് അവളുടെ കൂടെ നാനൂറ് പടയാളികളും ഉണ്ടായിരുന്നു. ബ്രിട്ടീഷുകാർ എത്തിയെന്നറിഞ്ഞപ്പോൾ അവൾ പലായനം ചെയ്യാൻ ശ്രമിച്ചു. മഹാറാണിയുടെ കുതിരക്ക് നുല്ല കടക്കാൻ കഴിഞ്ഞില്ല. ആ സമയത്ത് അവളുടെ ശരീരത്തിൽ ഒരു വെടിയുണ്ടയും തലയിൽ വാളുകൊണ്ട് മുറിവേറ്റിരുന്നു. പക്ഷേ ആ അവസ്ഥയിലും അവൾ ഓട്ടം തുടർന്നു. അവസാനം അവൾ കുതിരപ്പുറത്ത് നിന്ന് വീണ് മരിച്ചു.

അവൾ മരിക്കുന്നത് ഒരു ഇംഗ്ലീഷുകാരനും കണ്ടിട്ടില്ലെന്ന് മാർട്ടിൻ വിശ്വസിക്കുന്നു; അവളുടെ ശവസംസ്കാര വാർത്തയോ ഒരു ഇംഗ്ലീഷുകാരനും ലഭിച്ചില്ല. "ഒരു ഇംഗ്ലീഷുകാരനും അവൾ മരിക്കുന്നത് കണ്ടില്ല. അവർ ആരെയാണ് പിന്തുടരുന്നതെന്ന് ഇംഗ്ലീഷ് കുതിരസവാരിക്കാർക്ക് അറിയില്ലായിരുന്നു. കടുത്ത വെയിലും ക്ഷീണവും കാരണം അവർക്ക് അധികനേരം ഇരിക്കാനും കുതിരപ്പുറത്ത് കയറാനും കഴിഞ്ഞില്ല. അതിനാൽ കൂടുതൽ ജോലി ചെയ്യാതെ അവർ മടങ്ങി. അപ്പോൾ അവളുടെ വിശ്വസ്തരായ വേലക്കാർ അവളുടെയും അവളുടെ സഹോദരിയുടെയും മൃതദേഹം ഒരു ചിതയിൽ തീജ്വാലകളിലേക്ക് ഏൽപ്പിച്ചു. അവളുടെ സഹോദരിയും ഒരു പുരുഷന്റെ വേഷത്തിൽ അവളോടൊപ്പം പോരാടുകയും അവളോടൊപ്പം വെടിയേറ്റ് മരിക്കുകയും ചെയ്തു.

ഇവിടെ, ചില ആശയക്കുഴപ്പങ്ങൾ കാരണം, മാർട്ടിൻ അവളുടെ പ്രധാന ജോലിക്കാരനെ തന്റെ സഹോദരിയായി സ്വീകരിച്ചു. മഹാറാണിക്ക് സഹോദരി ഇല്ലായിരുന്നു.

വ്യത്യസ്ത തരത്തിലുള്ള കെട്ടുകഥകൾ മഹത്തായ വ്യക്തികളുടെ ജീവിതവുമായി ബന്ധപ്പെട്ടു പ്രചരിക്കപ്പെടുന്നു. അതുപോലെ മഹാറാണിയുടെ മരണവും കെട്ടുകഥകൾക്ക് വിഷയമായി. അന്ത്യം വരുന്നില്ലെന്ന് മഹാറാണി പറഞ്ഞപ്പോൾ അവൾ ഒരു പുല്ല് കൂമ്പാരത്തിലേക്ക് ചാടി ഒരു ചെറിയ തിരി കത്തിച്ച് തി കൊളുത്തി ആത്മഹത്യ ചെയ്തുവെന്ന് ആരോ എഴുതി.

പേഷ്വാ റാവു സാഹിബ് അവളുടെ ശവസംസ്കാരത്തിന് ഏർപ്പാട് ചെയ്തതായും പറയപ്പെടുന്നു, എന്നാൽ രാമചന്ദ്ര റാവു അത് നിരസിച്ചു.

മറ്റൊരു എഴുത്തുകാരി, മഹാറാണിയെ ഫ്രാൻസിലെ ജോവാൻ ഓഫ് ആർക്കുമായി താരതമ്യപ്പെടുത്തി എഴുതി: "അവൾ, ഒരു ഇന്ത്യൻ ജോൺ ഓഫ് ആർക്ക്, അവളുടെ തലയിൽ ഒരു ചുവന്ന ജാക്കറ്റും വെളുത്ത പട്ടു തലപ്പാവും ധരിച്ചിരുന്നു. ഗ്വാളിയോർ ട്രഷറിയിൽ നിന്ന് ലഭിച്ച പ്രസിദ്ധമായ ഗ്വാളിയർ മുത്തുമാല അവളുടെ കഴുത്തിൽ ഉണ്ടായിരുന്നു. മുറിവേറ്റ അവൾ മരണക്കിടക്കയിൽ കിടക്കുമ്പോൾ, തന്റെ ആഭരണങ്ങളെല്ലാം തന്റെ സഹ സൈനികർക്ക് വിതരണം ചെയ്യാൻ ഉത്തരവിട്ടു.

8

മറ്റ് അനുബന്ധ ഇവന്റുകൾ

മഹാറാണി ലക്ഷ്മിഭായിയുടെ മൊത്തത്തിലുള്ള ജീവിതകഥയുടെ വിവരണമാണ് ഈ പുസ്തകത്തിന്റെ പ്രധാന വിഷയം, എന്നാൽ അവളുടെ മരണത്തോടെയാണ് പുസ്തകം അവസാനിക്കുന്നതെങ്കിൽ, സാധാരണ വായനക്കാർക്ക് അവരുടെ യുദ്ധത്തിന്റെയും ദത്തുപുത്രനായ ദാമോദർ റാവുവിന്റെയും അവസാനത്തെക്കുറിച്ച് ആകാംക്ഷയുണ്ടാകും. അതിനാൽ ഈ അധ്യായത്തിൽ മഹാറാണിയുടെ ജീവിതകഥയിലെ അനുബന്ധ സംഭവങ്ങളിലേക്ക് അല്പം വെളിച്ചം വീശുന്നു.

ജയ്ജി റോ സിന്ധ്യയുടെ വീണ്ടും കിരീടധാരണം

മഹാറാണിയുടെ മരണശേഷം റാവു സാഹിബ് പൂർണ്ണമായും നിരാശനായിരുന്നു. അദ്ദേഹത്തിന്റെ അധികാരം അംഗീകരിച്ച സിന്ധ്യ പട്ടാളക്കാർ, ഭാഗ്യം മാറുന്നത് കണ്ടപ്പോൾ സിന്ധ്യയെ പിന്തുണയ്ക്കുന്നവരായി സ്വയം പരിവർത്തിച്ചു. അനന്തരഫലമായി, റാവു സാഹിബ്, താത്യാ ടോപെ, ബന്ദയിലെ നവാബ് എന്നിവർ പരാജയപ്പെട്ടു. ബ്രിട്ടീഷുകാർ ഗ്വാളിയോറിൽ തങ്ങളുടെ അധികാരം സ്ഥാപിച്ചു. ജയാജി റാവു ബ്രിട്ടീഷുകാരെ അവരുടെ പ്രതിസന്ധിയിൽ പ്രതിരോധിക്കുകയും പിന്നീട് തന്റെ വിശ്വസ്തത നല്ല അളവിൽ തെളിയിക്കുകയും ചെയ്തിരുന്നു. അതിനാൽ, ഗവർണർ ജനറലായിരുന്ന കാനിംഗ് പ്രഭു അദ്ദേഹത്തെ വീണ്ടും കിരീടധാരണം ചെയ്യാൻ അനുവദിച്ചു.

1858 ജൂലൈ 16-ന് ജയാജി റാവു സിന്ധ്യ വീണ്ടും സിംഹാസനത്തിൽ കയറി. അന്നേ ദിവസം പ്രത്യേക ദർബാർ സംഘടിപ്പിച്ചിരുന്നു. ബ്രിട്ടീഷ് സർക്കാർ അദ്ദേഹത്തെ രാജാധിരാജ് എന്ന പദവി നൽകി ആദരിച്ചു. ദീപാവലി (വെളിച്ചത്തിന്റെ ഉത്സവം) ഗ്വാളിയോറിലുടനീളം, പ്രത്യേകിച്ച് ലഷ്കർ കന്റോൺമെന്റിൽ ആഘോഷപൂർവ്വം സംഘടിപ്പിച്ചു. ജയാജി റാവു തന്റെ ബ്രിട്ടീഷ് സുഹൃത്തുക്കളെ അത്താഴത്തിന് ക്ഷണിച്ചു. ബ്രിട്ടീഷുകാരോടുള്ള വിശ്വസ്തത കാരണം സിന്ധ്യ വീണ്ടും രാജാധിരാജായി മാറി.

റാവു സാഹിബ്

മഹാറാണിയുടെ മരണശേഷം പേഷ്വാ റാവു സാഹിബ്, താത്യാ ടോപെ,

ബന്ദയിലെ നവാബ് എന്നിവർ ബ്രിട്ടീഷുകാരുമായി ഇടപഴകുന്നത് തുടർന്നു. ജാവ്രയിലും അലിപൂരിലും വൻ തോൽവിക്ക് ശേഷം, മൂവരും അനിശ്ചിത ഭാവിയുടെ വഴിയാത്രക്കാരാകാൻ നിർബന്ധിതരായി. ബന്ദയിലെ നവാബ് കുറച്ച് ദിവസങ്ങൾക്ക് ശേഷം അവരെ വിട്ടുപോയി, എന്നാൽ ബാക്കിയുള്ള രണ്ടുപേരും മങ്ങിയ വിപ്ലവത്തിന്റെ ദീപം വഹിച്ചുകൊണ്ട് അങ്ങോട്ടും ഇങ്ങോട്ടും അലഞ്ഞു.

ഗ്വാളിയോർ സംസ്ഥാനത്തിന്റെ ആഡംബരങ്ങൾ ആസ്വദിച്ച ശേഷം, റാവു സാഹിബിന്റെ പോരാട്ടം അധികനാൾ കൊണ്ടുപോകാൻ കഴിഞ്ഞില്ല. അദ്ദേഹത്തെ അറസ്റ്റ് ചെയ്താൽ തൂക്കിക്കൊല്ലൽ ഉറപ്പായിരുന്നു, സമരം തുടരാൻ അദ്ദേഹത്തിന് വിഭവങ്ങളില്ലായിരുന്നു. താത്യാ തോപ്പെയുടെ അറസ്റ്റിനുശേഷം അദ്ദേഹം പഞ്ചാബിലെ വനങ്ങളിൽ ഒരു സന്യാസിയുടെ വേഷത്തിൽ അലഞ്ഞുനടന്നുവെന്ന് പറയപ്പെടുന്നു. ഈ രീതിയിൽ അദ്ദേഹം കുറച്ച് സമയം കടന്നുപോയി, പക്ഷേ ഈ ജീവിതശൈലി അവന്റെ ദുരിതങ്ങൾക്ക് സ്വീകാര്യമായിരുന്നില്ല. 1862-ൽ അദ്ദേഹത്തെ അറസ്റ്റുചെയ്ത് കാൺപൂരിലേക്ക് അറസ്റ്റുചെയ്തു, തുടർന്ന് 1862 ആഗസ്റ്റ് 30-ന് കാൺപൂരിനടുത്തുള്ള ബിത്തൂരിൽ വെച്ച് അദ്ദേഹത്തെ തൂക്കിലേറ്റി.

ടാത്യ ടോപെ

വാക്കിന്റെ ശരിയായ അർത്ഥത്തിൽ ഒരു ധീരനായിരുന്നു താത്യാ ടോപെ. ബന്ദയിലെ നവാബ് ബ്രിട്ടീഷുകാരിൽ നിന്ന് അഭയം തേടി, റാവു സബേബും നിസ്സംഗനായി വളർന്നു.

എന്നാൽ തത്യാ ടോപ്പ് ബ്രിട്ടീഷുകാർക്ക് മുന്നിൽ സ്വയം കീഴടങ്ങുകയോ വിക്ടോറിയ രാജ്ഞി പ്രഖ്യാപിച്ച പൊതുമാപ്പ് പ്രയോജനപ്പെടുത്തുകയോ ചെയ്തില്ല. എന്നാൽ സാധ്യമായ എല്ലാ കാര്യങ്ങളിലും അദ്ദേഹം ഒറ്റയ്ക്ക് പോരാടി. ബ്രിട്ടീഷുകാർക്ക് അദ്ദേഹം ഒരു വെല്ലുവിളിയായി മാറി. ബ്രിട്ടീഷുകാർ അദ്ദേഹത്തെ എത്രമാത്രം വിസ്മയിപ്പിച്ചുവെന്ന് ലണ്ടനിൽ നിന്ന് വന്ന പത്രങ്ങളിൽ വന്ന ലേഖനങ്ങളിൽ നിന്ന് പരിശോധിക്കാം. ഗ്വാളിയോറിൽ ബ്രിട്ടീഷുകാരോട് പരാജയപ്പെട്ടതിന് ശേഷം, വീർ തത്യാ തോപെ നർമ്മദാ നദി കടന്ന് മഹാരാഷ്ട്രയിലെത്താൻ ആഗ്രഹിച്ചു, അങ്ങനെ ധീരരായ ആളുകളെ സംഘടിപ്പിച്ച് ബ്രിട്ടീഷുകാരോട് വീണ്ടും യുദ്ധം ചെയ്യാം. അതിനാൽ, അവരെ കബളിപ്പിക്കാൻ, അവൻ നേരായ വഴിക്ക് പകരം ഭരത്പൂർ ദിശയിലേക്ക് നീങ്ങി. മഹാറാണി ലക്ഷ്മീഭായിയുടെ മരണശേഷം ഒരാൾ ബ്രിട്ടീഷുകാർക്ക് പ്രശ്നമുണ്ടാക്കിയാൽ ആ വ്യക്തി താത്യാ തോപ്പാണെന്ന് ഹ്യൂഗ്രസിന് നന്നായി അറിയാമായിരുന്നു. അങ്ങനെ സംശയാസ്പദമായ സ്ഥലങ്ങളിലെല്ലാം അയാൾ രഹസ്യ ഏജന്റുമാരുടെ

വല വീശി. ഭരത്പൂർ റൂട്ടിലൂടെ താത്യാ ടോപെ മുന്നേറുമ്പോൾ, ബ്രിട്ടീഷുകാരുടെ അടിസ്ഥാന വിശ്വസ്തർ തന്റെ നീക്കങ്ങൾ നിരീക്ഷിക്കുന്നുണ്ടെന്ന് അദ്ദേഹം സംശയിച്ചു. അങ്ങനെ അവൻ ഉടനെ ജയ്പൂരിലേക്ക് പോയി. അവിടെയും ഇതേ കാര്യം സംശയിച്ചപ്പോൾ അയാൾ ടോങ്ക് സംസ്ഥാനത്തേക്ക് നീങ്ങി. എന്നാൽ ടോങ്കിലെ രാജാവിന് താൻ ഉദ്ദേശിച്ച വരവിനെക്കുറിച്ചുള്ള വിവരങ്ങൾ നേരത്തെ തന്നെ ലഭിച്ചിരുന്നു. അതിനാൽ അവൻ തന്റെ സംസ്ഥാനത്ത് പ്രവേശിക്കാതിരിക്കാൻ സൈന്യത്തെ അയച്ചു.

അപ്പോഴേക്കും അവൻ കുറച്ച് സൈന്യത്തെയും ശേഖരിച്ചിരുന്നു. അവിടെ നിന്ന് ക്യാപ്റ്റൻ റോബർട്ട്സൺ അവനെ കാത്തിരിക്കുന്ന ബുണ്ടി സംസ്ഥാനത്തേക്ക് മുന്നേറി. അങ്ങനെ താത്യ തോപ്പെ ഉദയ്പൂരിലേക്ക് നീങ്ങി. അവിടെയും അദ്ദേഹം ബ്രിട്ടീഷ് സൈന്യത്തെ നേരിട്ടു. അവിടെ വെച്ച് അദ്ദേഹത്തിന്റെ പീരങ്കി തോക്കുകൾ നഷ്ടപ്പെട്ടു. പിന്നെ ചമ്പലിന്റെ ദിശയിലേക്ക് നീങ്ങി. ബ്രിട്ടീഷുകാർ ചമ്പൽ നദിക്ക് കുറുകെ ഒരു കന്റോൺമെന്റ് ഉണ്ടാക്കിയിരുന്നു. അതിനാൽ, ആ ഭാഗത്തേക്ക് കടക്കുന്നതിനുപകരം, അദ്ദേഹം ഝൽരാ പടാൻ സംസ്ഥാനത്തിലേക്ക് മുന്നേറി. അതിന്റെ രാജാവ് അവനെ നേരിടാൻ മുന്നോട്ടുവന്നു. എന്നാൽ അദ്ദേഹത്തിന്റെ സൈന്യം കലാപത്തിലേക്ക് നീങ്ങി, അതിനാൽ താത്യാ ടോപ്പിന് മുന്നിൽ അദ്ദേഹത്തിന് വിതയ്ക്കേണ്ടിവന്നു. ഇതുമാത്രമല്ല പതിനഞ്ച് ലക്ഷം രൂപയും പിരിയേണ്ടി വന്നു. ഝൽറ പടാൻ സംസ്ഥാനത്തിന്റെ അതിഥിയായി 5 ദിവസം കഴിഞ്ഞതിന് ശേഷം അദ്ദേഹം ഇൻഡോറിലേക്ക് നീങ്ങി.

ഇങ്ങനെ ഒരിടത്തുനിന്നും അലഞ്ഞുനടന്നു. പല ബ്രിട്ടീഷ് കമാൻഡർമാരും അദ്ദേഹത്തെ അറസ്റ്റ് ചെയ്യാൻ തീരുമാനിച്ചിരുന്നെങ്കിലും അവരുടെ ആഗ്രഹം സഫലമായില്ല. ഒന്നര വർഷത്തോളം ഈ ഒളിച്ചുകളി തുടർന്നു. ബ്രിട്ടീഷുകാർ തന്നെ മഹാരാഷ്ട്രയിൽ എത്താൻ അനുവദിക്കില്ലെന്ന് താത്യാ ടോപെ വിശ്വസിച്ചിരുന്നു. അങ്ങനെ അവൻ വടക്കേ ഇന്ത്യയിലേക്ക് തിരിഞ്ഞു. ബ്രിട്ടീഷുകാർ ഈ വാർത്ത അറിഞ്ഞപ്പോൾ, അവർ തെക്ക് ഉപേക്ഷിച്ചു, വടക്കൻ തന്ത്രങ്ങൾ മെനഞ്ഞു. ഈ അവസരം മുതലെടുത്ത് താത്യാ തോപ്പെ ബെത്വ നദി കടന്ന് തെക്കോട്ട് നീങ്ങി. അവിടെ ക്യാപ്റ്റൻ സതർലാൻഡിനെ അഭിമുഖീകരിച്ച ശേഷം ബെത്വ നദിയിലേക്ക് ചാടി. തുടർന്ന് ഛോട്ടാ ഉദയ്പൂരിലെത്തി. അവിടെ നിന്ന് ബറോഡയിലേക്ക് മുന്നേറി, പക്ഷേ വഴി തെറ്റി പാർക്ക് ഉദയ്പൂരിലെത്തി. ഇവിടെ ബന്ദയിലെ നവാബ് അവനെ വിട്ടുപോയി. റാവു സാഹിബിനൊപ്പം ഉദയ്പൂരിൽ എത്തിയ താത്യാ തോപ്പെ വീണ്ടും ബ്രിട്ടീഷ് സൈന്യവുമായി മുഖാമുഖം കാണുകയായിരുന്നു. ബ്രിട്ടീഷുകാരെ ഹൂഡ്വിങ്ക് ചെയ്തുകൊണ്ട്

SELF HELP

Walking with you in the shades of Love
Deepak Yadav

PLAY AND WIN
KAUN BANEGA CROREPATI KAUN BANEGA
QUIZ BOOK

POWER THINKING
Move beyond Positive Thinking... adopt Power Thinking.
Dr. Ujjwal Patni

YOUR MONEY MY ADVICE
Practical Money Making Ideas for Complete Financial Freedom
Subhash Lakhotia

GOLDEN KEY TO BECOME SUPER RICH
Subhash Lakhotia

STOP LOSING
START WINNING
ASHU DUTT

DR. BIMAL CHHAJER
201 TIPS FOR GAS OR ACIDITY
Get Rid of Gas or Acidity
a disease of Modern Busy Life

gandhi and management

SECRETS OF SUCCESS THROUGH BHAGWAD GEETA
AUTHORS NAME

SECRETS OF SUCCESS
Tarun Engineer

No.1 Bestseller
Learn to Say NO if You don't Want to Say Yes

Subhash Lakhotia
Secrets of Super Success

Jolly Uncle
Stories that Enlighten You
JPS Jolly

TIPS OF SUCCESS
Dr. Sunil Jogi

PERFECT SUCCESS Mantras
Dr. Ramesh Pokhriyal 'Nishank'

Aim High For Bigger WIN
Tarun Engineer

ആദിശങ്കരൻ പറഞ്ഞു
ജഗത്ത് മിഥ്യയാകുന്നു; ബ്രഹ്മം സത്യമാകുന്നു.
അഭിനവശങ്കരൻ പറഞ്ഞു
ബ്രഹ്മം മിഥ്യയാകുന്നു; ജഗത്ത് സത്യമാകുന്നു.
ഈ രണ്ടു ദർശനങ്ങളുടെ നടുവിൽ
ഈ ശങ്കരൻ നട്ടം തിരിയുന്നു.

അദ്ദേഹം ബൻസ്വാരയിലെ കാടുകളിൽ എത്തി, അവിടെ ഗ്വാളിയോറിലെ വിമതനായ സർദാർ മാൻ സിങ്ങിനെയും മുഗൾ വംശജരായ ഷഹ്സാദ ഫിറോസ് ഷായെയും കണ്ടുമുട്ടി.

മാൻ സിങ്ങിനെ കണ്ടുമുട്ടുന്നത് ഈ ധീരന് ഭാഗ്യമായിരുന്നില്ല. വിശ്വാസവഞ്ചന കാരണം, 1859 ഏപ്രിൽ 4-ന് രാത്രി ഉറങ്ങിക്കിടക്കുമ്പോൾ ബ്രിട്ടീഷുകാർ അദ്ദേഹത്തെ അറസ്റ്റ് ചെയ്തു. അതിനുശേഷം 1859 ഏപ്രിൽ 18-ന് സിപ്രിയിൽ തൂക്കിലേറ്റപ്പെട്ടു. അദ്ദേഹത്തിന്റെ മരണം ഇന്ത്യയുടെ സ്വാതന്ത്ര്യത്തിനായുള്ള ആദ്യ പോരാട്ടത്തിലെ അവസാനത്തെ കമാൻഡറുടെ മരണമായിരുന്നു; അത് ചരിത്രത്തിന്റെ ഒരു സുവർണ്ണ അധ്യായത്തിന്റെ അവസാനമായിരുന്നു.

ബന്ദയിലെ നവാബ്

പേഷ്വാ ബാജി റാവു ഒന്നാമന്റെ പിൻഗാമിയാണ് ബന്ദയിലെ നവാബ്. ഈ പുസ്തകത്തിന്റെ രണ്ടാം അധ്യായത്തിൽ ഇതിനെക്കുറിച്ച് പറഞ്ഞിട്ടുണ്ട്. അന്നത്തെ ബന്ദ നവാബ്, ഒരുപക്ഷേ, 1857 ലെ സ്വാതന്ത്ര്യത്തിനായുള്ള പോരാട്ടത്തിൽ പേഷ്വാ നാനാ സാഹിബിനൊപ്പം നിന്നു, അദ്ദേഹം അതേ രാജവംശത്തിന്റെ പിൻഗാമിയാണെന്ന കാരണത്താൽ. നാനാ സാഹേ നേപ്പാളിലേക്ക് പലായനം ചെയ്തപ്പോഴും ഇളയ സഹോദരൻ റാവു സാഹെബിനൊപ്പമായിരുന്നു താമസിച്ചിരുന്നത്. എന്നാൽ ഒരു യുദ്ധത്തിലും അദ്ദേഹത്തിന്റെ പ്രത്യേക നേട്ടങ്ങളൊന്നും പരാമർശിക്കുന്നില്ല. ഗ്വാളിയോറിലെ തോൽവിക്ക് ശേഷം അദ്ദേഹം താത്യാ ടോപെയ്ക്കും റാവു സാഹെബിനും ഒപ്പം പോയി. ബ്രിട്ടീഷുകാർ സ്വാതന്ത്ര്യത്തിനായുള്ള ആദ്യ പോരാട്ടം പരാജയപ്പെട്ടതിനെത്തുടർന്ന്, 1859 നവംബറിൽ വിക്ടോറിയ രാജ്ഞി എല്ലാ വിമതർക്കും പൊതുമാപ്പ് പ്രഖ്യാപിച്ചു. ഈ സമയം ബന്ദയിലെ നവാബ് താത്യാ തോപ്പിനൊപ്പം ഉണ്ടായിരുന്നു. നിരന്തരവും നീണ്ടതുമായ പോരാട്ടത്തിൽ അദ്ദേഹം നിരാശനായി. രാജ്ഞിയുടെ പ്രഖ്യാപനത്തെക്കുറിച്ച് കേട്ടപ്പോൾ, ഉദയ്പൂർ പാർക്കിലെ താത്യാ തോപ്പിനെ ഉപേക്ഷിച്ച് അദ്ദേഹം ബ്രിട്ടീഷുകാരുടെ അഭയകേന്ദ്രത്തിലേക്ക് പോയി. തൽഫലമായി, അദ്ദേഹത്തിന് മാപ്പ് ലഭിച്ചു, വാർഷിക പെൻഷനായി നാലായിരം രൂപ അദ്ദേഹം തുടർന്നു.

ദാമോദർ റാവു

മഹാറാണിയുടെ മരണസമയത്ത്, അവളുടെ ദത്തുപുത്രൻ ദാമോദർ റാവു ഏകദേശം ഏഴ്-എട്ട് വയസ്സുള്ള കുട്ടിയായിരുന്നു. ഈ പ്രായത്തിൽ, അമ്മയുടെ മരണശേഷം അവൻ ഏതാണ്ട് അനാഥനെപ്പോലെയായിരുന്നു. രാം ചന്ദ്ര റാവു ദേശ്മുഖും കാശി ബായിയും തങ്ങളുടെ യജമാനത്തിയോടുള്ള വിശ്വസ്തതയെ തുടർന്ന് അദ്ദേഹത്തിന്റെ രക്ഷാധികാരികളായി. കുട്ടി ദാമോദർ റാവുവിനൊപ്പം പേഷ്വാ റാവു സാഹിബ്, താത്യാ ടോപെ തുടങ്ങിയവരെ കണ്ടെത്താൻ അവർ

ശ്രമിച്ചെങ്കിലും വിജയിച്ചില്ല. തുടർന്ന് ദാമോദർ റാവുവിനെ ഒളിപ്പിച്ച് അവർ അങ്ങോട്ടും ഇങ്ങോട്ടും മാറി. അവർ ഗ്വാളിയോറിൽ നിന്ന് പോകുമ്പോൾ എഴുപത്തയ്യായിരം രൂപ അവരുടെ പക്കൽ ഉണ്ടായിരുന്നതായി പറയപ്പെടുന്നു. കുട്ടിയുടെ ഐഡന്റിറ്റി വെളിപ്പെടുത്താതിരിക്കാൻ, ആളുകളുടെ വായ അടയ്ക്കാൻ അവർ ഈ പണം ചെലവഴിച്ചു.

ഈ അപകടകരവും ദയനീയവുമായ അവസ്ഥയിൽ, പല സ്ഥലങ്ങളിലൂടെയും അലഞ്ഞുതിരിഞ്ഞ് അവസാനം കുട്ടി ദാമോദർ റാവുവിനൊപ്പം അവർ ആഗ്രയിൽ എത്തി. ഇവിടെ, അവർ ബ്രിട്ടീഷ് ഉദ്യോഗസ്ഥനായ പ്ലീക്കുമായി ബന്ധപ്പെട്ടു. പതുക്കെ പതുക്കെ അവർ അവനുമായി അടുത്തു.

മഹാറാണി ലക്ഷ്മിഭായിയുടെ ധീരതയിൽ മതിപ്പുളവാക്കിയ പ്ലീക്ക് അവരുടെ ആരാധകനായിരുന്നു. അവനെ വിശ്വാസയോഗ്യനാക്കി, കാശി ബായിയും രാം ചന്ദ്ര റാവുവും കുട്ടിയുടെ ശരിയായ ആമുഖം നൽകി. ദയയുള്ള പ്ലീക്ക് ഒരു യഥാർത്ഥ സുഹൃത്തായി മാറി. ഇൻഡോറിലെ പൊളിറ്റിക്കൽ ഏജന്റായ ഷേക്സ്പിയർ മുഖേന രാമചന്ദ്ര റാവു, കാശി ബായി, ദാമോദർ റാവു എന്നിവരെ മാപ്പുനൽകുകയും ഈ രണ്ട് മാന്യന്മാരുടെ പരിശ്രമത്തിന്റെ ഫലമായി ദാമോദറിന് ആയിരത്തി എണ്ണൂറു രൂപ വാർഷിക പെൻഷൻ നൽകാൻ ഗവർണർ ജനറൽ സമ്മതിച്ചു. റാവു.

ഷേക്സ്പിയറും വളരെ ദയയുള്ളവനായി മാറി. അവൻ ദാമോദർ റാവുവിനെ തന്റെ രക്ഷിതാക്കളോടൊപ്പം തന്റെ സ്ഥലത്തേക്ക് വിളിച്ചു. ഇതുമാത്രമല്ല, തന്നെ ഹിന്ദിയും ഉറുദുവും മറാത്തിയും ഇംഗ്ലീഷും പഠിപ്പിക്കാൻ തുടങ്ങിയ ദാമോദർ റാവുവിനെ പഠിപ്പിക്കാൻ മുൻഷി ധരം നാരായണനെ നിയമിച്ചു. തന്റെ പേരിൽ ട്രഷറിയിൽ നിക്ഷേപിച്ച ആറ് ലക്ഷം രൂപ ദാമോദർ റാവുവിനു നേടാനായില്ല.

ദാമോദർ റാവുവിന്റെ സ്വാഭാവിക പിതാവിന്റെ സഹോദരന്റെ ഭാര്യയായിരുന്ന ദാമോദർ റാവുവിന്റെ അമ്മായി അദ്ദേഹത്തെ വിവാഹം കഴിച്ചു. ആദ്യ ഭാര്യയുടെ മരണശേഷം, ശിവ്രെ കുടുംബത്തിൽ രണ്ടാം തവണ വിവാഹം കഴിച്ചു. 1904-ൽ ദാമോദർ റാവു ഒരു മകന്റെ പിതാവായി, അദ്ദേഹത്തിന് ലക്ഷ്മൺ റാവു എന്ന് പേരിട്ടു. അതിനുശേഷം അദ്ദേഹത്തിന്റെ പിൻഗാമികൾ ഇൻഡോറിൽ താമസിച്ചു.